INSIGHT PUBLICA®

INSIGHT PUBLICA®
Nadakkavu, Kozhikode, Kerala
www.insightpublica.com
e-mail: insightpublica@gmail.com
**Modi Brandum**
**Keeripparinja Padukavum**
(Malayalam)
**Anilkumar A V**
Cover: Vineesh Peralassery
First Edition: February 2019

ISBN 978-93-87398-89-4

# മോഡി ബ്രാൻഡും കീറിപ്പറിഞ്ഞ പാദുകവും

അനിൽകുമാർ എ. വി.

INSIGHT PUBLICA®

കാസർകോട് ജില്ലയിലെ പിലിക്കോട്ട് ജനിച്ചു. അച്ഛൻ: ടി ശിവശങ്കരൻ, അമ്മ: എ വി ലക്ഷ്മി. കോഴിക്കോട് സർവകലാശാലാ ചരിത്രവിഭാഗത്തിൽനിന്ന് രണ്ടാം റാങ്കോടെ എം എ പാസായി. അവിടെ എംഫിൽ വിദ്യാർത്ഥിയായിരിക്കെ ദേശാഭിമാനിയിൽ ചേർന്നു. കുറച്ചുകാലം ചിന്ത വാരികയുടെ പത്രാധിപസമിതിയിലും പ്രവർത്തിച്ചു. ഇപ്പോൾ ദേശാഭിമാനി ഫീച്ചർ എഡിറ്റർ. ചരിത്രത്തിനൊപ്പം നടന്ന ഒരാൾ, ഇടവേളകളില്ലാത്ത ചരിത്രം, ആലസ്യത്തിന്റെ ആൾക്കൂട്ടങ്ങൾ, തിരസ്കൃത ചരിത്രത്തിന് ഒരു ആമുഖം, കാവിനിറമുള്ള പ്ലേഗ്, ചിഹ്നങ്ങളുടെ രാഷ്ട്രീയം, ആഗോളവൽക്കരണത്തിന്റെ അഭിരുചിനിർമാണം, ഒറ്റുകാരുടെ ചിരി, ബുദ്ധിജീവികളുടെ പ്രതിസന്ധി, പ്രതിബിംബക്കെണിയും മൂലധന രാഷ്ട്രീയവും, നാലാംലോകവാദവും സാമ്രാജ്യത്വ രാഷ്ട്രീയവും, സി, യിരമ്യാവ്: അടിമയുടെ ജീവിതം, ജീവിതത്തിൽ ഒരിക്കൽമാത്രം സംഭവിക്കുന്നവ, ശരീരം വിപണി ദൈവം, പ്രവാസികൾ: ഭാഷയിലും ജീവിതത്തിലും, മുറിവേറ്റ ആഹ്ലാദങ്ങൾ - ചരിത്രവും ജീവചരിത്രവും, ഇന്ദുലേഖയുടെ അനുജത്തിമാർ, സ്വാതന്ത്ര്യത്തിന്റെ പെണ്ണകങ്ങൾ, ജർമൻ സ്കെച്ചുകൾ, പലപേരിൽ ഒരു നഗരം (ട്രിച്ചി കുറിപ്പുകൾ), ഒരിക്കലും പൂട്ടാത്ത മുറി, ആൾദൈവങ്ങൾ അഥവാ അസംബന്ധ മനുഷ്യർ, എഴുത്തുമുറി, സത്യംപറയുന്ന പെരുംനുണയന്മാർ, ജീവിതം നയിക്കാൻ വിധിക്കപ്പെട്ട നുണകൾ, ലങ്കൻ കാഴ്ചകൾ, ഇന്തോനേഷ്യൻ ഡയറി, ഹിറ്റ്ലർ എന്ന ഫുട്ബോൾ കോച്ച്, അനുഭൂതികളിലെ വർഗസമരം, മാധ്യമ മഹാസഖ്യം, സിനിമയുടെ ആത്മഗതം, ചരിത്രം ഒരു സമരായുധം, വന്മതിൽ മുതൽ ബീഗ്ബെൻവരെ, ഹോങ്കോങ്ങ് - ചൈനാ വിശേഷങ്ങൾ, ഓർമകളുടെ തുറമുഖത്തുനിന്നും പുറപ്പെട്ട നാവികർ, കെ പി ആർ, പുരാതന നൗകയിൽ തീരമണഞ്ഞ മുക്കുവർ, ജീവിതത്തിന്റെ ബഹുവചനം, രണ്ട് കൈ രണ്ട് വ്യവസ്ഥ, ഗുരു

എസ് എൻ ഡി പി യോഗം വിട്ടതെന്തേ?, ഒറ്റരാത്രിയിലെ അഥിതികൾ, അവൻ ഏപ്പോഴുത് വാഴ്ന്താൻ, ചെ എന്ന ഫോട്ടോഗ്രാഫർ,സിനിമയിലെ കൊട്ടകാറ്റുകൾ, വിധേയത്വത്തിന്റെ എച്ചിലില തുടങ്ങിയവ പ്രധാന കൃതികൾ. സദ്ദാം: നൂറ്റാണ്ടിന്റെ ബലി, കാസ്ട്രോ - ക്യൂബ: വിപ്ലവത്തിന്റെ യൗവനങ്ങൾ, മുല്ലപ്പെരിയാർ, വധശിക്ഷ: ഭരണകൂടം നടത്തുന്ന കൊലപാതകം എന്നീ പുസ്തകങ്ങൾ എഡിറ്റ് ചെയ്തു. മികച്ച ജീവചരിത്രത്തിനുള്ള 1997 ലെ സാഹിത്യ അക്കാദമി അവാർഡ്, മികച്ച വൈജ്ഞാനിക കൃതിക്കുള്ള 1997ലെ അബുദാബി ശക്തി പുരസ്കാരം, സാഹിത്യ സംബന്ധിയായ ടെലിവിഷൻ പരിപാടിക്കുള്ള സംസ്ഥാന സർക്കാരിന്റെ 2005ലെ വിഷ്വൽ എന്റർടൈൻമെന്റ് അവാർഡ്,മാധ്യമ രംഗത്തെ സമഗ്ര സംഭാവനക്കുള്ള 2015 ലെ തുളുനാട് അവാർഡ് എന്നിവ നേടി.ചരിത്രത്തിനൊപ്പം നടന്ന ഒരാൾ 'വരലാത്രുടൻ പയനിത്ത മാമനിതർ'എന്ന പേരിലും ഗീബൽസ് ചിരിക്കുന്ന ഗുജറാത്ത് ഗീബൽസ് സിരിക്കും ഗുജറാത്ത് എന്ന പേരിലും തമിഴിലും ഇറങ്ങിയിട്ടുണ്ട്. 2006 ഒക്ടോബറിൽ ജർമൻ നഗരമായ ഫ്രാങ്ക്ഫർട്ടിൽ നടന്ന അന്താരാഷ്ട്ര പുസ്തകോത്സവത്തിൽ പങ്കെടുത്തിരുന്നു. പ്രഭാകരന്റെ അന്ത്യത്തിനു ശേഷം ശ്രീലങ്കയിലും യാത്ര ചെയ്തു. 2010 മാർച്ചിൽ ജക്കാർത്തയിൽ നടന്ന ഈസ്റ്റ് ഏഷ്യാ മീഡിയാ പ്രോഗ്രാമിൽ ഇന്ത്യൻ സംഘാംഗമായിരുന്നു. ചൈന, ഹോങ്കോങ്, യു എ ഇ, മലേഷ്യ, തായ്‌ലൻഡ്, ബംഗ്ലാദേശ്, ഒമാൻ എന്നീ രാജ്യങ്ങളും സന്ദർശിച്ചു. ഗോഡ്സെ, പാതി, ചാത്തമ്പള്ളി വിഷകണ്ഠൻ എന്നീ സിനിമകളിൽ അഭിനയിച്ചു.ഡോ. ലേഖയാണ് ഭാര്യ. എം ബി ബി എസ് വിദ്യാർഥിനി അനുലക്ഷ്മിയും ബിഎ വിദ്യാർഥി അഖിൽശിവനും മക്കൾ.

**അനിൽകുമാർ എ. വി.**

## ഉള്ളടക്കം

# ചരിത്രം കുതിർത്ത ചോരത്തുള്ളികൾ

അഡോൾഫ് ഹിറ്റ്‌ലറുടെ ആത്മകഥയും ഫാസിസ്റ്റുകളുടെ എക്കാലത്തെയും മികച്ച പാഠപുസ്തകവുമായ 'മെയ്ൻ കാംഫ്' എറ്റവും ഫലപ്രദമായ അക്ഷരസമാഹാരമാണെന്ന് പറയാറുണ്ട്. "അതിലെ ഓരോ വാക്കും 125 ജീവിതങ്ങൾ നഷ്ടപ്പെടുത്തി. ഓരോ പുറത്തിനും 47000 മരണങ്ങൾ. ഓരോ അധ്യായവും 1200000 മനുഷ്യരെ ഉന്മൂലനംചെയ്തു" എന്നാണ് അമേരിക്കൻ എഴുത്തുകാരനും രാഷ്ട്രീയ പത്രപ്രവർത്തകനുമായ നോർമൻ കസിൻസ് ശരിയാംവണ്ണം നിരീക്ഷിച്ചത്.നാസി ജർമനിയിൽ ഹിറ്റ്‌ലറുടെയും ഇറ്റലിയിൽ ബെനിറ്റോ മുസോളനിയുടെയും ക്രൂരതകൾ ജീവൻ നഷ്ടപ്പെടുത്തിയ മനുഷ്യരെ എണ്ണിത്തിട്ടപ്പെടുത്താനായിട്ടില്ല. കോൺസെൻട്രേഷൻ ക്യാമ്പുകളിലും ഗ്യാസ്ചേമ്പറുകളിലും പതിനായിരങ്ങൾ പിടഞ്ഞുവീഴുകയായിരുന്നു. എറ്റവും ഹീനമായ മുറകളിലൂടെ ഉന്മൂലനം ഒരു പദ്ധതിയായി നടപ്പാക്കി രസിക്കുകയായിരുന്നു ആ ഫാസിസ്റ്റ് ഭീകരന്മാർ. ക്രൂരതകളുടെ ഏറ്റവും ഞെട്ടിപ്പിക്കുന്ന പരീക്ഷണങ്ങളായിരുന്നു കോൺസെൻട്രേഷൻ ക്യാമ്പുകളിൽ. മ്യൂണിക്കിനടുത്ത ഡാഹൗവിലായിരുന്നു ആദ്യത്തേത്. ഒന്നാമത്തെ ഫാസിസ്റ്റ് മരണ ഫാക്ടറി എന്നാണ് അത് അറിയപ്പെട്ടത്. പന്ത്രണ്ട് വർഷത്തിനിടെ എഴുപതിനായിരം മനുഷ്യ ജീവനാണ് അവിടെ പിടഞ്ഞു വീണത്. നാസി ഭീകരരുടെ പരിശീലന കേന്ദ്രം കൂടിയായിരുന്ന ഡാഹൗ, വ്യാവസായിക കുത്തകകളും നാസി വേട്ടക്കാരും കൈകോർത്തുനിന്ന് സന്ദർശിച്ചതിന്റെ എത്രയോ ചിത്രങ്ങൾ ഇപ്പോഴും ലഭ്യമാണ്. ഫാസിസ്റ്റ് മരണ ഫാക്ടറികളിൽ കുപ്രസിദ്ധമായത് ഔഷ്‌വിത്സ്. സ്ത്രീകളും കുട്ടികളുമാണ് അവിടെ കൂടുതലും പിടഞ്ഞു വീണതും. 1944 മെയ് പതിനാലിനും ജൂലൈ എട്ടിനുമിടയിൽ 48 തീവണ്ടികളിലായി 437402 ഹംഗേറിയൻ ജൂതന്മാരെ അവിടെ എത്തിക്കുകയുണ്ടായി. മരണത്തിലേക്കുള്ള ഏറ്റവും വലിയ നാടുകടത്തൽ. ഒറ്റ ദിവസം 56545 പേരെ ഞരക്കം പോലും വെളിയിലെത്താത്തവിധം കൂട്ടക്കശാപ്പ് ചെയ്ത സംഭവം മറ്റൊന്ന്. വിഷവാതകം ഒഴുക്കിയുള്ള വധത്തിന്റെ നിരവധി മാതൃകകൾ അവിടെ ആഘോഷിക്കുകയായിരുന്നു. 'നരകവാതിൽ' എന്ന വിളിപ്പേര് യാഥാർഥ്യത്തിന്റെ അരികുപോലും തൊടുന്നതുമായില്ല.

## മുറിവിൽ തൊട്ടെഴുതിയ വേദന

കോൺസെൻട്രേഷൻ ക്യാമ്പുകളിലെ നരകാവസ്ഥയെക്കുറിച്ച് എത്രയോ വെളിപ്പെടുത്തലുകളുണ്ടായിട്ടുണ്ട്. ജീവന്റെ ഒരിറ്റ് ബാക്കിയായ ചിലരെ ശവങ്ങൾപോലെ വലിച്ചെറിഞ്ഞിരുന്നു. അവർ തിരിച്ചെത്തിയപ്പോൾ നടത്തിയ കരച്ചിലിൽ പൊതിഞ്ഞ അനുഭവവിവരണങ്ങൾ ഹൃദയഭേദകമായി. ആറു പതിറ്റാണ്ടിന്റെ ഏകാന്ത നിശ്ശബ്ദതയ്ക്കു ശേഷം മേരി ബർഗിന്റേതായി പുറത്തുവന്നത് അത്തരമൊരു കഥ. 'ദ ഡയറി ഓഫ് മേരി ബെർഗ്' ആൻ ഫ്രാങ്കിന്റെ വെളിപ്പെടുത്തലുകൾക്കു ശേഷമുള്ള ഏറ്റവും തുറന്ന ഫാസിസ്റ്റ് വിമർശനമായിരുന്നു. സാധാരണ പട്ടാളക്കാരുടെയും ആപ്പീസർമാരുടെയും ഡയറിക്കുറിപ്പുകളിൽനിന്നും അക്കാലത്തെ പല രീതികളും മനസ്സിലാക്കാനാവും. 1942 ആഗസ്റ്റിൽ പോളണ്ടിലെ ബെൽസെക്ക് ക്യാമ്പ് സന്ദർശിച്ച ഭടൻ എഴുതിയത് ആ കാലഘട്ടത്തിന്റെ മുറിവിൽനിന്ന് രക്തം തൊട്ടാണ്. വിലപിടിപ്പുള്ള വസ്തുവകകൾ ഏൽപ്പിക്കുന്ന കൗണ്ടർ. നൂറ് ക്ഷൗരക്കസേരകളുള്ള ഹാൾ. നൂറ്റമ്പതു മീറ്റർ നീളമുള്ള ഇടനാഴി. ഇരുവശങ്ങളിലും മുള്ളുകമ്പി കൊണ്ടുള്ള വേലി-കോൺസെൻട്രേഷൻ ക്യാമ്പിന്റെ ചിത്രമിതാണ്. ഇടുങ്ങിയ കൊലമുറിയായതിനാൽ ശവങ്ങൾക്ക് മറിഞ്ഞുവീഴാൻ പോലുമാവില്ല. പലതും കരിങ്കൽ ശിൽപ്പങ്ങൾ പോലെ. ജീവൻ നഷ്ടപ്പെട്ടപ്പോഴും ഒരേ കുടുംബത്തിൽപെട്ടവർ പരസ്പരം കൈകോർത്ത് നിന്നത് കരളലിയിപ്പിക്കുന്ന കാഴ്ചയായി. മരണം എപ്പോഴും ചൂളംവിളിക്കുന്ന ആ ഹാളിൽ ജോലിയെടുക്കാൻ സന്നദ്ധരായവർക്ക് മുന്തിയ പ്രതിഫലവും ശിക്ഷയിളവും. തടവുകാരിൽനിന്ന് പിടിച്ചുപറിക്കുന്ന വിലയേറിയ വസ്തുക്കളിലും പണത്തിലും ഒരുഭാഗം അവർക്കാണ്.

കമ്യൂണിസ്റ്റുകാരുടെ ചെറുത്തുനിൽപ്പ് ദുർബലമാക്കാൻ ഉദ്ദേശിച്ചുമാത്രം ആരംഭിച്ചതാണ് ഓറിയൻബർഗ് ക്യാമ്പ്. റീഷ്താഗിന് തീയിട്ട ശേഷം അത് മറയാക്കി ഹിറ്റ്ലർ തുറന്നുവിട്ട വേട്ടയാടലിൽ നാസി പൊലീസും അതിന്റെ പങ്ക് നിർവഹിച്ചു. മുപ്പത്തിയയ്യായിരം കമ്യൂണിസ്റ്റുകാരെയാണ് കൊന്നു തള്ളിയത്. 1933 മാർച്ച് മൂന്നിന് ബർലിന് സമീപത്തെ ഷാർലെറ്റൻബർഗിൽനിന്ന് തലമുതിർന്ന നേതാവ് ഏണസ്റ്റ് തെയിൽമാനെ പിടികൂടി പീഡിപ്പിച്ചതിന് സമാനതകളില്ല. 'ഗെസ്റ്റപ്പോ'യാണ് അറസ്റ്റുചെയ്തത്. ഒരു വ്യാഴവട്ടക്കാലത്തെ തുടർച്ചയായ കൊടും പീഡനങ്ങൾക്ക് ശേഷമായിരുന്നു വധം. സന്ദർശകരെ വിലക്കുക മാത്രമായിരുന്നില്ല, 'പട്ടിണി റേഷൻ' എന്ന ക്രൂരതയ്ക്കിരയാക്കുകയും ചെയ്തു തെയ്ൽമാനെ. ലെയ്പ്സിങ് വിചാരണയുടെ വീഴ്ചയെത്തുടർന്ന് ജ്യോർജി ദിമിത്രോവും മറ്റും രക്ഷപ്പെടുകയായിരുന്നുവെന്നായിരുന്നു നാസി നിയമ നേതൃത്വത്തിന്റെ വിലയിരുത്തൽ. അത്തരം പഴുതുകളടച്ചാണ് തെയ്ൽമാനെ കൈകാര്യം ചെയ്തത്. അതിഭീകരമായ പീഡനങ്ങളാണ് അദ്ദേഹം സഹിച്ചതും. കൈകാലുകൾ തല്ലിത്തകർത്തു. പല്ലുകൾ മുഴുവൻ അടിച്ചു കൊഴിച്ചു.തൊലി നീലിച്ച് കറുത്തു. തന്റെ ആശയങ്ങളിൽനിന്ന് പിന്മാറിയതായി എഴുതി നൽകിയാൽ വെറുതേ വിടാമെന്ന് തെയ്ൽമാനോട് ജയിൽ മേധാവി പറയുകയുണ്ടായി.

"താനൊരു പൂർണ തെമ്മാടിതന്നെ. എന്നിൽനിന്ന് അത്തരമൊരു പ്രസ്താവന ലഭിക്കില്ലെന്ന് ഇതുവരെയുള്ള അനുഭവംവെച്ച് താൻ മനസ്സിലാക്കേണ്ടിയിരിക്കുന്നു. മരിക്കുംവരെ ഇവിടെയിട്ട് നരകിപ്പിച്ചാലും ഞാൻ കുനിയില്ല" എന്ന മട്ടിലായിരുന്നു ആ ഗർജനം. 1944 ആഗസ്ത് 18ന് അദ്ദേഹത്തെ ജയിൽ മുറിയിൽ വെടിവെച്ച് കൊല്ലുകയായിരുന്നു. ബുഷൻവാൾഡ് ക്യാമ്പിൽ ജഡം മറവുചെയ്തു. സംഭവം ലോകത്തോട് വെളിപ്പെടുത്താൻപോലും ഫാസിസ്റ്റ് ഭരണത്തിന് ധൈര്യമുണ്ടായില്ല. സെപ്തംബർ 14വരെ വാർത്ത പൂഴ്ത്തി. ഒടുവിൽ പുതിയ കഥ മെനഞ്ഞു. ആഗസ്ത് 28ന് ബ്രിട്ടീഷ്- അമേരിക്കൻ ശക്തികൾ നടത്തിയ ബോംബ് വർഷം ബുഷൻവാൾഡ് ക്യാമ്പ് തകർക്കുകയും തെയിൽമാനെയും മറ്റും വധിക്കുകയും ചെയ്തതായി വെളിപ്പെടുത്തി. പാർടി കേന്ദ്രകമ്മറ്റിയംഗം ജോൺ ഷെറിനെ ചൂടുവെള്ളം നിറച്ച ഇരുമ്പ് വീപ്പയിൽ കെട്ടിത്താഴ്ത്തുകയായിരുന്നു. ഹാംബർഗിലെ നേതാവ് ഫീറ്റ് ഷുൾസിനെ കഴുത്തറുത്താണ് വധിച്ചത്. അദ്ദേഹത്തിന്റെ പ്രസംഗങ്ങൾ വെടിയുണ്ടകളെക്കാൾ മാരകവും അപകടകരവുമാണെന്ന പ്രോസിക്യൂട്ടറുടെ വാദത്തെ തുടർന്നായിരുന്നു മരണശിക്ഷ. വിധി പ്രഖ്യാപിച്ച കോടതിയിൽ ഷുൾസ് അക്ഷരാർഥത്തിൽ പൊട്ടിത്തെറിച്ചു. "ഒരു പോരാളി കുറഞ്ഞേക്കാം. എന്നാലും ഞങ്ങൾ വിജയംവരിക്കുകതന്നെ ചെയ്യും. ശിക്ഷ നടപ്പാക്കുമ്പോൾ നിങ്ങളെല്ലാം അവിടെയെത്തണം. ഒരു കമ്യൂണിസ്റ്റ് മരണത്തെ സ്വീകരിക്കുന്നത് എങ്ങനെയെന്ന് കണ്ടു പഠിക്കുകയെങ്കിലുമാകാമല്ലോ" എന്ന വിളിച്ചുപറയലിന് മാതൃകകളുണ്ടാവില്ല.

## കാൾ വോൺ ഒസീറ്റ്സ്കി

സാധാരണക്കാർക്കും രാഷ്ട്രീയ നേതൃത്വങ്ങൾക്കും പുറമെ കലാ-സാംസ്കാരിക- കായിക-സാഹിത്യ-സംഗീത മേഖലകളിലെ ഉജ്വല വ്യക്തിത്വങ്ങളും ചതച്ചരയ്ക്കപ്പെട്ടു. കമ്യൂണിസ്റ്റുകാരും തൊഴിലാളി പ്രവർത്തകരും സോഷ്യലിസ്റ്റുകാരും ലിബറൽ ജനാധിപത്യവാദികളും സോഷ്യൽ ഡമോക്രാറ്റുകളും സ്ത്രീവിമോചന വാദികളും സമാധാന പ്രചാരകരും ബിഷപ്പുമാരുമെല്ലാം സഹിച്ച പീഡനങ്ങൾ വിവരണാതീതം. 1935ലെ നോബൽ പുരസ്കാര ജേതാവ് കാൾ വോൺ ഒസീറ്റ്സ്കിയെ പോലും ഹിറ്റ്ലർ പീഡിപ്പിച്ചു. ഫാസിസ്റ്റ് വിരുദ്ധ മാഗസിനായ വെൽഡ്ബ്യൂണിന്റെ മുഖ്യപത്രാധിപർ കൂടിയായ അദ്ദേഹത്തെ എസ്റ്റെർവീഗെൺ കോൺസെൻട്രേഷൻ ക്യാമ്പിലായിരുന്നു തള്ളിയിരുന്നത്. 1938ൽ അവിടെ മരിച്ചുവീണു. കമ്യൂണിസ്റ്റ് ചെറുത്തുനിൽപ്പിന്റെ ഭാഗമായിരുന്ന എഡ്ഗാർ ആൻഡ്രേ, ഫ്രെഡറിക് ഔ, ഓൾഗാ ബെനേറിയോ പ്രെസ്റ്റസ്, ഹാൻസ് കോപ്പി, ആൽബർട് കുൻസ്, സോഷ്യൽ ഡമോക്രാറ്റിക് നേതാക്കളായ റുഡോൾഫ് ബ്രീറ്റ്ഷീൽഡ്, ജെനോ ഡ്യൂഷ്, ഒട്ടേ എഗ്ഗർസ്റ്റെഡ്, ഫെമിനിസ്റ്റ് റോസാ മാനസ്, മേയർമാരായ കാൾ ഫെഡറിക് ഗോദ്ലർ(ലെയ്പ്സിങ്),ലൂഡ്വിങ് ലാൻഡ്മാൻ(ഫ്രാങ്ക്ഫർട്),റിച്ചാർഡ് ഷ്മിത്ത്സ്(വിയന്ന)തുടങ്ങിയവരെല്ലാം അതിന്റെ പ്രതീകങ്ങൾ.ബിഷപ്പുമാരായ ഡീറ്റ്റിക് ബോൺഹോഫർ, യിറ്റ്ഷാക്

സൈമൺ ഗോത്തിബ്, എഡിത്ത് സ്റ്റെയിൻ. സംഗീതജ്ഞരായ പാവൽ ഹാസ്, ഹെയ്ൻസ് അൾട്, ലിയോ സ്മിത്ത്,നടന്മാരായ ആർതർ ബെർജൻ, ഇഗോൺ ഫ്രീഡൽ,യൂജൻ ബർഗ്, പോൾ മോർഗൻ, എഴുത്തുകാരായ കാറൽ ദെസ്തോവ്നിക്, വ്ളാഡിസ്ലാവ് വാങ്കറ, പീറ്റർ ഹാമ്മർഷ്ളാഗ്, പത്രപ്രവർത്തകരായ ഫ്രിറ്റ്സ് ഗെർലിച്ച്, ജൂറാ സോയ്ഫർ, പീറ്റർ ജിൻസ്, മിലേന ജസെൻസ്ക,പോൾ നിസാൻ, എറിക് നോഫ്, വിശ്വപ്രസിദ്ധ കായികതാരങ്ങളായ എസ്റ്റില അഗസ്റ്റ റിബ്, ആൽഫ്രഡ് ഫ്ളാറ്റോ, ബ്രോണിസ്ലാവ് ചെക്, ലില്ലി ഹെനോച്ച്, സാലോ ലാൻഡോ തുടങ്ങിയവർക്കും വധശിക്ഷ വിധിക്കപ്പെട്ടു.

## ഹിന്ദുത്വത്തിന്റെ വിജയപ്രഖ്യാപനങ്ങൾ

വംശശുദ്ധിയുടെ പ്രത്യയശാസ്ത്രം മുൻനിർത്തി ഹിറ്റ്ലറും മുസോളിനിയും തുറന്നുവിട്ട ആശയങ്ങളും അതിക്രമങ്ങളും ഇന്ത്യയിലും ആവർത്തിക്കപ്പെട്ടു. കൂട്ടക്കൊലകളും അംഗവിഛേദങ്ങളും തീയിടലുകളും ബലാൽസംഗ പരമ്പരകളുംകാട്ടി ഹിന്ദുത്വത്തിന്റെ വിജയപ്രഖ്യാപനം നടത്തുകയായിരുന്നു. പ്രാകൃത മനുഷ്യരെപ്പോലും തലകുനിപ്പിച്ച കാടത്തത്തിന്റെ പാഠങ്ങൾ കാവിപ്പട നിശ്ചയമായും സ്വീകരിച്ചത് ഹിറ്റ്ലറിൽനിന്നും മുസോളിനിയിൽനിന്നുമാണ്. ജൂതവിദ്വേഷം ആളിക്കത്തിച്ച പല സൂചനകളും ഹിറ്റ്ലറുടെ ആത്മകഥയിലുണ്ട്. കാൾ മാർക്സിനെ അഭിസംബോധനചെയ്തത് ജൂത മാർക്സ് എന്നുമാത്രം. ഫാസിസം ജനങ്ങൾക്ക് മരണം വിധിക്കുന്നതും ക്രൂരതയുടെ പ്രത്യേക ഘടനകളിലൂടെയാണ്. 1941 മെയ് മാസത്തിൽ സ്റ്റോം ട്രൂപ്പേഴ്സിന്റെ ഭിഷഗ്വരൻ റോഷർ ചില പരീക്ഷണങ്ങൾക്ക് അനുമതി തേടുകയു ണ്ടായി. കോൺസെൻട്രേഷൻ ക്യാമ്പുകളിലൊന്നിലെ തടവുകാരാ യിരുന്ന ക്രൂരതയുടെ ഇരകൾ. അവരെ പൂർണ നഗ്നരാക്കി മൈനസ് 270-300 സെൽഷ്യസിൽ ഒമ്പതുമുതൽ പതിനാലു വരെ മണിക്കൂറുകൾ നിർത്തിയുള്ള തുടക്കം. ഇങ്ങനെ ചെയ്താലും തടവുകാർ ജീവിതത്തിലേ ക്ക് തിരിച്ചുവരുമോ എന്നതായിരുന്നു ക്രൂരമായ അന്വേഷണം. മുന്നൂറു പേർ ആ ക്രൂരതക്കു മുന്നിൽ മരിച്ചുവീണു. ചിലർ മുഴുഭ്രാന്തന്മാരായി. 1942 ഒക്ടോബർ 24ന് ഫാസിസ്റ്റ് നേതൃത്വം, റോഷർക്ക് പ്രശംസാ ശ്രുപേണ കത്തയക്കുകയുണ്ടായി. ആ പരീക്ഷണങ്ങളെ എതിർക്കുന്നവരെ രാഷ്ട്രീയ വഞ്ചകരായി കണക്കാക്കുമെന്നായിരുന്നു ഹെയ്ന്റിച്ച് ഹിമ്ല റെപ്പോലുള്ളവരുടെ പ്രഖ്യാപനം. മരവിപ്പിക്കപ്പെട്ട പുരുഷനെ പൂർണ നഗ്നരായ രണ്ട് സ്ത്രീകൾക്കിടയിൽ കിടത്തിയാൽ ഉണരുമോ എന്ന് നോക്കണമെന്ന നിർദേശവും അയാൾ റോഷർക്ക് നൽകി. ഇതിന് സമാനമായ ചില മാതൃകകളെങ്കിലും 2002ലെ വംശഹത്യക്കിടെ ഗുജ റാത്തിൽ നടപ്പാക്കി. 19 അംഗങ്ങളുള്ള കുടുംബത്തെ വീട്ടിനകത്താക്കി വായുപോലും കടക്കാത്തവിധം വാതിലുകളും ജനലുകളും അടച്ചുപൂട്ടുന്നു. പ്രത്യേക ദ്വാരത്തിലൂടെ പമ്പുകൾ ഉപയോഗിച്ച് വീട് വെള്ളത്തിലാക്കി. തുടർന്ന് വൈദ്യുതി കടത്തിവിട്ടു. കുറച്ചു സമയത്തിനുശേഷം മുറികൾ തുറ ന്നുനോക്കിയപ്പോൾ ഒരാളൊഴികെ മറ്റെല്ലാവരും മരിച്ചുകഴിഞ്ഞിരുന്നു.

## ബെരെറ്റ പിസ്റ്റൾ

മനുഷ്യത്വം മരവിച്ച കൊടും ക്രൂരതകളുടെ പ്രയോക്താവായ ഹിറ്റ്ലറുടെ കാലത്തെ ജർമനി 'ഭയത്തിന്റെ റിപ്പബ്ലിക്'' എന്നാണ് വിശേഷിപ്പിക്കപ്പെട്ടിരുന്നത്. കാവിപ്പട ഇന്ത്യയെയും അതേ നില വാരത്തിലേക്ക് അധഃപതിപ്പിച്ചുകൊണ്ടിരിക്കുകയാണ്. ജനാധിപത്യ ത്തിനും മതനിരപേക്ഷതയ്ക്കും പൗരാവകാശത്തിനുമെതിരെ മാത്രമല്ല, അടിസ്ഥാനപരമായ അഭിപ്രായ പ്രകടന സ്വാതന്ത്ര്യത്തിനു നേരെയും കടുത്ത അസഹിഷ്ണുതയുടെ തേരുകൾ ഉരുളുന്നു. ആ ബലപ്രയോഗ ത്തിന്റെ പ്രധാന ഉപകരണങ്ങളിലൊന്ന് രാഷ്ട്രീയ സ്വയംസേവക സംഘമാണ്. ലോകത്തിലെ ഏറ്റവും ഭീകരമായ അതിക്രമ സംഘടനക ളിൽ കുപ്രസിദ്ധമാണ് ആർഎസ്എസ്. രാഷ്ട്രപിതാവായ ഗാന്ധിജിയെ 1948 ജനുവരി 30ന് വധിച്ചതോടെ അത് കൂടുതൽ തെളിഞ്ഞു. പിന്നെ രാജ്യത്തെയാകെ ഉഴുതുമറിച്ച അതിഭീകരങ്ങളായ അസംഖ്യം വർഗീയ കലാപങ്ങൾ. മഹാത്മാവിന്റെ ജീവിതംപോലെ ശുദ്ധമായ പുഞ്ചിരി കവർന്ന നാഥൂറാം വിനായക ഗോഡ്സെ,വിചാരണക്കിടെ കോടതിയിൽ നൽകിയ സത്യവാങ്മൂലം ആ ഹീനകൃത്യത്തെക്കാൾ അമ്പരപ്പിച്ചതായി. താനൊരു ചരിത്രദൗത്യം നിർവഹിച്ചെന്ന മട്ടിലാ യിരുന്നു അയാളുടെ പ്രതികരണങ്ങൾ.

ഗാന്ധിവധക്കേസിൽ ജീവപര്യന്തം തടവ് കഴിഞ്ഞ് പുറത്തിറങ്ങിയ നാഥൂറാമിന്റെ സഹോദരൻ ഗോപാൽ ഗോഡ്സെയാകട്ടെ, ആ കുറ്റ കൃത്യത്തിൽ തരിമ്പും കുറ്റബോധമില്ലെന്നാണ് തുറന്നടിച്ചത്. ഇത്തരം അസഹിഷ്ണുതകൾ കൂട്ടക്കൊലകൾക്ക് ഇന്ധനമാവുക മാത്രമായിരു ന്നില്ല, മറിച്ച് ഇന്ത്യൻ സമൂഹത്തിലെ ശാസ്ത്രചിന്തക്കും യുക്തിബോധ ത്തിനും ജനാധിപത്യാവബോധത്തിനും കനത്ത ആഘാതമേൽപ്പിച്ചു. ആർഎസ്എസ് കൈയറപ്പില്ലാതെ നടപ്പാക്കിയ കൊടുംപാതകങ്ങളിൽ ഏറ്റവും ക്രൂരമായിരുന്നു ഗാന്ധിവധം. 1934 മുതൽ അതിന്റെ ശ്രമങ്ങളാ രംഭിച്ചു. അഞ്ചുവട്ടം വിഫലമായ ശ്രമം 1948 ജനുവരി 30ന് വിജയം കാണുകയായിരുന്നു. അസഹിഷ്ണുതയുടെയും ഉന്മൂലനത്തിന്റെയും ആശയങ്ങൾക്കൊപ്പം ആയുധവും ഇറ്റലിയിൽ നിന്നായിരുന്നുവെന്നത് യാദൃച്ഛികമാവാം. 1934 മുതൽ അവിടുത്തെ സായുധസേനക്ക് നൽകി വന്ന ബെരെറ്റ ഓട്ടോമാറ്റിക് പിസ്റ്റളാണ് നാഥൂറാം ഗോഡ്സെയുടെ കൈകൾ ഉന്നംവെച്ചത്. 1526 മുതൽ തോക്ക് നിർമാണത്തിലേർപ്പെട്ട കമ്പനി പിന്നെ ലോകപ്രശസ്തമായി. അതിന്റെ ഉൽപ്പന്നങ്ങൾ നാസി ജർമനിയിലും റുമാനിയയിലും ഔദ്യോഗികമായി ശുപാർശ ചെയ്യുകയു ണ്ടായി. കൂടാതെ ചിലേടത്തെല്ലാം കരിഞ്ചന്തയിലും ലഭിച്ചു.

## മാസ്ഡ്രില്ലിലൂടെ ഐക്യബോധം

കായിക സംഘടനകൾ ഫാസിസ്റ്റ് പ്രസ്ഥാനങ്ങളുടെ അടിസ്ഥാന ഘടകമാണ്. മാസ്ഡ്രില്ലിലൂടെ പ്രത്യേകതരം ഐക്യബോധം സൃഷ്ടി ക്കാനാവുമെന്ന് അത്തരം എല്ലാ സംഘടനകളും മനസ്സിലാക്കുന്നു.

കായിക പരിശീലനത്തിന്റെ ഫാസിസ്റ്റ് നിർവചനങ്ങൾ ആർഎ സ്എസ് കൃത്യമായി സ്വീകരിച്ചിട്ടുണ്ട്. ഇന്ത്യയുടെ പിന്നാക്കാവസ്ഥ യുടെ കാരണം കായിക പരിമിതിയാണെന്നും പ്രചരിപ്പിച്ചു. ഈയൊരു ഫാസിസ്റ്റ് ആഭിമുഖ്യം കടംകൊണ്ടതാകട്ടെ മുസോളിനിയിൽനിന്നും. അയാളുടെ സ്വപ്നപദ്ധതിയായ 'ബലീല'യെ പ്രകീർത്തിച്ചും അതിലെ കായിക പരിശീലനത്തിൽ ആവേശംകൊണ്ടും മറാത്തി പത്രങ്ങൾ എഴുതി. ബലീലയുടെ അച്ചടക്കത്തെക്കുറിച്ച് പുളകമണിയുകയും ചെയ്തു. 'കേസരി'യുടെ ലണ്ടൻ പ്രതിനിധിയും മുസോളിനിയുടെ ആരാധകനുമായ ഡി വി തമൻകർ രചിച്ച 'മുസോളിനിയും ഫാസിസവും' എന്ന കൃതിയും അവഗണിക്കാനാവില്ല. ജിയോവന്നി ജിയോലിറ്റിയുടെ മന്ത്രിസഭയട ക്കം നടപ്പിലാക്കിയ പരമ്പരാഗത പഠനത്തിന്റെ തുടർച്ചയായിരുന്ന ബലീല. ഫ്യൂച്ചറിസം എന്ന 'വിപ്ലവ സാംസ്കാരിക പ്രസ്ഥാനം' ഫാസി സത്തിന്റെ ഉൽപ്രേരകമായി. കായിക ധീരതയും ദേശസ്നേഹവും എന്ന അതിന്റെ ആശയം ഫിലിപ്പോ തൊമ്മാസോ മാരിനെറ്റി 1919ൽ പ്രകടിപ്പിച്ചതാണ്. പിന്നെയും ഏഴ് വർഷം കഴിഞ്ഞാണ് മുസോളിനി ബലീല സ്ഥാപിച്ചത്. പതുക്കെ അത് നാസികളുടെ യുവജനവിഭാഗ മായി. ജനോവ നഗരവാസിയായ കൊച്ചു പോരാളിയുടെ കെട്ടുകഥയു മായി ബലീലയെ ബന്ധിപ്പിക്കുകയുമുണ്ടായി. 1746ൽ ഹാബ്സ്ബർഗ് ശക്തികൾക്കെതിരായ കലാപം ആരംഭിച്ചത് അവനാണെന്നായിരുന്ന പുരാവൃത്തം. സ്കൂളിൽനിന്ന് വ്യത്യസ്തമായ ആശയങ്ങൾ ഉൽപാദിപ്പി ച്ച ബലീലയെ സാംസ്കാരിക സ്ഥാപനമായാണ് ചിത്രീകരിച്ചതും. നാളത്തെ ഫാസിസ്റ്റുകളുടെ നിർമാണ ഫാക്ടറിയാണെന്നു തന്നെ പറയാം. അതിന്റെ അപ്രമാദിത്വം സ്ഥാപിക്കാൻ മറ്റെല്ലാ യുവജന കൂട്ടാ യ്മകളെയും നിരോധിച്ചു. പേരിന് നിലനിന്ന റോമൻ കത്തോലിക് ചർച്ച് ഗ്രൂപ്പിന്റെ പ്രവർത്തനം ഏറെ നിയന്ത്രണത്തിനും വിധേയമാക്കി. കരി ങ്കുപ്പായക്കാരുടേതുപോലെ ബലീലയിലെ അംഗങ്ങൾക്ക് യൂണിഫോമും അടിച്ചേൽപ്പിച്ചു. ബ്രിട്ടീഷ് കോളനിയായിരുന്ന മാൾടയിലും ഘടക ങ്ങൾ ആരംഭിച്ചെങ്കിലും രണ്ടാംലോക യുദ്ധത്തിന്റെ ആരംഭത്തോടെ പിരിച്ചുവിട്ടു. ഇത്തരം പരിണാമങ്ങളും പശ്ചാത്തലവും തന്നെയാണ് ആർഎസ്എസ് രൂപീകരണത്തിനും അവകാശപ്പെടാനാവുക. 1927 ഏപ്രിൽ മുതൽ ജൂൺ വരെ ഇരുപത് സ്വയംസേവകന്മാരെ പങ്കെടുപ്പിച്ച് നടത്തിയ പരിശീലന ക്യാമ്പ് ശ്രദ്ധേയമായിരുന്നു. വാളും കുറുവടിയും എടുത്തുള്ള അത് ഹിന്ദു ദേശീയതയെയും അഹിന്ദുക്കളുടെ കൂറില്ലായ്മ യെയും പ്രത്യേകം ചർച്ച ചെയ്തു. ബ്രിട്ടീഷ് അധികാര ശക്തിക്കെതിരെ വിരലനക്കുന്നതിനു പകരം അസംഘടിതരായ ഹിന്ദുക്കളെക്കുറിച്ച് കൃത്രിമ ഉത്കണ്ഠകളാണ് പ്രചരിപ്പിച്ചത്. സൈമൺ കമ്മീഷനെതിരെ തിളച്ചുപൊങ്ങിയ പ്രതിഷേധങ്ങളിലൊന്നും ആർഎസ്എസ് ഭാഗഭാ ക്കായില്ല. ജൂൺ മാസത്തിലെ ക്യാമ്പ് കഴിഞ്ഞ് മൂന്നു മാസത്തിനുള്ളിൽ നാഗ്പൂരിൽ കലാപം ഇളക്കിവിട്ടു. കലാപത്തെക്കാൾ ഭീകരമായിരു ന്നു അതിന് ന്യായീകരണമായി നിരത്തിയ കാരണങ്ങൾ. കലാപ വിജയം ആർഎസ്എസ് സ്വാധീനം വളർത്തി. തുടർന്ന് 1928 മാർച്ചിൽ

സ്വയംസേവകർക്ക് പ്രത്യേക പ്രതിജ്ഞ നിർബന്ധമാക്കി. ഹിന്ദുരാഷ്ട്ര ത്തിനായി സ്വന്തം ജീവൻ ബലിനൽകുമെന്നതായിരുന്നു ഉള്ളടക്കം. 1958 ദീപാവലി ദിനത്തിൽ അത്തരം പ്രതിജ്ഞയെടുത്ത ബാലനാ യിരുന്നു നരേന്ദ്രമോഡി. ലോക ഫാസിസ്റ്റ് ആശയങ്ങൾ ഇറക്കുമതി നടത്തി അതിന്റെ സംഘടനാ സംവിധാനം മാതൃകയാക്കുകയും ചെയ്ത ഇന്ത്യൻ രീതികൾ വ്യക്തമായ ആത്മബന്ധത്തിലേക്ക് മുന്നേറിയ ചരി ത്രവുമുണ്ട്. ഫാസിസ്റ്റ് ഭരണകൂടവും മുസോളിനിയുമായി അദ്യം ബന്ധ പ്പെട്ടത് ഹിന്ദുമഹാ സഭാ നേതാവായിരുന്ന ഡോ. ബി എസ് മൂഞ്ചെ. ഫാസിസ്റ്റ് സംഘടനകളുടെ സമാഹരണ തത്ത്വശാസ്ത്രത്തിന്റെ പ്രധാന അടവ് ചെറുപ്പത്തിലേ പിടികൂടുകയെന്നതാണ്. 'ആശയങ്ങൾ മലിന മാക്കുംമുമ്പ് ഇളം മനസ്സുകളെ വരുതിയിലാക്കുക'യാണ് ലക്ഷ്യമെന്ന് ആർഎസ്എസ് നേതാക്കളും പറഞ്ഞുവെച്ചിട്ടുണ്ട്. ഇങ്ങനെ ആറു മുതൽ പതിനെട്ട് വയസ്സ് വരെയുള്ള ആൺകുട്ടികളെയാണ് ബലീലയിലും മറ്റും പ്രവേശിപ്പിച്ചത്. എല്ലാ ആഴ്ചയിലും യോഗം ചേരുന്ന അവർ കായികാ ഭ്യാസത്തോടൊപ്പം അർധ സൈനിക പരിശീലനവും മാസ് ഡ്രില്ലും പിന്തുടർന്നു. മുഖ്യമായും കൃഷി ആശ്രയിച്ച് കഴിഞ്ഞിരുന്ന ഇറ്റാലിയൻ ജനത പൊതുവിൽ സമാധാനപ്രിയരായിരുന്നുവെന്ന് കാണാം. അവർ ഉൽപാദിപ്പിച്ചിരുന്നത് യുദ്ധ തന്ത്രങ്ങളായിരുന്നില്ല; മറിച്ച് സമാധാ നത്തിന്റെ കലയായിരുന്നു. ഈ ദൗർബല്യത്തിലാണ് ഇറ്റലിയുടെ 'ഭീരുത്വ'ത്തെ മുസോളിനി സ്ഥാനപ്പെടുത്തിയതെന്നും അതിനാലാണ് ബലീല സ്ഥാപിച്ചതെന്നും മൂഞ്ചേ ന്യായീകരിച്ചു. ഹിന്ദു ഇന്ത്യക്ക് അത്ത രമൊരു സംഘടനാരൂപം ആവശ്യമാണെന്നും അതിലൂന്നിയായിരുന്നു ആർഎസ്എസ് രൂപീകരണമെന്നും എഴുതി. മുസോളിനിയുടെ സംഘ ടനാരീതിയുടെ മാതൃകയിൽ ആർഎസ്എസിനെ രാജ്യവ്യാപകമായി വളർത്താൻ താൻ വിജയർപ്പൊഴുക്കുമെന്നും ഡയറിക്കുറിപ്പിൽ ഊന്നി.

ഹെഡ്ഗെവാറിന്റെ ഉപദേശകരിലൊരാളും ആത്മസുഹൃത്തുമായിരു ന്ന മൂഞ്ചേ ആർഎസ്എസിന്റെ ആക്രമണോത്സുകത പുതിയ വഴികളി ലേക്ക് പടർത്താൻ കഠിനമായി ആഗ്രഹിച്ചു. അതിനെ രാജ്യവ്യാപക സംഘടനയാക്കി വളർത്താനും അച്ചടക്കത്തോടെ വികസിപ്പിക്കാനും പ്രതിജ്ഞയെടുക്കുകയുമുണ്ടായി. 1925ലെ വിജയദശമി ദിനത്തിൽ ആർഎസ്എസ് രൂപീകരിക്കാൻ ചേർന്ന ഉന്നതതല യോഗത്തിൽ ഹെഡ്ഗെവാറിനും ഡോ.എൽ വി പരാഞ്ച് പെയ്ക്കും ഡോ. ബി ബി താൽക്കർക്കും വി ഡി സവർക്കർക്കുമൊപ്പം മൂഞ്ചെയും. ബിലാസ്പൂരിൽ ജനിച്ച അയാൾ 1898ൽ മുംബൈ ഗ്രാൻഡ് മെഡിക്കൽ കോളജിൽ നിന്ന് എംബിബിഎസ് ബിരുദം നേടി മുംബൈ മുൻസിപ്പൽ കോർപ്പ റേഷനിൽ മെഡിക്കൽ ഓഫീസറായി. ശാന്തതയും അന്തസ്സുമുള്ള ആ ജോലിയുപേക്ഷിച്ച് ബോവർ യുദ്ധത്തിൽ മെഡിക്കൽ വിഭാഗത്തിലേക്ക് ആകർഷിക്കപ്പെട്ടു. സൈനിക സേവനത്തോടുണ്ടായ അടങ്ങാത്ത പ്ര തിപത്തിയാണ് അക്കാലത്ത് ആഫ്രിക്കയിലെത്തിച്ചതും. മടങ്ങിവന്ന ശേഷം നാഗ്പൂരിൽ പ്രാക്ടീസ് തുടങ്ങി. അക്കാലത്ത് ചത്ത ആടുകളിൽ ചില പരീക്ഷണങ്ങൾ നടത്തിയത് വിവാദമായിരുന്നു.

സംസ്കൃത പണ്ഡിതൻ കൂടിയായ മൂഞ്ചെ വൈദ്യരംഗം വിട്ട് പൂർണമായും രാഷ്ട്രീയത്തിലിറങ്ങുകയുമുണ്ടായി. ബാലഗംഗാധര തില കനായിരുന്നു ആരാധ്യ പുരുഷൻ. 1907ൽ ഗുജറാത്തിലെ സൂറത്തിൽ ചേർന്ന കോൺഗ്രസ് സമ്മേളനത്തിൽ അധ്യക്ഷ തെരഞ്ഞെടുപ്പിനെ ചൊല്ലി മിതവാദികളും തീവ്രവാദികളും ഏറ്റുമുട്ടി. ലാലാ ലജ്പത് റായ്, ബാലഗംഗാധര തിലകൻ, ബിപൻചന്ദ്രപാൽ (ലാൽ-ബാൽ- പാൽ) എന്നിവരുടെ നേതൃത്വത്തിലുള്ള തീവ്രചിന്താ ധാരയ്ക്കൊപ്പമാണ് മൂഞ്ചെ നിലകൊണ്ടത്. മാത്രമല്ല, ചിലർ തിലകനെതിരെ കസേലയും കല്ലും മറ്റും വലിച്ചെറിഞ്ഞപ്പോൾ ശാരീരികമായ സംരക്ഷണം നൽകുകയും ചെയ്തു. ഇതോടെ ഇരുവരും തമ്മിലുണ്ടായ ബന്ധം ദൃഢമായി. തിലകന്റെ പ്രവർത്തനങ്ങൾക്ക് മധ്യ ഇന്ത്യയിലാകെ പര്യടനം നടത്തി ഫണ്ട് ശേഖരിക്കുകയുമുണ്ടായി. ഗണേശ-ശിവജി ഉത്സവങ്ങൾ നടത്തി പ്ര വർത്തനങ്ങളിലൊരു ഹിന്ദു ചായ്‌വ് വരുത്താനും ശ്രമിച്ചു. നാഗ്പൂരിൽ 'മഹാരാഷ്ട്ര' എന്ന മറാത്തി പത്രം തുടങ്ങുകയും ചെയ്തു.

## തീവ്രഹിന്ദു വികാരം

1920ൽ തിലകന്റെ മരണത്തോടെ മൂഞ്ചെ കോൺഗ്രസുമായുള്ള ബന്ധം വിടർത്തി. ഗാന്ധിജിയുടെ അഹിംസാ സിദ്ധാന്തത്തോടും മുസ്ലിം പ്രതിപത്തിയോടും കടുത്ത വിയോജിപ്പ് പ്രകടിപ്പിക്കുകയുമുണ്ടായി. 1948ൽ മരണം വരെ ഹിന്ദു പ്രചാരകനാവുകയായിരുന്നു. 1927 മുതൽ വീർ സർവർക്കർക്ക് ചുമതല കൈമാറിയ 1937 വരെ ഹിന്ദു മഹാസഭ യുടെ അഖിലേന്ത്യാ അധ്യക്ഷൻ. അതിന്റെ തുടർച്ചയായി രാജ്യമാകെ പര്യടനങ്ങൾ നടത്തി. സവർക്കറുമായി ചേർന്ന് തീവ്ര ഹിന്ദുവികാരം ഉണർത്താൻ ഏറെ പാടുപെട്ടു. ലണ്ടനിൽ നടന്ന രണ്ട് വട്ടമേശ സമ്മേള നങ്ങളിൽ കോൺഗ്രസ് നേതാക്കളുടെ എതിർപ്പ് വകവെക്കാതെ മൂഞ്ചേ ഹിന്ദുഭാഗം വാദിച്ചു. മുസോളിനിയുടെ പ്രായോഗിക പദ്ധതികളിൽ ആവേശംകൊണ്ട അയാൾ 1931 ഫെബ്രുവരി-മാർച്ച് മാസങ്ങളിലാണ് ഇറ്റലി സന്ദർശിച്ചത്. മുസോളിനിയെ നേരിൽക്കാണുന്നതിൽ മാത്രം ഒതുങ്ങിയില്ല പരിപാടി. ബലീല പോലുള്ള ഫാസിസ്റ്റ് സൈനിക പരിശീലന കേന്ദ്രങ്ങളും വിദ്യാഭ്യാസ സ്ഥാപനങ്ങളും സന്ദർശിച്ചു. അവിടങ്ങളിലെ തയ്യാറെടുപ്പുകൾ കണ്ട് വിലയിരുത്തി. തിരിച്ചുവന്ന് എഴുതിയ യാത്രാനുഭവത്തിലെ പതിമൂന്ന് പേജുകൾ നിറയെ കായിക പരിശീലനങ്ങളെ ഇന്ത്യൻ അനുഭവത്തിലേക്ക് പരിചയപ്പെടുത്തുകയാ യിരുന്നു.

ഭീരുത്വത്തിന്റെയും അനുരഞ്ജനത്തിന്റെയും കടലിലെ ഒരേയൊരു പ്രകാശമുറിയാണ് ഫാസിസമെന്നാണ് ബെനിറ്റോ മുസോളിനിയുടെ ആത്മകഥയിലെ നിർവചനം. രാഷ്ട്രീയത്തെ ഹൈന്ദവവൽക്കരിക്കണ മെന്നും ഹിന്ദുത്വത്തെ സൈനികവൽക്കരിക്കണമെന്നുമുള്ള സംഘപരി വാര പ്രഖ്യാപനം അതിന്റെ ഇന്ത്യൻ പരിഭാഷ. വി ഡി സവർക്കറുടെ ചിന്തയെയും പ്രവർത്തനങ്ങളെയും ഫാസിസം തിരിച്ചറിയാനാവാ ത്ത വിധമാണ് മാറ്റിമറിച്ചത്. 1937-42 കാലത്ത് ഹിന്ദുമഹാസഭാ

അധ്യക്ഷനായ അദ്ദേഹം ജർമൻ-ഇറ്റാലിയൻ ഗവൺമെന്റുകളെ കൃത്യമായി ന്യായീകരിച്ചു. ഫാസിസത്തിനെതിരായ ഇന്ത്യൻ പ്രതികരണത്തെയും നിലപാടിനെയും ചോദ്യംചെയ്ത സവർക്കർ നടത്തിയ പ്രസംഗം ശ്രദ്ധിക്കേണ്ടിയിരിക്കുന്നു. 1938 ആഗസ്റ്റ് ഒന്നിനായിരുന്നു ആ ഫാസിസ്റ്റ് അനുകൂല വിശദീകരണം. അത് ഹിന്ദു മഹാസഭ ഔദ്യോഗികമായി ഏറ്റെടുക്കുകയുംചെയ്തു. സഭയുടെ ബോംബെ കേന്ദ്രം സവർക്കരുടെ അഭിപ്രായ പ്രകടനം പത്രക്കുറിപ്പായി പ്രസിദ്ധീകരണത്തിന് നൽകിയത് അതിനാലാണ്. റഷ്യയിൽ ബോൾഷെവിസവും ബ്രിട്ടനിൽ ജനാധിപത്യവുമാകാമെങ്കിൽ ജർമനിക്ക് നാസിസവും ഇറ്റലിക്ക് ഫാസിസവും അനിവാര്യമാണെന്നായിരുന്നു സവർക്കറുടെ വിശദീകരണം. നാസിസത്തിന്റെയും ഫാസിസത്തിന്റെയും മാന്ത്രിക സ്പർശങ്ങളേറ്റ് ജർമനിയും ഇറ്റലിയും സടകുടഞ്ഞെഴുന്നേറ്റ് അതിശക്തമായ രാഷ്ട്രമായി മാറിയിരിക്കുകയാണെന്നും വാദിച്ചു. ഹിറ്റ്ലറുടെ ആത്മകഥയായ 'മെയ്ൻ കാംഫും' ആർഎസ്എസ് താത്ത്വികൻ എം എസ് ഗോൾവാൾക്കറുടെ 'വിചാരധാര'യും ഒരേ രീതിശാസ്ത്രമാണ് പങ്കിടുന്നത്. നാസി മാതൃക ഗോൾവാൾക്കറെ ആവേശപരവശനാക്കിയിട്ടുണ്ട്. ഹിന്ദുത്വ പ്രത്യയശാസ്ത്രത്തിന്റെ അടിത്തറപോലും അതാണ്. "ഇന്ന് ലോകം ശ്രദ്ധിക്കുന്ന രാഷ്ട്രമാണ് ജർമനി. ഈ രാഷ്ട്രം ലക്ഷണമൊത്ത ദൃഷ്ടാന്തവും. വംശത്തിന്റെയും സംസ്കാരത്തിന്റെയും വിശുദ്ധി നിലനിർത്താൻ ലോകത്തെ ഞെട്ടിച്ച് ജർമനി സെമറ്റിക് വിഭാഗക്കാരെ-ജൂതന്മാരെ- പുറത്താക്കി. വംശാഭിമാനം അതിന്റെ ഉച്ചകോടിയിൽ എത്തുന്ന കാഴ്ചയാണ് അവിടെ ദൃശ്യമാകുന്നത്. അടിസ്ഥാനപരമായി തന്നെ വ്യത്യസ്തങ്ങളായ വംശങ്ങൾക്കും സംസ്കാരങ്ങൾക്കും ഒന്നായി വർത്തിക്കാൻ കഴിയില്ലെന്ന വസ്തുതയാണ് ജർമനി കാണിച്ചുതരുന്നതും. ഹിന്ദുസ്ഥാന് ഇതിൽനിന്ന് നല്ലൊരു പാഠം പഠിക്കാനുണ്ട്" എന്ന സവർക്കറുടെ കൊലവിളി അക്ഷരംപ്രതി നടപ്പിലാക്കുകയാണ് കാവിപ്പട. ഇന്ത്യയിലെ 'മുസ്ലിം പ്രശ്നം' തീർക്കാൻ സവർക്കർ നിർദേശിച്ച പരിഹാരമാർഗം ഇതോട് ചേർത്താണ് വായിക്കേണ്ടത്. 1938 ഒക്ടോബർ പതിനാലിന് നിർദേശിക്കപ്പെട്ട തന്ത്രം ജർമനിയുടേതിൽനിന്ന് വ്യത്യസ്തമായിരുന്നില്ല. ജൂതപ്രശ്നം അവർ പരിഹരിച്ചത് ചൂണ്ടിയായിരുന്നു ആ നിർദേശം. രണ്ടു വർഗങ്ങൾ തമ്മിലുള്ള സങ്കരം അല്ലെങ്കിൽ രണ്ട് ജാതിയിൽപ്പെട്ടവർ തമ്മിലുള്ള സഹവാസവും സഹവർത്തിത്വവുമാണ് വരാനിരിക്കുന്ന ഏറ്റവും വലിയ വിപത്ത് എന്ന ആശയം ഫാസിസത്തിന്റേതാണ്. യഹൂദന്മാരുടെ രക്തം കലർന്നതിനാലാണ് ആര്യൻ ജനത അധഃപതിച്ചത് എന്നാണ് ഹിറ്റ്ലർ പറഞ്ഞത്.

### തോക്കിനു പിന്നിലെ ഗ്വാളിയോർ അനുബന്ധം

606824 ക്രമനമ്പറിലുള്ള ബെരെറ്റ എം മോഡൽ തോക്ക് ഗാന്ധിജിയെ അവസാനിപ്പിച്ചപ്പോൾ ഒരു ഗ്വാളിയോർ കഥയും മുഴങ്ങി. പല കൈകൾ മാറിയും മറിഞ്ഞുമാണ് അത് നാഥൂറാമിന് സ്വന്തമാക്കാനായത്. ഗ്വാളിയോറിലെ ജഗദീഷ് പ്രസാദ് ഗോയൽ, തോക്ക്

ഗംഗാധർ ദന്തവാദെക്ക് നൽകി. അയാളിൽനിന്ന് ദത്താത്രയ സദാശിവ പർച്ചുരെയിലേക്കെത്തി. തുടർന്നാണ് നാഥൂറാമിന്റെ കൈകളിലായത്. അഖില ഭാരതീയ ഹിന്ദുമഹാസഭയുടെ ഗ്വാളിയോർ ഘടകം സ്ഥാപിച്ച് കൂടുതൽ തീവ്ര പ്രവർത്തനങ്ങളിലേർപ്പെട്ട പർച്ചുരെ 1939ൽ സവർക്കറെ കണ്ടു. ഹിന്ദുരാഷ്ട്രസേന എന്ന അർധ സൈനിക സംഘടന രൂപീകരിക്കുന്നത് അതിനുശേഷം. മുസ്ലിം ഭരണാധികാരികൾ ഹിന്ദുക്കളോട് തുടർന്ന 'വിവേചനങ്ങൾ' ഉയർത്തിയായിരുന്നു പ്രചാരണം. 1942ൽ അദ്ദേഹത്തെ കണ്ട നാഥൂറാം ഹിന്ദുരാഷ്ട്ര സേനയുടെ മാതൃകയിൽ ഹിന്ദുരാഷ്ട്രദൾ സ്ഥാപിച്ചു. ഇരു സംഘടനകളും ലയിക്കാൻ നിർദേശമുണ്ടായെങ്കിലും ഫലവത്തായില്ല. ഹിന്ദു മഹാസഭയുടെ 1947 ഡിസംബർ രണ്ടിന്റെ പൂണെ സമ്മേളനത്തിൽ മുഖ്യ പ്രസംഗകനായ പർച്ചുരെയെ 'രണ്ടാം സവർക്കർ' എന്നാണ് ഹിന്ദുത്വ രേഖകൾ വിലയിരുത്തിയത്. ഗാന്ധിവധം ഉറപ്പിച്ചശേഷം നാഥൂറാമും നാരായണൻ ആപ്തെയും 1948 ജനുവരി 28ന് ദില്ലിയിൽ നിന്നും ഗ്വാളിയോറിലെത്തി പർച്ചുരെയെ കാണുന്നുണ്ട്. നാഥൂറാമിന്റെ കൈയിലുണ്ടായ പഴയ തോക്കിന് പകരം ഓട്ടോമാറ്റിക് പിസ്റ്റൾ തേടിയായിരുന്നു യാത്ര. മുന്നൂറ് രൂപ കൊടുത്ത് അത് വാങ്ങിയ നാഥൂറാം പർച്ചുരെയുടെ വീട്ടുവളപ്പിൽ പരീക്ഷണ വെടിയുതിർക്കുകയും ചെയ്തു. ഗാന്ധിവധം വിജയകരമായി. അതിൽ ആഹ്ലാദം പ്രകടിപ്പിച്ച് പർച്ചുരെ മധുരപലഹാരം വിതരണം നടത്തി. കേസിൽ പ്രതിചേർക്കപ്പെട്ട അദ്ദേഹം ഫെബ്രുവരി മൂന്നിന് അറസ്റ്റിലായി. ആയുധം നൽകി വധത്തിലുൾപ്പെട്ടവരെ സഹായിച്ചുവെന്നതായിരുന്നു കുറ്റം.

"ഇമ്മട്ടിൽ മജ്ജയും മാംസവുമാർന്നൊരാൾ ഈ ഭൂമുഖത്ത് നടന്നുപോയതായി വരുംതലമുറകൾ വിശ്വസിക്കില്ല" - ഗാന്ധിജിയുടെ ദുരന്തപൂർണമായ അന്ത്യത്തിന്റെ വേളയിൽ വിശ്രുത ശാസ്ത്രജ്ഞൻ ആൽബർട് ഐൻസ്റ്റീൻ ഗദ്ഗദം കൊണ്ടത് ഇങ്ങനെയായിരുന്നു. മനുഷ്യരാശിയുടെ ഓർമയിലെ ഏറ്റവും വേദനാജനകങ്ങളായ മുറിവുകളിലൊന്നായിരുന്നു ആ വധം. കലർപ്പില്ലാത്ത സ്നേഹത്തിന്റെയും നാട്യങ്ങളില്ലാത്ത കാരുണ്യത്തിന്റെയും നിറകുടമായിരുന്നു മഹാത്മ. ജാതി-മത-സാമ്പത്തിക വിഭജനങ്ങൾക്കുപരി എല്ലാ വിഭാഗം ജനങ്ങളെയും കാന്തത്തിലേക്കെന്ന വണ്ണം ആകർഷിച്ച അദ്ദേഹം, അധഃസ്ഥിതരും അസ്പൃശ്യരുമായവരെ മനുഷ്യരെന്ന മഹത്തായ പരിഗണനയിലേക്ക് കൈപിടിച്ചുയർത്തി. സ്വദേശിയുടെയും സ്വാശ്രയത്വത്തിന്റെയും കാഴ്ചപ്പാടുകൾ ബോധിപ്പിച്ച് സ്തംഭിച്ചുനിന്ന ഗ്രാമഹൃദയങ്ങളെ രക്തയോട്ടമുള്ളവയാക്കി. അടുക്കളക്കാരൻപോലും ഭരണത്തിലിടപെടുന്ന ജനാധിപത്യത്തിലൂന്നിയ ലെനിനെപ്പോലെ ഗാന്ധിജി അവസാന വരിയിലെ അവസാന പൗരനെയും തൊട്ടുണർത്തിക്കൊണ്ടിരുന്നു. നാനൂറിലധികം ജീവചരിത്രങ്ങളും എൺപത് വാല്യം വരുന്ന സ്വന്തം രചനകളും ചേർത്തുവച്ചാൽ കിട്ടാവുന്നതിനപ്പുറമാണ് ചരിത്രത്തിന്റെ ഒസ്യത്ത്. അവയെല്ലാം പുരാവസ്തുക്കൾപോലെ അലങ്കോലമായിരിക്കുന്നു. ഗുജറാത്തിന്റെ ഇന്നത്തെ ജീവിതത്തിൽ രാഷ്ട്രപിതാവ് തീർത്തും

അനാഥനാണ്. പേശീബല രഷ്ട്രീയവും അന്യമത വിദ്വേഷവും ദളിത് പീഡനങ്ങളും നിത്യവൃത്തിപോലെയായ അവിടെനിന്ന് സമഭാവനയുടെയും സഹിഷ്ണുതയുടെയും സഹവർത്തിത്വത്തിന്റെയും ആ കാവൽക്കാരനെ ആട്ടിയോടിക്കുകയായിരുന്നെന്ന് പറയുന്നതാവും കൂടുതൽ ശരി.

ഇന്ത്യയുടെ ആത്മാവ് രൂപപ്പെടുത്തിയ നഗരമെന്ന് ഖ്യാതി നേടിയ അഹമ്മദാബാദ് ഗാന്ധിയുടെ ജീവിതത്തിൽ നിലയ്ക്കാത്ത പ്രവാഹം കണക്കെയാണ് ആർത്തിരമ്പിയത്. ആ ആരാധന 'എന്റെ സത്യാന്വേഷണ പരീക്ഷണങ്ങളി'ലടക്കം നിറഞ്ഞുകവിഞ്ഞിട്ടുമുണ്ട്. ഒരു ഗുജറാത്തിയെന്ന നിലയിൽ അഹമ്മദാബാദിനോട് തനിക്ക് പ്രത്യേകാസക്തി തുളുമ്പിയ സ്നേഹവും അടുപ്പവും മനച്ചായ്വുമുണ്ടായിരുന്നെന്നാണ് എഴുതിയത്. അവിടെനിന്ന് ഗുജറാത്തി ഭാഷയിലൂടെ രാജ്യത്തിന് ഏറ്റവും മഹത്തായ സേവനങ്ങൾ നൽകാനാവുമെന്നും ആശിച്ചു. കൈത്തറിയുടെ പ്രാചീന കേന്ദ്രമായ അഹമ്മദാബാദ് കുടിൽ വ്യവസായവും കൈനെയ്ത്തും പുനരുജ്ജീവിപ്പിക്കാനുള്ള ഏറ്റവും അനുകൂലമായ സ്ഥലമായും കണ്ടെത്തി. ഗുജറാത്തിന്റെ ആ തലസ്ഥാനത്തെ ധനാഢ്യരായ പൗരജനങ്ങളിൽനിന്ന് മറ്റുള്ളയിടങ്ങളെക്കാൾ സാമ്പത്തിക സഹായങ്ങളും പ്രതീക്ഷിച്ചു. പ്രശസ്ത ചരിത്രകാരൻ ബിപൻ ചന്ദ്ര നിരീക്ഷിച്ച ദേശീയ പ്രസ്ഥാനത്തിന്റെ ബഹുവർഗ ഉള്ളടക്കത്തിന്റെ തുടക്കം അഹമ്മദാബാദിൽനിന്നായിരുന്നു. അസ്പൃശ്യരായ വൻകിട പണക്കാരെയും വ്യാവസായിക-വാണിജ്യ പ്രമുഖരെയും അഭിഭാഷകരെയും ഭിഷഗ്വരന്മാരെയുമെല്ലാം ഒറ്റച്ചരടിൽ കോർത്ത് ഒരേ വികാരത്തിനു പിന്നിൽ അണിനിരത്തുകയായിരുന്നു ഗാന്ധിജി. പ്രസാധന സംരംഭങ്ങൾ ആരംഭിച്ചും പത്ര-മാസികകളിൽ ഇടപെട്ടും ബ്രിട്ടീഷ് വിരുദ്ധമായ ആശയലോകം പടുത്തുയർത്തി. അതിന്റെയെല്ലാം വേദി സബർമതി ആശ്രമവും.

മഹാകവി രവീന്ദ്രനാഥ ടാഗോറിനെപ്പോലുള്ള ആത്മമിത്രങ്ങൾ കൽക്കത്തയിൽ ആശ്രമം പണിയാൻ ശാന്തിനികേതനിലടക്കം സ്ഥലവും സൗകര്യങ്ങളും വാഗ്ദാനം ചെയ്തെങ്കിലും ഗാന്ധിജി അഹമ്മദാബാദിൽ മനസ്സുറപ്പിക്കുകയായിരുന്നു. ഗുജറാത്തി ഭാഷയുടെയും സംസ്കാരത്തിന്റെയും കൈത്തിരികൾ കെടാതെ നിർത്താനും അദ്ദേഹം ഏറെ പ്രയത്നിച്ചു. വിവാഹ ചടങ്ങുകളുമായി ബന്ധപ്പെട്ട് വരുന്ന അതിഥികൾക്ക് ഖാദി നിർബന്ധമാക്കിയും ഒരു ചുവട് മുന്നോട്ടുപോയി. 1921ൽ തുടങ്ങിയ അത് പിന്നെ പൊതുപരിപാടികൾക്കും ബാധകമാക്കി. 1941 മെയ് അഞ്ചിന് അതിനിസ്സാര കാരണത്തെച്ചൊല്ലി അവിടെ തീക്ഷ്ണമായ വർഗീയ കലാപം പൊട്ടിപ്പുറപ്പെട്ടു. കുഴപ്പം അവസാനിപ്പിക്കാൻ ഗാന്ധിജി 48 മണിക്കൂർ ഉപവസിച്ചു. 1946 ജൂലൈയിൽ ഹാഫെർ കോട്ടയിലെ രഥയാത്ര അക്രമാസക്തമായതിനെ തുടർന്ന് ഹിന്ദുക്കളും മുസ്ലിങ്ങളും വീണ്ടും ഏറ്റുമുട്ടി. അപ്പോഴും അദ്ദേഹം മതസൗഹാർദത്തിന്റെ സന്ദേശമുയർത്തി സത്യഗ്രഹമിരുന്നു. ഗാന്ധിജിയുടെ അടുത്ത അനുയായികളായ വസന്ത് റാവുവും രജബ് അലിയും ആത്മാഹുതി ചെയ്തത് ഇപ്പോഴും സങ്കടകരമായ ഓർമയാണ്.

അഹമ്മദാബാദിലെ ടെക്സ്റ്റൈൽ ഉടമകളുമായി മൊട്ടിട്ട സൗഹൃദത്തിന്റെയും അടുപ്പത്തിന്റെയും മറ്റൊരു തലമായിരുന്ന അവിടുത്തെ തൊഴിലാളികളുമായി ഗാന്ധിജിക്കുണ്ടായിരുന്നത്. 1918 ഫെബ്രുവരിയിൽ അരലക്ഷം മിൽത്തൊഴിലാളികൾ പ്രക്ഷോഭരംഗത്തിറങ്ങി. വ്യാവസായിക രംഗത്തെ ആ തർക്കം ചർച്ചകളിലൂടെയാണ് പരിഹരിക്കപ്പെട്ടത്. മുപ്പത്തിയഞ്ച് ശതമാനം വേതനവർധന ആവശ്യപ്പെട്ട പ്രക്ഷോഭം നയിച്ചതാകട്ടെ ഗാന്ധിജി. ഫെബ്രുവരി 22ന് ആരംഭിച്ച അത് 22 ദിവസം നീണ്ടു. ഉടമകൾ 20 ശതമാനം വർധന അനുവദിക്കാനേ തയ്യാറായുള്ളൂ. എല്ലാ ദിവസവും അദ്ദേഹം സബർമതി നദീതീരത്ത് തൊഴിലാളികളെ അഭിസംബോധന ചെയ്തു. നഗരത്തിലെ റാലികളിൽ പതിനായിരത്തിലധികം പേർ സമാധാനപരമായി അണിചേർന്നു. മാർച്ച് പന്ത്രണ്ടിന് ഗാന്ധിജി മരണംവരെ ഉപവാസം പ്രഖ്യാപിച്ചതോടെ സമരം വിജയത്തിലെത്തി. തുടർന്ന് തൊഴിലാളി യൂണിയൻ രൂപീകരണത്തെക്കുറിച്ച് മിൽ ഉടമ അംബാലാൽ സാരാഭായ് ഗാന്ധിജി മുമ്പാകെ നിർദേശം വെച്ചു. 1920 ഫെബ്രുവരി 25ന് 'മസ്ദൂർ മഹാജൻ സംഘ്'' പിറവിയെടുത്തത് അങ്ങനെ.

അയിത്തത്തിനും അസ്പൃശ്യതക്കുമെതിരെ ഗാന്ധിജി തുറന്നുവിട്ട ഒത്തുതീർപ്പില്ലാത്ത വിമർശനങ്ങൾക്ക് ചിലപ്പോഴെല്ലാം പ്രബോധനത്തിന്റെ നിറമായിരുന്നെങ്കിലും ആത്മാർഥത മുറ്റിയ സമീപനം അതിനെ ജീവസ്സുറ്റതാക്കി. പൂർണ സ്വാതന്ത്ര്യത്തിലേക്കുള്ള പ്രധാന തടസ്സമായി തൊട്ടുകൂടായ്മയെ വിലയിരുത്തിയ അദ്ദേഹം ആ പ്രവണതയെ കടുത്ത മനുഷ്യാവകാശ ലംഘനമായും തിരിച്ചറിഞ്ഞു. 1916 സെപ്തംബറിൽ കോച്ച്റബ് ആശ്രമത്തിൽ തുറന്ന ദളിത് സ്കൂൾ അതുവരെ അപരിചിതമായ സംവിധാനമായിരുന്നു. പിന്നീട് പാർമർ ആശ്രമത്തിനടുത്ത് ഭൂമി വാങ്ങി കെട്ടിടം പണിത് സ്കൂൾ അങ്ങോട്ടേക്ക് മാറ്റി. ഗാന്ധിജിയും ക്ലാസെടുത്തു. കോച്ച്റബ് ആശ്രമത്തിലേക്ക് 1915 സെപ്തംബർ 11 മുതൽ അസ്പൃശ്യ കുടുംബങ്ങളിൽനിന്നുള്ളവരെ പ്രവേശിപ്പിച്ചു. ആദ്യകാലത്ത് കസ്തൂർബയടക്കമുള്ളവരിൽനിന്ന് എതിർപ്പ് നേരിടുകയും ചെയ്തു. ഗാന്ധിജി കുലുങ്ങിയില്ലെന്ന് മാത്രമല്ല, ആ പ്രവർത്തനങ്ങൾ ശക്തമായി മുന്നോട്ടു കൊണ്ടുപോയി. 1931 ആഗസ്ത് രണ്ടിന് ചിനുഭായ് ബറോണെറ്റ് കുടുംബത്തിന്റെ അധീനതയിലുള്ള ക്ഷേത്രങ്ങൾ ദളിതർക്കായി തുറന്നുകൊടുത്തു. തൊട്ടുകൂടായ്മക്കെതിരെ ഉയർന്ന ശ്രേണിയിലുള്ള ഒരു കുടുംബം നിലകൊണ്ടത് രാജ്യചരിത്രത്തിൽ ആദ്യമായിരുന്നു. അഹമ്മദാബാദിലെ ഹോട്ടലുകളിൽ ദളിത് വിഭാഗങ്ങൾക്ക് ഭക്ഷണം വിളമ്പണമെന്ന ഗാന്ധിജിയുടെ നിർദേശത്തിൽ കുപിതരായി ഉടമകൾ 1938 ആഗസ്തിൽ സമരം നടത്തിയതിന്റെ പശ്ചാത്തലവുമുണ്ട്. പ്ലേഗ് തീപിടിക്കുംപോല പടർന്നപ്പോൾ ഗാന്ധിജി തുണിമിൽ തൊഴിലാളികളെയും ദളിതരെയും ഒന്നിച്ചുനിർത്തി നടത്തിയ ദുരിതാശ്വാസ പ്രവർത്തനങ്ങളും ശ്രദ്ധേയം.

ഒന്നര പതിറ്റാണ്ടുകാലത്തെ ആശ്രമവാസത്തിനിടയിൽ ഗാന്ധിജി മഹാത്മാവായതുപോലെ അഹമ്മദാബാദും തിരിച്ചറിയാനാവാത്തവിധം മാറി. ബോംബെയുടെ നിഴൽ പരന്ന് പ്രത്യേക വാണിജ്യ- രാഷ്ട്രീയ ഹബ്ബുപോലെയായി. അതിനാൽ അദ്ദേഹം സാമൂഹ്യ മണ്ഡലങ്ങളിൽ വിഭാവനം ചെയ്ത പരീക്ഷണങ്ങളോട് ഗുജറാത്തും അഹമ്മദാബാദും കൂടുതൽ അകൽച്ച കാണിച്ചു. അയിത്തത്തിനെതിരായ സമരങ്ങൾ പലുക്കെ ചില വിഭാഗങ്ങൾക്ക് അസ്വീകാര്യവുമായി. തനിക്കും ആശ്രമ നിവാസികൾക്കും സ്വകാര്യ സ്വത്തിനോട് താൽപര്യമില്ലെന്ന സന്ദേശം ഗുജറാത്തിലെ വർത്തക സമൂഹത്തിന്റെ മുതലാളിത്ത മൂല്യങ്ങൾക്കും പുതുതായി വളർന്നുവന്ന മധ്യവർഗത്തിനും തീരെ രുചിച്ചില്ല. ഭ്രാന്തമായി സ്വകാര്യസ്വത്ത് കൈപ്പിടിയിലൊതുക്കാൻ ആഗ്രഹിച്ചവരിലെല്ലാം അത് അസഹിഷ്ണുതയുമുണ്ടാക്കി. സനാതന ഹിന്ദുവാണെന്നതിൽ അഭിമാനിച്ചിരുന്ന ഗാന്ധിജി, എന്നാൽ മനോരോഗംപോലെ അടിതെറ്റിയ മതപ്രവർത്തനങ്ങളെ താലോലിച്ചതേയില്ല. പരമ്പരാഗത അർഥത്തിൽ തന്നെ ഹിന്ദുവായിരുന്ന അദ്ദേഹം. ഭഗവദ്ഗീതക്കുപുറമെ ബൈബിളും ഖുറാനും ബുദ്ധസങ്കൽപങ്ങളുമെല്ലാം ആധ്യാത്മിക ചിന്തക്ക് അടിത്തറയാക്കിയ ഗാന്ധിജിയെ ഹിംസാത്മക ഹിന്ദുത്വത്തിന് പൊറുക്കാനേയായില്ല. അതാണ് ആ ജീവൻ ചോരയിലവസാനിപ്പിച്ചത്. ബൈബിളിലെ പുതിയ നിയമം വ്യത്യസ്തമായ അനുഭവമാണെന്ന് പറഞ്ഞ അദ്ദേഹം അതിലെ ഗിരിപ്രഭാഷണത്തെ ഏറെ പ്രകീർത്തിച്ചു. ഗീതയുമായി താരതമ്യം ചെയ്യുകയുമുണ്ടായി. "എന്നാൽ ഞാൻ നിങ്ങളോട് പറയുന്നു, ദുഷ്ടനെ എതിർക്കരുത്. വലതു കരണത്തടിക്കുന്നവന് മറ്റേ കരണം കൂടി കാണിച്ചുകൊടുക്കുക. ആരെങ്കിലും നിന്റെ കോട്ട് എടുത്തുകൊണ്ടു പോവുകയാണെങ്കിൽ അവന് നിന്റെ വസ്ത്രംകൂടി കൊടുക്കുക..." എന്ന ബൈബിളിലെ ഭാഗങ്ങൾ പകുത്തുനൽകിയ ആനന്ദം അതിരില്ലാത്തതായിരുന്നു. സങ്കലന സംസ്കാരം നിലനിൽക്കുന്ന ഒരു രാജ്യത്ത് ഗാന്ധിജിയുടെ സഹിഷ്ണുതക്കും അന്തരഞ്ജനത്തിനും തുല്യഭാവത്തിനും ബലിഷ്ഠമായ പ്രസക്തിയുണ്ട്. അതിനെയെല്ലാം വിവിധ തരത്തിൽ കുത്തിമലർത്തുകയാണ് കാവിപ്പട. നാഥൂറാം വിനായക ഗോഡ്സെയും സഹഭീകരരും ഉറയൂരിയ തോക്ക് ഇപ്പോഴും ശബ്ദിച്ചുകൊണ്ടിരിക്കുകയാണ്.

### എം എം കലബുർഗി

യുക്തിവാദചിന്തകനും തികഞ്ഞ മതനിരപേക്ഷവാദിയുമായ ഡോ. എം എം കലബുർഗിയെ 2015 ആഗസ്റ്റ് 30 നാണ് കാവിപ്പട ധാർവാഡിൽ ചോരയിലവസാനിപ്പിച്ചത്. കെട്ട ചിന്തകൾക്കും അന്ധവിശ്വാസങ്ങൾക്കുമെതിരെ കാലുറപ്പിച്ച് നിലകൊണ്ടതിനാലാണ് അദ്ദേഹത്തിന് ജീവൻ നഷ്ടപ്പെട്ടതും. പലവട്ടം ഉയർന്ന സംഘപരിവാര വധഭീഷണികൾ അധികാരികൾ മുഖവിലക്കെടുക്കാത്തതിനാലായിരുന്നു ധൈഷണിക ഇന്ത്യയെയാകെ ഞെട്ടിച്ച ആ ദുരന്തം. അടിസ്ഥാന ജനാധിപത്യ ധാരണകളെയും യുക്തിചിന്തകളെയും

തീർത്തും അനാഥമാക്കുന്ന പ്രാകൃതതത്വങ്ങൾക്കെതിരെ യു ആർ അനന്തമൂർത്തിയെപ്പോലുള്ളവർക്കൊപ്പം നിരന്തരം അണിചേർന്ന കലബുർഗി, വിശ്വാസവാണിഭത്തിന്റെ കൗശലങ്ങളെയും തുറന്നുകാട്ടി. അവികസിത ബോധത്തിൽ രാഷ്ട്രീയ കൊടി നാട്ടുന്ന ഹിന്ദുത്വത്തിന്റെ ഗൂഢാലോചനകൾ പുറത്തുകൊണ്ടുവന്നു. ആ പശ്ചാത്തലത്തിലാണ് സംഘപരിവാരം അദ്ദേഹത്തെ ബദ്ധശത്രുവായി പ്രഖ്യാപിച്ചതും. തുടർച്ചയായ വധഭീഷണികൾ, അക്രമശ്രമം, കോലംകത്തിക്കൽ, കേസുകൊടുക്കൽ എന്നിങ്ങനെ നീണ്ടു ഇരുവർക്കുമെതിരായ അപമാനശ്രമങ്ങൾ. 2014 ജൂണിൽ കാവിപ്പട അക്ഷരാർഥത്തിൽ ഉറഞ്ഞുതുള്ളി. അനന്തമൂർത്തിയെയും കലബുർഗിയെയും അറസ്റ്റുചെയ്യണമെന്ന് വിശ്വഹിന്ദു പരിഷത്തും ബജ്റംഗ്ദളും മുറവിളികൂട്ടി. തുടർന്ന് സംസ്ഥാന വ്യാപകമായി ശകാരങ്ങൾ ചൊരിഞ്ഞ് കോലംകത്തിച്ചു.

കല്ല് ആരാധനയിലെയും നഗ്നപൂജയിലെയും നിരർഥകത എടുത്തു പറഞ്ഞതിനും ഇരുവരും ക്രൂശിക്കപ്പെട്ടു. ബാല്യകാല ഓർമകൾ മുൻനിർത്തി അനന്തമൂർത്തി 1996 ൽ എഴുതിയ പുസ്തകത്തിന്റെ പുതിയ പതിപ്പിനെക്കുറിച്ചുള്ള ചർച്ചയിൽ കലബുർഗി സംസാരിക്കുകയുണ്ടായി. ശിവമോഗ ജില്ലയിൽ സൊറബ് താലൂക്കിലെ ചന്ദ്രഗുതി ക്ഷേത്രത്തിൽ നഗ്നപൂജ നിലവിലുണ്ടായിരുന്നു. ദളിത് വിഭാഗക്കാരെയാണ് അതിന് നിർബന്ധിച്ചിരുന്നതും. ജനകീയാഭിപ്രായത്തെത്തുടർന്ന് 1980കളിൽ സർക്കാർ ആ അനാചാരം നിരോധിക്കുകയായിരുന്നു. എന്നിട്ടും തുടർന്നതിനെതിരെയാണ് അന്ന് സംസാരിച്ചത്. തുടർന്ന് ബജ്റംഗ്ദൾ കോ ഓഡിനേറ്റർ ട്വിറ്ററിലൂടെ വധഭീഷണി മുഴക്കി. 1989ൽ ബസവഗുരുവിനെക്കുറിച്ചുള്ള ചില ആധികാരിക രേഖകൾ കണ്ടെടുക്കുകയുണ്ടായി കലബുർഗി. അപ്പോഴും ജീവനുനേരെ ഭീഷണിയുയർന്നു. ചില പുതിയ വെളിപ്പെടുത്തലുകളിലേക്ക് നീണ്ടേക്കാവുന്ന അവ വെളിച്ചംകാണിക്കാൻ അനുവദിച്ചുമില്ല. ആ സംഭവത്തെ 'ധൈഷണിക ആത്മഹത്യ'യെന്നാണ് അദ്ദേഹം സ്വയം അടയാളപ്പെടുത്തിയതും.

## നരേന്ദ്ര ധാബോൽക്കർ

2013 ആഗസ്റ്റ് 20 നായിരുന്നു ഡോ. നരേന്ദ്ര ധാബോൽക്കറെ വെടിവച്ച് കൊന്നത്. പന്ത്രണ്ട് വർഷം അലോപ്പതി ഡോക്ടറായി പ്രാക്ടീസ്ചെയ്ത അദ്ദേഹം അതുപേക്ഷിച്ചാണ് പൂർണസമയ സാമൂഹ്യ പ്രവർത്തകനാവുന്നത്. മന്ത്രവാദത്തിനും അന്ധവിശ്വാസങ്ങൾക്കുമെതിരായ ആശയപ്രചാരണത്തിലൂടെ ശ്രദ്ധേയനായ ആ സാമൂഹ്യപ്രവർത്തകനെ നടക്കാനിറങ്ങിയപ്പോഴാണ് പൂണെയിലെ ശനിവാർപേട്ടിന് സമീപം ഓംകാരേശ്വർ പാലത്തിന് മുകളിൽ തോക്കിൻ മുനയിൽ അവസാനിപ്പിച്ചത്. മഹാത്ഭുതങ്ങൾ സാധിച്ചെടുക്കുമെന്ന് അവകാശപ്പെടുന്ന ആൾദൈവങ്ങൾക്കും രോഗവിമുക്തി ഉറപ്പുകൊടുക്കുന്ന വ്യാജ സിദ്ധന്മാർക്കുമെതിരെ നിരന്തരം സംസാരിച്ചുവന്ന ധാബോൽക്കർ പ്രകൃത്യാധീത ശക്തികളുടെ പേരിൽ ഭയപ്പാടുണ്ടാക്കി നടത്തുന്ന വിഭൂതി വിതരണവും ചരട് കെട്ടലും മറ്റും അന്തഃസാരശൂന്യമാണെന്ന് നിരന്തരം തുറന്നടിച്ചു.

ദൈവത്തിന്റെ ഭൂമിയിലെ അവതാരങ്ങളാണെന്ന് പ്രചരിപ്പിച്ചായിരുന്നു വിശ്വാസ ചൂഷണവും ഭക്തിവ്യവസായവും. ജാതിവിരുദ്ധ സമരങ്ങളായിരുന്നു മറ്റൊരു രംഗം. ജാതിപഞ്ചായത്ത് സങ്കൽപ്പത്തിനെതിരെയും മുന്നിട്ടിറങ്ങി. 1989ൽ താൻ രൂപീകരിച്ച 'മഹാരാഷ്ട്ര അന്ധശ്രദ്ധ നിർമൂലൻ കമ്മിറ്റി'യുടെ മുന്നണി പോരാളിയായ ധാബോൽക്കർ, സംസ്ഥാനത്ത് മന്ത്രവാദവും അനാചാരങ്ങളും നിരോധിക്കണമെന്നാവശ്യപ്പെട്ടുള്ള പ്രക്ഷോഭങ്ങളിൽ 1995 മുതൽ സജീവസാന്നിധ്യവുമായിരുന്നു. മഹാരാഷ്ട്ര, കർണാടകയിലെ ബെൽഗാം, ഗോവ എന്നിവിടങ്ങളിലായി 310 ഘടകങ്ങളുണ്ടതിന്. അന്ധവിശ്വാസവും അനാചാരവും തടയുന്നതിനുള്ള ബിൽ പാസാക്കാൻ വൈകിക്കുകയാണെന്ന് ചൂണ്ടി സംസ്ഥാന സർക്കാരിനെയും മുഖ്യമന്ത്രിയെയും രൂക്ഷമായി വിമർശിച്ചു. ബില്ലിനെ എതിർക്കുന്ന മതതീവ്രവാദ സംഘടനകളുടെയും അവരെ പിന്തുണക്കുന്ന രാഷ്ട്രീയഗ്രൂപ്പുകളുടെയും ഹിന്ദു ജനജാഗ്രതാ സമിതിയുടെയും മറ്റും ഭാഗത്തുനിന്ന് 1983 മുതൽ ഭീഷണിയുണ്ടായി. ഗാന്ധിജിയുടെ അനുഭവമായിരിക്കുമെന്നായിരുന്നു അതിലെ സൂചന."മാതൃരാജ്യത്ത് സ്വന്തം പൊലീസ് സുരക്ഷയും ജനങ്ങളുടെ സംരക്ഷണയും സ്വീകരിക്കുകയെന്നാൽ എന്നിൽ എന്തോ പിശകുണ്ട്. ഭരണഘടനയുടെ അതിരുകൾക്കുള്ളിൽ നിന്നാണ് ഞാൻ പ്രവർത്തിക്കുന്നത്. അത് ആർക്കും എതിരല്ല; എന്നാൽ എല്ലാവർക്കും വേണ്ടിയുള്ളതുമാണ്" എന്ന തീർപ്പോടെ അവഗണിക്കുകയായിരുന്നു.

അനാചാരങ്ങൾക്കെതിരെ പ്രചാരണം നടത്തുന്ന 'സാധന' മറാത്തി ആഴ്ചപ്പതിപ്പിന്റെ എഡിറ്ററുമായിരുന്നു ധാബോൽക്കർ. സെയ്ൻ ഗുരുജി 1950കളുടെ അവസാനം സോഷ്യലിസ്റ്റ് ആശയപ്രചാരണത്തിന് ആരംഭിച്ചതായിരുന്നു അത്. കൂടാതെ പ്രക്ഷോഭസജ്ജമായ രംഗവേദിയെയും പ്രോത്സാഹിപ്പിച്ചുവന്നു. ശ്രീരാം ലഗൂൺ, നില്യ ഫൂലേ, രോഹിണി ഹട്ടംഘഡി, സദാശിവ് അമ്രപൂർകർ തുടങ്ങിയ നാടക പ്രതിഭകളെ ഒത്തുചേർത്ത് മഹാരാഷ്ട്രയിലാകെ അവതരണങ്ങൾ നടത്തുകയുണ്ടായി. അതിന് സഹായം നൽകാൻ സംസ്ഥാനത്തെ സ്കൂൾ വിദ്യാർഥികൾ ഒരുനേരത്തെ ഭക്ഷണം ഒഴിവാക്കി അഞ്ചു രൂപ വീതം സംഭാവന നൽകിയത് ആവേശകരമായിരുന്നു. ധാബോൽക്കർ വധഗൂഢാലോചന നീണ്ടത് ഹിന്ദുത്വ സംഘടനയായ സനാതനിലേക്കാണ്. "ഒരാൾക്ക്അർഹിക്കുന്നതേ കിട്ടൂ"എന്നായിരുന്നു അദ്ദേഹത്തിന്റെ വധത്തിനുശേഷം 'സനാതൻ പ്രഭാത്' എന്ന ഹിന്ദുത്വ പ്രസിദ്ധീകരണം എഴുതിയത്. വിശ്വാസവും യുക്തിയും തമ്മിലുള്ള ഏറ്റുമുട്ടലിന്റെ രാഷ്ട്രീയം കൃത്യമായി മുന്നോട്ടുവെച്ച ധാബോൽക്കർ, ചോദ്യംചെയ്യരുതാത്ത വിധേയത്വം അടിച്ചേൽപ്പിക്കുന്ന പൗരോഹിത്യം കപട വിശ്വാസങ്ങളും പൊള്ളയായ അനുഷ്ഠാനങ്ങളും നിരർഥകങ്ങളായ ആചാരങ്ങളും അടിച്ചേൽപ്പിക്കുകയാണെന്ന് തുറന്നടിച്ചു. ചാർവാകൻ, കോപ്പർനിക്കസ്, ഗലീലിയോ,ബ്രൂണോ, സെർവാറ്റസ് തുടങ്ങിയവർ പുതിയ ചോദ്യങ്ങൾ ഉന്നയിച്ചതിനാൽ കടുത്ത അവഗണനയും എതിർപ്പും നേരിടേണ്ടിവരികയുമുണ്ടായി. വേദങ്ങളുടെ അപ്രമാദിത്വം മുൻനിർത്തി സംശയങ്ങൾ ഉന്നയിച്ചതിനാൽ ചാർവാകന്റെ കൃതികൾ ചുട്ടെരിക്കപ്പെട്ടു. 1980കൾ മുതൽ

വർഗീയ രാഷ്ട്രീയം ശക്തമായി ചുവടുവെക്കാൻ തുടങ്ങിയതോടെയാണ് ബാബമാരും സിദ്ധന്മാരും യോഗികളും കൂടുതൽ പ്രാധാന്യം നേടിയതും പിടിമുറുക്കിയതുമെന്നായിരുന്നു ധാബോൽക്കറുടെ നിരീക്ഷണം.

## ഗോവിന്ദ് പൻസാരെ

ദേശീയ പ്രശസ്തനായ ട്രേഡ്യൂണിയൻ സംഘാടകനും സി പി ഐ നേതാവും സൈദ്ധാന്തികനും ഗ്രന്ഥകാരനുമായിരുന്ന ഗോവിന്ദ് പൻസാരെക്കു നേരെ 2015 ഫെബ്രുവരി പതിനാറിനായിരുന്നു ഹിന്ദുത്വ ഭീകരർ നിറയൊഴിച്ചത്. മഹാരാഷ്ട്രയിലെ കോൽഹാപൂരിലായിരുന്നു സംഭവം. പ്രഭാത സവാരി കഴിഞ്ഞ് വീട്ടിലേക്ക് കയറാൻ തുടങ്ങിയ സമയത്താണ് ബൈക്കിൽ ഇരച്ചെത്തിയ ആക്രമികൾ അദ്ദേഹത്തെയും ഭാര്യ ഉമയെയും വെടിവെച്ചു വീഴ്ത്തിയത്. ആദ്യം കോൽഹാപൂരിലെ ആശുപത്രിയിൽ പ്രവേശിപ്പിച്ച പൻസാരെക്ക് ശസ്ത്രക്രിയകൾ വേണ്ടി വന്നു. തുടർന്ന് മുംബൈ ബീച്ച് കാൻഡിയിലേക്ക് മാറ്റിയെങ്കിലും 20ന് അന്ത്യം സംഭവിച്ചു. ഉമ ഗുരുതര പരിക്കുകളോടെ കുറേനാൾ ആശുപത്രിയിൽ കഴിഞ്ഞു. 1952 ൽ കമ്യൂണിസ്റ്റ്പാർടി അംഗമായ പൻസാരെ അന്ധവിശ്വാസങ്ങളെയും അനാചാരങ്ങളെയും തുറന്നുകാട്ടാനുള്ള തീവ്രശ്രമങ്ങളിലും മുഴുകിയിരുന്നു. തൊഴിലാളികൾക്ക് എല്ലാ തരത്തിലുമുള്ള വിദ്യാഭ്യാസം നൽകുന്നതിന് നടത്തിയ ശ്രമങ്ങൾ വലതുപക്ഷ ശക്തികളുടെ എതിർപ്പിന് കാരണമാവുകയുണ്ടായി. ആറ് പതിറ്റാണ്ടിലേറെ തൊഴിലാളികളുടെയും സാമാന്യ ജനസാമാന്യത്തിന്റെയും ഒട്ടേറെ പ്രക്ഷോഭങ്ങൾ നയിച്ച നേതാവായിരുന്നു സിപിഐ ദേശീയ കൺട്രോൾ കമ്മീഷൻ സെക്രട്ടറിയായിരുന്ന പൻസാരെ. ഉദാരവൽക്കരണ നയത്തിന്റെ പ്രചാരകരും വർഗീയ തീവ്രവാദികളും ആ സാന്നിധ്യം ഭയപ്പെട്ടിരുന്നു.

2008 നവംബർ 26ലെ മുംബൈ ഭീകരാക്രമണത്തിൽ മഹാരാഷ്ട്ര ഭീകരവാദ വിരുദ്ധ സ്ക്വാഡ് തലവൻ ഹേമന്ദ് കാക്കറെ ദുരൂഹമായി കൊല്ലപ്പെട്ട സംഭവം സമാന്തരാന്വേഷണത്തിന് വിധേയമാക്കി മുൻ ഐ ജി, എസ് എം മുഷ്‌റിഫ് എഴുതിയ 'ഹു കിൽഡ് കാക്കറെ?: റിയൽ ഫേസ് ഓഫ് ടെററിസം ഇൻ ഇന്ത്യ' എന്ന പുസ്തകം ജനശ്രദ്ധയിൽ കൊണ്ടുവന്നതിൽ പൻസാരെയുടെ മുൻകൈ എടുത്തുപറയേണ്ടതാണ്. ആ ധീരത ഇരുട്ടിന്റെ ശക്തികളെ പ്രകോപിപ്പിച്ച ഒരു ഘടകമാണ്. വധത്തിനു പിന്നിൽ പാക് ഭീകരരല്ലെന്നും ഹിന്ദുത്വ തീവ്രവാദികളാണെന്നും തെളിവുകൾ നിരത്തി സ്ഥാപിക്കുകയാണ് മുഷ്‌റിഫ്. പാക് ഭീകരർ മുംബൈ ആക്രമിച്ചുവെന്നത് വാസ്തവമാണ്. എന്നാൽ സിഎസ്ടി റെയിൽവേ സ്റ്റേഷനിലെയും കാമ ആശുപത്രി പരിസരത്തെയും സംഭവങ്ങൾ ദുരൂഹമാണെന്നാണ് പുസ്തകം സമർഥിക്കുന്നത്. പത്രവാർത്തകളും സാഹചര്യത്തെളിവുകളും അടിസ്ഥാനമാക്കിയാണ് ഈ നിഗമനം. താജിലെ ഭീകരർ പാകിസ്താനിലെ കേന്ദ്രവുമായി 41 ഫോൺ സന്ദേശങ്ങൾ കൈമാറിയെന്നായിരുന്നു വാർത്തകൾ. എന്നാൽ സിഎസ്ടി ആക്രമിച്ചവർ പാകിസ്താനുമായി ഫോണിൽ ബന്ധപ്പെട്ടിരുന്നില്ല.

അത് എന്തുകൊണ്ടാണ് എന്നതാണ് മുഷിറിഫിന്റെ പ്രധാന ചോദ്യം. കാമയിലെത്തിയ ഭീകരർ സുരക്ഷാ ജീവനക്കാരോടും മറ്റും മറാഠിയിൽ സംസാരിച്ചത് മുതൽ പല തെളിവുകളും നിരത്തുന്നുമുണ്ട്. കാക്കറെയുടെ മരണം കൂടാതെ രാജ്യത്തിന്റെ വിവിധ ഭാഗങ്ങളിൽ നടന്ന സ്ഫോടന ങ്ങളും പുസ്തകം പരിശോധിക്കുന്നു. ഒപ്പം ഇന്ത്യയിലെ കലാപങ്ങളിൽ ഹിന്ദുത്വ ശക്തികൾ നടത്തുന്ന ആസൂത്രണത്തെകുറിച്ചും ആഭ്യന്തര രഹസ്യാന്വേഷണ വിഭാഗമായ ഐബിയുടെ ചെയ്തികളെപറ്റിയും വിവിധ അധ്യായങ്ങളിലുണ്ട്. അനിഷേധ്യമായ ഇത്തരം വസ്തുതകൾ സംഘപരിവാരത്തിന് സഹിക്കാവുന്നതിനപ്പുറമാണെന്ന് പ്രത്യേകം പറയേണ്ടതില്ല.

അതുകൂടാതെ 'ശിവജി കോൻ ഹോത്താ' (ശിവജി ആരായിരുന്നു) എന്ന പുസ്തകത്തിലൂടെ പൻസാരെ, കാവിപ്പടയുടെ പല അവകാശവാദ ങ്ങളെയും കള്ളപ്രചാരണങ്ങളെയും തുറന്നുകാട്ടി. ആ കൃതി ഇംഗ്ലീഷിലും മറാത്തിയിലും മറ്റ് ഇന്ത്യൻ ഭാഷകളിലുമായി ലക്ഷക്കണക്കിന് പ്രതി കളാണ് വിറ്റഴിഞ്ഞത്. പതിനേഴാം നൂറ്റാണ്ടിലെ മഹാരാഷ്ട്ര ഭരണാ ധികാരിയായ ശിവജിയെ സാമൂഹിക പരിഷ്ക്കർത്താവായിട്ടാണ് അദ്ദേഹം വരച്ചുവെച്ചത്. പ്രാദേശികവാദികൾ നൽകിയ ഫ്യൂഡലിസ്റ്റ് പ്രതിഛായക്ക് വിരുദ്ധമായിരുന്നു അത്. ഏറെ ജനപ്രീതി നേടിയ ആ പുസ്തക രചന കാരണം വർഗീയ- തീവ്രവാദ പ്രസ്ഥാനങ്ങളിൽനിന്ന് തുടർച്ചയായ ഭീഷണി നേരിടുകയുമുണ്ടായി. പൻസാരെയുടെ പുസ്തകം സംഘപരിവാർ ശക്തികളുടെ വാചാടോപങ്ങൾക്കപ്പുറം ആ ചരിത്ര പുരുഷനെ ശരിയായി അവതരിപ്പിച്ചു. സാധാരണക്കാർക്ക് പോലും മനസ്സിലാകുന്ന ലളിത ഭാഷയിലും ശൈലിയിലുമാണ് അതെന്നതും ശ്രദ്ധേയം. ശിവജി എന്ന മിത്തിനെ, അത് മുൻനിർത്തി പ്രചരിപ്പി ക്കപ്പെടുന്ന അസത്യങ്ങളെ കൃത്യതയോടെ തുറന്നുകാണിച്ചു. ഒടുവിൽ ആ എഴുത്ത് ഉളച്ചുകയറുന്ന ശൈലിതന്നെ കൈവരിക്കുന്നുണ്ട്. സമകാ ലീനാവസ്ഥയിൽ ശിവജിയുടെ പേര് ദുരുപയോഗിക്കുന്നവർ ചെയ്യുന്ന കാര്യങ്ങളും യഥാർഥത്തിൽ അദ്ദേഹം പിന്തുടർന്ന മൂല്യങ്ങളും താരതമ്യ പ്പെടുത്തി പുതിയ നിരീക്ഷണങ്ങളിലേക്ക് മുന്നേറുകയുമാണ്. ശിവജിയു ടെമേൽ കെട്ടിയേൽപ്പിക്കപ്പെട്ട മുസ്ലിം വിരോധവും മറ്റ് പ്രതിഛായകളും തെളിവുകൾ സഹിതം പൊളിച്ചെറിയുന്നു. ശിവജിയുടെ കാലത്ത് അദ്ദേഹത്തെ എതിർത്ത അതേ ശക്തികളാണ് ആ പ്രതിബിംബം ഉപയോഗിച്ച് ജനങ്ങളെ ചൂഷണം ചെയ്യുന്നതെന്ന് കൂടി വ്യക്തമാക്കി.

മഹാരാഷ്ട്രയിലെ ജനങ്ങൾക്കാകെ അവകാശപ്പെട്ട ശിവജിയെ സവർണ ഹൈന്ദവതയുടെ ചിഹ്നമാക്കി മാറ്റാനുള്ള ശ്രമത്തെയാണ് പാൻസാരെ ചരിത്രവസ്തുതകൾ നിരത്തി വെല്ലുവിളിച്ചത്. അന്യമത വിദ്വേഷം വ്യാപിപ്പിക്കാൻ അദ്ദേഹത്തിന്റെ പേരും ചിത്രവും ഉപയോ ഗിക്കുന്ന സവർണ ഫാസിസ്റ്റ് ശക്തികളുടെ നിലപാടുകളിലെ പൊള്ള ത്തരങ്ങൾ തുറന്നുകാണിച്ച ആ ലഘു ഗ്രന്ഥം. മതനിരപക്ഷത ഉയർത്തി പ്പിടിച്ച, സ്ത്രീകളുടെയും കർഷകരുടെയും നന്മയ്ക്കായി സമർപ്പിക്കപ്പെട്ട

ജീവിതമായിരുന്ന ശിവജിയുടേതെന്ന് പാൻസാരെ എഴുതി. ആ പൊളിച്ചെഴുത്താണ് മതഭ്രാന്തന്മാരെ കോപാകുലരാക്കിയത്. ആധുനിക ജനാധിപത്യയുഗത്തിലും അദ്ദേഹം ഇത്രമേൽ ആദരിക്കപ്പെടുന്നത് എന്തുകൊണ്ടാണ്? ശിവജിയുടെ ജന്മ-ചരമ ദിനങ്ങൾ ആദരവോടും വിപുലമായും ഉത്സാഹപൂർവവും ആചരിക്കപ്പെടുന്നതിന്റെ കാരണമെന്താണ്? തുടങ്ങിയ പ്രശ്നങ്ങൾ ഉയർത്തുകയുംചെയ്തു.നൂറ്റാണ്ടുകൾക്ക് മുമ്പുള്ള രാജഭരണകാലത്ത് ഗ്രാമീണ ജനത തങ്ങളുടെ രാജാവ് ആരാണ് എന്നതിൽ വലിയ താൽപ്പര്യം പുലർത്തിയിരുന്നില്ല. അത് ആരായിരുന്നാലും ഗ്രാമീണ കർഷകന്റെ ജീവിതത്തിൽ ഒരു മാറ്റവും വരുത്തിയിരുന്നില്ല. എന്നാൽ ശിവജിയുടെ ഭരണത്തോടെ പ്രകടമായ വലിയ വ്യത്യാസങ്ങൾ വന്നു. രാജാവുമായി ബന്ധപ്പെടാൻ അവസരമുണ്ടായി. നേരിൽ കാണാനും ആവലാതി ബോധിപ്പിക്കാനും സാഹചര്യം ഒരുങ്ങി. ജനങ്ങളുടെ ക്ഷേമാന്വേഷണം നടത്താനും അനീതി നടക്കുന്നില്ലെന്ന് ഉറപ്പാക്കാനും ശിവജി ശ്രദ്ധിക്കുകയുമുണ്ടായി.

ജന്മിമാരുടെ കൊടിയ ചൂഷണങ്ങൾ പേറി നട്ടുവൊടിഞ്ഞ സ്ത്രീകളുടെ സുരക്ഷ ഉറപ്പാക്കാൻ പ്രത്യേക സംവിധാനങ്ങൾ ഒരുക്കി. അവരെ കൈയേറ്റക്കാരിൽനിന്നും രക്ഷിക്കുക ശിവജിയുടെ മുഖ്യലക്ഷ്യമായി. ഹിന്ദുവായാലും മുസ്ലിമായാലും ഒരു സ്ത്രീയും, യുദ്ധത്തിൽപോലും പീഡിപ്പിക്കപ്പെടരുതെന്ന് സേനാനായകർക്ക് പ്രത്യേക നിർദേശംനൽകി. തന്റെ സൈനികർ എവിടെയാണെങ്കിലും പള്ളികളെയോ, ഖുറാനെയോ സ്ത്രീകളെയോ ഉപദ്രവിക്കരുത് എന്ന് വിലക്കിയിരുന്നു. രഘുനാഥ് പണ്ഡിറ്റ് റാവു 1669 നവംബർ രണ്ടിന് എഴുതിയ കത്തിൽ ഇത്തരം കൽപ്പന ഉദ്ധരിക്കുന്നുണ്ട്. “ശ്രീമന്ത് മഹാരാജ് (ശിവജി) ഏവർക്കും സ്വന്തം മതം ആചരിക്കാൻ സ്വാതന്ത്ര്യമുണ്ട് എന്ന് ഉത്തരവായിരിക്കുന്നു.” ദീർഘവീക്ഷണത്തോടെയുള്ള ഇത്തരം നടപടികളിലൂടെ ശിവജി ഗ്രാമീണമനസ്സിൽ പ്രത്യേക ഇടം നേടുകയുംചെയ്തു. ഒരു രാജാവ് ആധുനിക ജനാധിപത്യ യുഗത്തിലും സ്മരിക്കപ്പെടുന്നത് ഇത്തരം കാരണങ്ങളാലാണെന്ന് പൻസാരെ നിരീക്ഷിച്ചിട്ടുമുണ്ട്.

ശിവജിയിൽ ഗൂഢാലോചനയിലൂടെ ആരോപിക്കപ്പെട്ട മുസ്ലിം വിരോധത്തിന്റെ പൊള്ളത്തരവും പൻസാരെ പൊളിച്ചടുക്കി. അദ്ദേഹത്തിന്റെ കീഴിൽ ധാരാളം മുസ്ലിങ്ങൾ വളരെ ഉയർന്ന സ്ഥാനങ്ങളിലടക്കം നിയമിക്കപ്പെട്ടു. പീരങ്കിപ്പടയുടെ തലവൻ മുസ്ലിമായ ഇബ്രാഹിം ഖാൻ ആയിരുന്നു. കൊങ്കൺ തീരത്തെ ദീർഘമായ കടൽത്തീരം സംരക്ഷിക്കാൻ ഉദ്ദേശിച്ച് രൂപംനൽകിയ നാവികസേനയുടെ മേധാവിയും മുസ്ലിം. അവരുടെ കീഴിൽ പടയാളികളായി അസംഖ്യം മുസ്ലിങ്ങളും. ശിവജി ഇസ്ലാം മതത്തെ ശത്രുതാപരമായി കരുതിയിരുന്നെങ്കിൽ ആ മതവിശ്വാസികൾ ഒരിക്കലും ഒപ്പം ചേരുമായിരുന്നോ എന്നാണ് പൻസാരെ തിരക്കിയത്. ഇത്രയും ആഴത്തിലും പരപ്പിലും അന്വേഷണം നടത്തി ശിവജിയെ പുനർവായിച്ച് ഹിന്ദു-മുസ്ലിം സാഹോദര്യത്തിന്റെ അടയാളമായിരുന്നുവെന്ന് ഉറപ്പിച്ച് പറഞ്ഞതാണ് ഹിന്ദുത്വ ശക്തികളെ

പ്രകോപിപ്പിച്ചത്. ശിവജി ഹിന്ദുവായിരുന്നു. കടുത്ത മതവിശ്വാസിയുമായിരുന്നു; എന്നാൽ ഇസ്ലാമിന്റെ ശത്രുവായിരുന്നില്ല. ശിവജിയും അദ്ദേഹത്തിന്റെ സമകാലിക മറാത്ത ഹിന്ദുക്കളും ദർഗകളിൽ ആരാധന നടത്തുകയും കാണിക്ക സമർപ്പിക്കുകയും ചെയ്യുമായിരുന്നു.

"ജനങ്ങളുടെ അംഗീകാരത്തിന് ശിവജിയുടെ പേര് ദുരുപയോഗം ചെയ്യുന്നവർ ചരിത്രസത്യങ്ങൾക്ക് ഉത്തരം പറയേണ്ടിയിരിക്കുന്നു. ഇസ്ലാമിനോടുള്ള അവരുടെ വെറുപ്പിന് ആവശ്യക്കാരുണ്ടെങ്കിൽ സ്വന്തം ചെലവിൽ വിൽക്കാൻ തയ്യാറാകണം. ആ ചരക്ക്‌വിൽപ്പന ശിവജിയുടെ പേരിലാവരുത്. അതേസമയം മുസ്ലീങ്ങൾ ഈ പറയുന്ന ശിവഭക്തർ രൂപം നൽകിയ പ്രതിച്ഛായയോട് ചരിത്രത്തിലെ ശിവജിയെ തുലനം ചെയ്യരുത്. ചരിത്രത്തെ അവലോകനം ചെയ്യണം. ഇസ്ലാം മതത്തോടുള്ള അദ്ദേഹത്തിന്റെ മനോഭാവം വിലമതിക്കണം. എന്നിട്ടേ അഭിപ്രായ രൂപീകരണം നടത്താവൂ." ഇത്രയും ആശയവ്യക്തതയോടെയാണ് പൻസാരെ എഴുതിയത്. ഹിന്ദുവായതിൽ ശിവജി അഭിമാനിച്ചിരു ന്നുവെന്നത് വാസ്തവം. ക്ഷേത്രങ്ങൾക്കും ബ്രാഹ്മണർക്കും വലിയ സംഭാവനയും നൽകി. അപ്പോഴും സ്വന്തം മതത്തെക്കുറിച്ചുള്ള അഭിമാനം മറ്റുള്ളവയോടുള്ള അകൽച്ചയിലും വിരോധത്തിലും അധിഷ്ഠിതമാ യിരുന്നില്ല. ഇസ്ലാമിനെ വെറുത്താലേ നല്ല ഹിന്ദുവാകാൻ കഴിയൂവെന്ന് ഒരിക്കലും കരുതിയതുമില്ല. ഒരുതരത്തിലുള്ള ഭീഷണിക്കും കീഴടങ്ങാതെ, തന്റെ ഗ്രന്ഥം പിൻവലിക്കാതെ, കണ്ടെത്തിയ വസ്തുതകളിൽ പൻസാരെ ഉറച്ചുനിന്നു. വർത്തമാന മഹാരാഷ്ട്രയിൽ സംഭവിക്കുന്നത് ശിവജിയെ മറാത്തകളുടെ മാത്രം പ്രതിനിധിയായി, സവർണ ഹിന്ദുമാത്രമായി ചിത്രീകരിക്കാനുള്ള നീക്കമാണ്. വർഗീയ സംഘടനകൾ അവരുടെ സ്വന്തമായി ശിവജിയെ ചുരുക്കിക്കെട്ടാൻ ശ്രമിക്കുകയാണ്. സംവരണ വിരുദ്ധ പ്രക്ഷോഭം അതിരുവിട്ടപ്പോഴും ദളിത് ഗ്രാമങ്ങൾ ആക്രമിക്കപ്പെട്ടപ്പോഴും ഉയർന്ന മുദ്രാവാക്യം 'ശിവജി മഹാരാജ് കി ജയ്'' എന്നാണ്. വലിയ അവഹേളനവും കൊടിയ ചരിത്ര നിരാസവുമാണത്. ശിവജിയുടെ പേരിൽ ശത്രു നിർവചനമുണ്ടാക്കി ഹിന്ദു മുസ്ലിം ലഹളകൾ ഇളക്കിവിടുകയാണ്. മതഭ്രാന്തനല്ലാതിരുന്ന, മറ്റ് വിശ്വാസങ്ങളെ അംഗീകരിക്കാൻ വിശാലത പ്രകടിപ്പിച്ച ചരിത്ര പുരുഷനെ അപമാനിക്കുകയാണ് അവർ. ആ പശ്ചാത്തലത്തിൽ ശിവജി ആരായിരുന്നു എന്ന യുക്തിഭദ്രമായ അന്വേഷണം നടത്തുകയും വസ്തുതാപരമായ ഉത്തരം നൽകുകയും ചെയ്തതിന്റെ പേരിലാണ് ഫാസിസ്റ്റുകൾ പൻസാരെയുടെ ജീവൻ പൊലിച്ചത്.

## ഗൗരി ലങ്കേഷ്

ഗുജറാത്തിനും ഒഡീഷക്കുംശേഷം കർണാടകത്തെ വംശീയ ഉന്മൂലനത്തിന്റെ മൂന്നാം പരീക്ഷണശാലയാക്കാനുള്ള തകൃതിയായ ശ്രമങ്ങളാണ് കാവി ഭീകരത നടത്തിയത്. ഹുബ്ലി പ്രശ്നംതൊട്ട് അത് കണ്ടതാണ്. പബ്ബുകൾ കേന്ദ്രീകരിച്ച് നടന്ന കാടത്തങ്ങളും ഏറെ പ്രശ്നങ്ങൾ സൃഷ്ടിച്ചു. പിന്നെ ബുദ്ധിജീവികൾക്കെതിരായ

കൊലവിളികൾ. അതിലെ ഏറ്റവും മൃഗീയമായ ഉദാഹരണമായി 2017 സപ്തംബർ അഞ്ചിന് നടന്ന ഗൗരിലങ്കേഷിന്റെ ദാരുണ വധം. ബംഗലൂരു വിലെ രാജരാജേശ്വരി നഗറിലെ വീട്ടിനു മുന്നിലായിരുന്നു അരുംകൊല. അക്രമി ഏഴ് വെടിയുണ്ടകളാണ് ആ ശരീരത്തിലേക്ക് പായിച്ചതും. ലോകം ഞെട്ടിത്തരിച്ച നിരവധി കൊലപാതകങ്ങളെക്കാൾ ഭയാനകം അതിന് അസംബന്ധങ്ങളായ ന്യായീകരണങ്ങൾ നിരത്താൻ സംഘപരിവാര ശക്തികൾക്ക് മടിയില്ലാതായിരിക്കുന്നുവെന്നതാണ്. ഗൗരിയെ കൊന്നത് തങ്ങൾ തന്നെയാണെന്ന് ആദ്യം ഏറ്റുപറഞ്ഞത് കർണാടക ബിജെപി എംഎൽഎയും മുൻ മന്ത്രിയുമായ ജീവരാജ് ആയത് നിസ്സാരമല്ല. ആർഎസ്എസിനെ വിമർശിച്ചില്ലായിരുന്നെങ്കിൽ ജീവൻ ഇപ്പോഴും ബാക്കിയായിരുന്നേനെയെന്നാണ് ചിക്മംഗലൂരുവിലെ കൊപ്പയിൽ നടന്ന റാലിയിൽ ശൃംഗേരിയിൽ നിന്നുള്ള ആ ജനപ്രതി നിധി തുറന്നടിച്ചത്. കർണാടകയിൽ തങ്ങളുടെ പ്രവർത്തകർ കൊല്ല പ്പെടുകയാണെന്നാരോപിച്ച് മംഗലൂരുവിൽ ബിജെപി പ്രഖ്യാപിച്ച ശക്തിപ്രകടനത്തിന്റെ മുന്നോടിയായിരുന്നു കൊപ്പയിലെ റാലി.

യാഥാസ്ഥിതിക സമൂഹമായി പേരുകെട്ട കർണാടകത്തിലെ പുരോഗമന സാഹിത്യ-അധ്യാപന മേഖലയിലെ തിളങ്ങുന്ന വ്യക്തി ത്വങ്ങളിലൊന്നായിരുന്നു ഗൗരിയുടെ അച്ഛൻ പി ലങ്കേഷ്. ക്ലാസ് മുറികളെ സംവാദ സദസുകളാക്കി പരിവർത്തിപ്പിച്ച യു ആർ അനന്തമൂർ ത്തിയടക്കമുള്ള അവിടുത്തെ മഹാന്മാരായ അധ്യാപകരുടെ കൂട്ടത്തിൽ ആ പേരിനും ചരിത്രപരമായ പ്രാധാന്യമുണ്ട്. അവരെല്ലാം അതുവരെ കേട്ടുപരിചയമില്ലാത്ത ചോദ്യങ്ങൾ ഉയർത്തിയ നൂറു കണക്കിന് വിദ്യാർഥികളെ സൃഷ്ടിച്ചു.ചർച്ചകളും സംവാദങ്ങളുമായിരുന്നു അതിന്റെ അടിസ്ഥാനം. ജാതി- മതത്തിന്റെ അതിർവരമ്പുകൾ ലംഘിച്ച് അനന്ത മൂർത്തി നടത്തിയ വിവാഹവും ബദൽ ജീവിതാന്വേഷണത്തിന്റെ ഉദാഹ രണമായി. അത്ഭുതാദരങ്ങളോടെ വിലയിരുത്തപ്പെട്ട അധ്യാപകരോട് ആഴത്തിൽ വാദിക്കാനും അതിശക്തമായി വിയോജിക്കാനും വിമർശന പരമായി ക്ലാസിൽ ചോദ്യങ്ങളുയർത്താനും മുന്നോട്ടുവന്ന തന്റേടിയായ വിദ്യാർഥിനിയെയാണ് അദ്ദേഹം ജീവിതപങ്കാളിയാക്കിയത്. പുതിയ എഴുത്തുകാരെയും വിദ്യാർഥികളെയും തുറന്ന് അഭിസംബോധനചെയ്ത ലങ്കേഷിന്റെ സായാഹ്ന കൂടിച്ചേരലുകൾ അതീവ ഹൃദ്യവുമായിരുന്നു. ഭരണഘടന രേഖാപരമായി ഉറപ്പുനൽകുന്ന ജനാധിപത്യവും പൗരാവ കാശവും മാധ്യമസ്വാതന്ത്ര്യവും തല്ലിക്കൊഴിച്ച അടിയന്തരാവസ്ഥക്കെ തിരായ വിശാല പ്രസ്ഥാനത്തിലും മൂർത്തിയും ലങ്കേഷും സജീവമായി. സോഷ്യലിസ്റ്റ് കൂട്ടുകാരുമൊത്ത് പല ചെറുത്തുനിൽപ്പുകൾക്കും നേതൃ ത്വംനൽകി. അനന്തമൂർത്തിയെപ്പോലെ മലയാളികൾ കേട്ടും വായിച്ചും പരിചയിച്ച പേരാണ് ലങ്കേഷിന്റേത്. അദ്ദേഹത്തിന്റെ കവിതകളും നാട കങ്ങളും ചെറുകഥകളും ഇവിടുത്തെ ബുദ്ധിജീവികൾക്കും സാംസ്കാരിക പ്രവർത്തകർക്കുമൊപ്പം സാധാരണ വായനക്കാരെയും നന്നായി ആകർഷിച്ചു. ധാർമിക കാർക്കശ്യവും ലാളിത്യവും നിറഞ്ഞു തുളുമ്പിയ അവയിൽ പലതിനും നമ്മുടെ ഭാഷയിലും പരിഭാഷകളുണ്ടായി.

കാവിപ്പടയുടെ വെടിയുണ്ടകൾ നെഞ്ചിൻകൂട് തകർത്ത ഗൗരിലങ്കേഷിന്റെ രക്തസാക്ഷിത്വം നിശബ്ദരായിരിക്കാൻ നിങ്ങൾക്കെന്തവകാശം എന്ന വലിയ പാഠമാണ് നൽകിയത്. കന്നഡയിൽ മാത്രം രചന നടത്തിയ അവരിപ്പോൾ ഇന്ത്യയിലെ മുഴുവൻ ഭാഷകളിലും എഴുതിക്കൊണ്ടിരിക്കുകയാണ്. ജർമനിയിൽ ഇപ്പോൾ ആരാണ് ഭരിക്കുന്നത് എന്ന പഴയ ചോദ്യത്തിന്, ഭയം എന്നായിരുന്നല്ലോ സംശയരഹിതമായ ഉത്തരം. ഗൗരിലങ്കേഷിനെ വെടിവെച്ചിട്ടത് ലോകവ്യാപക പ്രതിഷേധം ക്ഷണിച്ചുവരുത്തി.'ന്യൂയോർക്ക് ടൈംസ് ' അടക്കമുള്ള അന്താരാഷ്ട്ര മാധ്യമങ്ങൾ ആ ഹീനകൃത്യത്തെ കടുത്ത ഭാഷയിലാണ് അപലപിച്ചതും. കൊലപാതകത്തിൽ അപകടകരവും നിരുത്തരവാദപരവുമായ മൗനമവലംബിച്ച നരേന്ദ്ര മോഡിയെയും ടൈംസ് വിമർശിച്ചു. ഭരണം ആൾക്കൂട്ടത്തെ ഏൽപ്പിച്ചതിനെ എടുത്തുകാട്ടുകയും ചെയ്തു.

പ്രശസ്ത ചരിത്രകാരൻ രാമചന്ദ്ര ഗുഹയും ദളിത് ധൈഷണികൻ കാഞ്ചാ ഇളയ്യയും മറ്റും അസഹിഷ്ണുതയുടെ ഇരകളായി. ഗൗരി ലങ്കേഷിന്റെ കൊലപാതകത്തിൽ സംഘപരിവാര ശക്തികളുടെ പങ്ക് എടുത്തുകാട്ടിയതിന് ഗുഹയ്ക്കെതിരെ നിയമനടപടിയുടെ ഭീഷണിയാണുയർത്തിയതും. പൻസാരെ, ധാബോൽക്കർ, കലബുർഗി തുടങ്ങിയവരെ കൊലപ്പെടുത്തിയ സംഘപരിവാർ തന്നെയായിരിക്കാം ഗൗരിയുടെ വധത്തിനു പിന്നിലെന്നും കേന്ദ്രത്തിൽ ഭരണത്തിലിരിക്കുന്നവർ അസഹിഷ്ണുതയും വെറുപ്പും സൃഷ്ടിക്കുകയാണെന്നുമുള്ള ഗുഹയുടെ പരാമർശത്തിനെതിരെ യുവമോർച്ച കർണാടക സെക്രട്ടറി വക്കീൽനോട്ടീസയക്കുകയും ചെയ്തു. ഗൗരിയുടെ വധത്തെതുടർന്ന് കർണാടകത്തിൽ പുരോഗമനവാദികളായ 21 എഴുത്തുകാർക്ക് പൊലീസ് സുരക്ഷ ഒരുക്കാൻ തീരുമാനിച്ചിരുന്നു. ആ പട്ടികയിൽനിന്നും ഗുഹയെ ഒഴിവാക്കി. നരേന്ദ്ര മോഡിയെയും അമിത് ഷായെയും വിമർശിച്ചതിന്റെ പേരിൽ തനിക്ക് തുടർച്ചയായി ഭീഷണി മെയിലുകൾ ലഭിച്ചതായി അദ്ദേഹം ട്വീറ്റ് ചെയ്തിരുന്നു. ഗുഹയ്ക്കെതിരായ നീക്കത്തിന്റെ അക്രമാസക്തമായ തുടർച്ചയായിരുന്നു ലോക പ്രശസ്ത ദളിത് സൈദ്ധാന്തികൻ കാഞ്ച ഇളയ്യയ്ക്ക് നേരെയുയർത്തിയ വധഭീഷണി. നാവ് അരിഞ്ഞുതള്ളി കൊലപ്പെടുത്തുമെന്ന് ചിലർ ഫോണിലൂടെ ഭീഷണിമുഴക്കിയെന്ന് അദ്ദേഹം പൊലീസിൽ പരാതി നൽകി. 2017 സപ്തംബർ 10 മുതലാണ് ഫോൺവിളികൾ വന്നത്. തീവ്രഹിന്ദുത്വവാദികളെ അടിമുടി തുറന്നുകാട്ടുന്ന ഇളയ്യയുടെ കൃതികൾ സംഘപരിവാരത്തിന് തുടർച്ചയായ അസ്വസ്ഥത തീർത്തു. 'വൈശ്യാസ് ആർ സോഷ്യൽ സ്മഗ്ലേഴ്സ്'' എന്ന പുസ്തകമാണ് വധഭീഷണിക്ക് കാരണം. 2009ൽ പ്രസിദ്ധീകരിച്ച 'പോസ്റ്റ് ഹിന്ദു ഇന്ത്യ' എന്ന ഇംഗ്ലീഷ് ഗ്രന്ഥത്തിന്റെ ചില ഭാഗങ്ങളുടെ തെലുങ്ക് പരിഭാഷയാണ് അത്. പുസ്തകത്തിനെതിരെ ആന്ധ്രാപ്രദേശിലും തെലങ്കാനയിലും കാവിപ്പട ഉറഞ്ഞുതുള്ളി. അത് പിൻവലിക്കണമെന്ന സംഘത്തിന്റെ ഭീഷണി ഇളയ്യ മുഖവിലക്കെടുത്തില്ല. അതിൽ പ്രതിഷേധിച്ച് അദ്ദേഹത്തിന്റെ കോലം കത്തിച്ചു. വിവിധ ടെലിവിഷൻ ചാനലുകളിലൂടെയും

ഭീഷണികൾ നരഞ്ഞുപൊങ്ങി. പുസ്തകത്തിലെ ചില പരാമർശങ്ങൾ പ്രത്യേക വിഭാഗത്തെ ആക്ഷേപിക്കുന്നതാണെന്ന് ചൂണ്ടിക്കാണിച്ച് വൈശ്യ മഹാസഭാ പ്രസിഡന്റ് ജെ വെങ്കടേശ്വർ പൊലീസിൽ പരാതി നൽകുകയുമുണ്ടായി. അന്താരാഷ്ട്ര ആര്യവൈശ്യ സംഘമാണ് കൊല വിളിക്കു പിന്നിലെന്നും എന്തെങ്കിലും സംഭവിച്ചാൽ സംഘത്തിനാണ് ഉത്തരവാദിത്തമെന്നും ഇളയ്യ പറഞ്ഞു."ആര്യ വൈശ്യന്മാർ ചരിത്രപര മായി മാംസാഹാരികളാണെന്നും കച്ചവട ജീവിതം നയിക്കുന്ന അവരെ മറ്റ് സമുദായങ്ങൾ അകറ്റി നിർത്തിയത് എന്തുകൊണ്ടാണെന്ന"മാണ് അദ്ദേഹം ആ രചനയിൽ പറയാൻ ശ്രമിച്ചത്. കൊലവിളിക്കു പകരം തന്റെ നിരീക്ഷണങ്ങളെ ഖണ്ഡിച്ച് പഠനം തയ്യാറാക്കാൻ കാവിക്കൊ ടിയുടെ പ്രചാരകർ എന്തുകൊണ്ട് തയ്യാറാകുന്നില്ലെന്നും ഇളയ്യ ആരാ യുകയുണ്ടായി. കേരളത്തെക്കാൾ അടിവേരുണ്ടായ നവോത്ഥാന മുന്നേ റ്റങ്ങൾക്ക് കർണാടകയിലും തമിഴ്നാട്ടിലും എന്തുകൊണ്ട് സയുക്തിക മായ അനുബന്ധങ്ങൾ ഉണ്ടായില്ലെന്നത് അത്രവേഗം പിടികിട്ടാത്ത ചോദ്യമൊന്നുമല്ല. നവോത്ഥാനത്തിന്റെ തുടർച്ചയും വിച്ഛേദവും കുറിച്ച സംഘടിത പരിശ്രമങ്ങൾ ഇരു സംസ്ഥാനങ്ങളിലും ഇല്ലാതെപോയെ ന്നതാണ് വാസ്തവം. പന്ത്രണ്ടാം നൂറ്റാണ്ടിൽതന്നെ പുതിയ ചിന്തയുടെ ദിഗ്ബോധമുണ്ടാക്കിയ ബസവണ്ണയുടെയും ഇരുപതാം നൂറ്റാണ്ടിൽ ബദൽ ജീവിത പാത തെളിയിച്ച ഇ വി രാമസ്വാമി നായ്ക്കരുടെയും മറ്റും പ്രക്ഷോഭവ്യഗ്രത ഇനിയും ആഴത്തിൽ പഠിക്കേണ്ടതുണ്ട്. സ്വന്തം കവി തകളിലൂടെയാണ് ബസവണ്ണ പുരോഗമനാശയങ്ങൾ പ്രചരിപ്പിച്ചത്. ലിംഗപരമായ വിവേചനമടക്കമുള്ള ചൂഷണത്തിന്റെ വലക്കണ്ണികളെയും പൂണൂൽ ധാരണം ഉൾപ്പെടെയുള്ള ആചാരാനുഷ്ഠാനങ്ങളിലെ അർഥ ശൂന്യതയെയും കടന്നാക്രമിച്ച അദ്ദേഹത്തിൽ നിലനിന്ന സാമൂഹ്യ ഘടനയെ പുനർനിർവചിക്കാനുള്ള ശ്രദ്ധയുമുണ്ടായി. ജാതി വിഭജന ങ്ങൾക്കുപരി എല്ലാ മനുഷ്യരും തുല്യരാണെന്ന സന്ദേശമുയർത്തിയ ബസവണ്ണ, എല്ലാതരത്തിലുമുള്ള കായികാധ്വാനങ്ങളും ഒരുപോലെ യാണെന്നും പ്രചരിപ്പിച്ചു.

പി ലങ്കേഷിന്റെ പത്രാധിപത്യത്തിലിറങ്ങിയ 'ലങ്കേഷ് പത്രിക' പുതിയ ആശയങ്ങളുടെ വിസ്തൃതമായ ആകാശമായി. ഗാന്ധിജിയുടെ 'ഹരിജൻ' പത്രത്തിന്റെ പ്രകൃതം പിന്തുടർന്ന് 1980ലായിരുന്നു തുടക്കം. പരസ്യങ്ങൾ തീർത്തും വർജിച്ച ലങ്കേഷ് പത്രികയുടെ നിൽപ്പ് അതി ശയകരവും. എക്കാലവും ദളിതരുടെയും സ്ത്രീകളുടെയും കർഷകരുടെയും ഉൾപ്പെടെ പാർശ്വവൽക്കരിക്കപ്പെട്ട ജനവിഭാഗങ്ങളുടെ നാവായി നിലകൊണ്ട അത് അവരുടെ നിരവധി പ്രക്ഷോഭങ്ങൾക്ക് ഇന്ധന മായി. അതുകൊണ്ടുതന്നെ വായനക്കാർക്കിടയിലെ സ്വീകാര്യത ഏറി യേറിവന്നു. ഒരു ഘട്ടത്തിൽ പ്രചാരം നാലര ലക്ഷം കവിഞ്ഞു.കന്നഡ സാഹിത്യത്തിൽ പുതിയ കുറേ എഴുത്തുകാരെ പരിചയപ്പെടുത്തിയതിനു പുറമെ ലബ്ധപ്രതിഷ്ഠരായ രചയിതാക്കളെ അണിനിരത്താനും ലങ്കേഷ് മനസ്സുവെച്ചു. വൈദേഹി, ബി ടി ലളിത നായിക്,ബി എം റഷീദ്,സാറാ

അബൂബക്കർ,ഭാനു മുഷ്ത്താഖ് തുടങ്ങിയവരെല്ലാം ആ ഗണത്തിൽപ്പെട്ടും. കന്നഡ സാഹിത്യത്തിനും രാഷ്ട്രീയത്തിനും അമൂല്യ സംഭാവനകൾ നൽകിയ പത്രം സോഷ്യലിസ്റ്റ് മൂല്യങ്ങൾക്കായും നിലകൊണ്ടു. അദ്ദേഹവും രണ്ട് സുഹൃത്തുക്കളും സംസ്ഥാനത്തിന്റെ തലങ്ങും വിലങ്ങും മുക്കിലും മൂലയിലും നടത്തിയ യാത്രകൾ ജനജീവിതത്തിന്റെ യഥാർഥ വസ്തുതകൾ ബോധ്യപ്പെടുത്തുന്നതായി. അതിനു ശേഷമാണ് ദളിതർക്കും ദരിദ്രർക്കും അനുകൂലമായി മനസ്സുറപ്പിക്കുന്നത്.2000ൽ നിര്യാതനാകുംവരെ ആ ആഭിമുഖ്യവും പ്രതിബദ്ധതയും തുടർന്നു. മരണശേഷം മകൻ ഇന്ദ്രജിത്ത് മാനേജിങ് എഡിറ്ററും മകൾ ഗൗരി എഡിറ്ററുമായി. അധികം വൈകാതെ പത്രത്തിന്റെ ആശയഗതിയും നിലപാടും മുൻനിർത്തി ഇരുവരും തമ്മിൽ അഭിപ്രായ വ്യത്യാസങ്ങൾ ഉടലെടുത്തു.

# ഗോഡ്‌സെയുടെ 'വീരപുത്രൻ' പ്രണബ് മുഖർജിയുടെയും

ജനാധിപത്യ ഇന്ത്യയുടെ തുടർച്ചയായ അഭ്യർഥനകൾ പുറം കാൽകൊണ്ട് തൊഴിച്ച് പ്രണബ് മുഖർജി നാഗ്പൂരിലെ ആർഎസ്എസ് ത്രിദീയ വർഷ വർഗ് ക്യാമ്പിലെത്തി ആശിർവദിച്ചതിന്റെ പാപക്കറ മഹാസമുദ്രങ്ങളിലെ വെള്ളംകൊണ്ടൊന്നും കഴുകിക്കളയാനാവില്ല. സർസംഘ ചാലക് മോഹൻ ഭാഗവതിനൊപ്പം 2018 ജൂൺ ഏഴിന് രാജ്യത്തിന്റെ വിവിധ ഭാഗങ്ങളിൽനിന്നുള്ള 700 കേഡർമാരെ അഭിസംബോധനചെയ്ത് നടത്തിയ പ്രസംഗം സാമൂഹ്യ നിരക്ഷരതയുടെകൂടി ആശയങ്ങൾ ഉൾക്കൊണ്ടതായിരുന്നു. ഹിന്ദുത്വ രാഷ്ട്രീയത്തിന് മൃദുത്വവും സാധൂകരണവും ആധികാരികതയും നൽകുന്നതാവും നാഗ്പൂർ സന്ദർശനമെന്ന രാജ്യസ്നേഹികളുടെയും മതനിരപേക്ഷവാദികളുടെയും ലിബറൽ ചിന്തകരുടെയും സന്ദേഹം ശരിവയ്ക്കുന്നതായി അദ്ദേഹത്തിന്റെ നടപടികൾ. 'വന്നു, സംസാരിച്ചു; ആർഎസ്എസ് കീഴടക്കി'യെന്ന മട്ടിലാണ് ചില പംക്തിയെഴുത്തുകാർ അതിനെ അടയാളപ്പെടുത്തിയതും. ചീഫ്ജസ്റ്റിസായിരുന്ന പതഞ്ജലി ശാസ്ത്രി, സിബിഐ തലവൻ ജോഗീന്ദർ സിങ്, എയർചീഫ് മാർഷലായിരുന്ന എ വൈ തിപ്നിസ് തുടങ്ങിയവരൊക്കെ ആ ചടങ്ങിൽ മുമ്പ് ഭാഗഭാക്കായിരുന്നെങ്കിലും പ്രണബിന്റെ ഔന്നത്യത്തിലൊരാൾ ആദ്യമായാണ് സാന്നിധ്യമറിയിച്ചത്. പ്രസംഗം ആരംഭിക്കുന്നതിന് തൊട്ടുമുമ്പ് അദ്ദേഹം ആർഎസ്എസ് സ്ഥാപകൻ ഹെഡ്ഗെവാറിന്റെ ജന്മവീട്ടിലെത്തി അതിഥി പുസ്തകത്തിൽ എഴുതിയത് 'ഭാരതാംബയുടെ മഹാനായ പുത്രൻ'എന്നാണ്. ആ സ്ഥാനപ്പെടുത്തലിനാണ് കാവി മാധ്യമങ്ങൾ വെണ്ടക്കാ പ്രാധാന്യം നൽകിയതെന്നതും നിസ്സാരമല്ല. ഹെഡ്ഗേവാറിന്റെയും ഗോൾവാൾക്കറുടെയും സ്മൃതി മന്ദിരങ്ങളിൽ പുഷ്പാർച്ചനയും ഹാരാർപ്പണവും നടത്തിയ ശേഷമായിരുന്നു പ്രണബിന്റെ അതിരുവിട്ട പുകഴ്ത്തൽ.

ഏറെ ഉത്തരവാദിത്തം കാട്ടേണ്ട പദവിയിലിരുന്ന ഒരാൾ വിഭാഗീയതയുടെയും ശൈഥില്യത്തിന്റെയും അന്യമത വിദ്വേഷത്തിന്റെയും അതിക്രമ തത്ത്വശാസ്ത്രത്തിന്റെയും അടിത്തറയിലുറച്ച പ്രസ്ഥാനത്തിന് രൂപംനൽകിയ ഒരാൾക്കാണ് ചരിത്രവിരുദ്ധമായ ശുദ്ധിപത്രം

നൽകിയത്.ഹെഡ്ഗേവാറിനെ വീരപുത്രൻ എന്ന് ആദ്യം വിളിച്ചത് രാഷ്ട്രപിതാവായ ഗാന്ധിജിയുടെ നെഞ്ചിൻകൂട് തകർത്ത നാഥൂറാം വിനായക ഗോഡ്സെ.ചരിത്രം വിറങ്ങലിച്ച ആ ഹീനകൃത്യത്തിന് അയാൾക്കും സഹഭീകരർക്കും ആന്തരിക പ്രചോദനമായത് സ്ഥാപകന്റെ പ്രബോധനങ്ങളാണ്.ഇന്ത്യയുടെ ആത്മാവ് കുടികൊള്ളുന്നത് വൈവിധ്യങ്ങളിലും സഹിഷ്ണുതയിലും മതേതരത്വത്തിലുമാണെന്നായിരുന്നു പ്രണബിന്റെ നാഗ്പൂർ സംഭാഷണത്തിന്റെ കാതൽ. എന്നാൽ അദ്ദേഹം പ്രശംസ ചൊരിഞ്ഞ ഹെഡ്ഗേവാറിന് ഇക്കാര്യങ്ങളിൽ നേർവിപരീദമായ കാഴ്ചപ്പാടുകളായിരുന്നു. ആർഎസ്എസ്സുകാർ ഹൃദയത്തിൽ സ്ഥാപിച്ച അദ്ദേഹത്തിന്റെ വാഗ്ധോരണികളുടെ സമാഹാരമായ 'പാഥേയം' മറിച്ചു നോക്കിയാൽ അത് നന്നായി ബോധ്യപ്പെടും. ആദ്യ പൊതുതിരഞ്ഞെടുപ്പിൽ ജവഹർലാൽ നെഹ്റു നടത്തിയ പ്രസംഗം അനുയായികൾ മറന്നാലും സാധാരണ ഇന്ത്യക്കാർ എപ്പോഴും മനസ്സിൽ വെക്കേണ്ടതാണ്. വർഗീയതക്കും സംഘപരിവാറിനുമെതിരെ പണ്ഡിറ്റ്ജി ഊന്നിയതെല്ലാം ഇക്കാലത്തും അതീവ പ്രസക്തങ്ങളാണ്. വർഗീയതക്കെതിരെ സന്ധിയില്ലാ സമരം. അയിത്തവും ഭ്രപ്രഭുത്വവും അവസാനിപ്പിക്കാൻ സർക്കാർ പ്രതിജ്ഞാബദ്ധമാണ്. വർഗീയവാദികളാണ് മുഖ്യശത്രുക്കൾ. അവരോട് ഒരു ദാക്ഷിണ്യവും കാണിക്കില്ല. സർവശക്തിയും ഉപയോഗിച്ച് കീഴ്പ്പെടുത്തും. ജനസംഘം ആർഎസ്എസിന്റെയും ഹിന്ദുമഹാസഭയുടെയും ജാരസന്തതിയാണ്-എന്നിങ്ങനെപോയി അദ്ദേഹത്തിന്റെ ആഞ്ഞടി.

ആർഎസ്എസ് രൂപീകരണത്തിലേക്ക് നയിച്ച വ്യാജ കണ്ടെത്തലുകൾ തീർത്തും അക്രമാസക്തങ്ങളായിരുന്നു. ഭാരതത്തിൽ അനാദികാലംമുതൽ ഹിന്ദുക്കൾ താമസിച്ചുവരുന്നു. ഹിന്ദുക്കളാണ് ഈ രാഷ്ട്രം. കാരണം, എല്ലാ സംസ്കാരവും സംസ്കൃതിയും ജീവിതവും അവർ മാത്രമാണ് സംഭാവനചെയ്യുന്നത്. അഹിന്ദുക്കൾ കടന്നുകയറ്റക്കാരോ അതിഥികളോ ആണ്. ഹിന്ദുപാരമ്പര്യങ്ങളെയും സംസ്കൃതിയെയും മറ്റും സ്വായത്തമാക്കാത്തിടത്തോളം അവരെ തുല്യരായി കണക്കാക്കാനാവില്ല. അഹിന്ദുക്കൾ, പ്രത്യേകിച്ച് മുസ്ലിങ്ങളും ക്രിസ്ത്യാനികളും എന്തെല്ലാം ഹിന്ദുവാണോ അവയ്ക്കെല്ലാം എതിരായി നിൽക്കുന്നു. അതിനാൽ അവരെ ഭീഷണിയായി കാണണം. ഈ രാജ്യത്തിന്റെ സ്വാതന്ത്ര്യം, പുരോഗതി എന്നാൽ ഹിന്ദുക്കളുടെ സ്വാതന്ത്ര്യം, പുരോഗതി എന്നാണർഥം. രാജ്യചരിത്രം ഈ അന്യദേശക്കാരുടെ കടന്നാക്രമണത്തിനെതിരെ സ്വന്തം മതത്തെയും സംസ്കാരത്തെയും സംരക്ഷിക്കാനുള്ള ഹിന്ദുക്കളുടെ പോരാട്ടത്തിന്റേതാണ്. ഈ രാജ്യത്ത് താമസിക്കുന്നവരുടെയാകെ ഐക്യമാണ് ദേശീയഐക്യമെന്ന് ആവർത്തിക്കുന്നവർ ന്യൂനപക്ഷ വോട്ടുകൾ തട്ടിയെടുക്കുകയെന്ന സ്വാർഥതാൽപര്യത്താൽ പ്രചോദിതരാണ്. അതുകൊണ്ട് അവർ രാജ്യദ്രോഹികളാണ്. ഹിന്ദുക്കളുടെ ഐക്യവും ഏകോപനവുമാണ് കാലത്തിന്റെ അടിയന്തരാവശ്യം. കാരണം ഹിന്ദുക്കൾ ശത്രുക്കളാൽ വലയം ചെയ്യപ്പെട്ടിരിക്കുന്നു.

ഹിന്ദുക്കൾ വൻതോതിൽ തിരിച്ചടിക്കാനുള്ള ശേഷിനേടണം. ഹിന്ദുക്കളുടെ എല്ലാ പ്രശ്നങ്ങൾക്കും മൂലകാരണം അനൈക്യമാണ്. അതുമാറ്റി ഐക്യമുണ്ടാക്കുക എന്ന ദിവ്യനിയോഗത്തോടെയാണ് സംഘപരിവാർ ജന്മംകൊണ്ടിട്ടുള്ളത് എന്ന പ്രഖ്യാപനം പ്രണബുമാർ മറന്നാലും യാഥാർഥ്യങ്ങൾക്ക് മൗനമവലംബിക്കാനാവില്ല. ദേശനിർമാണത്തിനുള്ള ധാർമിക-രാഷ്ട്രീയാവകാശം ഹിന്ദുത്വത്തിന്റെ അടയാളം വഹിക്കുന്നവർക്ക് മാത്രമാണെന്നായിരുന്നു വി ഡി സവർക്കറുടെ മുഖ്യവാദം. ഹിന്ദുത്വ സങ്കൽപത്തിനു പിന്നിലെ അടിസ്ഥാന സ്ഥലതന്ത്രം ദേശത്തെ പുണ്യഭൂമിയായി പുനർനിർവചിക്കലായിരുന്നുവെന്നും പറഞ്ഞു. 1923ൽ സവർക്കറായിരുന്നു ഹിന്ദുത്വം എന്ന ആശയം ആദ്യം മുന്നോട്ട് വെച്ചത്. പുണ്യഭൂമി, പിതൃഭൂമി തുടങ്ങിയ രൂപീകരണങ്ങളിലൂടെ മുസ്ലിങ്ങളുടെ ദേശസ്നേഹത്തെ സംശയാസ്പദമാക്കുകയും ചെയ്തു.

## ആരാണ് 'യവന സർപ്പങ്ങൾ'

അതിതീവ്ര ഹിന്ദുത്വ നിലപാടിനൊപ്പം കടുത്ത ഇസ്ലാം വിരോധവും ഹെഡ്ഗേവാറുടെ കൈമുതലായിരുന്നു. ഇന്ത്യൻ മുസ്ലിങ്ങളെ 'യവന സർപ്പങ്ങൾ' എന്നാണ് പലപ്പോഴും വിളിച്ചിരുന്നത്. സി പി ബിഷികർ രചിച്ച 'കേശവ് സംഘ്നിർമാത' എന്ന കൃതിയിലെ ഒരു വിശദീകരണം എടുത്തുചേർത്തത് ശ്രദ്ധിക്കാം. 'മഹാത്മാഗാന്ധിയുടെ നേതൃത്വത്തിലുള്ള നിസ്സഹകരണ പ്രസ്ഥാനം ദേശീയതയ്ക്കായുള്ള ആവേശത്തെ തണുപ്പിച്ചു. സമൂഹത്തിൽ തിന്മയുടെ ശക്തികൾ തലപൊക്കി. ബ്രാഹ്മണരും അബ്രാഹ്മണരും തമ്മിലുള്ള അഭിപ്രായ വ്യത്യാസങ്ങൾ വ്യക്തമായി പ്രകടമാവുകയും ചെയ്തു. നിസ്സഹകരണ സമരത്തിന്റെ പാലുകുടിച്ചു വളർന്ന 'യവന സർപ്പങ്ങൾ' വിഷം കലർന്ന ചീറ്റലുകളോടെ കലാപം തുടങ്ങി". 1921 പ്രസ്ഥാനത്തിന്റെ കാലയളവ് ഹെഡ്ഗേവാറെ ഞെട്ടിച്ചു. ഇന്ത്യൻ മുസ്ലിങ്ങൾ പ്രാഥമികമായും മുസ്ലിങ്ങളാണെന്നും രണ്ടാമതേ ഇന്ത്യക്കാരാവുന്നുള്ളൂവെന്ന് തെളിയിക്കപ്പെട്ടു. മുസ്ലിം മതഭ്രാന്തിനാൽ മുഴുവൻ അന്തരീക്ഷവും മാറി. അള്ളാഹു അക്ബറും ഭാരത് മാതാ കീ ജയും എങ്ങും ഉയർന്നു. കാൺപൂർ, മുൾട്ടാൻ, നാഗ്പൂർ തുടങ്ങിയയിടങ്ങളിൽ മുസ്ലിം കലാപങ്ങൾ പൊട്ടിപ്പുറപ്പെട്ടു. അവ ഹിന്ദു- മുസ്ലിം ഏറ്റുമുട്ടലുകളായിരുന്നില്ല. മറിച്ച് ഏകപക്ഷീയമായ മുസ്ലിം കലാപങ്ങളായിരുന്നു. എല്ലായിടങ്ങളിലും അവരായിരുന്നു തുടക്കമിട്ടതെന്നുമായിരുന്നു ഹെഡ്ഗേവാറിന്റെ ഏകപക്ഷീയമായ തീർപ്പ്. രാഷ്ട്രമെന്നാൽ ഹിന്ദുക്കളാണെന്നും ഹിന്ദുത്വമെന്നാൽ രാഷ്ട്രീയത്വവുമാണെന്നായിരുന്നു തുടർന്നുള്ള വിശദീകരണമെന്നും ബിഷികർ ഒരു അഭിമുഖത്തിൽ വ്യക്തമാക്കുകയുമുണ്ടായി. ബ്രിട്ടീഷുകാരോട് ചങ്ങാത്തം പുലർത്തി ദേശീയ പ്രസ്ഥാനത്തെ വഞ്ചിച്ചയാൾക്ക് 'വീരശൃംഖല' കൈമാറുന്നത് തികഞ്ഞ നിരുത്തരവാദമാണ്. ഹിറ്റ്ലർ സസ്യഭുക്കായിരുന്നുവെന്നും മുസോളിനിക്ക് വളർത്തുമൃഗങ്ങളോട് അളവറ്റ സ്നേഹമായിരുന്നെന്നും ചില ലോകമാധ്യമങ്ങൾ തൊള്ളായിരത്തി മുപ്പതുകളിൽ പറയാറുണ്ടായിരുന്നു. ഹെഡ്ഗേവാറിന്റെ പ്രസംഗങ്ങളും സൂക്തങ്ങളും

കുറിപ്പുകളും ഉദ്ധരണികളും പരിശോധിച്ചാൽ അദ്ദേഹം വിത്തിട്ട ഫാസിസ്റ്റ് ചിന്തയുടെ ആഴമറിയാം. ഇന്ത്യ ഹിന്ദുക്കളുടേത് മാത്രമെന്ന് അർഥശങ്കക്കിടയില്ലാത്തവിധം എപ്പോഴും ഊന്നമായിരുന്നു. എം എസ് ഗോൾവാൾക്കറുടെ 'വിചാരധാര'യിലെ ആദർശമൂർത്തി എന്ന 48-ാം അധ്യായം ഹെഡ്ഗേവാറിനെക്കുറിച്ചാണ്. "രക്തമാംസാദികളാൽ രൂപംകൊണ്ട ഹൈന്ദവ പുരുഷ മാതൃകയാണ്" അദ്ദേഹം അതിൽ.

തലമുതിർന്ന കോൺഗ്രസ് നേതാക്കളിൽ പ്രധാനിയെന്ന ഖ്യാതിയിൽ അരനൂറ്റാണ്ടിലധികം അധികാരത്തിന്റെ ശീതളഛായ ആവോളം നുകർന്ന പ്രണബ്, ഗാന്ധി ഘാതകരായ ആർഎസ്എസ്സിന്റെ ആസ്ഥാനത്ത് അതിഥിയായെത്തിയത് ആധുനിക ഇന്ത്യയിലെ തന്നെ അശ്ലീല കാഴ്ചകളിലൊന്നായിരുന്നു. ജവഹർലാൽ നെഹ്റുവിനെയും അദ്ദേഹം മുറുകെ പിടിച്ച സെക്കുലർ നിലപാടുകളെയും തുടച്ചുനീക്കാതെ ഹിന്ദുത്വത്തിന് പൊതുസമ്മതി നേടിയെടുക്കാനാവില്ലെന്ന തിരിച്ചറിവ് കാവിപ്പടയ്ക്കുണ്ട്. അതിന്റെ ഭാഗമാണ് ഇപ്പോഴും തുടരുന്ന നെഹ്റു വിരുദ്ധതയും അദ്ദേഹത്തിനെതിരായ വിഷം വമിക്കുന്ന അക്രമാസക്ത വ്യാജപ്രചരണങ്ങളും. മതേതരത്വത്തെയും ജനാധിപത്യത്തെയും ബഹുസ്വരതയെയും വെല്ലുവിളിച്ച ആർ എസ് എസ് സ്ഥാപകനെ പുകഴ്ത്തിയത് മറ്റൊരു നിരുത്തരവാദ നടപടി. ഇന്ത്യൻ ദേശീയപതാക ഉയർത്താൻ മടിക്കുന്ന നാഗ്പൂരിൽ ആർഎസ്എസ് ധ്വജത്തെ വണങ്ങിനിന്നത് മുൻ രാഷ്ട്രപതിയായിരുന്നുവെന്നത് കോൺഗ്രസുകാർക്കു മാത്രമല്ല, ഭരണഘടനയിൽ വിശ്വസിക്കുന്ന പൗരന്മാർക്കാകെ അപമാനമാണ്. താൻ ഇവിടെ വന്നിരിക്കുന്നത് ഇന്ത്യയുടെ മഹാനായ പുത്രന് ആദരം അർപ്പിക്കാനാണ്- ഹെഡ്ഗെവാറിന്റെ പ്രതിമയിൽ ഹാരമണിയിച്ച് തിരിച്ചിറങ്ങുമ്പോൾ സന്ദർശക പുസ്തകത്തിൽ ഇങ്ങനെ എഴുതുമ്പോൾ ഇന്ത്യയുടെ പതിമൂന്നാമത് രാഷ്ട്രപതിയായിരുന്ന താനെന്നുപോലും പ്രണബ് വിസ്മരിച്ചു. ദേശീയതയുടെയും ദേശസ്നേഹത്തിന്റെയും ഗ്രിഘണ്ടു നിർവചനമാണ് അദ്ദേഹം മുന്നോട്ടു വെച്ചതും.

## ഹിറ്റ്ലറുടെ ആരാധകൻ

'ഇന്ത്യയുടെ മഹാനായ പുത്രൻ'എന്ന് പ്രണബ് വിശേഷിപ്പിച്ച ഹെഡ്ഗേവാർ ആരായിരുന്നു? ഇന്ത്യയല്ല 'ഹിന്ദുക്കളുടെ ഹിന്ദുസ്ഥാൻ' ആണിതെന്നും ജർമനി എങ്ങനെ ജർമൻകാരുടേതാവുന്നോ അതുപോലെ ഇന്ത്യ ഹിന്ദുക്കളുടേതാണെന്നും സ്വയംസേവകരെ ഉരുവിട്ട് പഠിപ്പിച്ച ഇന്ത്യൻ ഫാസിസ്റ്റ് സംഘടനാ രൂപത്തിന്റെ ആദ്യ സർ സംഘ് ചാലക്. അദ്ദേഹത്തിന്റെ ഉദാഹരണങ്ങളിൽപോലും ഹിറ്റ്ലറുടെ ജർമനി അടിക്കടി തികട്ടിവന്നത് യാദൃച്ഛികമല്ല. ലോകത്തിന്റെ മറ്റൊരു കോണിൽ വിജയിച്ച ഫാസിസത്തിന്റെ ഉദാഹരണം സംഘപ്രവർത്തകർക്ക് ചൂണ്ടിക്കാണിക്കുകയായിരുന്നു എപ്പോഴും. അക്രമാസക്തങ്ങളായ മറ്റ് സന്ദേശങ്ങളും സമാനമാണ്. "കേവലം ഒരു പ്രദേശത്തെ രാജ്യം എന്നു വിളിക്കാനാവില്ല. രാജ്യം ഉണ്ടാകുന്നത് ഒരേ ചിന്തയും സംസ്കാരവും പാരമ്പര്യവും ഉൾക്കൊള്ളുന്ന ജനങ്ങൾ ഒരു

പ്രദേശത്ത് കാലാകാലങ്ങളായി ജീവിക്കുമ്പോൾ മാത്രമാണ്. ഇതേ കാരണത്താൽ ഈ രാജ്യം ഹിന്ദുക്കളുടേതാണ്.' 'ഹിന്ദുസ്ഥാൻ' എന്നായിരിക്കണം നമ്മുടെ രാജ്യത്തിനു നൽകേണ്ട പേര്. മറ്റുള്ളവർ ഇവിടെ ജീവിക്കാൻ പാടില്ലെന്ന് പറയുന്നില്ല, എന്നാൽ അവർ ജീവിക്കുന്നത് ഹിന്ദുക്കളുടെ ഹിന്ദുസ്ഥാനിലാണെന്ന് ഓർക്കേണ്ടതുണ്ടെ"ന്ന് ഊന്നി. ഭഗ്വ ധ്വജ്(കാവിക്കൊടി) ആണ് നമ്മുടെ രാജ്യത്തിന്റെ മൗലികമായ മുഴുവൻ അംശങ്ങളും സാക്ഷാത്കരിക്കുന്നതെന്നും അത് ഹിന്ദു സംസ്കാരത്തിന്റെ സാക്ഷാത്കാരമാണെന്നും പറഞ്ഞു പഠിപ്പിച്ചതും ഹെഡ്ഗേവാർ തന്നെ. ഉപ്പുസത്യഗ്രഹത്തിൽപോലും സംഘ പ്രവർത്തകർ പങ്കെടുക്കരുതെന്ന് കർശന നിർദേശം കൊടുത്തു അദ്ദേഹം. ഇന്ത്യൻ റിപ്പബ്ലിക്ക് എന്ന ആശയത്തെയോ അതിന്റെ മതേതരത്വത്തെയോ വൈവിധ്യത്തെയോ ഒരുതരത്തിലും അംഗീകരിക്കാതിരുന്ന ഫാസിസ്റ്റ് സംഘടനാ സ്ഥാപകനെ 'ഇന്ത്യയുടെ മഹാനായ പുത്രൻ' എന്ന് തിലകക്കുറി ചാർത്തി ചരിത്രത്തിന്റെ തിളക്കമാർന്ന ഏടുകളിലേക്ക് ഒളിച്ചുകടത്തുന്നത് കാണുമ്പോഴാണ് രാജ്യം അകപ്പെട്ട പ്രതിസന്ധിയുടെ ആഴം മനസ്സിലാവുക.

കുലീന ജാതിവിഭാഗങ്ങളുടെയും സമ്പന്ന പ്രമാണിമാരുടെയും ഒത്തുചേരൽ വേദി മാത്രമായി നിലകൊണ്ട ഇന്ത്യൻ നാഷണൽ കോൺഗ്രസിനെ ദരിദ്രരെയും താഴ്ന്ന ജാതി വിഭാഗങ്ങളെയും സ്ത്രീകളെയും, ദളിതരെയും മറ്റും ഉൾപ്പെടുത്തി, ബഹുവർഗ പ്രസ്ഥാനമാക്കി പരിവർത്തിപ്പിച്ചത് ഗാന്ധിജിയായിരുന്നു. ആ നടപടിയിൽ പ്രതിഷേധിച്ച്, കോൺഗ്രസ് ഹിന്ദു ജാതിവ്യവസ്ഥയെ തകർക്കുന്നുവെന്നാരോപിച്ച് പുറത്തുപോയാണ് ഹെഡ്ഗേവാർ ആർഎസ്എസ് രൂപീകരിച്ചതും.' ഭിന്നിപ്പിച്ച് ഭരിക്കുക' എന്ന നയം മുറുകെ പിടിച്ച ബ്രിട്ടീഷുകാർ അതിന് എല്ലാ പിന്തുണയും നൽകി. അതിനാൽ കൊളോണിയൽ മേധാവികളുടെ അനിഷ്ടം ക്ഷണിച്ചുവരുത്തുന്ന ഒരു നീക്കവും ഹെഡ്ഗേവാറിൽ നിന്നുണ്ടായില്ല. ഒറ്റ സ്വയംസേവകനും സ്വാതന്ത്ര്യസമരത്തിൽ പങ്കെടുക്കാതിരിക്കാൻ പ്രത്യേകം ശ്രദ്ധിക്കുകയും ചെയ്തു.

## ഗോൾവാൾക്കർ എഴുതിയ അനുഭവകഥ

എം എസ് ഗോൾവൾക്കർ, എഴുതിയ ഒരു അനുഭവകഥ അത് നന്നായി തെളിയിക്കുന്നതാണ്. 1930 കാലം. ഗാന്ധിജി ഉപ്പു സത്യഗ്രഹം ആരംഭിക്കുന്നു. ഒരു കൂട്ടമാളുകൾ ഹെഡ്ഗെവാറെ സന്ദർശിച്ചു. സത്യഗ്രഹത്തിൽ സംഘടന പങ്കെടുക്കണമെന്ന് അഭ്യർഥിക്കാനായിരുന്നു അവരെത്തിയത്. പ്രക്ഷോഭത്തിൽ പങ്കെടുത്ത് ജയിൽവാസം വരിക്കാനും താൻ ഒരുക്കമാണെന്ന് സംഘത്തലവൻ അറിയിച്ചു. അതുകേട്ടപാടെ ഹെഡ്ഗെവാർ തിരക്കിയത്, താങ്കൾ അഴികൾക്കുള്ളിലായാൽ കുടുംബകാര്യം ആരു നോക്കും എന്നായിരുന്നു. താൻ കാരാഗൃഹത്തിലായാലും കുടുംബം പട്ടിണി കിടക്കില്ല. രണ്ടു വർഷത്തേക്ക് വേണ്ടതെല്ലാം സമ്പാദിച്ചിട്ടുണ്ടെന്നായിരുന്നു അയാളുടെ പ്രതികരണം. അങ്ങനെയെങ്കിൽ സമരത്തിൽ പങ്കെടുത്ത് ജയിലിൽ പോകേണ്ട

ആവശ്യമുണ്ടോ. കുടുംബം ഉപേക്ഷിച്ച് രണ്ടു വർഷം താങ്കൾ ആർഎസ്എസ്സിന് വേണ്ടി പ്രവർത്തിക്കുവെന്നായിരുന്നു ഹെഡ്ഗെവാർ ആവശ്യപ്പെട്ടത്. കോൺഗ്രസ്സിന്റെ രാഷ്ട്രീയ സ്വാധീനവും ആർഎസ്എസ്സിന്റെ സംഘടനാബലവും സംയോജിച്ച് പോകണമെന്നായിരുന്നു ഗോർവാൾക്കർ ആഗ്രഹിച്ചത്. ഈ ലക്ഷ്യം മുൻനിർത്തി അദ്ദേഹത്തിനൊപ്പം ഹെഡ്ഗേവാറും കോൺഗ്രസ് നേതൃത്വവുമായി ബന്ധം പുലർത്തി. അതിന് തടസമായ നെഹ്റുവിയൻ ലിബറൽ പാരമ്പര്യത്തെ നിരന്തരമായി ആക്രമിച്ചു. ദശകങ്ങളിലൂടെ കോൺഗ്രസിലെ പ്രമുഖരെല്ലാം ബി ജെ പിയിലെത്തി. ബിജെപി എം പി മാരിൽ 80 ശതമാനവും പഴയ കോൺഗ്രസുകാരാണ്. മുഖർജി ആർ എസ് എസ് ആസ്ഥാനത്ത് ചെന്നതും ഹെഗ്ഡെവാറെ വാനോളം പുകഴ്ത്തിയതും കോൺഗ്രസ് നേതൃത്വം എത്രമാത്രം നെഹ്റുവിയൻ പാരമ്പര്യത്തിൽ നിന്നും മൂല്യങ്ങളിൽനിന്നും അകന്നു പോയിരിക്കുന്നുവെന്നാണ് സൂചിപ്പിച്ചത്.നവമാധ്യമങ്ങളിൽ പ്രചരിച്ച ഫലിതം വിസ്മരിക്കാനാവില്ല. അവിടെയെത്തിയ നേതാക്കളെ ഓരോരുത്തരെയായി പരിചയപ്പെടുത്തിയപ്പോൾ പ്രണബിന് വേഗം തിരിച്ചറിയാനായി. കാരണം മിക്കവരും പഴയ സഹപ്രവർത്തകർ.

രാജ്യത്തെ പരമോന്നത പദവിയിലിരുന്ന പ്രണബ് തന്റെ സന്ദർശനം നൽകാനിടയുള്ള സന്ദേശത്തെക്കുറിച്ച് ബോധ്യമില്ലാത്തയാളല്ല. ഭരണഘടനയോടും മതനിരപേക്ഷതയോടും ആർഎസ്എസ് പുലർത്തുന്ന നിലപാടുകളെക്കുറിച്ചും ധാരണയുണ്ട്. എന്നിട്ടും ഇങ്ങനെ ചെയ്തതെന്തുകൊണ്ട്? അദ്ദേഹം നടത്തിയ പ്രസംഗം ഏറെ ആയുസ്സുള്ളതല്ല. എന്നാൽ സന്ദർശനം ചരിത്രത്തിലും ദേശീയതയുടെ ഈടുവയ്പ്പിലും തീരാകളങ്കമാണുണ്ടാക്കിയത്. ഗാന്ധിവധ ഘട്ടമുൾപ്പെടെ മൂന്നുവട്ടം നിരോധിക്കപ്പെട്ട സംഘടനയുടെ ഗർഭഗൃഹത്തിലേക്കുള്ള യാത്ര, സംവാദം തുറക്കാനായിരുന്നുവെന്ന ചിലരുടെ അവകാശവാദത്തിന് യുക്തിയുടെ പിൻബലമേയില്ല. പുതിയ ലോകവീക്ഷണത്തിന്റെ ശുദ്ധവായു കടക്കാത്ത ആൾക്കൂട്ടത്തോട് എന്ത് സംവാദമാണ് സാധ്യമാവുക. രാജ്യത്തിന്റെ കാവൽക്കാരാണ് ആർഎസ്എസ്സുകാർ എന്ന അവകാശവാദം ജനാധിപത്യത്തിന്റെ ബാലപാഠത്തെപ്പോലും അനാഥമാക്കുന്നതാണ്. സ്വതന്ത്ര രാജ്യത്ത് പൗരന്മാരെ സംരക്ഷിക്കേണ്ടത് സ്വകാര്യസേനയാണോ. രാജ്യത്തെ അതിക്രമ പരമ്പരകളിലൂടെ വലിച്ചിഴക്കുന്ന കാവിപ്പടയുടെ അർധസൈനിക രൂപമായ കേഡർമാരുടെ പരേഡിൽ ഔചിത്യമില്ലാതെയായിരുന്നു പ്രണബിന്റെ പ്രഭാഷണം. പ്രൈമറി സ്കൂൾ അധ്യാപകനെപ്പോലെ ഇന്ത്യാചരിത്രത്തെയും പാരമ്പര്യങ്ങളെയും സഹിഷ്ണുതയെയും നാനാത്വത്തിൽ ഏകത്വം എന്ന സങ്കൽപ്പത്തെയും പഠിപ്പിക്കാൻ ശ്രമിച്ച അദ്ദേഹം അവയ്ക്കെല്ലാം നേരെ ഏത് ശക്തിയിൽനിന്നാണ് ഭീഷണിയുയരുന്നതെന്ന് സമർഥമായി മറച്ചുപിടിച്ചു. ഗാന്ധി വധത്തെക്കുറിച്ച് ഒരക്ഷരം ഉരിയാടാതെ 'പ്രൗഢഗംഭീര'പ്രഭാഷണം അവസാനിപ്പിച്ചതും അസാധ്യ മെയ്വഴക്കത്തോടെ.

പ്രണബിന്റെ സന്ദർശനം സംഘപരിവാരം അക്ഷരാർഥത്തിൽ ആഘോഷമാക്കി. ക്ഷണം സ്വീകരിച്ചതിൽ ആർഎസ്എസ് ജിഹ്വയായ 'തരുൺഭാരതി'യിലൂടെ അഡീഷണൽ ജനറൽ സെക്രട്ടറി ഡോ. മൻമോഹൻ വൈദ്യ മുക്തകണ്ഠം പ്രശംസിച്ചു. എസ് ഗുരുമൂർത്തി ഒരുപടി കൂടി കടന്ന് അദ്ദേഹത്തെ പുതിയ സർദാർ വല്ലഭായ് പട്ടേൽ എന്നാണ് വിശേഷിപ്പിച്ചത്. 1911ൽ ഹെഡ്ഗേവാർ കൊൽക്കത്തയിലെ മുഖർജി കുടുംബം സന്ദർശിച്ചതായും പുതിയ കണ്ടുപിടിത്തമുണ്ടായി. പ്രണബിന്റെ സന്ദർശനം ചരിത്ര സംഭവമാണെന്നായിരുന്നു എൽ കെ അദ്വാനിയുടെ വിലയിരുത്തൽ. മോഹൻ ഭാഗവതിന്റെയും പ്രണബിന്റെയും പ്രസംഗങ്ങളിൽ സമാന ആശയങ്ങൾ ഏറെയുണ്ട്. രാജ്യത്ത് ഇന്ന് അനിവാര്യമായ ഐക്യത്തെക്കുറിച്ചാണ് ഇരുവരും സംസാരിച്ചത്. രാജ്യത്തിന്റെ സ്വപ്നങ്ങൾ യാഥാർഥ്യമാക്കുന്നതിന് പ്രേരണ നൽകുന്നതും എല്ലാ ജനങ്ങളുടെയും ആഗ്രഹവുമാണത്. മലയാളത്തിൽ 'ജന്മഭൂമി' എടുത്തണിഞ്ഞ പുളകം മറ്റൊരു ദൃഷ്ടാന്തം. 'അഭിനന്ദനങ്ങൾ, പ്രണബ്ദാ' എന്ന ശീർഷകത്തിലെഴുതിയ മുഖപ്രസംഗം അതിലൊന്നു മാത്രം. പ്രണബിന്റെ നാഗ്പൂർ സന്ദർശനം വീണ്ടും കള്ളക്കഥകൾ മെനയാനുള്ള അവസരവുമാക്കി അത്. 2018 ജൂൺ പത്തിന് പി നാരായണൻ എഴുതിയ 'പ്രണബ്ദായുടെ ചരിത്രപരമായ നാഗ്പൂർ സന്ദർശനം' എന്ന കുറിപ്പിലും നിറച്ചത് അബദ്ധ പഞ്ചാംഗങ്ങൾ.എല്ലാ മാലിന്യങ്ങളും തുത്തുവാരി മനസ്സിനെ വൃത്തിയാക്കുന്ന ചൂലാണ് കുറ്റസമ്മതം എന്ന ഗാന്ധിജിയുടെ പ്രസ്താവമെങ്കിലും ആർഎസ്എസിനെ നയിക്കുമോ?.

## ഭാഗവതിന് അത്താഴ വിരുന്ന്

ആർഎസ്എസ് തലവൻ മോഹൻ ഭാഗവതിനെ 2017 ജൂണിൽ പ്രണബ് രാഷ്ട്രപതിഭവനിലേക്ക് ക്ഷണിച്ച് അത്താഴവിരുന്ന് നൽകിയിരുന്നു. അത്തരം നിലപാടെടുത്ത ആദ്യ പ്രസിഡന്റായിരുന്നു അദ്ദേഹം. 2015 ൽ ദീപാവലി ആശംസ നേരാനെന്ന പേരിൽ ഭാഗവത് രാഷ്ട്രപതി ഭവനിലെത്തുകയും ചെയ്തു. വിരമിച്ച ശേഷം 2018 മാർച്ചിൽ 'പ്രണബ് മുഖർജി ഫൗണ്ടേഷൻ'രൂപീകരിച്ചപ്പോൾ ക്ഷണിച്ച ചുരുക്കം അതിഥികളിൽ ആർഎസ്എസ് മേധാവിയെ ഉൾപ്പെടുത്താൻ മറന്നതുമില്ല. അതുപോലെ ദില്ലിയിൽ തന്റെ പുസ്തക പ്രകാശന ചടങ്ങിലേക്ക് മുതിർന്ന സംഘനേതാക്കളെ പങ്കെടുപ്പിക്കുകയുമുണ്ടായി. റിലയൻസ് ഗ്രൂപ്പിന്റെ മുകേഷ് അംബാനിയുമായും പ്രണബിന് അടുത്ത ബന്ധമാണ്. അതിന്റെ സ്ഥാപകൻ ധീരുഭായ് അംബാനിയുമായി രാഷ്ട്രീയ ജീവിതത്തിലുടനീളം നല്ല രസതന്ത്രത്തിലുമായിരുന്നു. ആ കുടുംബത്തിലെ സഹോദരങ്ങളായ മുകേഷും അനിലും വേർപിരിഞ്ഞപ്പോൾ ഇരുവരെയും ഒന്നിച്ചുചേർത്തതിലും അദ്ദേഹത്തിന്റെ വലിയ മുൻകൈയുണ്ടായി. 2016ൽ ഉത്തരാഖാണ്ഡിൽ രാഷ്ട്രപതി ഭരണം അടിച്ചേൽപ്പിച്ചതിന് പിന്നിലും ദുരൂഹത ആരോപിക്കുന്നവരുണ്ട്. സ്വന്തം സഹായിയായ ഒമിത പോളിന്റെ ഭർത്താവായ ഗവർണർ കെ കെ പോളിന്റെ റിപ്പോർടിന്റെ അടിസ്ഥാനത്തിലായിരുന്നു പ്രണബിന്റെ തീരുമാനം.

## ശർമിഷ്ഠയുടെ വിമർശനം

മകൾ ശർമിഷ്ഠ മുഖർജി പ്രണബിനെ കടുത്ത ഭാഷയിലാണ് വിമർശിച്ചത്. സംഘപരിവാരം ഇക്കാര്യത്തിൽ വൃത്തികെട്ട കളിയാണ് പുറത്തെടുത്തതെന്ന് ട്വീറ്റ് ചെയ്തു. ശർമിഷ്ഠ ബിജെപിയിലേക്കാണെന്നും 2019 ലെ തെരഞ്ഞെടുപ്പിൽ സ്ഥാനാർഥിയാകുമെന്നുമുള്ള വാർത്തകൾക്കിടയിലാണ് വിശദീകരണം. അഭ്യൂഹങ്ങൾ പ്രചരിപ്പിക്കാൻ സമർഥരായ സംഘപരിവാർ എന്നായിരുന്നു പരാമർശം. "ബിജെപിയുടെ വൃത്തികെട്ട കുതന്ത്ര പ്രചാരണവിഭാഗം എങ്ങനെയാണ് പ്രവർത്തിക്കുകയെന്ന് പ്രണബ് മുഖർജിക്ക് ബോധ്യപ്പെട്ടുകാണും. നാഗ്പൂരിലേക്കു ക്ഷണിക്കുമ്പോൾ ആർഎസ്എസ് നന്നായി മനസ്സിലാക്കിയിട്ടുണ്ട്, അവരുടെ ആശയങ്ങളായിരിക്കില്ല പറയുകയെന്ന്. പക്ഷേ അവർക്ക് അറിയാം, പറയുന്നതെന്തായാലും അത് വിസ്മരിക്കപ്പെട്ടുകയും താങ്കൾ അവിടെ നിൽക്കുന്ന ചിത്രങ്ങൾ മാത്രം ഇഷ്ടമുള്ള നുണകളോടെ പ്രചരിപ്പിക്കാൻ കഴിയുമെന്നും. നാഗ്പൂരിൽ പോകാൻ തീരുമാനിച്ചതിലൂടെ ബിജെപിക്കും ആർഎസ്എസിനും അവരുടെ വ്യാജപ്രചാരണത്തിനും വ്യാജവാർത്തകൾക്കും കിംവദന്തികൾക്കുമുള്ള വലിയൊരു അവസരമാണ് മുഖർജി നൽകിയത്. എന്റെ കാര്യത്തിലെന്നപോലെ നുണകൾ എങ്ങനെ പരത്തണമെന്നും അതെങ്ങനെ വിശ്വസിപ്പിക്കണമെന്നും അവർക്ക് നന്നായി അറിയാം. അതേ മുഖർജി, ഇതൊരു തുടക്കമാണ്" എന്നിങ്ങനെപോയി കടുത്ത വാക്കുകൾ. ആ മുന്നറിയിപ്പ് മണിക്കൂറുകൾക്കകം യാഥാർഥ്യമായി. ആർഎസ്എസ് തൊപ്പിയും ധ്വജപ്രണാമവുമായി പ്രണബ് പ്രവർത്തകരെ അഭിവാദ്യംചെയ്യുന്ന കൃത്രിമ ചിത്രങ്ങൾ സമൂഹമാധ്യമങ്ങളിൽ വ്യാപകമായി പ്രചരിപ്പിച്ചു സംഘപരിവാരം. 2019ലെ തെരഞ്ഞെടുപ്പിൽ അനിശ്ചിതത്വം സ്വപ്നംകണ്ട് കിങ്മേക്കറാവാൻ പ്രണബ് കൊതിച്ചതായും ആരോപണമുയരുകയുണ്ടായി. പലവട്ടം വഴുതിപ്പോയ അവസരങ്ങൾ ആ മനസ്സിൽ മുറിവായി ക്കുട്ടകെട്ടിയിട്ടുണ്ട്. 1984ൽ ഇന്ദിരാഗാന്ധി വധിക്കപ്പെട്ടപ്പോഴും 2004ൽ രാഷ്ട്രീയ പാരമ്പര്യമില്ലാത്ത മൻമോഹൻ സിങ് പരിഗണിക്കപ്പെട്ടപ്പോഴും താൻ തഴയപ്പെട്ടുവെന്ന് പ്രണബ് കരുതി. രാജീവ് ഗാന്ധി പ്രധാനമന്ത്രിയായപ്പോൾ കോൺഗ്രസ് വിട്ട് 'രാഷ്ട്രീയ സമാജ്‌വാദി കോൺഗ്രസ്' രൂപീകരിച്ചു. ഏഴു വർഷം കഴിഞ്ഞായിരുന്നു പുനഃപ്രവേശനം. തെരഞ്ഞെടുപ്പിൽ ബിജെപിക്ക് ഭൂരിപക്ഷം ലഭിച്ചില്ലെങ്കിൽ പ്രണബ് സമവായ പ്രധാനമന്ത്രി ആയേക്കുമെന്ന ശിവസേനാ മുഖപത്രം 'സാംമ്ന'യുടെ വിലയിരുത്തൽ തള്ളിക്കളയാനാവില്ല. അദ്ദേഹത്തിന്റെ സന്ദർശനത്തെ തെരഞ്ഞെടുപ്പിൽ രാഷ്ട്രീയമായി പ്രയോജനപ്പെടുത്താമെന്നാവും ആർഎസ്എസ് കരുതുന്നതെന്നും സാംമ്ന കൂട്ടിച്ചേർത്തു.

പ്രണബിന്റെ യാത്ര വിവാദമായതോടെ, ഗാന്ധിജിയും സർദാർ പട്ടേലും ഡോ. രാജേന്ദ്ര പ്രസാദും സി രാജഗോപാലാചാരിയും ജയപ്രകാശ് നാരായണനും മറ്റും ആർഎസ്എസ് കേന്ദ്രങ്ങൾ സന്ദർശിച്ചതായുള്ള അവകാശവാദവും ഉന്നയിക്കപ്പെട്ടു. എന്നാൽ മഹാത്മാവിന് ആ

സംഘടനയോട് എന്ത് സമീപനമായിരുന്നുവെന്നത് മറച്ചുവയ്ക്കുകയായിരുന്നു. 1942 ആഗസ്ത് ഒമ്പതിന്റെ ഹരിജനിൽ ഇങ്ങനെ കുറിച്ചു: "രാഷ്ട്രീയ സ്വയംസേവക് സംഘത്തെക്കുറിച്ചും അതിന്റെ പ്രവർത്തനങ്ങളെപ്പറ്റിയും കേട്ടിട്ടുണ്ട്. അതൊരു വർഗീയ സംഘടനയാണെന്നാണ് മനസ്സിലാക്കിയത്. അതിന്റെ മുദ്രാവാക്യങ്ങളും ചില സമുദായങ്ങൾക്കെതിരായ പ്രതികരണങ്ങളുമാണ് അങ്ങനെ പറയാനിടയാക്കിയതും. ഈ രാഷ്ട്രം ഹിന്ദുക്കളുടേത് മാത്രമാണെന്നും ബ്രിട്ടീഷുകാർ ഇന്ത്യ വിട്ടാൽ ഹിന്ദുക്കളല്ലാത്തവരെയെല്ലാം കീഴ്പ്പെടുത്തുമെന്നും കായിക പരിശീലനത്തിലേർപ്പെട്ട ആർഎസ്എസ് വളണ്ടിയർമാർ മുദ്രാവാക്യം വിളിക്കുകയുണ്ടായി. ആ സംഘടനയെക്കുറിച്ച് പലതും കേൾക്കാനിടയായി. പലതരം ദ്രോഹനടപടികളുടെയും അടിവേര് ആർഎസ്എസ്സാണ്." ഗാന്ധിജിയുടെ സെക്രട്ടറി പ്യാരേലാൽ വെളിപ്പെടുത്തിയ ഒരുകാര്യവും വിട്ടുകളയാനാവാത്തതാണ്. 1946ലെ വർഗീയ കലാപ വേള. വാഗ അഭയാർഥി ക്യാമ്പിൽ പ്രവർത്തിച്ച ആർഎസ്എസ്സുകാരുടെ കാര്യക്ഷമതയും അച്ചടക്കവും ധൈര്യവും ശേഷിയും അമിതാധ്വാനവും മാതൃകാപരമാണെന്ന് ഒരു അനുയായി പറഞ്ഞപ്പോൾ മറക്കരുത്, മുസോളിനിയുടെ കീഴിൽ ഇറ്റലിയിൽ ഫാസിസ്റ്റുകളും ഹിറ്റ്ലറുടെ നേതൃത്വത്തിൽ ജർമനിയിലെ നാസികളും ഇതേ വിശേഷണം നേടിയവരാണെന്നായിരുന്നു മഹാത്മാവിന്റെ പ്രതികരണം.ആർഎസ്എസ്സിനെ അദ്ദേഹം വിശേഷിപ്പിച്ചതാകട്ടെ, സ്വേച്ഛാധിപത്യ കാഴ്ചപ്പാടുള്ള വർഗീയ സംഘടനയായിട്ടാണ്. ഗാന്ധിജി ഹിറ്റ്ലർക്ക് അയച്ച രണ്ട് കത്തുകളും ശ്രദ്ധിക്കേണ്ടതുണ്ട്. രണ്ടാം ലോകയുദ്ധത്തിന്റെ കേളികൊട്ടുയർന്ന അവസരത്തിലായിരുന്നു ആദ്യത്തേത്. നേരിട്ട് പരിചയമുണ്ടായിരുന്നില്ലെങ്കിലും 'പ്രിയ സുഹൃത്തേ' എന്ന അഭിസംബോധനയോടെ. 1940 ഡിസംബർ 24 നായിരുന്നു സുദീർഘമായ രണ്ടാമത്തെ കത്ത്. മുസ്സോളിനിയും ആ ആഭ്യർഥന കേൾക്കുമെന്ന് പ്രത്യാശിച്ചു. "മറ്റ് ചില ശക്തികൾ താങ്കളുടെ രീതികൾ വികസിപ്പിച്ച് താങ്കളുടെ ആയുധങ്ങളാൽ താങ്കളെ തോൽപ്പിക്കുന്ന അവസ്ഥയുണ്ടാകും. യുദ്ധത്തിൽ വിജയിക്കുകയെന്നാൽ അത് അർഥമാക്കുന്നത്, താങ്കൾ ശരിയായ പാതയിലാണെന്നല്ല. നശീകരണത്തിനുള്ള താങ്കളുടെ ശക്തി വലുതാണെന്നാണ്. നശീകരണത്തെ നീതിബോധമായി കണക്കാക്കുന്ന ജീവിത വീക്ഷണമാണ് താങ്കളുടേതെന്ന് ഞാൻ മനസ്സിലാക്കിയിട്ടുണ്ട്. മനുഷ്യത്വത്തിന്റെ വിലകുറയ്ക്കുന്ന നടപടിയാണതെന്ന് ബാല്യം മുതൽ പഠിച്ചിട്ടുണ്ട്. അതിനാൽ താങ്കളുടെ ആയുധങ്ങൾക്ക് ആശംസകൾ നേരാനാവില്ല" എന്നായിരുന്നു കത്തിൽ.

പ്രണബിനെ പട്ടേലുമായി താരതമ്യം ചെയ്യുള്ള പ്രസ്താവങ്ങൾക്ക് സാധാരണയിൽ കവിഞ്ഞ പ്രത്യേകതയുണ്ട്. ദേശീയ വിമോചന പോരാട്ടകാലത്ത് ത്രികോണ യുദ്ധത്തിന്റെ കാഴ്ചപ്പാടുയർത്തി വഞ്ചനയുടെ ഉൾത്തോടിലൊളിച്ച കാവിപ്പടയ്ക്ക് കുറ്റബോധം തോന്നുന്നുവെന്നതാണ് ഒന്നാമത്തെ കാര്യം. ഗാന്ധി- നെഹ്റു പൈതൃകത്തെ നിസ്സാരവൽക്കരിക്കുക എന്ന ലക്ഷ്യംകൂടി അതിന്റെ പിന്നിലുണ്ട്.

പുതിയകാലത്തെ പട്ടേൽ എന്ന അഭിസംബോധനയിൽ പ്രണബ് പുളകംകൊള്ളുന്നത് സാമൂഹ്യനിരക്ഷരതയുടെകൂടി ഫലമാണ്. വിശാല മാനവികതയുടെ പ്രചാരകനായ സ്വാമി വിവേകാനന്ദനെയും ജീവിതത്തിലുടനീളം ഹിന്ദുത്വത്തിനെതിരെ കാലുറച്ചുനിന്ന ഡോ ബിആർ. അംബേദ്കറെയും നിരീശ്വരവാദിയായ ഭഗത്സിങ്ങിനെയുംവരെ കൈയടക്കാൻ കാവിപ്പട തകൃതിയായ നീക്കങ്ങൾ നടത്തുമ്പോൾ താൻ അതിലൊരു അനുബന്ധമാവരുതെന്ന് പ്രണബ് മുഖർജി മുൻകരുതലെടുക്കേണ്ടിയിരുന്നു.

## ദുരൂഹമരണങ്ങളുടെ ശ്മശാനം

ഇരുപതാം നൂറ്റാണ്ടിനെ വിറപ്പിച്ച ഹിറ്റ്ലറുടെ വെറുപ്പ്, ശക്തി, കടന്നാക്രമണം, വിജയം തുടങ്ങിയ വാസ്തുകാരികൾ ലോകമെങ്ങുമുള്ള പല ശ്രേണിയിലുള്ള ശിഷ്യർ അതേ ആവൃത്തിയിൽ പങ്കിടുകയുണ്ടായി. ഇന്ത്യയിലും അതിന്റെ വിജയമാതൃകകൾ കാണാനുമുണ്ട്. നരേന്ദ്ര മോഡിയും അമിത് ഷായും പ്രവീൺ തൊഗാഡിയയും അശോക് സിംഗാളും ഉമാഭാരതിയും സ്വാധി റിതംബരയും മറ്റും ഒന്നിച്ചുചേർന്ന് നടത്തിയ മനുഷ്യക്കശാപ്പുകളും പിന്നീടുള്ള വാഗ്വാദങ്ങളും ഒടുവിൽ പാളയത്തിൽ തമ്പടിച്ചവരുടെ നെഞ്ച് ലക്ഷ്യമാക്കി ത്രിശൂലങ്ങൾ മുനകൂർപ്പിക്കപ്പെടുന്നതും തോക്കുകൾ ഉന്നംപിടിക്കപ്പെടുന്നതും സാധാരണ ക്രമസമാധാന പ്രശ്നത്തിലുപരി രാജ്യത്തിന്റെ അടിത്തറതന്നെ ഇളക്കുകയാണ്.അതിന്റെ സൂചനയായിരുന്നു വിശ്വഹിന്ദു പരിഷത്ത് അന്താരാഷ്ട്ര വർക്കിങ് പ്രസിഡന്റ് പ്രവീൺ തൊഗാഡിയ 2018 ജനുവരി 16ന് നടത്തിയ വെളിപ്പെടുത്തൽ.സംഘപരിവാർ കുടുംബത്തിലെ ഭിന്നതയാണ് അതിലൂടെ പുറത്തായതെന്ന് പ്രത്യക്ഷത്തിൽ പറയാമെങ്കിലും സൂചനകൾ അതിനുമപ്പുറമാണ്. മോഡി ഭരണത്തിൽ വിഎച്ച്പി നേതാക്കൾപോലും സുരക്ഷിതരല്ലെന്നതിന്റെ തെളിവായും അത് വിലയിരുത്തപ്പെട്ടിട്ടുണ്ട്.

### നീണ്ട കത്തികളുടെ രാവുകൾ

ഹിറ്റ്ലറുടെ അധികാരജ്വരം ഭ്രാന്തിന്റെ വക്കിലെത്തിയപ്പോൾ നാസി പാർടിയിലെ പ്രമുഖരെ മനംമടുപ്പില്ലാതെ ഉന്മൂലനം ചെയ്തിരുന്നു.'ഫറർ'എന്ന സർവാധികാര പദവിയിലേക്ക് സ്വയം അവരോധിതനാവാൻ ലക്ഷ്യമിട്ടായിരുന്നു ആ നീക്കങ്ങൾ. അതിന് ഹെർമൻ ഗോറിങ്ങും ഹെൻറിച്ച് ഹിമ്ലറും ജോസഫ് ഗീബൽസും എല്ലാ പിന്തുണയും നൽകി. 1934 ജൂൺ 30 മുതൽ ജൂലൈ രണ്ടുവരെ നടമാടിയ ആ ക്രൂരത നൈറ്റ് ഓഫ് ദി ലോങ്ങ് നൈഫ്സ്, ഓപ്പറേഷൻ ഹമ്മിങ്ബേർഡ് തുടങ്ങിയ വിശേഷണങ്ങളിലാണറിയപ്പെട്ടത്.ആ മൂന്നു ദിവസത്തിൽ ജീവൻ നഷ്ടമായ പ്രധാനി ഏണസ്റ്റ് റോമാണ്. ഭരണം അട്ടിമറിക്കാൻ ഗൂഢാലോചന നടത്തുന്നതായി ആരോപിച്ചായിരുന്നു കൊല. റോമിന്റെ ചില വ്യത്യസ്ത നിലപാടുകളിൽ നാസി ഫണ്ട്ദാതാക്കളായ ആൽബർട് വോഗ്ലർ, ഗുസ്താവ് ക്രുപ്പ്, ഫ്രിറ്റ്സ് തിസൻ, എമിലി കിർദോഫ് തുടങ്ങിയ

വ്യാവസായിക ഭീമന്മാർ അനിഷ്ടം കാണിക്കുകയുമുണ്ടായി. ഭാവിയിൽ എതിരാളികളാവാൻ സാധ്യതയുണ്ടെന്ന് സംശയം തോന്നിയവരെയെല്ലാം അരിഞ്ഞുതള്ളുകയും വെടിയുണ്ടകളാൽ അവസാനിപ്പിക്കുകയും ചെയ്തു. ബ്രൗൺഷർട്സ് എന്ന് വിളിച്ച നാസികളുടെ അർധസൈനിക വിഭാഗം സ്വതന്ത്ര നിലപാടിലേക്ക് വളരുന്നുവെന്ന ഭീതി കാരണമായിരുന്നു ഹിറ്റ്ലറുടെ ആസൂത്രിത വധങ്ങൾ. ആയിരംപേരെ കൊന്നുതള്ളുകയും പതിനായിരങ്ങളെ അന്യായമായി അറസ്റ്റുചെയ്യുകയുമുണ്ടായി. അതിന് രഹസ്യ പൊലീസ് വിഭാഗമായ ഗെസ്റ്റപ്പോയെയും സ്റ്റേറ്റാംട്ടുപ്പേഴ്സിനെയുമാണ് ഒരുക്കിനിർത്തിയത്.പെരുംനുണകൾ പ്രചരിപ്പിച്ച ഔദ്യോഗിക മാധ്യമങ്ങളിൽ മരണസംഖ്യ പത്ത് മാത്രമായിരുന്നു. 1934 ഫെബ്രുവരിയിൽ ഹിറ്റ്ലർ നടത്തിയ പ്രസംഗമാണ് ഓപ്പറേഷൻ ഹമ്മിങ്ബേർഡിന്റെ കേളികെട്ടുയർത്തിയത്.

ഇറ്റാലിയൻ ഫാസിസ്റ്റ് മുസോളിനിക്ക് അക്രമവാസന ബാല്യത്തിലേ കളിപ്പാട്ടം പോലെ. പത്താം വയസ്സിൽ സഹപാഠിയെ കടന്നാക്രമിച്ചതിന് മതസംഘടന നടത്തിയ ബോർഡിങ് സ്കൂളിൽ നിന്ന് പുറത്തായി. തുടർന്ന് ചേർന്ന വിദ്യാലയത്തിലും ആ സ്വഭാവം തുടർന്നു.പെൺസുഹൃത്തിനെ കത്തികൊണ്ട് മുറിവേൽപ്പിക്കുകയായിരുന്നു. കുറച്ച് മുതിർന്നപ്പോൾ വാളുപയോഗിച്ചുള്ള ദ്വന്ദ്വയുദ്ധത്തിൽ പ്രാവീണ്യം പ്രകടമാക്കി. ആ മനോഭാവം വളർന്നാണ്, സമാധാനം ഭീരുവിന്റെ അവസാനത്തെ അഭയമാണെന്ന പ്രയോഗം മുറുകെപ്പിടിച്ചതും. മുസോളിനി തെരഞ്ഞെടുപ്പിൽ ജനഹിതം കവരുകയാണെന്ന് തുറന്നടിച്ച സോഷ്യലിസ്റ്റ് നേതാവ് ജിയാകോമോ മറ്റയോട്ടിയെ 1922 ജൂണിൽ കൊലചെയ്താണ് രക്തച്ചൊരിച്ചലിന്റെ തുടക്കം. അതിഭീകരമായിരുന്നു ആ വധം. തട്ടിക്കൊണ്ടുപോയ അദ്ദേഹത്തെ ഉളികൊണ്ട് മാരകമായി പരിക്കേൽപ്പിച്ചു. ആഴ്ചകൾക്കു ശേഷം അഴുകിയ ജഡം കണ്ടെത്തി. മുൻപ്രധാനമന്ത്രി ഫ്രാൻസസ്കോ നിറ്റിയെ പരസ്യമായി അപമാനിക്കുകയും ചെയ്തു.അദ്ദേഹത്തിന്റെ വീട്ടിലെ പുസ്തക ശേഖരത്തിന് തീയിട്ടായിരുന്നു ഭീകരത.

### ഫരിനാച്ചിയുടെ ആവണക്കെണ്ണ

1925 ഫെബ്രുവരിയിൽ മുരത്ത വലതുപക്ഷക്കാരനായ റോബർടോ ഫരിനാച്ചിയെ മുസോളിനി രണ്ടാമനെന്ന പദവിയിലേക്കുയർത്തി ഫാസിസ്റ്റ് പാർടി സെക്രട്ടറിയാക്കി.എന്നാൽ ഒറ്റ വർഷമേ ഇരുത്തിയുള്ളൂ. 'ആവണക്കെണ്ണ മനുഷ്യൻ' എന്ന ഇരട്ടപ്പേരുണ്ടായ അയാൾ ക്രൂരതക്ക് കുപ്രസിദ്ധൻ. എതിരാളികളെന്ന് സംശയിക്കുന്നവരെ കസേലയിൽ പിടിച്ചുകെട്ടി ബലംപ്രയോഗിച്ച് വലിയ പാത്രം ആവണക്കെണ്ണ കുടിപ്പിക്കാറുണ്ടായിരുന്നു അയാൾ. അത് അകത്തായാൽ ഛർദിയതിസാരം പിടിപെട്ട് നിർജലീകരണത്തെ തുടർന്ന് ആളുകൾ മരിക്കും. ഫെഡറിക്കോ ഫെല്ലിനിയുടെ 'അമർകോർഡ്' കോമഡി സിനിമയിൽ ഇത്തരം വധത്തിന്റെ തെളിവുണ്ട്. 1930കളിൽ ഫാസിസ്റ്റ് ഇറ്റലിയിലെ ബോർഗോ സാൻ ഗ്വിലിയാനോ ഗ്രാമമാണ് പശ്ചാത്തലം.

നായകന്റെ അച്ഛനെ പ്രാദേശിക ഫാസിസ്റ്റുകൾ ആവണക്കെണ്ണ കുടിപ്പിച്ച് കൊല്ലുന്നു. ശീർഷത്തിന്റെ അർഥം 'ഞാൻ ഓർക്കുന്നു' എന്നാണ്. 1919ൽ ബ്ലാക്ക്ഷർട്സ് എന്ന അർധസൈനിക സംഘടന രൂപീകരിച്ച് എല്ലാ സന്നാഹങ്ങളും ഒരുക്കിയ ഫരിനാച്ചിയെപ്പോലും മുസോളിനിക്ക് സഹിക്കാനായില്ല. 1925 ഒക്ടോബറിൽ എട്ട് നേതാക്കളെ ഫ്ളോറൻസിൽ പരസ്യമായി കൊലപ്പെടുത്താൻ യജമാനന് കൂട്ടുനിന്ന അയാളുടെ കൈയിൽനിന്ന് രക്തപ്പുഴതന്നെയൊഴുകി. ഫരിനാച്ചി തനിക്ക് ഭീഷണിയാവുമെന്ന് ഭയപ്പെട്ട മുസോളിനി, 1926 മാർച്ചിൽ അടിയന്തിര പാർടി ഗ്രാൻഡ് കൗൺസിൽ വിളിച്ച് അയാളെ സമ്മർദത്തിലാക്കി. ഒടുവിൽ ക്രിമോണയിലെ പതുങ്ങിയ ജീവിതം വിധിച്ചു. മുസോളിനി, അനുയായികൾക്ക് നിർബന്ധമാക്കിയ നേതാവ് എന്നർഥമുള്ള 'ഡ്യൂസ്' വിളിപ്പേര് സർവാധികാരത്തിന്റെ ചുരുക്കമായിരുന്നു. ആദ്യ ഭാര്യ ഇഡാ ഡെസ്ലറെയും മകൻ ബെനിറ്റോ ജൂനിയറിനെയും തെളിവുകൾ ശേഷിപ്പിക്കാതെ മറച്ചുപിടിക്കാൻ ശ്രമിക്കുകയായിരുന്നു മുസോളിനി. പിന്നീടുണ്ടായ വിവാഹങ്ങളും അവിഹിതബന്ധങ്ങളും മറച്ചുവെക്കാൻ 1922ൽ അധികാരമേറ്റയുടൻ ഫാസിസ്റ്റ് ഗുണ്ടകളെ മിലാനിലേക്ക് നിയോഗിച്ചായിരുന്നു അത്. എല്ലാ രേഖകളും നശിപ്പിച്ചെന്ന് ഉറപ്പാക്കിയെങ്കിലും വിവാഹ സർടിഫിക്കറ്റ് ബാക്കിയായി. മുസോളിനിയുടെ ഭാര്യയാണെന്ന് പറയുമായിരുന്ന ഇഡയെ ഫാസിസ്റ്റുകൾ മനോരോഗാശുപത്രിയിൽ തള്ളിയത് മറ്റൊരു പാതകം. അവർ ജീവിച്ചിരിക്കെതന്നെ മരിച്ചതായി മകനെ ബോധ്യപ്പെടുത്തുകയും ചെയ്തു. പതുക്കെ നരകിച്ച് മരിക്കുകയായിരുന്നു. അച്ഛനെക്കുറിച്ച് ധാരണയുണ്ടായ അവനെ നിശബ്ദനാക്കാൻ അമ്മയോടെന്നപോലെ പെരുമാറി. ഭ്രാന്താലയത്തിൽ പൂട്ടിയ അവനും അകാലത്തിലുള്ള ദയനീയാന്ത്യമായിരുന്നു.

പ്രത്യേക ഗൂഢാലോചനയിലൂടെ രൂപകൽപ്പനചെയ്ത വ്യാജ ഏറ്റുമുട്ടൽ പദ്ധതിയിലൂടെ തന്നെ വധിക്കാൻ ശ്രമം നടക്കുന്നതായാണ് തൊഗാഡിയ ആരോപിച്ചത്. ശശിബാഗിലെ ചന്ദ്രമണി ആശുപത്രിയിലെ വാർത്താസമ്മേളനത്തിലാണ് പൊട്ടിക്കരഞ്ഞുള്ള വെളിപ്പെടുത്തലെന്നത് ഗൗരവം വർധിപ്പിച്ചു.ഇസഡ് പ്ലസ് സുരക്ഷയുള്ള അദ്ദേഹത്തെ കാണാനില്ലെന്ന വാർത്തയാണ് ആദ്യം പരന്നത്. പിന്നീട് അഹമ്മദാബാദിനടുത്ത കൊട്ടർപൂരിലെ പാർക്കിൽ അബോധാവസ്ഥയിൽ കണ്ടെത്തി. അവിടുന്നാണ് ആശുപത്രിയിലെത്തിച്ചത്. "അഹമ്മദാബാദിലെ വിഎച്ച്പി ഓഫീസിൽ പൂജ നടത്തുമ്പോൾ, ഒരു അജ്ഞാതനാണ് ഏറ്റുമുട്ടലിൽ കൊല്ലാനുള്ള നീക്കത്തെക്കുറിച്ച് വിവരം കൈമാറിയത്. രാജസ്ഥാൻ, ഗുജറാത്ത് പൊലീസ് വീട്ടിലെത്തിയതായും വിവരംകിട്ടി. അഭിഭാഷകരുമായി സംസാരിച്ചപ്പോൾ ജയ്പൂരിലെത്തി കോടതിയിൽ കീഴടങ്ങുന്നതാണ് നല്ലതെന്ന ഉപദേശം ലഭിച്ചു. വിമാനം കയറാൻ അഹമ്മദാബാദിലേക്ക് പോകവെ വഴിമധ്യേ ബോധരഹിതനായി. പഴയ കേസുകൾ കുത്തിപ്പൊക്കി ഇല്ലാതാക്കാൻ ശ്രമിക്കുകയാണ്. പിന്നിൽ ആരാണെന്ന് പിന്നീട് വെളിപ്പെടുത്തും"- വിങ്ങിപ്പൊട്ടിയ

തൊഗാഡിയയുടെ വാക്കുകൾ ഇങ്ങനെ നീണ്ടു. അദ്ദേഹത്തെ കാണാതായെന്ന വാർത്ത പരന്നതിനെത്തുടർന്ന് അഹമ്മദാബാദ്, സൂറത്ത്, രാജ്കോട്ട്, ഭുജ് തുടങ്ങിയ ഗുജറാത്ത് നഗരങ്ങളിൽ വിഎച്ച്പി അനുകൂലികൾ അക്രമാസക്തങ്ങളായ പ്രതിഷേധങ്ങളാണ് അഴിച്ചുവിട്ടത്. വഴിതടസ്സങ്ങളുണ്ടാക്കി വാഹനങ്ങൾ തകർക്കുകയുംചെയ്തു.

## വിദ്വേഷ പ്രസംഗപരമ്പരകൾ

കൊടിയ ഹിന്ദുത്വീകരവാദത്തിന്റെ അപ്പോസ്തലനായ തൊഗാഡിയെക്കതിരെ, കൊലവിളി പ്രസംഗങ്ങളുടെ പേരിൽ കേരളമടക്കം വിവിധ സംസ്ഥാനങ്ങളിൽ കേസുകളുടെ കുമ്പാരങ്ങളുണ്ട്. വധശ്രമം, കലാപം കുത്തിപ്പൊക്കൽ, അപവാദപ്രചാരണം ഇളക്കിവിടൽ തുടങ്ങിയ കേസുകളിലും കുറ്റാരോപിതൻ. വർഗീയ വിദ്വേഷം വിതയ്ക്കുന്ന പ്രസംഗങ്ങളുടെ പേരിൽ 19 ക്രിമിനൽ കേസുകൾ നിലവിലുണ്ട്. 2014 ഏപ്രിലിൽ ഭവ്നഗറിൽ എഫ്ഐആർ രജിസ്റ്റർചെയ്തത് മുസ്ലീങ്ങളെ അകറ്റാൻ ഹിന്ദുക്കൾക്ക് നിർദേശം നൽകിയതിനെ തുടർന്ന്. ആർഎസ്എസ് വക്താവ് രാം മാധവ് അതിനെ പിന്തുണച്ചെങ്കിലും പ്രസ്താവന വിവാദമായപ്പോൾ തൊഗാഡിയ നിഷേധിച്ചു. നിരോധനാജ്ഞ വകവെക്കാതെ പ്രകടനത്തിന് നേതൃത്വം കൊടുത്തതിന് ഗംഗാനഗർ സെഷൻസ് കോടതി പുറപ്പെടുവിച്ച വാറന്റ് നടപ്പാക്കാനാണ് അദ്ദേഹത്തെ തേടി രാജസ്ഥാൻ പൊലീസ് അഹമ്മദാബാദിൽ എത്തിയതെന്നാണ് ഔദ്യോഗിക വിശദീകരണം. വധശ്രമക്കേസിൽ അഹമ്മദാബാദ് കോടതി ജാമ്യമില്ലാ വാറന്റ് പുറപ്പെടുവിക്കുകയും ചെയ്തിരുന്നു. തീവ്രഹിന്ദുത്വ നിലപാട് അമർത്തിപ്പറയുന്നതിൽ ആരാണ് ഒന്നാമത് എന്നതിൽ കാവിപ്പടക്കുള്ളിൽ മോഡിയും തൊഗാഡിയയും തമ്മിൽ മത്സരമായിരുന്നു. ആർഎസ്എസ് കാലംമുതൽ ഇരുവരും സഹപ്രവർത്തകരാണ്. തീതുപ്പുന്ന വിദ്വേഷ പ്രഭാഷകനായ തൊഗാഡിയ സംഘപരിവാറിനെ യുദ്ധസമാനമായി നിർത്തിയ നേതാവായിരുന്നു. അതിനാൽ കാവികുടുംബത്തിൽ മോഡിയെക്കാൾ സ്ഥാനവും നേടി. എന്നാൽ, മോഡി ആധിപത്യം ഉറപ്പിച്ചതോടെ വീഴ്ചകൾക്ക് തുടക്കമായി. വിഷലിപ്തമായ വർഗീയപ്രചാരണത്തിന് കുപ്രസിദ്ധി നേടിയ യോഗി ആദിത്യനാഥിനെ ഉത്തർപ്രദേശ് മുഖ്യമന്ത്രിയായി അവരോധിച്ചതോടെ പരിവാർ, തന്നെ കൈയൊഴിയുകയാണെന്ന് തൊഗാഡിയ കരുതി.

തൊഗാഡിയയെ കാണാതാവുകയും ആശുപത്രിയിലെത്തുകയും ചെയ്തത് പ്രത്യേക തിരക്കഥയുടെ അടിസ്ഥാനമാക്കിയ നാടകമാണെന്ന് അവകാശപ്പെട്ട ഗുജറാത്ത് പൊലീസ് ജോയിന്റ് കമീഷണർ ജെ കെ ഭട്ട്, മുൻകൂട്ടി അറിയിച്ചാണ് അദ്ദേഹം ചികിത്സക്കെത്തിയതെന്നാണ് പറഞ്ഞത്. എന്നാൽ അത് ശരിയല്ലെന്നും ആംബുലൻസിൽ കൊണ്ടുവരികയായിരുന്നെന്നും ചന്ദ്രമണി ആശുപത്രി ഭാരവാഹി ആർ എം അഗർവാൾ വെളിപ്പെടുത്തി. ആശുപത്രിയിൽനിന്ന് ഡിസ്ചാർജായതിനു പിന്നാലെയാണ് തൊഗാഡിയ വീണ്ടും വാർത്താസമ്മേളനം വിളിച്ചത്. കുറച്ചു വർഷങ്ങളായി ഗുജറാത്തിൽ ബിജെപിക്കും

മോഡിക്കും അമിത് ഷാക്കുമെതിരെ എതിർപ്പുയർത്തുന്നവർ ദുരഹ സാഹചര്യങ്ങളിൽ കാണാതാവുകയോ വധിക്കപ്പെടുകയോ ചെയ്യുന്ന അവസ്ഥയാണ്. ഈ ദുര്യോഗം തനിക്കുണ്ടാവാതിക്കാൻ തൊഗാഡിയ എടുത്ത മുൻകരുതലായിട്ടാണ് സംഭവങ്ങളെ ചിലർ വിലയിരുത്തുന്നത്. ആർഎസ്എസിന്റെയും ബിജെപിയുടെയും രാഷ്ട്രീയ ഒത്തുകളികൾക്കെതിരെ അദ്ദേഹം പലപ്പോഴും രൂക്ഷ വിമർശനങ്ങളാണ് ഉന്നയിച്ചുവരുന്നതും. കറകളഞ്ഞ ഹിന്ദുത്വവാദിയാണെങ്കിലും വധിക്കാൻ ശ്രമംനടക്കുന്നുവെന്ന തൊഗാഡിയയുടെ ആരോപണം അതിനാൽ അവഗണിക്കാനാവില്ല. ആർഎസ്എസ് നേതാവ് സുനിൽ ജോഷിയും ഗുജറാത്ത് മന്ത്രിയായിരുന്ന ഹരേൺ പാണ്ഡ്യയും കൊല്ലപ്പെടുകയായിരുന്നുവെന്നും തൊഗാഡിയ ഉന്നയിച്ചിട്ടുണ്ട്. അവയെക്കുറിച്ച് അന്വേഷിക്കാനും പ്രതികളെ പിടിക്കാനും പരിവാറിന് താൽപര്യമുണ്ടായിരുന്നില്ലെന്നാണ് ആരോപണം.

ഗുജറാത്ത് പൊലീസുമായി ചൈകാർത്ത് മോഡി തനിക്കെതിരെ ഗൂഢാലോചന നടത്തുകയാണെന്നായിരുന്നു തൊഗാഡിയയുടെ വെളിപ്പെടുത്തലിലെ ഞെട്ടിക്കുന്ന ഭാഗം. വ്യാജ ഏറ്റുമുട്ടലിലൂടെ വധിക്കാൻ ശ്രമം നടക്കുന്നതായി പറഞ്ഞതിന് പിന്നാലെയാണ് പ്രധാനമന്ത്രിയുടെ പേരെടുത്ത് പറഞ്ഞ് രംഗത്തുവന്നത്. അഹമ്മദാബാദ് ക്രൈംബ്രാഞ്ചും രാജസ്ഥാൻ പൊലീസും ചേർന്ന് വധിക്കാൻ ഗൂഢാലോചന നടത്തുകയാണ്. അഹമ്മദാബാദ് ജോയിന്റ് കമീഷണർ ജെ കെ ഭട്ട് രണ്ടാഴ്ചയിലധികം മോഡിയുമായി തുടർച്ചയായി നടത്തിയ ഫോൺ സംസാരങ്ങളുടെ വിശദാശങ്ങൾ പരസ്യപ്പെടുത്തണമെന്നും തൊഗാഡിയ ആവശ്യപ്പെട്ടു. തന്റെ പഴയ സുഹൃത്തായ മോഡി ജനാധിപത്യത്തെ അപകടത്തിന്റെ പടുകുഴിയിലേക്ക് താഴ്ത്തിയിരിക്കുകയാണ്. തനിക്കെതിരായ കേസ് 2015ൽ പിൻവലിച്ചെന്ന് രാജസ്ഥാനിൽനിന്ന് സന്ദേശം ലഭിച്ചിരുന്നു. (അക്കാര്യം ആഭ്യന്തരമന്ത്രി ഗുലാബ്ചന്ദ് കടാരിയ വെളിപ്പെടുത്തുകയുമുണ്ടായി)പിന്നെ എന്തിന്റെ അടിസ്ഥാനത്തിലാണ് പുതിയ അറസ്റ്റ് ശ്രമം. നിയമവിരുദ്ധമായ ആ നിർദേശത്തിനു പിന്നിൽ ആരാണ്? ദില്ലിയിൽനിന്നുള്ള ചരടുവലിക്ക് അനുസൃതമായാണ് ഭട്ട് പ്രവർത്തിച്ചത്. തന്റെ പ്രതിച്ഛായ തകർക്കാൻ ക്രൈംബ്രാഞ്ച് ചില വീഡിയോ ദൃശ്യങ്ങൾ പ്രചരിപ്പിക്കുകയാണ്. 2005ൽ സഞ്ജയ് ജോഷിയെ തകർത്തത് അതുപോലെയാണ്. അദ്ദേഹത്തിനെതിരെ നാണംകെട്ട നീക്കം നടത്തിയവരുടെ വിശദാംശങ്ങൾ തക്കസമയത്ത് വെളിപ്പെടുത്തുമെന്നും തൊഗാഡിയ അറിയിച്ചു. ബിജെപിയുടെ സംഘടനാ സെക്രട്ടറിയായ ജോഷിയെ പാർടിയിൽനിന്ന് പുറന്തള്ളിയതിനു പിന്നിൽ മോഡിയുടെ അനിഷ്ടമായിരുന്നെന്ന പ്രചാരം ശക്തമായിരുന്നു. തിരിച്ചെടുക്കണമെന്ന് ചില നേതാക്കൾ പലവട്ടം ആവശ്യമുയർത്തിയെങ്കിലും നടപ്പായില്ല. മികച്ച സ്വാധീനമുള്ള നേതാവായ ജോഷിക്കെതിരെ ഒരു സിഡി പുറത്തുവന്നതിനെത്തുടർന്നായിരുന്നു സ്ഥാനനഷ്ടം. ഇപ്പോൾ ബിജെപിയിൽ ഒരു പദവിയുമില്ല. മോഡി- അമിത്ഷാ സഖ്യത്തിന്റെ

എതിർചേരിയിലാണ് തൊഗാഡിയ. വിഎച്ച്പി നേതൃസ്ഥാനത്തുനിന്ന് അദ്ദേഹത്തെ തെറിപ്പിക്കാൻ മോഡിയും ആർഎസ്എസ് നേതാവ് ദത്താത്രേയയും നടത്തിയ ഗൂഢാലോചന ഫലം കണ്ടിരുന്നില്ല. 2017 ഡിസംബർ 27ന് ഭുവനേശ്വറിൽ വിഎച്ച്പി ട്രസ്റ്റി യോഗത്തിലായിരുന്നു നീക്കം. 35 രാജ്യങ്ങളിൽനിന്ന് പ്രതിനിധികളെത്തിയ യോഗത്തിൽ തൊഗാഡിയ വർക്കിങ് പ്രസിഡന്റ് സ്ഥാനം ഒഴിയണമെന്ന് മോഡി വിഭാഗം നിർദേശിച്ചെങ്കിലും അദ്ദേഹം രഹസ്യവോട്ടെടുപ്പ് ആവശ്യപ്പെട്ടു. പ്രതിസന്ധി രൂക്ഷമായപ്പോൾ ആർഎസ്എസ് ജനറൽ സെക്രട്ടറി സുരേഷ് ഭയ്യാജി ജോഷി ഇടപെട്ട്, പഴയ സ്ഥിതി തുടരട്ടേയെന്ന് തീരുമാനിക്കുകയായിരുന്നു.

## പരൽമീനല്ല, തൊഗാഡിയ

രാഷ്ട്രീയക്കടലിലെ പരൽമീനല്ല തൊഗാഡിയ. വിദ്വേഷത്തിന്റെ വിഷം ഭൂകമ്പലാവപോലെ തുറന്നുവിട്ട് കലാപങ്ങൾ വിതച്ച് ജനഹിതം കവർന്ന പ്രയോക്താവ്. ഗുജറാത്തിന്റെ ഹൃദയം കടിച്ചുകീറിയ 2002ലെ വംശഹത്യാവേളയിൽ ശൂലങ്ങളും വാളുകളുമേന്തിച്ച് കാവിപ്പടയെ സജ്ജമാക്കിയ കമാണ്ടർ. മോഡിയുടെ അടുത്ത മിത്രം. 1980കൾ മുതൽ അദ്ദേഹത്തിനൊപ്പം സംഘപരിവാര വേദികളിലെ നിത്യസാന്നിധ്യം. പിന്നെ വിശ്വഹിന്ദുപരിഷത്തിലേക്കും ബിജെപിയിലേക്കും നിയോഗിക്കപ്പെട്ടത് ഒപ്പം. 1985ൽ ഗുജറാത്തിൽ പ്രഥമ ബിജെപി മന്ത്രിസഭ സ്ഥാനമേറ്റപ്പോൾ ഭരണത്തിന്റെ ചുക്കാൻ പിടിച്ച കോർകമ്മിറ്റിയിലും ഇരുവരുമുണ്ടായി.മോഡി ഗവൺമെന്റിനെ ഹിന്ദുരാഷ്ട്രത്തിന്റെ സമാരംഭമായി വിശേഷിപ്പിച്ച തൊഗാഡിയ 2002 ജനുവരിയിൽ മുസ്ലിങ്ങളുമായുള്ള എല്ലാ ബന്ധവും മുറിച്ചുമാറ്റാൻ ഹിന്ദുക്കളെ ആഹ്വാനംചെയ്തു. അദ്ദേഹത്തിന് ഗുജറാത്തിലെ പൊലീസ് മേധാവികൾക്കിടയിൽ വലിയ സ്വാധീനമായിരുന്നു. കലാപത്തിലെ മാരകരീതികളെ 'ഹിന്ദുത്വ പരീക്ഷണശാല'യെന്ന് വിശേഷിപ്പിച്ച് രാജ്യതലസ്ഥാനത്തും അത് ആവർത്തിക്കുമെന്നും കൂട്ടിച്ചേർത്തു. രണ്ട് വർഷത്തിനുള്ളിൽ ഹിന്ദുരാഷ്ട്രം പ്രതീക്ഷിക്കാമെന്ന് തുറന്നടിച്ച് ഇന്ത്യയുടെ ചരിത്രവും പാകിസ്ഥാന്റെ ഭൂമിശാസ്ത്രവും മാറ്റിയെടുക്കുമെന്നും ഉറപ്പുനൽകി.

2001ൽ മോഡി ഗുജറാത്തിൽ ആദ്യവട്ടം മുഖ്യമന്ത്രിയായപ്പോൾ തൊഗാഡിയയുടെ അടുത്ത അനുയായി ഗോർധൻ സഡാഫിയയെ ആഭ്യന്തരത്തിന്റെയും ചുമതലയുള്ള സഹമന്ത്രിയാക്കി വിധേയത്വം കാട്ടി. അത് യഥാർഥത്തിൽ മുഖ്യമന്ത്രി സ്ഥാനത്തേക്ക് തന്നെ ഉന്നമിടാനുള്ള കൈക്കൂലിയായിരുന്നത്രെ. വംശഹത്യയിൽ ഏറെ പഴികേട്ട നേതാവാണ്സഡാഫിയ.മർമപ്രധാന കലാപസ്ഥലങ്ങളിൽ ആർഎസ്എസ് അനുകൂലികളായ പൊലീസ് ഓഫീസർമാരെ നിയോഗിക്കുന്നതിലും ശ്രദ്ധിച്ചു. തൊഗാഡിയയും മോഡിയും തമ്മിലുള്ള അടുപ്പം അധികനാൾ നിലനിന്നില്ല. ഇരുവർക്കുമിടയിൽ അകൽച്ചയുടെ ഗർത്തം രൂപപ്പെട്ടു. അത് സഡാഫിയയും അനുഭവിച്ചു. 2002 ഡിസംബറിൽ മന്ത്രിസഭയിൽനിന്ന് പുറന്തള്ളപ്പെട്ട അദ്ദേഹം മഹാഗുജറാത്ത് ജനതാപാർടിക്ക്

രൂപംനൽകി. പിന്നീട് കേശുഭായ് പട്ടേലിന്റെ ഗുജറാത്ത് പരിവർത്തൻ പാർടിയിൽ ലയിച്ചു. 2012ലെ തെരഞ്ഞെടുപ്പിൽ കേശുഭായിയുടെ പാർടിക്കുവേണ്ടി തൊഗാഡിയ വൻ പ്രചാരണം അഴിച്ചുവിടുകയുമുണ്ടായി. എന്നാൽ കനത്ത തോൽവിയായിരുന്നു ഫലം. പഴയ കേസുകളുടെ പേരിൽ സധാഫിയയെ കുടുക്കുമെന്ന ഭീഷണിയുയർന്നു. സമ്മർദം അസ്സഹനീയമായപ്പോൾ അദ്ദേഹവും പാർടിയും 2014 ഫെബ്രുവരി 24ന് ബിജെപിയിൽ തിരിച്ചുകയറി. 2007ലെ തെരഞ്ഞെടുപ്പോടെ മോഡി തൊഗാഡിയയെ പൂർണമായും അകറ്റുകയും തഴയുകയുംചെയ്തു. അപ്പോഴും വിഎച്ച്പിയിൽ പിടിച്ചുനിന്നു. കാവിപ്പടയുടെ ഔദ്യോഗിക ക്യാപ്റ്റനായി രാജ്യമാകെ വിഷലിപ്തങ്ങളായ പ്രസംഗങ്ങൾ നടത്തി. 2014ൽ പ്രധാനമന്ത്രി മോഹവുമായി ഒരുങ്ങിനിന്ന തനിക്ക് മുന്നിൽ തൊഗാഡിയ തടസ്സങ്ങളുയർത്തിയതായി മോഡി സംശയിച്ചു. അന്നു മുതൽ എതിർ നീക്കങ്ങളും ശക്തമായി. അതെത്രമാത്രം വഷളായെന്ന് സംശയരഹിതമായി തെളിയിക്കുന്നതാണ് തൊഗാഡിയയുടെ വധശ്രമ വെളിപ്പെടുത്തൽ.ഗുജറാത്ത് വംശഹത്യക്കു പിന്നിലെ മസ്തിഷ്കം മോഡി തന്നെയായിരുന്നെങ്കിലും അതിന് ആളും അർഥവും ഒരുക്കിയത് വിഎച്ച്പിയായിരുന്നു. അതിലടക്കം വർഗീയകലാപങ്ങളുടെ മേധാവി തൊഗാഡിയയും. അതിനാൽ പല നിഗൂഢതകളുടെയും രഹസ്യങ്ങളുടെയും വിശദാംശങ്ങൾ അദ്ദേഹത്തിന്റെ പക്കലുണ്ട്.

## ദീനദയാലിന്റെ ദുരൂഹ മരണം

ഏറ്റുമുട്ടൽവധം സംഘപരിവാർ സംഘടനകളും അതിന്റെ നേതൃത്വത്തിലുള്ള സർക്കാരുകളും പ്രയോഗിച്ച് വിജയംകണ്ട ഹീനപദ്ധതികളിലൊന്നാണ്. കാവിപ്പടയുടെ ഇന്നോളമുള്ള ചരിത്രത്തിൽ ഒപ്പംനിന്നവരുടെയും ചോരക്കറ മണക്കുന്നുണ്ട്. ജനസംഘം അധ്യക്ഷൻ പണ്ഡിറ്റ് ദീനദയാൽ ഉപാധ്യായയുടെ 51-ാം വയസ്സിലെ അകാലമരണംമുതൽ അത് കാണാം. 1968 ഫെബ്രുവരി 11ന് പത്താൻകോട്ട്-സീൽദാ എക്സ്പ്രസ് വണ്ടിയിൽ ലഖ്നൗവിൽനിന്ന് പറ്റ്നയിലേക്ക് യാത്രചെയ്യവെ വാരാണസിക്കടുത്ത മുഗൾസരയിലായിരുന്നു ദുരൂഹമരണം. ആ സ്റ്റേഷന് പിന്നീട് അദ്ദേഹത്തിന്റെ പേര് നൽകി. അവിടെ റെയിൽവേസ്റ്റേഷന് 150 വാര അകലെ പുലർച്ചെ മൂന്നേമുക്കാലിന് ഗ്യാങ്മേനാണ് കൈയിൽ അഞ്ചു രൂപ നോട്ട് മുറുകെ പിടിച്ച നിലയിൽ മൃതദേഹം ആദ്യം കണ്ടത്. അത് അന്വേഷിച്ച സിബിഐ ഡിഐജി ജോൺ ലോബോയുടെ നേതൃത്വത്തിലുള്ള സംഘം കണ്ടെത്തിയത്, ചിലർ വണ്ടിയിൽനിന്ന് തള്ളിയിട്ടുവെന്നാണ്. രാം അവധ്, ഭാരത് ലാൽ എന്നിങ്ങനെ രണ്ടുപേർ അറസ്റ്റിലായി. ബാഗ് തട്ടിപ്പറിക്കാൻ നടത്തിയ ശ്രമത്തിനിടെ പുറത്തേക്ക് വീണെന്നായിരുന്നു ഇരുവരുടെയും മൊഴി. ഉപാധ്യായ കയറിയ ബോഗിയിലെ സഹയാത്രികരിൽ ഒരാളെപ്പോലും തിരിച്ചറിയാൻ കഴിഞ്ഞില്ലെന്നതും സംഭവങ്ങളുടെ ഗൗരവം കൂട്ടി.. വിലാസങ്ങൾ വ്യാജമായിരുന്നത്രെ.

## മധോക്കിന്റെ ഓർമക്കുറിപ്പ്

അത് അപകടമല്ലെന്നും കൊലപാതകമാണെന്നും പിന്നിൽ സംഘടനയിലെ ചില നേതാക്കൾ തന്നെയാണെന്നമാണ് ഉപാധ്യായയോടൊപ്പം നേതൃത്വത്തിലുണ്ടായ ബൽരാജ് മേധോക്ക് ഓർമക്കുറിപ്പിൽ വ്യക്തമാക്കിയത്. 1970കളിൽ വാജ്പേയിയോടും സംഘത്തോടുമുള്ള അഭിപ്രായ വ്യത്യാസത്തെ തുടർന്ന് സജീവ പ്രവർത്തനത്തിൽനിന്ന് നേരത്തേ വിരമിച്ച മധോക് പിന്നീട് പംക്തികളും പുസ്തകങ്ങളും എഴുതിയും വായനയിൽ മുഴുകിയും ഒതുങ്ങി. മൂന്ന വാല്യമുള്ള 'സിന്ദഗീ കാ സഫർ'(ജീവിതയാത്ര) ഓർമക്കുറിപ്പ് അതിൽ ഏറെ പ്രസിദ്ധം. അവസാന വാല്യം ആരംഭിക്കുന്നത് ഉപാധ്യായയുടെ മരണകാലത്തിൽ നിന്നാണ്. 'ദീനദയാൽ ഉപാധ്യായയുടെ വധം മുതൽ ഇന്ദിരാഗാന്ധിയുടെ വധംവരെ' എന്ന അധ്യായത്തിൽ ചില മുതിർന്ന ജനസംഘം നേതാക്കൾക്ക് മരണത്തിൽ പങ്കുള്ളതായി വിവിധ തെളിവുകൾ ഉറപ്പിക്കുന്നതായി എഴുതിയ മധോക്, സംഘടനയിലെ അധികാരവടംവലി പ്രകോപനമായതായും കൂട്ടിച്ചേർത്തു."കമ്യൂണിസ്റ്റുകാരുടെയോ മോഷ്ടാക്കളുടെയോ കൈയാലല്ല ഉപാധ്യായ വധിക്കപ്പെട്ടത്. വാടകക്കൊലയാളികളാണ് പിന്നിൽ. അവരെ സ്പോൺസർചെയ്ത ഗൂഢാലോചനക്കാരാവട്ടെ, സ്വന്തം താൽപ്പര്യങ്ങൾ മാത്രമുള്ള സംഘപരിവാറിലെ ക്രിമിനൽ മനസ്സുള്ള നേതാക്കളും." എന്ന് അർഥശങ്കക്കിടയില്ലാത്തവിധം തുറന്നടിച്ചിരുന്നു.

കൊലപാതകം അപകട മരണമാക്കാൻ നാനാജി ദേശ്മുഖും എ ബി വാജ്പേയിയും ചേർന്ന് അന്വേഷണം അട്ടിമറിച്ചതായും വിശദീകരിച്ച മധോക്ക്, സംശയത്തിന്റെ വിരലുകൾ ഇരുവർക്കും നേരെ നീളുന്നതായും വ്യക്തമാക്കി. 1967 ഡിസംബറിൽ തന്നിൽനിന്നും ഉപാധ്യായ ജനസംഘത്തിന്റെ അധ്യക്ഷസ്ഥാനം ഏറ്റെടുത്തപ്പോൾ വാജ്പേയിയെയും ദേശ്മുഖിനെയും പ്രധാന പദവികളിൽനിന്നും അകറ്റിനിർത്തിയതായും ആ വിരോധമാണ് വധത്തിന് പിന്നിലെന്നും കൂട്ടിച്ചേർത്തു."മതിപ്പില്ലാത്ത നേതാക്കൾ ജനസംഘത്തിൽ സ്ഥാനക്കയറ്റം നേടരുതെന്ന് ഉപാധ്യായ എപ്പോഴും ഉറപ്പുവരുത്തി. അത്തരക്കാർ ഉന്നതപദവികളിലെത്തിയാൽ സംഘടനയുടെ യശസ്സിന് കോട്ടമാവും. വ്യക്തിത്വമില്ലാത്ത ചിലർ സ്വാർഥതാൽപ്പര്യങ്ങൾ നടപ്പാക്കുന്നതിൽ അദ്ദേഹത്തെ വലിയ തടസ്സമായി കണക്കാക്കി"യെന്നാണ് മധോക്ക് നിരീക്ഷിച്ചതും. 1977ൽ ജനതാപാർടി കേന്ദ്രത്തിൽ അധികാരത്തിലെത്തിയപ്പോൾ സുബ്രഹ്മണ്യംസ്വാമി, ആഭ്യന്തരമന്ത്രി ചരൺസിങ്ങിനോട് പുതിയ അന്വേഷണത്തിന് ആവശ്യമുയർത്തിയെങ്കിലും വാജ്പേയിയും അദ്വാനിയും ചേർന്ന് അട്ടിമറിക്കുകയായിരുന്നു. സ്വാമി ഇതേ ആവശ്യം മോഡിയോടും ഉന്നയിക്കുകയുണ്ടായി. ജസ്റ്റിസ് വൈ വി ചന്ദ്രചൂഡ് കമീഷൻ നടത്തിയ ആദ്യകാല അന്വേഷണവും തൃപ്തികരമായില്ല.

## ഹരേൻ പാണ്ഡയുടെ 'വിധി'

ഗുജറാത്ത് ആഭ്യന്തരമന്ത്രിയായിരിക്കെ ഹരൺപാണ്ഡ്യ ദുരൂഹ സാഹചര്യത്തിലാണ് കൊല്ലപ്പെട്ടത്. വർഗീയ സമാഹരണങ്ങളിലൂടെ ശക്തനായ മോഡി ഗുജറാത്തിൽ തിരിച്ചെത്തിയ ഉടൻ പല പ്രധാന നേതാക്കളുമായും ഇടഞ്ഞു. ശങ്കർസിങ് വഗേലയായിരുന്നു ആദ്യ ശത്രു. ആർഎസ്എസും പാർടിയും തമ്മിലുള്ള ബന്ധത്തിലെ പാലമായിനിന്ന മോഡി പിന്നീട് കേശുഭായ് പട്ടേലുമായും പിണങ്ങി. വഗേലയെയും കേശുഭായിയെയും തെറ്റിക്കാൻ കുതന്ത്രങ്ങളും പ്രയോഗിച്ചു. ബിജെപി സംസ്ഥാന ഘടകത്തിലെ പിളർപ്പും കോൺഗ്രസുമായി ചേർന്നുള്ള വഗേലയുടെ മന്ത്രിസഭാ രൂപീകരണവും കൂറ് ഉന്നയിച്ച് സത്യസന്ധൻ ചമയാൻ അവസരമുണ്ടാക്കുകയുംചെയ്തു. 1999ലെ കാർഗിൽ യുദ്ധവേളയിൽ മോഡി തീർത്തും അക്രമാസക്തമായ ഭാഷയിലാണ് സംസാരിച്ചത്. അപ്പോഴേക്കും സഞ്ജയ് ജോഷിയും ഹരേൻ പാണ്ഡ്യയും ഗോർധൻ സഡാഫിയയുമടങ്ങുന്ന രണ്ടാംനിര താരോദയമുണ്ടായി. കേശുഭായിയുടെ കീഴിലെ തദ്ദേശ തെരഞ്ഞെടുപ്പ് പരാജയവും 2001 അവസാനത്തെ രണ്ട് ഉപതെരഞ്ഞെടുപ്പ് തോൽവിയുമുണ്ടായപ്പോൾ മോഡി വിമർശകനായി. കച്ച് മേഖലയിലെ ഭൂകമ്പ ദുരന്തം കൈകാര്യംചെയ്തതിലെ പാളിച്ചകളും ഉന്നയിക്കപ്പെട്ടു. അങ്ങനെയാണ് മോഡി മുഖ്യമന്ത്രി സ്ഥാനാർഥിയായത്. 2001 ഒക്ടോബർ ഏഴിന് അധികാരമേറ്റു. ആദ്യകാലത്ത് വലംകൈയായ മൂന്ന് പ്രധാന നേതാക്കൾ പതുക്കെ വിമർശകരായി. റവന്യൂ മന്ത്രി ഹരേൻ പാണ്ഡെയാണ് ആദ്യം എതിർപ്പിന്റെ സ്വരമുയർത്തിയത്. അതിന് ജീവൻ ബലിനൽകേണ്ടിവന്നു. 2003 ന് പ്രഭാത സവാരി കഴിഞ്ഞ് മടങ്ങവെയായിരുന്നു ദുരൂഹമായ വധം. ബിജെപി ദേശീയ സെക്രട്ടറി സഞ്ജയ് ജോഷിയെ ലൈംഗികാപവാദത്തിൽ കുരുക്കിയാണ് അവസാനിപ്പിച്ചത്. 2002 അവസാനം മന്ത്രിസഭയിൽനിന്ന് ഒഴിവാക്കിയ ഗോർധൻ സഡാഫിയയെ പാർടിയിൽനിന്നും പുറത്താക്കി.

അഹമ്മദാബാദിലെ എല്ലിസ് ബ്രിഡ്ജ് നിയമസഭാ മണ്ഡലത്തെയാണ് ഹരേൻ പാണ്ഡെ പ്രതിനിധീകരിച്ചിരുന്നത്. പൽദി വാർഡിൽനിന്ന് മുനിസിപ്പാലിറ്റിയിലേക്കും തെരഞ്ഞെടുക്കപ്പെടുകയുണ്ടായി. പിന്നീട് നിയമസഭാ സീറ്റ് നൽകുന്നതിന് തടസ്സമായി നിന്നതാകട്ടെ മോഡിയും. എതിർപ്പിന്റെ സ്വരമുയർത്തിയതിനായിരുന്നു ജോഷിയെയും പാണ്ഡെയെയും സഡാഫിയയെയും പടിപടിയായി പുറത്തേക്കെറിഞ്ഞത്. തന്റെ ഭർത്താവിനെ കൊലപ്പെടുത്തിയതിനു പിന്നിൽ മോഡിയാണെന്ന് പാണ്ഡേയുടെ ഭാര്യ ജാഗൃതി പലവട്ടം തുറന്നടിക്കുകയുണ്ടായി. മോഡിക്കും അദ്വാനിക്കുമെതിരെ സംഘകുടുംബത്തിൽ നിന്നുതന്നെ ഒരുക്കൂട്ടം കടുത്ത വിമർശനമുയർത്തി. ഭർത്താവിന്റെ രാഷ്ട്രീയ ഭാവിയും ജീവനും അപകടത്തിലാക്കിയതുയർത്തി പോരാട്ടം തുടരുമെന്നും ജാഗൃതി പറഞ്ഞു. തനിക്ക് മത്സരിക്കാൻ എല്ലിസ്ബ്രിഡ്ജ് മണ്ഡലം ഒഴിയണമെന്ന മോഡിയുടെ തിട്ടൂരം അംഗീകരിക്കാൻ പാണ്ഡെ

തയ്യാറാകാതിരുന്നതാണ് വിനയായത്.15 വർഷമായി പാണ്ഡെ പ്രതിനിധാനം ചെയ്തുവന്ന മണ്ഡലം പിടിച്ചുവാങ്ങുകയായിരുന്നു. ആർഎസ്എസ് മേധാവി, കെ എസ് സുദർശന്റെ ദൂതൻ വന്ന് കണ്ടിട്ടും തീരുമാനം മാറ്റിയില്ല. ദില്ലി കേന്ദ്രമായി പ്രവർത്തിക്കാൻ അഖിലേന്ത്യാ നേതൃത്വം ആവശ്യപ്പെട്ടതിന് മൂന്നുമാസം കഴിഞ്ഞ് 2003 മാർച്ചിലായിരുന്നു പാണ്ഡെയുടെ വധം. പാക്കിസ്ഥാൻ രഹസ്യാന്വേഷണ സംഘടനയായ ഐഎസ്ഐയും അധോലോക നായകൻ ദാവൂദ് ഇബ്രാഹിമുമായിരുന്നു കൊലയ്ക്ക് പിന്നിലെന്നായിരുന്നു ഔദ്യോഗിക ഭാഷ്യം. ആർഎസ്എസ് നേതാവ് സുനിൽ ജോഷിയുടെ മരണവും അഴിയാക്കുരുക്കായി തുടരുന്നു. മലേഗാവ്, മക്കാമസ്ജിദ്, അജ്മീർ സ്ഫോടനങ്ങളുടെ സൂത്രധാരനാണെന്ന് എൻ ഐ എ കണ്ടെത്തിയ ജോഷി 2007 ഡിസംബർ 27ന് ദുരൂഹസാഹചര്യത്തിലാണ് മരിച്ചത്. മഹാരാഷ്ട്രയിലെ ടെക്സ്റ്റൈൽ നഗരമായ മലേഗാവിൽ 2006 സപ്തംബറിൽ ന്യൂനപക്ഷ വിഭാഗങ്ങളെ ചോരയിലവസാനിപ്പിച്ച സ്ഫോടന പരമ്പരകൾക്ക് പിന്നിൽ അദ്ദേഹത്തിന്റെ വലംകൈകളായ ലോകേഷ് ശർമ്മയും രാജേന്ദ്രർ പെഹൽവാനുമായിരുന്നെന്നും അന്വേഷണത്തിൽ തെളിയുകയുണ്ടായി. ഇരുവരും ചേർന്ന് ജോഷിയെ വധിച്ച് പഴി മറ്റ് കേന്ദ്രങ്ങളിൽ ചാരാനായിരുന്നു പദ്ധതി.

## പുസ്തകത്തിന്റെ പ്രകോപനം

തൊഗാഡിയയുടെ ജീവന് ഭീഷണിയുയരാൻ കാരണമായത് 'സഫ്രോൺ റിഫ്ളക്ഷൻസ്: ഫെയ്സസ് ആൻഡ് മാസ്ക്സ്' (കാവിയുടെ പ്രതിഫലനങ്ങൾ: മുഖങ്ങളും മുഖംമൂടികളും) കൃതിയുടെ ഉള്ളടക്കമാണെന്ന പ്രചാരണവും ശക്തമാണ്. തന്നെ നിശിതമായി വിമർശിക്കുന്ന ഭാഗങ്ങൾ മോഡിയെ പ്രകോപിപ്പിച്ചുവത്രെ. പ്രധാനമന്ത്രിയെ വഞ്ചകനായി വിലയിരുത്തുന്ന അധ്യായം പോലുമുണ്ടതിൽ. 2019ലെ ലോക്സഭാതെരഞ്ഞെടുപ്പിനു മുമ്പ് രാമക്ഷേത്ര നിർമാണവിഷയം ആളിക്കത്തിച്ച് മുതലെടുപ്പ് നടത്താൻ ബിജെപി പദ്ധതിയിട്ടുവരികയാണ്. എന്നാൽ, പുസ്തകം അതിന് തടസ്സമാകുമെന്ന് കരുതുന്നവർ സംഘപരിവാർ നേതൃത്വത്തിലുണ്ട്. കാൽനൂറ്റാണ്ടായി മുന്നേറുന്ന രാമജന്മഭൂമി പ്രസ്ഥാനത്തിനായി"ത്യാഗം' സഹിച്ചവരും രാഷ്ട്രീയമുതലെടുപ്പ് നടത്തിയവരും എന്നിങ്ങനെ രണ്ടു തരം ഹിന്ദുത്വനേതാക്കളുണ്ടെന്നതാണ് തൊഗാഡിയയുടെ വിഭജനം. മോഡി രണ്ടാമത്തെ വിഭാഗത്തിലാണ്. അയോധ്യയിൽ രാമക്ഷേത്രം നിർമിക്കുകയെന്ന ലക്ഷ്യത്തോടെയാണ് രാമജന്മഭൂമിപ്രസ്ഥാനത്തിന് രൂപം നൽകിയതെന്നും എന്നാൽ, ഒരുവിഭാഗം നേതാക്കൾക്ക് അധികാരത്തിലെത്താനുള്ള കുറുക്കുവഴിമാത്രമായി അത് മാറിയെന്നും വിശദീകരിക്കുന്ന പുസ്തകം കർഷക ദുരിതം, ആരോഗ്യ മേഖല, ഗോവധനിരോധനം തുടങ്ങിയ പ്രശ്നങ്ങളിലും മോഡി സർക്കാർ ഹിന്ദുത്വപ്രസ്ഥാനങ്ങളെ വഞ്ചിച്ചെന്ന് ആരോപിച്ചു.മോഡിയെ സംബന്ധിച്ച് അയോധ്യ, തെരഞ്ഞെടുപ്പുകളിൽ ഉപയോഗിക്കാനുള്ള പൊന്മുട്ടയിടുന്ന താറാവാണ്.

അനുഭവങ്ങളുടെ പശ്ചാത്തലം ആധാരമാക്കി രചിക്കപ്പെട്ട ഗ്രന്ഥം രാഷ്ട്രീയരംഗത്ത് ഭൂകമ്പമുണ്ടാക്കുമെന്ന് രഹസ്യാന്വേഷണവിഭാഗം കേന്ദ്രസർക്കാരിന് മുന്നറിയിപ്പ് നൽകിയിരുന്നു.ആപൽക്കരമായ മുഗീയ ഭൂതകാലത്തിന്റെ പ്രേതങ്ങൾ ആവേശിച്ച അമിത് ഷായും മോഡിയു മെല്ലാം അതിൽ പ്രതിനായകരാണ്. അത് പുറത്തുവന്നാൽ ഹിന്ദുത്വ പാർടിയെന്ന ബിജെപിയുടെ അവകാശവാദത്തെ പ്രതികൂലമായി ബാധിക്കും. അത് തടയാൻകൂടിയാണ് തൊഗാഡിയെ ഇല്ലാതാക്കാനുള്ള ഗൂഢാലോചന. ഉന്നത ആർഎസ്എസ്--ബിജെപി നേതാക്കൾ ഉൾപ്പെട്ട രഹസ്യ ചർച്ചകളും ഒത്തുതീർപ്പ് രാഷ്ട്രീയവുമൊക്കെ തുറന്നുകാട്ടുന്ന പുസ്തകം ബിജെപിക്ക് വൻവെല്ലുവിളിയാകുന്നതിനാൽ പ്രസിദ്ധീകരണം തടയാൻ പലവിധത്തിൽ ശ്രമിച്ചു.അതിലൊന്നാണ് തൊഗാഡിയയെ കേസുകളിൽ കുടുക്കി ജയിലിലിടാനുള്ള നീക്കം. അയോധ്യയിലെ ക്ഷേത്ര നിർമാണം, കാശ്മീരിനു പ്രത്യേക പദവി നൽകുന്ന ഭരണഘടനയുടെ 370--ാം വകുപ്പ് റദ്ദാക്കൽ, സമ്പൂർണ ഗോവധ നിരോധനം തുടങ്ങിയ വിഷയങ്ങളുയർത്തി 2018 മാർച്ചിൽ പ്രക്ഷോഭ രംഗത്തിറങ്ങാൻ വിഎച്ച്പി തീരിമനിക്കുകയുണ്ടായി. അത് തടയാൻ ആർഎസ്എസ് നടത്തിയ ശ്രമം ഫലം കണ്ടിരുന്നില്ല. രാമക്ഷേത്ര നിർമാണത്തിന് പാർലമെന്റിൽ നിയമനിർമാണം നടത്തണമെന്ന ആവശ്യവും തൊഗാഡിയ ശക്തമായി ഉന്നയിക്കുകയാണ്. 2017 ഒക്ടോബറിൽ ആർഎസ്എസ് ഉന്നതർ നടത്തിയ അഭ്യർഥന അദ്ദേഹം നിരാകരിക്കുകയായിരുന്നു. സംഘപരിവാറിന്റെ കൊണ്ടാടപ്പെടുന്ന അച്ചടക്കത്തെക്കാൾ പ്രധാനം ഹിന്ദുത്വ അജൻഡയാണെന്നായിരുന്നു നിലപാട്. തൊഗാഡിയയുടെ ശാരീരീകാവസ്ഥ തിരക്കി അഹമ്മദാബാദിലെ ആശുപത്രിയിലേക്ക് ഫോണിലൂടെ ആദ്യം ബന്ധപ്പെട്ടവർ ഉത്തർ പ്രദേശ്-മധ്യപ്രദേശ് -രാജസ്ഥാൻ- മുഖ്യമന്ത്രിമാരായിരുന്നു. തൊഗാഡിയയുമായി ആഴത്തിലുള്ള ബന്ധം നിലനിർത്തുന്ന നേതാവാണ് ആദിത്യനാഥ്. വിഎച്ച്പിയുടെ അയോധ്യാപ്രസ്ഥാനത്തിന് എല്ലാവിധ ധാർമികപിന്തുണയും നൽകുന്നതിലും മുന്നിലുണ്ടായി. അശ്ലീല സിഡി വിവാദമുണ്ടാക്കി തൊഗാഡിയയുടെ ഉറ്റസുഹൃത്ത് സഞ്ജയ് ജോഷിയെ ബിജെപി ജനറൽ സെക്രട്ടറി സ്ഥാനത്തുനിന്ന് തെറിപ്പിച്ചപ്പോൾ രക്ഷിച്ചത് ചൗഹാനായിരുന്നു. സിഡിയുടെ ശാസ്ത്രീയ പരിശോധനയിലൂടെ മധ്യപ്രദേശ് പൊലീസ് ക്ലീൻ ചിറ്റ് നൽകി. കുറ്റവിമുക്തനായശേഷം ജോഷിയെ പാർടിയിൽ പുനഃപ്രവേശിച്ചെങ്കിലും മോഡിയുടെ ഒത്തുതീർപ്പില്ലാത്ത എതിർപ്പ് കാരണം വീണ്ടും പുറത്താക്കുകയായിരുന്നു. രാജസ്ഥാൻ പൊലീസിന്റെ നടപടിയിൽ തന്റെ അറിവോ പങ്കോ ഇല്ലെന്ന് വസുന്ധര രാജെ തൊഗാഡിയയോട് ഫോണിൽ വിശദീകരിച്ചതും അവഗണിക്കാനാവില്ല.

2002ൽ മോഡിയെ ഗുജറാത്തിൽ അധികാരത്തിലെത്തിക്കാൻ ചുക്കാൻ പിടിച്ചത് തൊഗാഡിയായായിരുന്നു. ആ സമയത്ത് ബിജെപിയുമായി നല്ല ബന്ധം സൂക്ഷിച്ച അദ്ദേഹത്തിന് പല കൂട്ടക്കൊലകളും

അട്ടിമറികളും ചൂതാട്ടങ്ങളും സാമ്പത്തിക താൽപ്പര്യങ്ങളുമുൾപ്പെടെ അന്തർനാടകങ്ങളുടെ തിരക്കഥകൾ അറിയം. ഹാർദിക് പട്ടേലുമായുള്ള അടുപ്പവും പരിവാര കേന്ദ്രങ്ങൾ സംശയദൃഷ്ടിയോടെയാണ് കാണുന്നത്. അദ്ദേഹത്തെ ബിജെപി വിരുദ്ധ നേതാവായി ഉയർത്തിയതിനു പിന്നിൽ നിർണായകമായത് തൊഗാഡിയയുടെ ബുദ്ധിയാണെന്നും കണക്കുകൂട്ടി. ഇതുസംബന്ധിച്ച് മോഡിയും അമിത് ഷായും പരിവാര നേതൃത്വത്തിന് പലവട്ടം പരാതി നൽകിയിരുന്നു. 2017 ഡിസംബറിലെ നിയമസഭാ തെരഞ്ഞെടുപ്പിൽ ഗുജറാത്തിൽ ബിജെപി കഷ്ടിച്ചാണ് കരതൊട്ടത്. നിറംമങ്ങിയ ആ പ്രകടനത്തിന് കാരണം തൊഗാഡിയുടെ അണിയറ നീക്കങ്ങളായിരുന്നെന്നും മോഡി സംശയിച്ചു. ചിലരെ തോൽപ്പിക്കാൻ രഹസ്യശ്രമം നടത്തിയെന്നതിന് ആർഎസ്എസിന് തെളിവ് കൈമാറുകയുംചെയ്തു. കോൺഗ്രസിനും ഹാർദികിനുമൊപ്പം ചേർന്ന് തൊഗാഡിയ പുതിയ കളിക്ക് ഇറങ്ങിയിരിക്കുകയാണെന്ന ബിജെപി വക്താവ് ബാലശങ്കറിന്റെ ആരോപണവും നിസ്സാരമായിരുന്നില്ല. വ്യക്തിപരമായ പ്രശ്നങ്ങൾ ചില നേതാക്കളിൽ ആരോപിച്ച് ബിജെപിയെ ദുർബലപ്പെടുത്താൻ ശ്രമിക്കുകയാണെന്നും വിശദീകരിച്ച് അദ്ദേഹം എഴുതിയ ലേഖനത്തിൽ സംഘപരിവാറിന് അത്തരം നീക്കങ്ങൾ പൊറുക്കാവുന്നതല്ലെന്നും കൂട്ടിച്ചേർക്കുകയുണ്ടായി.

മോഡിവൽക്കരണ(മോഡിഫിക്കേഷൻ)ത്തിന്റെ കെടുതികൾക്കെതിരെ സംഘപരിവാരത്തിനുള്ളിൽ നിന്നുതന്നെ കടുത്ത വിമർശനങ്ങൾ തിളച്ചുപൊങ്ങുന്നുണ്ട്. സാമ്പത്തിക നയത്തിന്റെ അതിസമ്പന്നാനുകൂല ഊന്നലിനോട് തലമുതിർന്ന ബിജെപിനേതാവും മുൻ കേന്ദ്ര ധനമന്ത്രിയുമായ യശ്വന്ത് സിൻഹ പരസ്യമായി രംഗത്തെത്തി. ആ തുറന്ന ആഞ്ഞടിക്ക് മോഡി- അമിത് ഷാ സഖ്യത്തിന്റെ അധികാര ക്കുത്തകക്കുനേരെയുള്ള വെല്ലുവിളി എന്നതിനപ്പുറമുള്ള അർഥങ്ങളുണ്ട്. രാഷ്ട്രശരീരത്തിൽ ചോര പൊടിച്ചുള്ള രഥയാത്രകളിലൂടെ അധികാരത്തിലേറിയ എൽ കെ അദ്വാനിയുൾപ്പെടെയുള്ള സ്ഥാപക നേതാക്കളെ ഒരർഥത്തിൽ ബന്ദികളാക്കിയാണ് മോഡിയും ഷായും സംഘടനയും ഭരണവും കൈപ്പിടിയിലൊതുക്കിയത്. അതിനാൽ ചോദ്യങ്ങൾ ഉന്നയിക്കുന്നവരെ തൊഗാഡിയയുടെ അനുഭവമാണ് കാത്തിരിക്കുന്നത്. ഗോധ്രതീവണ്ടി തീയിടലിന്റെ മറവിൽ നടമാടിയ മുസ്ലിം കൂട്ടക്കശാപ്പുകളുടെയും സൊറാബുദ്ദീൻ, ഇസ്രത് ജഹാൻ, പ്രജാപതി തുടങ്ങിയ കൊലപാതക കേസുകളിലും അന്നത്തെ ഗുജറാത്ത് മുഖ്യമന്ത്രി മോഡിയും ആഭ്യന്തര മന്ത്രി അമിത് ഷായും ഉൾപ്പെട്ടത് സ്വാഭാവികമല്ല. മുൻകൂട്ടി പ്ലാൻചെയ്ത സംഘടിത കുറ്റകൃത്യങ്ങളായിരുന്നു അവയെല്ലാം. സർക്കാർ സംവിധാനങ്ങൾ വലിയ തോതിൽ ദുരുപയോഗംചെയ്ത് കാവിപ്പടയുടെ നേതാക്കൾ അഴിച്ചുവിട്ട വംശഹത്യ രാജ്യത്ത് മുൻമാതൃകകളില്ലാത്തതായിരുന്നു. ആ ക്രിമിനൽ പങ്കാളിത്തം ദേശീയ മാധ്യമങ്ങളും പ്രത്യേക അന്വേഷണ സംവിധാനങ്ങളും വിരൽചൂണ്ടിയത് ശങ്കയില്ലാതെയാണ്.

ബിജെപി ആസ്ഥാനത്ത് അമിത്ഷായുടെയും കേന്ദ്രഭരണത്തിന്റെ തലപ്പത്ത് മോഡിയുടെയും കിരീടവാഴ്ച ഉറപ്പിക്കപ്പെട്ടപ്പോൾ നിയമ -നീതിന്യായ സംവിധാനങ്ങളെ വരഞ്ഞ വഴിയിൽ നയിക്കാൻ ജനാധിപത്യവിരുദ്ധ മാർഗങ്ങൾ എടുത്തുച്ചുഴറ്റി. അന്വേഷണ ഏജൻസികളെയും ഉന്നത കോടതികളെയും സത്യസന്ധരായ ന്യായാധിപന്മാരെയും ചില മാധ്യമങ്ങളെയും ഒപ്പംനിർത്താൻ ശ്രമം നടന്നു. ഒടുവിൽ, അമിത് ഷാ മുഖ്യപ്രതിയായ സൊറാബുദ്ദീൻ കേസിൽ വാദംകേട്ട സിബിഐ പ്രത്യേക കോടതി ജഡ്ജി ബ്രിജ്ഗോപാൽ ഹർകിഷൻ ലോയയുടെ മരണത്തെക്കുറിച്ച് അമ്പരപ്പിക്കുന്ന വസ്തുതകൾ വെളിച്ചംകണ്ടു. ഷായ്ക്ക് അനുകൂലമായ വിധി സമ്പാദിക്കുന്നതിന് ജഡ്ജിക്ക് മുംബൈയിൽ വസതിയും നൂറുകോടി രൂപയും വാഗ്ദാനം ചെയ്തു. മുംബൈ മുൻ ഹൈക്കോടതി ചീഫ് ജസ്റ്റിസ് മൊഹിത് ഷായാണ് മധ്യവർത്തിയായി നിന്നതെന്നത് പ്രശ്നത്തിന്റെ ഗൗരവം തെളിയിച്ചു. കോഴ നിരസിച്ച ലോയ ഏതാനും ദിവസത്തിനുള്ളിൽ നാഗ്പുരിൽ മരിച്ചു. ശേഷം കേസ് കേട്ട ജഡ്ജി എം ബി ഗൊസായിയാണ് ഷായ്ക്ക് ക്ലീൻചിറ്റ് നൽകിയത്. ലോയയുടെ ദുരൂഹമരണവും തുടർന്നുവന്ന വെളിപ്പെടുത്തലുകളും മുൻനിർത്തി സുപ്രീംകോടതിമേൽനോട്ടത്തിൽ പുതിയ അന്വേഷണം വേണമെന്നും യശ്വന്ത് സിൻഹ ആവശ്യപ്പെട്ടു. തൊഗാഡിയയുടെ 'മരണഭയ'ത്തിന്റെ പശ്ചാത്തലത്തിൽ അത് കൂടുതൽ നാവുകൾ ആവർത്തിക്കേണ്ടിയിരിക്കുന്നു.

# ചൂഴ്ന്നെടുക്കാനാവുമോ സത്യത്തിന്റെ കണ്ണുകൾ

മറ്റൊരു മനുഷ്യന്റെ നേത്രങ്ങളിലേക്ക് നേരിട്ട് ശ്രദ്ധിക്കുന്ന ഒരാൾക്ക് കള്ളം പറയാനാവില്ല, ഒന്നും മറച്ചു പിടിക്കാനുമാവില്ലെന്നു പറഞ്ഞത് പൗലോ കൃയ്‌ലോ. ഫെഡറിക്കോ ഫെല്ലിനി സൂചിപ്പിച്ച താകട്ടെ നിഷ്ക്കളങ്കങ്ങളായ നയനങ്ങളോടെയാണ് നിങ്ങൾ നോക്കു ന്നതെങ്കിൽ കാണുന്നതെല്ലാം വിശുദ്ധമാണെന്നും. കസാൻദസാക്കിസി ന്റെ നിരീക്ഷണം ഒന്നുകൂടി കൃത്യതയാർജിച്ചതാണ്. യാഥാർഥ്യങ്ങൾ മാറ്റിമറിക്കാൻ നമ്മൾ അശക്തരായതിനാൽ അത് കാണുന്ന കണ്ണുകളെ മാറ്റുകയാണ് എളുപ്പം എന്ന മട്ടിലായിരുന്നു ആ പ്രസ്താവം.കണ്ണുകളുടെ പ്രത്യേകതകളെക്കുറിച്ച് സർഗാത്മക സാഹിത്യത്തിലും സിനിമക ളിലും മനഃശാസ്ത്ര വിശകലനങ്ങളിലും ചിത്രകലാ നിരൂപണങ്ങളിലും എത്രയോ വിശദീകരണങ്ങൾ ഉണ്ടായിട്ടുണ്ട്. അവയിലെല്ലാം അതൊരു അവയവത്തിലുപരി കാലത്തിന്റെയും കാഴ്ച്ചപ്പാടിന്റെയും നിരീക്ഷണ ത്തിന്റെയും നിലപാടിന്റെയും പ്രതീകവും ചിഹ്നവുമാണ്. അങ്ങനെയാ കുമ്പോൾ കണ്ണിനു നേർക്ക് ചൂണ്ടുന്ന ഓരോ വിരലും രാഷ്ട്രീയത്തിന്റെ ഉള്ളടക്കമുള്ളതാണ്. കബളിപ്പിക്കാനാവാത്ത കാഴ്ചയുടെ തലയുയർത്തി പ്പിടിക്കുന്ന കാവലാണ് കണ്ണുകളെന്ന് ബോധ്യമാകും. കേരളത്തിലെ സി പി ഐ എമ്മിനെതിരെ ബി ജെ പി വനിതാ ദേശീയ നേതാവ് സരോജ് പാണ്ഡെ തുറന്നുവിട്ട ഭീഷണി ചർച്ചചെയ്യുമ്പോൾ ആദ്യം മനസ്സിലെത്തേണ്ട കാര്യങ്ങൾ ഇവയാണ്.

സി പി ഐ എം പ്രവർത്തകരുടെ വീടുകളിൽ അതിക്രമിച്ചുകയറി കണ്ണുകൾ ചൂഴ്ന്നെടുക്കുമെന്നായിരുന്നു 2017 ഒക്ടോബർ 16ന് റായ്പൂരിൽ മാധ്യമങ്ങളോട് സംസാരിക്കവെ ദേശീയ മഹിളാ മോർച്ച മുൻ അധ്യ ക്ഷയും മുൻ പാർലമെന്റംഗവുമായ സരോജിന്റെ കൊലവിളി.പ്രഖ്യാപി ക്കപ്പെട്ട കണ്ണു ചൂഴ്ന്നെടുക്കൽ യജ്ഞത്തിന്റെ മുന്നൊരുക്കമാണ് ദേശീയ അധ്യക്ഷൻ അമിത് ഷായുടെ കാർമികത്വത്തിൽ നടത്തിയ ജനരക്ഷാ യാത്രയെന്ന് തുറന്നടിച്ച അവർ, കേന്ദ്ര ഭരണം തങ്ങൾക്കാണെന്ന് ഓർമി പ്പിക്കുകയുമുണ്ടായി. 11 കോടിയിലധികം അംഗത്വമുള്ള ബിജെപിക്ക് കേരളത്തിലുയരുന്ന വെല്ലുവിളി നിസ്സാരമായി നേരിടാനാകുമെന്നും വീമ്പടിച്ച സരോജ് , ഇവിടെ മുന്നൂറിലധികം ആർഎസ്എസുകാർ

വധിക്കപ്പെട്ടതായി ആരോപിക്കുകയും ചെയ്തു. ഏതെങ്കിലും വിടുവായന്മാരുടെ അലസ പ്രസ്താവനയായോ അൽപ്പബുദ്ധികളുടെ നാക്കുപിഴയായോ ധിക്കാരികളുടെ മുന്നറിയിപ്പായോ മാത്രം ഇത്തരം ജൽപ്പനങ്ങളെ എഴുതിത്തള്ളാനാവില്ല.മറിച്ച് ഫാസിസ്റ്റ് ഭീഷണികളുടെ പതിറ്റാണ്ടുകൾ നീളുന്ന ചരിത്രത്തിലേക്ക് കടന്നുചെല്ലേണ്ടതുണ്ട്. അങ്ങനെ നോക്കുമ്പോൾ മുപ്പതുകളിൽ ലോകത്തെ വിറങ്ങലിപ്പിച്ച് തിമിർത്താടിയ ഹിറ്റ്ലറും മുസോളിനിയും ഇപ്പോഴും ഭയാശങ്കകൾ വിതയ്ക്കുന്നത് എന്തുകൊണ്ടാണെന്ന് മനസ്സിലാക്കാം. നിങ്ങൾ വിജയിക്കുകയാണെങ്കിൽ അതേക്കുറിച്ച് വിശദീകരിക്കേണ്ടതില്ല; പരാജയപ്പെട്ടാലാകട്ടെ, വിശദീകരണം നൽകാൻ ബാക്കിയാവില്ലെന്നു പറഞ്ഞത് ഹിറ്റ്ലറാണ്. സത്യമാണോ പറഞ്ഞതെന്ന് വിജയിയോട് ആരും തിരക്കാറില്ലെന്നും കൊടുംക്രൂരതകളുടെ പരമ്പരകൾ തുറന്നുപിടിച്ച അയാൾ ആവർത്തിച്ചു. എല്ലാ ഫാസിസ്റ്റ് പ്രസ്ഥാനങ്ങളുടെയും നേതാക്കളുടെയും പ്രസ്താവങ്ങൾ ഏറെക്കുറെ ഇതിന് സമാനമാണ്. നരേന്ദ്ര മോഡിയും അമിത് ഷായും അത് പലവട്ടം തെളിയിക്കുകയുമാണ്. സമാധാനം ഭീരുക്കളുടെ അവസാനത്തെ അഭയകേന്ദ്രമാണെന്ന ഹിറ്റ്ലറുടെ ആപ്തവാക്യവും ഇവർക്ക് പ്രിയതരമായിരിക്കുന്നു. ജനാധിപത്യം, സമാധാനം, വിവിധ ജനവിഭാഗങ്ങൾക്കിടയിലെ ഐക്യം, മതനിരപേക്ഷത- തുടങ്ങിയവയ്ക്കെതിരെയെല്ലാം അക്രമാസക്തമായ അസഹിഷ്ണത പുലർത്തിയ ഹിറ്റ്ലർ ഭരണത്തിന്റെ നിലവാരത്തിലേക്ക് ഇന്ത്യയും അധഃപതിച്ചുകൊണ്ടിരിക്കുകയാണ്. ജനാധിപത്യത്തിനും മതനിരപേക്ഷതക്കും പൗരാവകാശത്തിനുമെതിരെ മാത്രമല്ല, അഭിപ്രായ സ്വാതന്ത്ര്യത്തിനു നേരേയും അസഹിഷ്ണുതയുടെ തേരുകൾ ഉരുളുന്നു.ആ ബലപ്രയോഗത്തിന്റെ പ്രധാന ഉപകരണങ്ങളിലൊന്ന് ആർഎസ്എസ്സാണ്.

വിശ്വപ്രസിദ്ധമായ താജ്മഹൽ പണിതത് രാജ്യദ്രോഹികളാണെന്നും അത് ഇന്ത്യൻ ദേശീയ സംസ്കാരത്തിന് തീരാകളങ്കമാണെന്നുമുള്ള ഉത്തർപ്രദേശിൽനിന്നുള്ള ബിജെപി എംഎൽഎ സംഗീത് സോമിന്റെ വിഷലിപ്ത പ്രസ്താവന രാജ്യം കേട്ടത് സരോജ് പാണ്ഡെയുടെ വിവാദ പ്രഖ്യാപനത്തിന്റെ അതേ ദിവസമാണ്. വർഗീയ ലഹളകൾക്ക് കുപ്രസിദ്ധമായ മീററ്റിൽ നടന്ന റാലിയിലായിരുന്നു ആ ധിക്കാരം. ലോകാത്ഭുതങ്ങളിൽ ഒന്നായ അതിനെ യുപി സർക്കാർ വിനോദസഞ്ചാര ബുക്ക്ലെറ്റിൽനിന്ന് വെട്ടിമാറ്റിയതിന് പിറകെയാണ് താജ്മഹലിനെതിരെ വിദ്വേഷ പരാമർശവുമായി സോം രംഗത്തുവന്നത്. ടൂറിസം ബുക്ക്ലെറ്റിൽനിന്ന് ഒഴിവാക്കിയപ്പോൾ സർവതലങ്ങളിൽനിന്നും വിമർശനമുയർന്നപ്പോൾ താജ്മഹൽ ഇന്ത്യൻ സംസ്കാരത്തെ പ്രതിനിധാനം ചെയ്യുന്നില്ലെന്നായിരുന്നു മുഖ്യമന്ത്രി യോഗി ആദിത്യനാഥിന്റെ പ്രതികരണം.

സ്വന്തം അച്ഛനെ കൽതുറുങ്കിലടച്ചയാളാണ് താജ്മഹൽ നിർമിച്ചത്. ഹിന്ദു കൂട്ടക്കൊലയായിരുന്നു അയാളുടെ ലക്ഷ്യം. അതാണ് ചരിത്രമെങ്കിൽ തികച്ചും ദൗർഭാഗ്യകരമാണ്. അത് അടിയന്തിരമായി

തിരുത്തും- ഇങ്ങനെ നീണ്ടു, 2013ൽ മുസഫർനഗറിൽ 60 പേരെ അരിഞ്ഞുതള്ളുന്നതിനും ആയിരക്കണക്കിനാളുകളെ ആട്ടിയോടിക്കുന്നതിനും ഇടയായ വർഗീയകലാപത്തിൽ എണ്ണയൊഴിച്ച വിദ്വേഷപ്രസംഗങ്ങളുടെപേരിൽ കുറ്റാരോപിതനായ സോമിന്റെ കൂട്ടിച്ചേർക്കൽ.താജ്മഹലിനെതിരായ ആ പരാമർശത്തെ അനുകൂലിച്ച് യുപിയിൽനിന്നുള്ള ബിജെപി എംപി അനുശ്രൂൽ വർമയും രംഗത്തുവന്നത് സ്ഥിതിഗതികളുടെ ഗുരുതരാവസ്ഥ വെളിപ്പെടുത്തി. താജ്മഹൽ വെറുമൊരു വിനോദസഞ്ചാരകേന്ദ്രമാണെന്നും ഇന്ത്യൻ സംസ്കാരവുമായി കൂട്ടിയോജിപ്പിക്കേണ്ടതില്ലെന്നുമായിരുന്ന അനുശ്രൂലിന്റെ വ്യാഖ്യാനം. ഒട്ടുമിക്ക ദേശീയ പ്രസ്ഥാന നേതാക്കളും സാംസ്കാരിക പ്രതിഭകളും കവികളും വിദേശ ചരിത്രകാരന്മാരും മനോഹരമായ ഭാഷയിൽ താജ്മഹലിനെ വിശദീകരിച്ചിട്ടുണ്ട്. രവീന്ദ്രനാഥ ടാഗോർ പറഞ്ഞത് കാലത്തിന്റെ കവിൾത്തടത്തിൽനിന്നും അടർന്നുവീണ ഏകാന്തമായ കണ്ണീർക്കണംപോലെ യമുനയുടെ തീരത്ത് തലയുയർത്തി നിൽക്കുന്നതാണ് അതെന്നാണ്. മതവിദ്വേഷത്തിന്റെയും അതിക്രമത്തിന്റെയും ചരിത്രം വളച്ചൊടിക്കലിന്റെയും വീക്ഷണകോണിലൂടെ താജ്മഹലിനെ വായിച്ചെടുക്കാനുള്ള കാവിപ്പടയുടെ ഹീന പദ്ധതികൾ ജർമൻ അനുഭവങ്ങൾക്ക് സമാനമാണ്. ഹിറ്റ്ലറുടെ കോമ്പല്ലുകൾ മുറിവുകൾ ഏൽപ്പിക്കാത്ത പ്രദേശങ്ങൾ ആ രാജ്യത്ത് ഇല്ലെന്നു പറയാം. മാരക വിഷം പുരട്ടിയ നാസികളുടെ നാവുകൾ നക്കിത്തുടച്ചെടുത്ത തെരുവുകൾ ഏറെ. ചില പ്രദേശങ്ങളുടെ വിശേഷണങ്ങളിൽപ്പോലും വിദ്വേഷത്തിന്റെ രാസലായനികലക്കിയൊഴിക്കുകയുണ്ടായി. നഗരങ്ങളുടെ പഴയ ചിഹ്നങ്ങൾ കൈയേറിയത് നഗ്നമായ നിലയിൽ. ഫ്രാങ്ക്ഫർടിനുമുണ്ട് അത്തരം വേദന അയവിറക്കാൻ. 1920കളിൽ ആ നഗരം അറിയപ്പെട്ടത് 'ജൂതന്മാരുടെയും ജനാധിപത്യവാദികളുടെയും നഗരമെന്നാണ്. എന്നാൽ നാസി മേയർ ഫ്രെഡറിക് ക്രെബ്സ്, രാജകീയ സ്ഥാനാരോഹണങ്ങളുടെ നഗരം എന്ന വിശേഷണം അടിച്ചേൽപ്പിച്ചു. ഫ്രാങ്ക്ഫർടിന് പുതിയ 'പ്രതിച്ഛായ നൽകാൻ ഹിറ്റ്ലർ ഇടപെടുകയുംചെയ്തു. ജർമൻ ശിൽപ്പ വൈദഗ്ധ്യത്തിന്റെ നഗരം എന്നത് അതിന്റെ ഭാഗവും. ഹിറ്റ്ലർ സ്വന്തം മുറിയുടെ ഒരു മൂലയിൽ തൂക്കിയിട്ട ജർമൻ ഭൂപടത്തിൽ ബെർലിനു ചുറ്റും മഷികൊണ്ടൊരു കവചം വരച്ചിരുന്നു.ആ നഗരത്തെ ചുവപ്പ് കേന്ദ്രം എന്നാണത്രെ പരിഹാസരൂപേണ വിശേഷിപ്പിച്ചത്.1948ൽ പടിഞ്ഞാറൻ ജർമനിയിൽ സ്ഥാപിതമായ ഫ്രീ യൂണിവേഴ്സിറ്റിക്ക് കമ്യൂണിസ്റ്റ് വിരുദ്ധതയുടെ പ്രചോദനംകൂടിയുണ്ടായിരുന്നു. ഹംബോൾഡ് സർവകലാശാല കമ്യൂണിസ്റ്റാശയങ്ങൾക്ക് അടിപ്പെട്ടുവെന്ന പരാതിയും ഉയർത്തി. താജ്മഹലിനെ ഇകഴ്ത്തി അതിനെ പിടിച്ചടക്കാനോ തകർക്കാനോ സംഘപരിവാരം ശ്രമിച്ചുകൂടെന്നില്ല. അതിനും ജർമൻ അനുബന്ധമുണ്ട്.1894 മുതൽ അവിടുത്തെ അധികാരത്തിന്റെ കേന്ദ്രവും പാർലമെന്റ് മന്ദിരവുമായ റീഷ്താഗിന്റെ ചരിത്രം വിട്ടുകളയാനാവില്ല. 1933 ഫെബ്രുവരി 27ന് കമ്യൂണിസ്റ്റുകാർ അതിന് തീയിട്ടെന്നാരോപിച്ച് തുറന്നുവിട്ട വേട്ട സമാനതകളില്ലാത്തതാണ്.

കള്ളക്കഥകളുടെ മറപിടിച്ചായിരുന്ന ആ ഉന്മൂലന പദ്ധതി. അധികാരം പിടിച്ചടക്കിയതിന് ന്യായീകരണം തേടാനും അടിച്ചമർത്തലുകളിലൂടെ അത് ഉറപ്പിക്കാനും ഹിറ്റ്ലർ കണ്ടെത്തിയ കുറുക്കുവഴിയായിരുന്നു തീയിടൽ.ന്യൂറംബർഗ് വിചാരണയിൽ നാസി കൊടുംകുറ്റവാളികൾ തുറന്നുപറയുംവരെ റീഷ്താഗ് പ്രശ്നം കമ്യൂണിസ്റ്റ് അട്ടിമറിയായി പരിചരിക്കപ്പെട്ടു. പോളണ്ടുകാരൻഫാർ ഡെയർ ലുബ്ബെയെ കരുവാക്കിയായിരുന്നു തീക്കളി. ദേശരക്ഷ അപകടത്തിലാണെന്ന് പ്രഖ്യാപിച്ച് അടിയന്തിരാവസ്ഥയും പ്രഖ്യാപിച്ചു.താജ്മഹൽ ക്ഷേത്രമായിരുന്നെന്നും യഥാർഥ പേര് തേജോ മഹൽ എന്നായിരുന്നുവെന്നും തട്ടിവിട്ട കാൺപൂരിൽനിന്നുള്ള ബിജെപി എംപി വിനയ് കത്യാറിന് സമനില തെറ്റിപ്പോയോ എന്ന പരിശോധന നടത്താം. അതേക്കാൾ പ്രധാനം ആ പ്രസ്താവത്തിനു പിന്നിലെ ചേതോവികാരവും ഗൂഢതാൽപ്പര്യങ്ങളുമാണ്. ശിവലിംഗ പ്രതിഷ്ഠയുള്ള ക്ഷേത്രം പിടിച്ചടക്കിയ ഷാജഹാൻ ഭാര്യയുടെ മൃതദേഹം സംസ്ക്കരിച്ച് സ്മാരകമാക്കുകയായിരുന്നെന്നായിരുന്നു കത്യാറിന്റെ വിശദീകരണം. താജ്മഹലിന്റെ മുറികളും കൊത്തുപണികളും ഹിന്ദു വാസ്തുശിൽപ്പ മാതൃകയാണെന്ന് പറഞ്ഞ അയാൾ അതൊരു ക്ഷേത്രമാണെന്ന വർഗീയ ചരിത്രകാരൻ പിഎൻ ഓകിനെ കൂട്ടുപിടിക്കുകയുംചെയ്തു.

താജ്മഹൽ പണികഴിപ്പിച്ച ഷാജഹാൻ പിതാവിനെ ജയിലിലടച്ചുവെന്ന പ്രചാരണം സംഘപരിവാരം സരസ്വതീ ശിശുമന്ദിരങ്ങളുടെയും അവയുടെ പാഠ്യപദ്ധതികളിലൂടെയും പാഠപുസ്തകങ്ങളിലൂടെയും ഉറപ്പിക്കാൻ ശ്രമിക്കുന്ന അസംബന്ധങ്ങളുടെ അനുബന്ധവും. ഔറംഗസീബാണ് ആ കൃത്യം ചെയ്തതെന്ന് പ്രാഥമിക വിദ്യാലയങ്ങളിലെ കുട്ടികൾക്കുപോലും അറിയാം. 340 ചതുരശ്ര അടി വിസ്തീർണമുള്ള ബാബറി മസ്ജിദിന്റെ ഒരു മിനാരം തകർക്കാൻ 10 കർസേവകർ ആറ് മണിക്കൂർ എടുത്തുവെങ്കിൽ 15 പേർക്ക് എത്ര മണിക്കൂർ വേണം-എന്നത് ആർഎസ്എസ് നടത്തുന്ന ഉത്തർപ്രദേശിലെ ഒരു വിദ്യാലയത്തിലെ ഗണിതശാസ്ത്ര ചോദ്യം അപകടങ്ങളുടെ ആഴം വ്യക്തമാക്കിയതായിരുന്നു.രണ്ടുതരം ഉറുമ്പുകളുണ്ടെന്നും ചുവന്നവ കടിക്കുമെന്നും അവ മുസ്ലിങ്ങളാണെന്നും കറുത്തവ കടിക്കില്ലെന്നും അവ ഹിന്ദുക്കളാണെന്നും പഠിപ്പിച്ച ജീവശാസ്ത്ര ഭാഗവുമുണ്ടായിരുന്നു. അതേക്കാൾ നിലവാരമില്ലാത്ത രീതിയിലാണ് ഗുജറാത്തിലെ ടെക്സ്റ്റ്ബുക്കുകൾ. പൊട്ടത്തെറ്റുകളുടെ ഓരിയിടൽ എന്നു വിളിക്കാവുന്ന ഭീമാബദ്ധങ്ങളുടെ കൂമ്പാരമാണ് പലതിലും.ഗാന്ധിജി 1948 ഒക്ടോബർ 30ന് കൊല്ലപ്പെട്ടു. രണ്ടാം ലോകയുദ്ധത്തിൽ ജപ്പാൻ അമേരിക്കക്കുമേൽ ആണവായുധം പ്രയോഗിച്ചു-എന്നിങ്ങനെയാണ് തെറ്റിന്റെ ഭീകരത. തന്റെ പിന്നിൽ ജനലക്ഷങ്ങളുണ്ടെന്ന് ഹിറ്റ്ലർ വീമ്പടിക്കാറുണ്ടായിരുന്നു. ജർമൻ ചിത്രകാരൻ ജോൺ ഹാർട്ഫീൽഡ് വരച്ച നിന്ദാസ്തുതി നിറഞ്ഞ പോസ്റ്റർ ആ അവകാശവാദത്തെ തുറന്നുകാട്ടി. രാഷ്ട്രീയ കാർട്ടൂൺ അത്രയേറെ വികസിക്കാത്ത,അഭിപ്രായ സ്വാതന്ത്ര്യം അനുവദിക്കപ്പെടാത്ത

ഘട്ടത്തിലായിരുന്ന അദ്ദേഹത്തിന്റെ ആക്രമണമെന്നോർക്കണം. ജനലക്ഷങ്ങൾ പിന്നിലുണ്ടെന്ന വാസ്തുാരിയെ കണക്കറ്റ് കളിയാക്കുക യായിരുന്ന ഹാർട്ഫീൽഡ്. ഒരു തടിയന്റെ രൂപത്തിലുള്ള കുത്തയുടെ പ്രതിനിധി പണം വെച്ചുനീട്ടുന്നതാണ് ആ കാർട്ടൂൺ. തിരിഞ്ഞുനോ ക്കാതെ ഹിറ്റ്ലർ അത് സ്വീകരിക്കുകയാണ്. അയാൾക്കു ചുറ്റും പുതിയ ധനികവർഗത്തിന്റെ ഭ്രമണപഥം രൂപപ്പെട്ട സാമൂഹ്യ-സാമ്പത്തിക സാഹചര്യമാണ് കാർട്ടൂണിന്റെ അന്വേഷണമായത്.ലോകം കീഴട ക്കാനുള്ള ഹിറ്റ്ലറുടെ അതിമോഹത്തിന് കാവൽനിന്നത് ജർമൻ കുത്തകകൾ.കുത്തകകൾക്ക് നാസിസം സാമ്പത്തികോർജമാണെന്ന് തുറന്നടിച്ച വൻകിട കമ്പനികളിലൊന്നായിരുന്ന ഐജി ഫാർബൻ. അധികാരം കൈക്കലാക്കിയപ്പോൾ ഹിറ്റ്ലറെ അത് ഏറെ പ്രകീർത്തി ച്ചു.കോൺസെൻട്രേഷൻ ക്യാമ്പുകളിലേക്ക് വിഷവാതകം വിതരണം ചെയ്തത് ഐജി ഫാർബനായിരുന്നു. തടവുകാരായി പിടിക്കപ്പെട്ടവരെ പകരം അതിന്റെ പണിശാലകളിലേക്ക് നൽകി. ആ തൊഴിലാളികൾ ക്ക് കൂലിയോ ഭക്ഷണമോ കിട്ടുമായിരുന്നില്ല. സോഷ്യലിസ്റ്റ് ജർമനി യുടെ സ്വാധീനകാലത്ത് ഐജി ഫാർബൻ വിസ്മൃതിയിലായി. എന്നാൽ ജർമൻ ഏകീകരണത്തിനുശേഷം ആ കൊലയാളി ഭീമൻ വീണ്ടും പ്രത്യക്ഷപ്പെട്ടു. ക്രൂരതകളുടെ ഞെട്ടിപ്പിക്കുന്ന പരീക്ഷണങ്ങളാണ് കോൺസെൻട്രേഷൻ ക്യാമ്പുകളിൽ തുറന്നുവെച്ചത്.

സഞ്ചരിക്കുന്ന മനുഷ്യ അറവുശാല പോലും പ്രചാരത്തിലുണ്ടായി. കുട്ടികളുടെ മുഖത്ത് മാസ്ക്ക് ഘടിപ്പിച്ച് ശ്വാസകോശം പൊട്ടിത്തെ റിക്കുംവരെ സൈക്കിൾ പമ്പ് അടിച്ചു രസിച്ച അനുഭവങ്ങളും ഏറെ. മലമ്പനിയടക്കമുള്ള മാരക രോഗങ്ങൾ പടർത്തി മരുന്നുകളുടെ വീര്യം പരിശോധിച്ചത് കഥയല്ല.ഔഷ്വിത്സ് ക്യാമ്പിൽ സ്ത്രീകളും കൊച്ചു കുട്ടികളുമാണ് പീഡന പരമ്പരകളേറ്റ് പിടഞ്ഞത്.സ്ത്രീകളുടെ ഗർഭപാത്ര ങ്ങളിലേക്ക് രാസവസ്തുക്കൾ കുത്തിവെക്കുന്നതായിരുന്നു ഒരു ലഘുരീതി. മിശ്രിതം കയറുന്നതോടെ ഗർഭപാത്രം വീർക്കും. ഞരമ്പുകൾ വലിഞ്ഞു മുറുകി പൊട്ടിത്തെറിക്കുകയാവും ഫലം. മരണം സുനിശ്ചിതമായാലും ജൂത ഗർഭപാത്രങ്ങൾ വന്ധ്യംകരിക്കണമെന്ന നിലപാടായിരുന്നു ആ ക്രൂരതയുടെ പ്രചോദനം. കൊച്ചുകുട്ടികളിൽ അഞ്ചിലധികം ശസ്ത്രക്രിയ നടത്തിയ അനുഭവങ്ങളും അപൂർവമല്ല. അവരിൽ വിഷവസ്തുക്കളും എണ്ണയും കുത്തിവെച്ച് ലിംഗങ്ങൾ ഛേദിച്ചു രസിക്കുക നാസി ഡോക്ടർ മാരുടെ വിനോദമായിരുന്നു. മുറിവുകളിൽ കുപ്പിച്ചില്ലും മണലും ചേർന്ന മിശ്രിതം തേച്ചുപിടിപ്പിച്ചും ചിലർ അട്ടഹസിച്ചു.

മനുഷ്യ വിരുദ്ധതകളെന്യായീകരിച്ച ഹിറ്റ്ലറുടെ പ്രസംഗത്തെ ഏണസ്റ്റ് ഹെൻറി വിശേഷിപ്പിച്ചത് ലൈംഗിക വധം എന്നാണ്. ഇന്ത്യ യിൽ പ്രവീൺ തൊഗാഡിയയും സ്വാതി റിതംബരയും ഉമാഭാരതിയും അശോക് സിംഗാളും മോഹൻ ഭാഗവതും മറ്റും നടത്തിയ കൊലവി ളികൾ അതിന്റെ കറകളഞ്ഞ പരിഭാഷ.ആ ശ്രേണിയിലെ അവസാ നത്തേതാവാനിടയില്ല സരോജ് പാണ്ഡെയുടെ കണ്ണു ചൂഴ്ന്നെടുക്കൽ

പ്രഖ്യാപനം. ഗുജറാത്ത് വംശഹത്യക്ക് ഇന്ധനമായത് അത്തരം യുദ്ധപ്രഖ്യാപനങ്ങളാണ്. ഹിന്ദു സ്ത്രീകളെക്കൂടി അടിമുടി വർഗീയവൽക്കരിച്ചുവെന്നതാണ് ഗുജറാത്തിന്റെ ബാക്കിപത്രം. രാമജന്മഭൂമി പ്രസ്ഥാനത്തിലൂടെയായിരുന്നു ആദ്യപാഠങ്ങൾ.'ഗുജറാത്ത് ആൻഡ് മെജോറിറ്റി വുമൺ' എന്ന ലേഖനത്തിൽ നോനിക ദത്ത വിശദാംശങ്ങൾ പുറത്തു കൊണ്ടു വന്നിട്ടുണ്ട്. വംശഹത്യയുടെ ആദ്യനാൾ അഹമ്മദാബാദിൽ കത്തിക്കൊണ്ടിരുന്ന ശവക്കൂമ്പാരങ്ങൾക്കിടയിലൂടെ മനസ്സറയ്ക്കാതെ ആസ്വദിച്ച് നടന്ന മധ്യവർഗ ഡോക്ടറുടെ അമ്പരപ്പിച്ച കാഴ്ചയിലൂടെയാണ് ആ പഠനം വികസിച്ചത്. മുസ്ലിം സ്ത്രീകളെ പിച്ചിച്ചീന്തി അഭിരമിക്കുകയായിരുന്ന ആ ഗൈനക്കോളജിസ്റ്റ്. ഹിറ്റ്ലർക്ക് ഡോ. ജോസഫ് മെൻഗല എങ്ങനെയായിരുന്നു അതുപോലെയായിരുന്നു നരേന്ദ്ര മോഡിയും ഡോ. മായാബെൻ കൊദ്നാനിയും. പെൺഹിറ്റ്ലറെപ്പോലെ കൊദ്നാനി ചിതറിത്തെറിപ്പിച്ച ജീവിതങ്ങൾ നിരവധി. 2002 ഫെബ്രുവരിയിൽ നരോദഗാം-നരോദപാട്യ കൂട്ടക്കൊലകളിലായി 95 മുസ്ലിങ്ങളെയാണ് അരിഞ്ഞുതള്ളിയത്. ആക്രോശങ്ങൾ മുഴക്കി കലാപസ്ഥലങ്ങളിൽ ഇറങ്ങിയ കൊദ്നാനി, കാവിപ്പടക്ക് വാളുകളും മറ്റും നൽകി. ഒരുഘട്ടത്തിൽ പിസ്റ്റളെടുത്ത് വെടിയുതിർക്കുകയുംചെയ്തു. ബുൾഡോസറുകൾ പലവട്ടം കുതിച്ചുപായിച്ചിട്ടും മുഷ്ടികളായി ഉയർന്ന കൈകൾ ഛേദിക്കപ്പെട്ടിട്ടും പിന്നെയും ചിലച്ച നാവുകളും ചൂഴ്ന്നെടുക്കപ്പെട്ടിട്ടും തീനാളങ്ങൾ കണക്കെ ജ്വലിച്ച കണ്ണുകളും ചരിത്രത്തിലെ രോമാഞ്ചങ്ങളാണെന്ന് ഓർമിപ്പിക്കുകയെങ്കിലും ജനാധിപത്യത്തിന്റെ പ്രാഥമിക കടമകളിലൊന്നാണ്.ഭോപാലിന്റെ കണ്ണ് എന്ന വിശേഷണം നേടിയ രഘുറായി ഒപ്പിയെടുത്ത ഫോട്ടോ ഒരിക്കലും മറക്കാനാവില്ല. ബഹുരാഷ്ട്ര കുത്തകയായ യൂണിയൻ കാർബൈഡ് നടത്തിയ കൂട്ടക്കൊലയുടെ ഭീകരത വെളിച്ചത്തുകൊണ്ടുവന്നതാണ് മണ്ണിൽ പാതി കുഴിച്ചിട്ട കുട്ടിയുടെ നിഷ്ക്കളങ്കത തുളുമ്പുന്ന ചിത്രം.

# ഹിന്ദുത്വ ഫാസിസത്തിന്റെ ചരിത്രവും പ്രത്യയശാസ്ത്രവും

1943ൽ സർഗാത്മക സാഹിത്യത്തിനുള്ള പുലിറ്റ്സർ സമ്മാനം നേടിയ അമേരിക്കൻ എഴുത്തുകാരനും സോഷ്യലിസ്റ്റുമായ അപ്ടോൺ സിൻക്ലേർ ജൂനിയർ, ഫാസിസത്തെ നിർവചിച്ചത് മുതലാളിത്തം കൂട്ടണം കൊലപാതകം എന്നാണ്. ഴാങ് പോൾ സാർത്ര വിശദീകരിച്ചതാകട്ടെ, ഫാസിസത്തെ മനസ്സിലാക്കേണ്ടത് ഇരകളുടെ എണ്ണം തിട്ടപ്പെടുത്തിയല്ല; മറിച്ച് കൊല്ലാൻ അവലംബിച്ച മാർഗം നോക്കിയാവണമെന്നാണ്. നഗ്നനേത്രംകൊണ്ട് കാണാവുന്ന വ്യവസ്ഥയുടെ പ്രകൃതം മനസ്സിലിരുത്തിയാണ് ഇത്തരം നിർവചനങ്ങൾ. എന്നാൽ ജ്യോർജി ദിമിത്രോവിനെപ്പോലുള്ളവർ അതിന്റെ രാഷ്ട്രീയ -സാമ്പത്തിക- സാമൂഹ്യ പശ്ചാത്തലങ്ങൾ നന്നായി അനാവരണം ചെയ്തിട്ടുണ്ട്. അപ്പോഴും രാഷ്ട്രീയ നിഘണ്ടുവിൽ ഏറ്റവും അലസമായും നിരുത്തരവാദപരവുമായി പ്രയോഗിക്കപ്പെടുന്ന സംജ്ഞകളിലൊന്നാണ് ഫാസിസം. കൃത്യമായ സാമൂഹ്യ, സാമ്പത്തികാസ്പദങ്ങളാൽ നിർണയിക്കപ്പെടുന്ന അതിനെ പലപ്പോഴും വെറും ശകാരപദമായി ആവർത്തിക്കുന്ന അലംഭാവവും കാണാനാവുന്നുണ്ട്. അത്തരം സൗകര്യവാദങ്ങളിൽ വിശ്രമിക്കുന്ന കാഴ്ചപ്പാടുകളിൽ അത്യുക്തികളും ന്യൂനോക്തികളുമാണ് മേൽക്കൈ നേടുന്നതും. ലോകത്തെ വിറപ്പിച്ച ആ പ്രവണതയുടെ വൈഷണിക സമ്പദ്വ്യവസ്ഥയിലേക്കും ഇന്ത്യയിൽ ഗൗരവമായ അന്വേഷണങ്ങൾ ഉണ്ടായിട്ടില്ല. മതവിശ്വാസം, യാഥാസ്ഥിതികത, വർഗീയത, ഫാസിസം, ഭീകരത തുടങ്ങിയവയെയെല്ലാം സമീകരിക്കാനുള്ള ശ്രമങ്ങളും ചില കോണുകളിൽനിന്ന് ഉണ്ടാവുന്നുണ്ട്. മത പിന്നോക്കാവസ്ഥ സാംസ്കാരികമാണെങ്കിൽ വർഗീയത രാഷ്ട്രീയമാണെന്ന അസ്ഗർഅലി എൻജിനിയറുടെ പഴയ രീതിശാസ്ത്രംപോലും റദ്ദാക്കാനുള്ള ശ്രമം തകൃതിയായി നടക്കുകയാണ്. ഇത്തരം ശൂന്യതകൾക്കു നടുവിലാണ് ജെ രഘു എഴുതിയ 'ഹിന്ദുത്വഫാസിസം: ചരിത്രവും സിദ്ധാന്തവും' വ്യത്യസ്തവും പരിഗണനാർഹവുമാകുന്നത്. ഭഗവത്ഗീത അഥവാ 'ആദിമ മെയ്ൻകാംഫ്', 'ഹിന്ദു' ഉണ്ടാകുന്നത് എങ്ങനെ?, യോഗ: അപചിന്തനത്തിന്റെ സാങ്കേതികവിദ്യ, ആത്മീയതയുടെ 'മതേതര വിപണി'- എന്നിങ്ങനെയുള്ള ദീർഘങ്ങളായ അധ്യായങ്ങളാണ് പുസ്തകത്തിന്റെ ഉള്ളടക്കം.

മോഡിവൽക്കരണത്തിനുശേഷം ഇന്ത്യൻ ജനാധിപത്യം വലിച്ചിഴക്കപ്പെടുന്ന മധ്യകാല സമാനമായ സാമൂഹ്യ ക്രൗര്യങ്ങളിലൂന്നിയാണ് ഈ പഠനം ആരംഭിക്കുന്നത്. ജനാധിപത്യത്തിന്റെ എല്ലാ അടിസ്ഥാന സങ്കൽപ്പങ്ങൾക്കുംനേരെ അഡോൾഫ് ഹിറ്റ്ലറെ ഓർമിപ്പിക്കുംവിധമാണ് കടന്നാക്രമണങ്ങൾ തുറന്നു വിട്ടിരിക്കുന്നത്. ഭരണഘടനാ സ്ഥാപനങ്ങളെല്ലാം തച്ചുതകർക്കപ്പെടുന്നു. സാംസ്കാരിക ദേശീയതയുടെ മറവിൽ അസഹിഷ്ണുതയുടെ രഥയോട്ടങ്ങളാണ് രാജ്യമാകെ. മനുഷ്യരുടെ രൂപവും ഭക്ഷണവും ഭാഷയും വസ്ത്രവുമെല്ലാം ശത്രു/മിത്രം ദ്വന്ദ്വത്തിന്റെ ആയുധങ്ങളാകുന്നു. ഹിന്ദുത്വത്തിന്റെ രാഷ്ട്രീയ പരിണാമവുമായി ബന്ധപ്പെടുത്തിയാണ് ഇത്തരം ഹിംസാത്മകതയുടെ അടിസ്ഥാനവും അടിവേരുകളും തിരയേണ്ടത്. ആ ദൗത്യം ജെ രഘു ഉൾക്കനത്തോടെ നിർവഹിക്കുന്നുണ്ട്. ഭഗവത് ഗീതക്ക് ധീരവും ശക്തവുമായ പുനർവായന മുന്നോട്ടു വയ്ക്കുന്നതിലൂടെ വരേണ്യവാദത്തിനെതിരായ വിമർശത്തിന് പുതിയ ആയുധങ്ങൾ നൽകുകയുമാണ്. ഒഴുക്കൻ പ്രസ്താവങ്ങൾക്കുപരി ആധികാരിക രേഖകളിലൂടെയുള്ള സൂക്ഷ്മ വിശകലനങ്ങളാണ് ഈ ഭാഗത്തെ ബലിഷ്ഠമാക്കുന്നത്.

'മഹിതമായ ഇന്ത്യൻ പാരമ്പര്യ'ത്തെ വാഴ്ത്തിപ്പാടൻ നടക്കുന്ന ബഹുമുഖങ്ങളായ ആവിഷ്കാര രീതികളിലെ പൊള്ളത്തരവും ബാലിശതയും മുൻമാതൃകകളില്ലാത്തവിധം തുറന്നു കാട്ടുന്നുമുണ്ട് രഘു. ശ്രീബുദ്ധൻ, ദയാനന്ദ സരസ്വതി, സ്വാമി വിവേകാനന്ദൻ, അരബിന്ദോ, ജ്യോതിബ ഫൂലേ, ബി ആർ അംബേദ്കർ തുടങ്ങിയ ഭാരതീയ ചിന്തകരെ മിക്ക പഠനങ്ങളും സമീപിച്ചിട്ടുള്ളത് പൂർവനിശ്ചിതങ്ങളായ മുൻവിധികൾ തൃപ്തമാക്കും വിധമായിരുന്നു. എന്നാൽ ഈ ഗവേഷണ ഗ്രന്ഥമാകട്ടെ മറ്റൊരു വഴി തുറക്കുകയാണ്. ഇന്ത്യൻ പാരമ്പര്യത്തിൽനിന്ന് നിരീശ്വരവാദത്തെ തുടച്ചുനീക്കി പൂർണമായൊരു ആത്മീയ പരിപ്രേക്ഷ്യം നിരൂപിച്ചെടുക്കാനുള്ള കൗശലങ്ങളെ രഘു പൊറുപ്പിക്കുന്നേയില്ല. അതിനായി ചരിത്രത്തിലെ ഇരുൾ പൂശിയ മണ്ഡലങ്ങൾ ചികഞ്ഞെടുക്കുകയുമാണ്. ഭരണകൂട നിർമിതമായ സാമൂഹ്യ മറവിരോഗത്തിനെതിരായ സാംസ്കാരിക കലാപത്തിന്റെ ഊക്കും പ്രഹരശേഷിയുംകൂടി അവതീർണമാക്കുകയാണ് ആ നിരീക്ഷണങ്ങൾ. ഫൂലേയുടെ പ്രധാന ദാർശനിക സംഭാവന, അഹൈന്ദവമായ വ്യവഹാര മണ്ഡലം ഉയർത്തിക്കൊണ്ടുവന്നുവെന്നതാണ്. ഭഗവത്ഗീതയുടെ പ്രത്യയശാസ്ത്രവും സാമ്പത്തിക സൂചകങ്ങളും വിവരിച്ചശേഷം ഹിറ്റ്ലറുടെ മെയ്ൻകാംഫിലേക്കെത്തുമ്പോൾ അതിശ്രദ്ധേയങ്ങളായ നിഗമനങ്ങൾ ഉരുത്തിരിയുകയാണ്. പുരോഹിത വർഗവും അവരെ നന്നായി ദുരുപയോഗം ചെയ്യുന്ന അധികാരശ്രേണിയും സ്വതന്ത്ര ചിന്തക്കെതിരെ എന്നും കുരിശുയുദ്ധം പ്രഖ്യാപിച്ചിരുന്നു. ആശയങ്ങളുടെ ഉരസലിൽനിന്ന് ബഹിർഗമിക്കുന്നതാണ് സ്വാതന്ത്ര്യത്തിന്റെ ശബ്ദം എന്ന കാഴ്ചപ്പാടിനെ അവർ പൊറുപ്പിക്കാറേയില്ല. ആ അർഥത്തിൽ പുരാണേതിഹാസങ്ങൾക്കും മതഗ്രന്ഥങ്ങൾക്കും ഏകപക്ഷീയവും ഏകദിശീയവുമായ

വായനമാത്രമാണ് പ്രോത്സാഹിപ്പിച്ചു വരുന്നതും. ഗീത മുൻനിർത്തി രഘു മുന്നോട്ടു വയ്ക്കുന്ന നിലപാടുകൾ അതീവ സാരവത്താകുന്നത് ആ പശ്ചാത്തലത്തിലാണ്. ഹിറ്റ്ലറുടെ അതിമോഹങ്ങളുടെയും ക്രൂരതകളുടെയും മനുഷ്യ വിരുദ്ധതയുടെയും പ്രചോദനമായി വർത്തിച്ച വിവിധ ചിന്താപദ്ധതികൾ വിശദമായി പ്രതിപാദിക്കുന്നുമുണ്ട്. അയാളുടെ ഗുരുക്കന്മാരുടെ സിദ്ധാന്തങ്ങളിൽ ഊന്നിയാണ് ആ ഭാഗം.

ഹിറ്റ്ലറുടെ ശിഷ്യന്മാരും അനുചര വൃന്ദവും ഫാസിസ്റ്റ് ആൾക്കൂട്ടങ്ങളും ഭഗവത്ഗീത നെഞ്ചോടു ചേർത്തുവച്ചതിന്റെ കഥകൾ പഠനാർഹമാണ്. രഘു എഴുതുന്നു:" ഹിറ്റ്ലറുടെ വലംകൈയും എസ്എസ് മേധാവിയുമായിരുന്ന ഹെൻറീഷ് ഹിമ്ലർ, എപ്പോഴും ഭഗവത്ഗീതയുടെ ഒരു കോപ്പി കൈയിൽ കരുതുമായിരുന്നു. ഏത് അരുംകൊലയെയും മനഃസാക്ഷിക്കുത്തില്ലാതെ നടത്തുന്നതിന് മനുഷ്യരെ സന്നദ്ധമാക്കുന്ന വിശുദ്ധ ഗ്രന്ഥമെന്നാണ് അയാൾ ഗീതയെ വിശേഷിപ്പിച്ചത്. ദശലക്ഷക്കണക്കിന് ജൂതരെയും ജിപ്സികളെയും കമ്യൂണിസ്റ്റുകാരെയും കൊന്നൊടുക്കിയ 'അന്തിമ പരിഹാര'ത്തിനുള്ള പരിശീലനത്തിന്റെ ഭാഗമായി നാസിപ്പട്ടാളക്കാർക്ക് ഗീതാജ്ഞാന യജ്ഞങ്ങൾ നടത്തുക പതിവായിരുന്നു. നാസിസത്തിന്റെ ഔദ്യോഗിക ചിഹ്നമായ സ്വസ്തിക ഭാഗ്യസൂചകമായി ഹിന്ദുക്കൾ ആരാധിച്ചിരുന്നതാണ്. സ്വസ്തിക എന്ന വാക്ക് സംസ്കൃതമാണ്. ബലത്തെയും ഭാഗ്യത്തെയും സൂചിപ്പിക്കാൻ ഹിന്ദുക്കൾ പരമ്പരാഗതമായി ഉപയോഗിച്ചിരുന്ന പ്രതീകം". തുടർന്ന് കുറേ വസ്തുതകൾ വിശദാംശങ്ങളോടെ വ്യക്തമാക്കുന്നുമുണ്ട്. ഒട്ടേറെ പുതിയ വിവരങ്ങളും പഠനങ്ങളും കൃതികളും പരിചയപ്പെടുത്തുന്ന ഈ ഭാഗം അസാധ്യവും അഭ്രുതപൂർവവുമായ ഗൃഹപാഠങ്ങളും മുന്നൊരുക്കങ്ങളും കൊണ്ടും ദീപ്തമാണ്. ഹിറ്റ്ലറുടെ കോൺസെൺട്രേഷൻ ക്യാമ്പുകളിലെ വൈദ്യശാസ്ത്ര പരീക്ഷണങ്ങൾക്ക് ഡോ. റോഷറുടെ നേതൃത്വത്തിൽ പ്രത്യേക സംഘമുണ്ടായിരുന്നു. അതിന് സമാനമായിരുന്നു നരേന്ദ്രമോഡിക്ക് ഡോ. മായാബെൻ കൊദ്നാനി നൽകിയ സഹായങ്ങളും പിന്തുണകളും. ഇത്തരം താരതമ്യങ്ങൾക്കുകൂടി മുതിർന്നിരുന്നെങ്കിൽ ഈ കൃതി മറ്റൊരു വിതാനത്തിലേക്ക് ഉയരുമായിരുന്നു.

'ഹിന്ദു ഉണ്ടാകുന്നത് എങ്ങനെ' എന്ന അധ്യായം പ്രാചീന ഇന്ത്യാചരിത്രത്തിന്റെ ഹൃദയത്തിലൂടെയുള്ള സമഗ്രവും വസ്തുനിഷ്ഠവും മുൻവിധികളില്ലാത്തതുമായ സഞ്ചാരമാണ്. ഹിന്ദു നിർമിതിയുടെ പ്രത്യയശാസ്ത്ര വിവക്ഷകൾ അതീവ ഗൗരവങ്ങളായ ഉദാഹരണങ്ങളിലൂടെ അടവരയിട്ടു പോവുകയുമാണ്. ആ സംജ്ഞയുടെ ഉദയംമുതൽ ആരംഭിക്കുന്നുമുണ്ട് അന്വേഷണം. അത് വ്യത്യസ്ത രീതിയിൽ ഉപയോഗിക്കപ്പെട്ടതിന്റെ അനുഭവപാഠങ്ങളും തുടർന്ന് വരുന്നു. ഒരു കൽപ്പിത ശത്രുവിനെതിരായ സ്വയം നിർവചനവും സ്വത്വ പ്രഖ്യാപനവുമായി പിന്നീടത് രൂപാന്തരം പ്രാപിച്ചു. അങ്ങനെയൊരു കൃത്രിമ നിർമിതിയിലാണ് ഹിന്ദുത്വത്തിന്റെ രാഷ്ട്രീയ പരിണാമവും ഫാസിസ്റ്റു ചേരുവകളുടെ സ്വാംശീകരണവും. ഗാന്ധി വധവും ബാബരി മസ്ജിദ് തകർക്കലും ഗുജറാത്ത്

വംശഹത്യയും മറ്റും അക്രമാസക്തങ്ങളായ തുടർ ഘട്ടങ്ങൾ. ഹിറ്റ്ലർ മുന്നോട്ടുവച്ച ആര്യൻ വംശമേന്മാ സിദ്ധാന്തത്തിന്റെ ചുവടു പിടിച്ച് കാവിപ്പട അഴിച്ചുവിട്ട അസംഖ്യം ഹിംസാത്മകതയുടെ അടിവേരു തേടിപ്പോയാൽ ഒട്ടേറെ സമാനതകൾ ദർശിക്കാനാവും. ജൂതന്മാരുടെ രക്തം കൂടിക്കലർന്നതുകൊണ്ടാണ് ജർമൻ ജനത അധഃപതിച്ചതെന്ന ഹിറ്റ്ലറുടെ സമവാക്യം എം എസ് ഗോൾവാൾക്കറും ഹെഡ്ഗേവാറും മറ്റും ഇന്ത്യയിൽ പരിഭാഷപ്പെടുത്തിയത് അമ്പരപ്പിച്ച നിലയിലായിരുന്നു. ധാർമികമായാലും വാഗർഥത്തിലായാലും വൃത്തികെട്ടവരായിരുന്ന ജൂതന്മാർ. അയഞ്ഞുലുങ്ങിയ വസ്ത്രം ധരിച്ച നടക്കുന്ന കുളിക്കാത്ത ആ മനുഷ്യർക്ക് അസഹ്യമായ ചൂരുണ്ടായി. അതിനെല്ലാമുപരിയായിരുന്ന വൃത്തികെട്ട പുറംരൂപത്തിനകത്തെ അവരുടെ ധാർമിക അശുദ്ധി. വിവിധ മേഖലകളിൽ ജൂതന്മാരുടെ പ്രവർത്തനങ്ങൾ ഉൽക്കണ്ഠാജനകമായിരുന്നു. സമൂഹത്തിലെ ഏതു ദൂഷിച്ച നീക്കത്തിനു പിന്നിലും ഒരു ജൂതനെങ്കിലും ഉണ്ടാവും. സമൂഹത്തെ ബാധിച്ച ഏതു ട്യൂമറിൽ കത്തി ചലിപ്പിച്ചാലും ഒടുവിൽ പുറത്തു ചാടുക ഒരു ജൂതപ്പുഴുവായിരിക്കും. കലയിലും സാഹിത്യത്തിലും നാടകവേദിയിലും സിനിമയിലും പത്രങ്ങളിലുമൊക്കെ അവരുടെ ദൂഷിച്ച ഇടപെടലുണ്ടായിരുന്നു. പ്ലേഗിനേക്കാൾ മാരകമായ സാംക്രമിക രോഗമായി അത് പടരുകയും ചെയ്തു. മനുഷ്യരാശിയുടെ മുഖത്തേക്കാണ് അവർ തങ്ങളുടെ മാലിന്യക്കുഴലുകൾ തുറന്നുവച്ചത്. അവരുടെ എണ്ണത്തിനും കണക്കില്ലായിരുന്നു. ഒരു ഭാഗത്തേക്ക് പതിനായിരം നികൃഷ്ട ജൂതന്മാർ എന്ന കണക്കിൽ - എന്നായിരുന്നു മെയ്ൻകാംഫിൽ ഹിറ്റ്ലറുടെ അസഹിഷ്ണുത. എഡി എട്ടാം നൂറ്റാണ്ടിൽ ശ്രീശങ്കരൻ അദ്വൈത വേദാന്തം മുൻനിർത്തി വ്യാഖ്യാനിച്ച് ഗീത ഒരു ഉപനിഷത്താണെന്ന് പ്രഖ്യാപിച്ചതോടെയാണ് ഭഗവത്ഗീത ശ്രദ്ധേയമാകുന്നത്. അതേതുടർന്നാണ് യാഥാസ്ഥിതിക ഹിന്ദുമതത്തിന്റെ ആധികാരിക സ്രോതസായി വിലയിരുത്തപ്പെടുന്ന 'പ്രസ്ഥാനത്രയം' എന്ന ആശയം രൂപപ്പെടുന്നതും. ഉപനിഷത്തുകൾ, ബ്രഹ്മസൂത്രം, ഭഗവത്ഗീത എന്നിവ ചേർന്നതാണത്. അതിൽ ഗീതയാകട്ടെ, നൂറ്റാണ്ടുകളായി നിലവിലുള്ള ജാതിവ്യവസ്ഥയുടെ ന്യായീകരണമായും ജാതി സംഘർഷങ്ങൾ ലഘൂകരിക്കുന്നതിനുള്ള പ്രാമാണിക ഗ്രന്ഥമായും മാറി.

'യോഗ: അപചിന്തനത്തിന്റെ സാങ്കേതികവിദ്യ' എന്ന മൂന്നാം അധ്യായം ആഴത്തിലുള്ള പഠനത്തിന്റെയും അപഗ്രഥനത്തിന്റെയും വിശദീകരണങ്ങളുടെയും ആകെത്തുകയാണ്. ഫാസിസ്റ്റുകളുടെ പ്രബോധനങ്ങളിൽ പ്രധാനമാണ് ശരീര-ശക്തിപൂജകൾ. ഇന്ത്യ അധഃപതിക്കാൻ കാരണം കായിക പിന്നോക്കാവസ്ഥ കാരണമാണെന്നായിരുന്നു ഗോൾവാൾക്കറുടെ വിധിതീർപ്പ്. അത് മറികടക്കാനുള്ള ഉപാധികളിലൊന്നായിരുന്നു 'ശാഖ'കളിലെ വ്യായാമ മുറകളും ശരീര പ്രദർശനവും. യോഗ ഇക്കാലത്ത് ആഗോളവ്യാപകമായി ഒരു ആത്മീയ- വിനോദ- വ്യായാമ സാമ്രാജ്യമായി മാറ്റപ്പെട്ടിരിക്കുകയാണെന്ന അഭിപ്രായപ്രകടനത്തിലൂടെയാണ് ഈ അധ്യായം ആരംഭിക്കുന്നത്.

പൊങ്കാലവൽക്കരിക്കപ്പെടുന്ന കേരളം, ഹൈന്ദവാപകർഷതയും യോഗയുടെ പുനരുത്ഥാനവും, യോഗയുടെ കയറ്റുമതി, ഹിന്ദു മസ്തിഷ്കം, പ്രാണായാമവും ഭ്രാന്തും, കുണ്ഡലിനിയും മാന്ത്രികശരീരവും- തുടങ്ങിയ ഉപശീർഷകങ്ങളിലൂടെ മുന്നേറുന്ന പഠനം അതീവ കാർക്കശ്യം നിറഞ്ഞ ഉൾക്കാഴ്ചകളാൽ നിബിഡവുമാണ്. ഹിന്ദുത്വ രാഷ്ട്രീയം, അതിന്റെ പ്രത്യയശാസ്ത്ര വ്യാപനത്തിനും ജനസമാഹരണ യജ്ഞങ്ങൾക്കും അസംഖ്യം ആൾദൈവങ്ങൾക്കൊപ്പം ധ്യാനവും യോഗയും നന്നായി ഉപയോഗപ്പെടുത്തി വരുന്നുണ്ട്. യുക്തിബോധത്തിന്റെയും ശാസ്ത്രചിന്തയുടെയും ശവപ്പറമ്പിലാണ് ആ കൊടിനാട്ടലുകൾ. അതിന്റെ ചരിത്ര- സമകാലികാനുഭവങ്ങൾ രഘു മറയില്ലാതെ വിളിച്ചു പറയുന്നുണ്ട്.

ആത്മീയതയുടെ 'മതേതര വിപണി' എന്ന അവസാനാധ്യായത്തിൽ സാമൂഹ്യമായ പ്രതിബിംബക്കെണിയുടെ ഗൂഢതാൽപര്യങ്ങൾ അനുരഞ്ജനമില്ലാതെ വിലയിരുത്തുകയാണ്. നമ്മുടെ രാജ്യത്തെ മിസ്റ്റിക് പാരമ്പര്യങ്ങളെയും സന്ന്യാസികൾമുതൽ ആൾദൈവങ്ങളുടെവരെയുള്ളവരുടെ അവകാശവാദങ്ങളെയുംകുറിച്ച് ന്യൂറോ സയൻസിന്റെ പിൻബലത്തിൽ നടത്തുന്ന വിശകലനങ്ങളാണ് ഈ ഭാഗത്തിന്റെ പ്രത്യേകത. ആൾദൈവങ്ങൾ എന്നറിയപ്പെടുന്ന അസംബന്ധ മനുഷ്യരുടെ വിപണനമൂല്യം വലതുപക്ഷ പ്രത്യയശാസ്ത്ര വിജയംകൂടിയാണ്. അവർക്ക് അപ്രമാദിത്വം നൽകുന്ന രാഷ്ട്രീയ- സാമൂഹ്യ- സാമ്പത്തിക പശ്ചാത്തലംകൂടി എടുത്തിടുന്നതിലൂടെ സംവാദങ്ങൾക്കൊരു മറുതലം നൽകുകയുമാണ് ഗ്രന്ഥകാരൻ. മൂലധന ശക്തികളുടെ കഴുത്തറുപ്പൻ മത്സരങ്ങളും അമിത ലാഭേച്ഛയും എക്കാലവും പ്രതിബിംബക്കെണിയെ വലിയ മട്ടിൽ ആശ്രയിച്ചിട്ടുമുണ്ട്. അനൗപചാരിക സമ്പദ്‌വ്യവസ്ഥയുടെയും മാഫിയാ മൂലധനത്തിന്റെയും വാണിജ്യ ഭക്തിയുടെയും ചേരുവകൾ സമാസമം ചേർന്നതാണ് ആൾദൈവങ്ങളും സിദ്ധന്മാരും ബാബമാരും. റഷ്യൻ വിപ്ലവ കാലത്ത് സാറിനയുടെ കൂട്ടായി നിന്ന റാസ്പുട്ടിനും ഇന്ദിരാഗാന്ധിയുടെ വിശ്വസ്തനായ ചന്ദ്രസ്വാമിയും മുതൽ മാതാഅമൃതാനന്ദമയിയും ശ്രീശ്രീ രവിശങ്കറും തൊട്ട് ഗുർമീത്‌സിങ് റാംറഹീമുംവരെ അത് നന്നായി തെളിയിച്ചവരാണ്. ഒരു സാന്ത്വന ചികിത്സയുടെ സാമൂഹ്യ പ്രയോഗമായും അവരെയെല്ലാം ഉയർത്തിക്കാട്ടാനും സാംസ്കാരിക വലതുപക്ഷത്തിന് കഴിയുന്നു."നിരപരാധികളെന്നു തെളിയിക്കപ്പെടുന്നതുവരെ 'വിശുദ്ധ'രെ അപരാധികളായിത്തന്നെ കാണണ"മെന്ന ജോർജ് ഓർവെലിന്റെ പ്രസ്താവം ഈ പ്രബന്ധത്തിന്റെ തുടക്കത്തിൽ നൽകിയത് ചിന്തനീയമാണ്. പലായന ബോധത്തിന്റെയും അഭയചിന്തയുടെയും ആശ്ലേഷണമാണ് ലഘുവായ അർഥത്തിൽ പറഞ്ഞാൽ ആൾദൈവങ്ങൾ. അത്യന്തം മത്സരാധിഷ്ഠിതമായ മുതലാളിത്തത്തിൽ തോൽക്കുന്നവർക്കും ഇടം നൽകുന്നുവെന്ന വിശാലതയുടെ കപട പ്രഖ്യാപനമാണ് അവരുടെ വായ്ത്താരി. ആശ്ലേഷവും അഭയബോധവും എന്ന ഉപശീർഷകത്തിനു ചുവടെ ഇത്തരം ബോധമണ്ഡലത്തിന്റെ ആശയാടിത്തറ പൊളിച്ചടുക്കുകയാണ് രഘു. മനുഷ്യരുടെ അസ്തിത്വ

ഭയാശങ്കകൾക്കുമേൽ ആത്മീയതയും മതവും എങ്ങനെ അധിനിവേശം നടത്തുന്നുവെന്ന് ഫ്രോയ്ഡിന്റെ 'ദി അൺകാന്നി' എന്ന പഠനം വിരൽചൂണ്ടിയാണ് അദ്ദേഹം തെളിയിക്കാൻ ശ്രമിക്കുന്നതും. തുടർന്ന് അമൃതാനന്ദമയിയുടെയും മറ്റും കെട്ടിപ്പുണരലിലെ കൃത്രിമമായ സാന്ത്വന പരിസരത്തെ വിശദമാക്കുകയാണ്. ശരീര പൂജയുടെ വിവിധ സൂചകങ്ങളിലേക്കാണ് പിന്നീടുള്ള അന്വേഷണം. ആത്മീയ സംരംഭകത്വം എന്ന പരികൽപ്പനയിലൂടെ വെറും ജീവകാരുണ്യവാദത്തിന്റെ അന്തഃസാരശൂന്യതകളിലേക്കും കടന്നു ചെല്ലുന്നു. ചുരുക്കത്തിൽ ആത്മീയ വ്യാപാരത്തിന്റെ ബാലിശമായ സമവാക്യങ്ങൾ ഹിന്ദുത്വ പ്രത്യയശാസ്ത്രത്തിന്റെ സാമാന്യബോധമായി വിടർന്നുനിൽക്കുന്നതിന്റെ വിവിധ തലങ്ങൾ അപാരമായ ഉൾക്കാഴ്ചയോടും സാമൂഹ്യമായ ജാഗ്രതയോടുമാണ് പരിശോധിക്കുന്നതും.

ഹിന്ദുത്വഫാസിസത്തിന്റെ ചരിത്രവും സിദ്ധാന്തവും സമഗ്രമായി അവതരിപ്പിക്കുന്ന മലയാളത്തിലെ എക്കാലത്തെയും മികച്ച പഠനമാണിത്. ഉപരിതലത്തിൽ ചില്ലറ വിമർശങ്ങൾ പുലർത്തുന്നവർക്കുപോലും ഇതിലെ കേന്ദ്ര പ്രമേയങ്ങളുടെ അവതരണങ്ങളിൽ പുലർത്തിയ കൃത്യത കാണാതിരിക്കാനാവില്ല. അതിനായി ഗ്രന്ഥകാരൻ ആശ്രയിച്ച ഉപാദാനങ്ങളെ വിസ്മരിക്കാനാവില്ലെന്നും പറയേണ്ടതുണ്ട്. എന്നാൽ ചില നിരീക്ഷണങ്ങൾ സൂക്ഷ്മാർഥത്തിൽ പുതിയ സംവാദങ്ങൾക്ക് തിരികൊളുത്തുമെന്ന് ആശിക്കാമെങ്കിലും അവ അടിയുറപ്പിച്ച അതിവാദങ്ങൾക്ക് നിലനിൽപ്പുണ്ടാകില്ലെന്ന് ഉറപ്പിക്കാം.കൊളോണിയലിസം, ഇന്ത്യൻ ദേശീയത, വിവേകാനന്ദന്റെ പങ്ക്, യോഗ തുടങ്ങിയവയെക്കുറിച്ചുള്ള പരാമർശങ്ങൾക്കിടയിൽ ഈ വീഴ്ച ദൃശ്യവുമാണ്. കൊളോണിയലിസത്തെ വിപ്ലവകരമായ സാമൂഹിക ഘട്ടമെന്ന നിലയിൽ വിലയിരുത്തുന്നതും ഇന്ത്യൻ ദേശീയതയെ സവർണ മോഹഭംഗത്തിന്റെ രാഷ്ട്രീയ പ്രകാശനമെന്ന് അടയാളപ്പെടുത്തിയതും സ്വാമി വിവേകാനന്ദനെ ഹിന്ദു ഫാസിസത്തിന്റെ പിതാവായി വരവുവയ്ക്കുന്നതും ചരിത്രത്തിന്റെ ബലിഷ്ഠമായ പിന്തുണയോടെയല്ല. ഫാസിസ്റ്റ്‌വിരുദ്ധ വിമർശനത്തിന്റെ ഒത്തുതീർപ്പില്ലാത്ത രീതിശാസ്ത്രം സ്വാംശീകരിച്ചതിനാലാവാം ആ തീക്ഷ്ണ കരുതുന്നവരുമുണ്ട്. കേരളത്തെക്കുറിച്ചുള്ള തന്റെ ശ്രദ്ധേയമായ പഠനത്തിൽ ദിലീപ് മേനോൻ, സഹോദരൻ അയ്യപ്പനെ പുലയൻഅയ്യപ്പൻ എന്ന് പരാമർശിച്ചുപോയത് ഓർമവരികയാണ്. ദേശീയതയെയും ദേശീയതാവാദത്തെയും ഒന്നായിക്കാണുന്നതും ശാസ്ത്രീയ ചിന്തയുടെ ഭാഗമല്ലെന്നും സൂചിപ്പിക്കേണ്ടതുണ്ട്. ദേശീയതയ്ക്കും സെക്കുലറിസത്തിനും മറ്റും പരിമിതികളോടെയാണെങ്കിലും ഒരു പൊതു ഉടമാവകാശം നിലനിൽക്കുന്നുവെന്നതും മറന്നുകൂടാത്തതാണ്. ഭൂരിപക്ഷ വർഗീയത ദേശീയതാവാദത്തിന്റെ മറയ്ക്കുള്ളിൽ ഒളിച്ചിരിപ്പാണെന്ന ജവഹർലാൽ നെഹ്റുവിന്റെ അഭിപ്രായം വ്യക്തമായ സൂചനകൾ നൽകുന്നുമുണ്ട്. 31 ശതമാനത്തിന്റെ പിന്തുണയാൽ 69 ശതമാനം ജനങ്ങളെ നിയന്ത്രിക്കാനും വരുതിയിലാക്കാനുമുള്ള ആധികാരികതയും ചങ്കൂറ്റവും

സംഘപരിവാരത്തിന് നൽകുന്നത് സർവമണ്ഡലങ്ങളിലും നേടിയ പ്രത്യയശാസ്ത്ര ബലംകൊണ്ടുകൂടിയാണ്. ഹിറ്റ്ലർക്ക് ആദ്യ തെരഞ്ഞെടുപ്പിൽ കൈവിരലിലെണ്ണാവുന്ന സീറ്റുകൾമാത്രമായിരുന്നു. ബിജെപിയെപ്പോലെ പടിപടിയായുള്ള മുന്നേറ്റം. എല്ലാ വോട്ടെടുപ്പുകൾക്കും അന്ത്യം കുറിച്ച തെരഞ്ഞെടുപ്പായിരുന്നു അത്. മാർടിൻ ലൂദർകിങ് ജൂനിയർ പറഞ്ഞതുപോലെ, ഫാസിസത്തിന്റെ പിടി മുറുകുമ്പോൾ ഒടുവിൽ നാം തിരിച്ചറിയുക ശത്രുക്കളുടെ ശബ്ദത്തേക്കാൾ മിത്രങ്ങളുടെ നിശ്ശബ്ദതയാണ്.

## മോഡി ബ്രാൻഡും
## കീറിപ്പറിഞ്ഞ പാദുകവും

പ്രശസ്ത പത്രപ്രവർത്തകൻ പി സായ്നാഥ് ഇന്ത്യൻ കാർഷിക പ്രതിസന്ധി മുൻനിർത്തി തയ്യാറാക്കിയ പ്രക്ഷുബ്ധമായ ഡോക്യുമെന്ററിയുടെ ശീർഷകം 'നീറോയുടെ അതിഥികൾ' എന്നാണ്. എ ഡി 64 ലെ അഗ്നിബാധയിൽ റോമിന്റെ പകുതിഭാഗവും നശിച്ചപ്പോൾ ഭരണാധികാരിയായ നീറോ ജനങ്ങളെ ഭിന്നിപ്പിക്കാൻ ഒരു വിരുന്നൊരുക്കുകയായിരുന്നു. അതിഥികളെല്ലാം അതിസമ്പന്നർ. ചടങ്ങ് നടത്താൻ ഉദ്ദേശിച്ച ഉദ്യാനത്തിൽ വെളിച്ചമില്ല. അതിനാൽ വധശിക്ഷയും ജീവപര്യന്തവും കാത്തുകഴിയുന്നവർ ഉൾപ്പെടെയുള്ള കുറ്റവാളികളെ ജയിലിൽനിന്നിറക്കി തീയിടുകയായിരുന്നു. ആ ക്രൂരത കാട്ടിയ നീറോയേക്കാൾ കൂടുതൽ സായ്നാഥ് സംസാരിക്കുന്നത് മൗനമവലംബിച്ച അതിഥികളെക്കുറിച്ചാണ്. കിസാൻ സഭാ നേതൃത്വത്തിൽ മുബൈയിൽ നടന്ന കർഷക മഹാറാലിയെ അപഹസിച്ച് നവമാധ്യമങ്ങളിൽ വന്ന കള്ളപ്രചാരണത്തിന്റെ പെരുമഴ കണ്ടപ്പോൾ പഴയ നീറോയുടെ കഥയാണ് ഓർമവന്നത്.

അരലക്ഷം കർഷകർക്ക് ഏഴു ദിവസേത്തക്ക് വേണ്ടിവന്ന ചെലവ് പെരുപ്പിച്ചുകാട്ടി അതിന്റെ പ്രായോജകർ ആരാണെന്ന നിരുത്തരവാദപരമായ ചോദ്യമായിരുന്നു അതിൽ പ്രധാനം. തൊപ്പികൾ, കൊടികൾ, ചെരുപ്പ്, മൂന്നുനേരത്തെ ഭക്ഷണം തുടങ്ങിയവയുൾപ്പെടെ 1.26 കോടി രൂപ ചെലയായെന്നായിരുന്നു മാധ്യമ കർസേവകരുടെ സങ്കുചിത ഗണിതം. പത്തുരൂപ വരുന്ന തൊപ്പിയും കൊടിയും അവർ സ്വന്തം കാശുകൊടുത്ത് വാങ്ങിയതായിരുന്നു. കാലിലിട്ടത് പഴഞ്ചൻ, വിലകുറഞ്ഞ, പൊട്ടിപ്പൊളിഞ്ഞ സാധാരണ ചെരുപ്പുകൾ. പലർക്കും അതുപോലുമുണ്ടായില്ല. ഫ്രഞ്ച് ചിന്തകൻ വേൾട്ടേർ സൂചിപ്പിച്ചത്, താഴേക്ക് പോകുന്ന മിനുസമുള്ള പാദുകങ്ങളുടെയും മുകളിലേക്ക് പായുന്ന ബൂട്ട്സുകളുടെയും ഒച്ചകൊണ്ടാണ് ചരിത്രം നിറച്ചിരിക്കുന്നതെന്നാണ്. സത്യത്തിൽ അവർ വിഭവസമൃദ്ധമായ സദ്യയുണ്ണുകയായിരുന്നില്ല. തുച്ഛ ഭക്ഷണം മാത്രം. ആൽബർട് ഐൻസ്റ്റീൻ പ്രതികരിച്ചതുപോലെ, വിവരമില്ലാത്തവരുടെ ചെയ്തികളെക്കാൾ വിവരമുള്ളവരുടെ മൗനവും തെറ്റായ നിഗമനങ്ങളുമാണ് ജനാധിപത്യത്തിന് ഭീഷണി. അഭിനവ നീറോയായ നരേന്ദ്ര മോഡിയുടെ നടപടികളേക്കാൾ ചിലരെങ്കിലും കുരിശിലേറ്റുന്നത് ജീവൻ നിലനിർത്താൻ പാടുപെടുന്ന സാധാരണ

മനുഷ്യരെയാവുമ്പോൾ ആ പ്രസ്താവം ശരിയാണെന്ന് ബോധ്യമാകും.

### ബ്രിട്ടീഷ് കോട്ട്, ഫ്രഞ്ച് ഷൂ യുഎസ് മിസൈൽ

നാലു വർഷക്കാലത്തെ ഭരണം പൂർത്തിയാക്കിയപ്പോൾ 41 സന്ദർശനങ്ങളിലായി 52 രാജ്യങ്ങൾ ചുറ്റിയടിച്ച് 355 കോടി രൂപ യാണ് മോഡി തുലച്ചത്. ശാരീരിക മികവിന്റെയും നെഞ്ചളവിന്റെയും ആ ചാമ്പ്യൻ യോഗ പരസ്യത്തിന്റെ ചിത്രീകരണത്തിന് ചെലവിട്ടത്, 35 ലക്ഷവും. ഇന്ത്യൻ ക്രിക്കറ്റ് ടീം ക്യാപ്റ്റൻ വിരാഡ് കോലിയുടെ ഫിറ്റ്നെസ്സ് ചാലഞ്ച് ഏറ്റെടുത്തായിരുന്നു ആ പ്രഹസന പ്രകടനം. ദേശീയതാവാദത്തിന്റെയും സ്വാശ്രയത്വത്തിന്റെയും ശബ്ദഘോഷങ്ങൾക്കിടയിലും മോഡിയുടെ വ്യക്തിജീവിതം ധാരാളിത്തത്തിന്റെയും വിഭവധൂർത്തിന്റെയും ആഡംബരത്തിന്റെയും കാർണിവലാണ്. ബ്രിട്ടീഷ് കോട്ടും ഫ്രഞ്ച് ഷൂവും അമേരിക്കൻ മിസൈലും ചുമന്നുനടക്കുകയാണ് ആ 'സ്വദേശി'. വാണിജ്യ ചിന്തയുടെ 'ധർമ'വിചാരങ്ങൾ കൊണ്ടാണ് അണിഞ്ഞൊരുങ്ങുന്നത്. അപ്പോഴും ചില ബ്രാൻഡ് നാമങ്ങളുടെ ചുരുക്കവും പ്രചാരകനും പ്രയോക്താവുമാണ്. നീലാഞ്ജൻ മുഖോപാധ്യായയുടെ 'നരേന്ദ്ര ദോഡി: ദി മാൻ ആൻഡ് ടൈംസ്'' പഠനത്തിലെ 17 പേജ് വരുന്ന ഒരു അധ്യായം മുഴുവൻ മോഡി കുർത്തയെക്കുറിച്ചാണ്. റെഡിമെയ്ഡ് കടകളുടെ പുറത്തിരുന്ന് ഷർട്ടുകൾക്ക് കുടുക്ക് വെച്ച ബിപിൻ ചൗഹാനും സഹോദരൻ ജിതേന്ദ്രയും ജീവിതം തുന്നിച്ചേർക്കാൻ ഏറെ പാടുപെട്ടൊരു കാലമുണ്ടായിരുന്നു. 1981ൽ 'സുപ്രെമോ' എന്ന കട തുറന്നിട്ടും വലിയ മെച്ചമുണ്ടായില്ല. ഗാന്ധിയന്മാർക്കുള്ള പൈജാമയും കുർത്തയുമായിരുന്നു പ്രധാനം. അത്തരം വസ്ത്രങ്ങൾ നാണക്കേടിന്റെയും അപകർഷതാബോധത്തിന്റെയും ചിഹ്നങ്ങളായ സാമൂഹ്യ കാലാവസ്ഥയിലാണ് മോഡി കുർത്ത ഹൗഹാന്റെ ഭാവി മാറ്റി നെയ്തത്. മോഡി ആർഎസ്എസ് നേതൃത്വത്തിൽ എണ്ണപ്പെട്ടപ്പോൾ മുതലുള്ള ബന്ധം ഒരുതരം വ്യാപാര വിജയമായി പുഷ്പിക്കുകയായിരുന്നു.

തുണി തെരഞ്ഞെടുക്കാനും അളവ് കൊടുക്കാനും കട്ടിങ് ശ്രദ്ധിക്കാനും മോഡി ചൗഹാന്റെ കടയിലെത്തുക പതിവായി. മുഖ്യമന്ത്രിയായപ്പോൾ ഔദ്യോഗിക വസതിയിലേക്ക് പോകും. ഓരോവട്ടവും അയാൾ അളവെടുത്തു. ബർണാഡ് ഷാ പറഞ്ഞത്, തയ്യൽക്കാരൻ മാത്രമാണ് തന്നോട് യുക്തിപൂർവം പെരുമാറിയതെന്നാണ്. എപ്പോഴും അയാൾ പുതിയ അളവെടുത്തു; മറ്റുള്ളവരെല്ലാം പഴയ അളവ് തനിക്ക് പാകമാണെന്ന് ഉറപ്പിക്കുകയാണെന്നും കൂട്ടിച്ചേർത്തു.

### ബിഗ് ലൂട്ട് അഥവാ വൻകൊള്ള

ഇംഗ്ലീഷ് നാടകകാരൻ ഫിലിപ് മാസിഞ്ചർ ടൈലർ നിങ്ങളെ എന്തുനല്ല മനുഷ്യനാക്കിയിരിക്കുന്നു എന്ന് പറഞ്ഞതുപോലെ, ചൗഹാൻ മോഡിയെ മോടിപിടിപ്പിക്കുകയായിരുന്നു. പണം ചെലവാക്കാതെ മികച്ച പരസ്യവുമായി. മോഡി പ്രധാനമന്ത്രിയായ ശേഷം കാർ ബ്രാൻഡ് മാറിയപ്പോൾ ഇതേ ഗുണം പുതിയ കമ്പനിക്കും

കിട്ടി. തെരുവോര കുടുക്ക് വെക്കലിൽ തുടങ്ങിയ ബിപിൻ ചൗഹാനും സഹോദരനും 150 കോടി വരുമാനത്തിലേക്ക് കുതിച്ചെന്ന് മാത്രമല്ല, വർഷം 30000 മോഡി കുർത്തയെന്ന റെക്കോർഡിലുമെത്തി. കണ്ണുകൾ ശബ്ദം, വസ്ത്രങ്ങൾ-ഈ മൂന്നു കാര്യങ്ങളിൽ ഒരു ഒത്തുതീർപ്പുമില്ലെന്നാണ് മോഡി ചൗഹാനെ ധരിപ്പിച്ചത്. വെള്ള പോളി ഖാദിയിൽനിന്ന് അദ്ദേഹത്തിന്റെ കുർത്തകൾ കടും നിറങ്ങളിലേക്ക് മാറുകയായിരുന്നു ആദ്യം.വർണാഭമായ ജാക്കറ്റുകൾക്കായി ഭഗൽപ്പൂരിൽനിന്ന് പട്ട് എത്തിക്കുകയും ചെയ്തു. വൻകൊള്ള എന്ന അർഥം വരുന്ന 'ബിഗ് ലൂട്ട്' എന്ന ചൗഹാന്റെ പരസ്യവാചകവും ശ്രദ്ധിക്കേണ്ടതാണ്. മോഡിയുടെ കണങ്കൈ അലങ്കരിക്കുന്നത് മൊവാഡോ ലക്ഷ്വറി വാച്ചുകൾ. അരലക്ഷം രൂപക്ക് മുകളിലാണ് അവയുടെ കുറഞ്ഞ നിരക്ക്. ലോകത്തിലെ ഏറ്റവും വിലകൂടിയ വാച്ച് എന്ന പരസ്യമിറക്കിയത് രണ്ടാംലോക യുദ്ധാനന്തരം കൊഴുത്ത പുതിയ അതിസമ്പന്നരെ ലക്ഷ്യമിട്ടായിരുന്നു. അന്തസ്സിനായി മോഡി കീശയിൽ തിരുകുന്ന പേന മോൺ ബ്ലാങ്ക്. ജർമൻ എഴുത്തുപ കരണ നിർമാതാക്കളുടെ മികച്ച ലോക ഇനങ്ങളിൽ ഒന്നാണത്. പഴയ ഇറ്റാലിയൻ ആഭരണ നിർമാതാക്കളായ ബവ്ൾ ഗാരിയുടെ കണ്ണട ഫ്രെ യിമുകളാണ് മോഡിക്ക് ഏറെ പ്രിയങ്കരം. ഹോളിവുഡ് സുവർണതാരം എലിസബത്ത് ടെയ്ലർ ആ ഫ്രെയിമിന്റെ ആരാധികയായിരുന്നു. അവർ അതേക്കുറിച്ചൊരു ഫലിതവും പറഞ്ഞിട്ടുണ്ട്. തനിക്കറിയാവുന്ന ഒരേയൊരു ഇറ്റാലിയൻ വാക്ക് ബവ്ൾഗാരിയാണെന്നായിരുന്നു അത്.

രാജ്യത്തിന്റെ വിവിധ ഭാഗങ്ങളിൽ നടക്കുന്ന ഗോഡ്സെ, പട്ടേൽ തുടങ്ങിയവരുടെ പ്രതിമാ നിർമാണത്തിന് പൊടിക്കുന്നതും ശതകോ ടികൾ. ഇന്ത്യയിൽ ഇപ്പോൾ ആകെ മുന്നേറുന്നത് പ്രതിമാ കൃഷിമാത്രം. വഡ്നഗറിലെ മോഡിയുടെ വീട്ടിലും ഓഫീസ് മുറിയിലും ഏവരുടെയും ശ്രദ്ധയാകർഷിക്കുന്ന രണ്ട് ചിത്രങ്ങളുണ്ട്. ആദ്യത്തേത് സ്വാമി വിവേ കാനന്ദന്റേതാണ്. മറ്റേത് ഏഴാം നൂറ്റാണ്ടിലെ ചൈനീസ് സഞ്ചാരിയും ബുദ്ധ സന്ന്യാസിയുമായ ഹ്യുയാൻ സാങ്ങിന്റേതും. എണ്ണക്കച്ചവടക്കാ രുടെ കുടുംബത്തിൽ ജനിച്ച മോഡിയുടെ ഗ്രാമമായ വട്നഗറിൽ ആ ചൈനീസ് യാത്രികൻ രണ്ടുവട്ടം എത്തി. ഗുജറാത്തിലെ വണിക് സമൂഹങ്ങൾക്ക് പേർഷ്യ, ഈജിപ്ത്, ദക്ഷിണാഫ്രിക്ക, റോം, ഗ്രീസ് എന്നീ രാജ്യങ്ങൾക്കൊപ്പം ചൈനയുമായും പഴക്കംചെന്ന വാണിജ്യ ബന്ധങ്ങളുണ്ടായി. 14-ാം ലോകസഭയിലേക്ക് പത്രിക നൽകിയശേഷം 2014 ഏപ്രിൽ 24ന് മോഡി നടത്തിയ ഹ്രസ്വ സംസാരത്തിൽ ഹ്യുയാൻ സാങ്ങിനെ ആദരപൂർവം അനുസ്മരിക്കുകയുണ്ടായി. ബുദ്ധമതത്തിന്റെ ഹൃദയം തേടിയുള്ള സാങ്ങിന്റെ പര്യവേക്ഷണങ്ങളെക്കാൾ വാണിജ്യ സഹവാസങ്ങളാകണം അപ്പോൾ മനസ്സിൽ ആഴത്തിൽ തിരതല്ലിയി ട്ടുണ്ടാവുക.

**രാംമാധവിന്റെ അവകാശവാദങ്ങൾ**

പ്രായപൂർത്തിയായ എല്ലാ പൗരന്മാരുടെയും ബാങ്ക് അക്കൗണ്ടിൽ

15 ലക്ഷം രൂപ. തൊഴിലില്ലായ്മ പരിഹരിക്കാൻ എല്ലാ വർഷവും രണ്ടുകോടി തൊഴിൽ. സമാനതകളില്ലാത്ത ജിഡിപി വളർച്ച. എല്ലാവർക്കും വീട്. വിലക്കയറ്റം പിടിച്ചുനിർത്തും.അഴിമതി പൂജ്യം നിലവാരത്തിലേക്ക്.മുഴുവൻ ജനങ്ങളുടെയും ആരോഗ്യം. പൊതുമേഖലാ സ്ഥാപനങ്ങൾ ശക്തിപ്പെടുത്തും. കള്ളപ്പണം തിരിച്ചെത്തിച്ച് സാമ്പത്തിക കുറ്റവാളികളെ കൽത്തുറുങ്കിലിടും. ശക്തമായ കറൻസി, ലോകത്തിന് മാതൃകയാവുന്ന ഡിജിറ്റൽ ഇന്ത്യ, കാർഷിക മേഖലയ്ക്ക് താങ്ങ്, തൊഴിലാളികൾക്കായി സമാശ്വാസ നടപടികൾ, ഇവയെല്ലാം ഉൾപ്പെടുന്ന 'അച്ഛാദിൻ'- തുടങ്ങി എന്തെല്ലാമായിരുന്നു ബിജെപി മാനിഫെസ്റ്റോയിലെയും മോഡിയുടെയും വാഗ്ദാനങ്ങൾ. കോടിക്കണക്കിന് രൂപ ചെലവഴിച്ച് അവയുടെ പരസ്യങ്ങളും നിരത്തുകയാണ്. സംഘപരിവാര കുടക്കീഴിലെ വിവിധ സംഘടനകൾ പ്രചണ്ഡമായ പ്രചാരണങ്ങളും അഴിച്ചുവിടുന്നു. ഇത്തരം അവകാശവാദങ്ങൾക്ക് അടിവരയിടുന്നതായി ബി ജെ പി ദേശീയ ജനറൽ സെക്രട്ടറി രാം മാധവ് 'ടൈംസ് ഓഫ് ഇന്ത്യ' (2018 ജൂലൈ ഏഴ്) എഴുതിയ 'ന്യൂ ഇന്ത്യ ഈസ് റൈസിങ്' ലേഖനം. മൂന്നുവർഷത്തിനുള്ളിൽ ഭവനരഹിതരായ ദരിദ്രർക്ക് അഞ്ചു കോടി വീടുകൾ നിർമിക്കുമെന്നായിരുന്നു പ്രധാന വാഗ്ദാനം. പരിസ്ഥിതി സൗഹൃദപരമായ ഗ്യാസ് സ്റ്റൗവുകളുടെ വിപ്ലവത്തിലും ഊന്നി. അത് കത്തിക്കാൻ പാചകവാതകം സാധാരണക്കാർക്ക് താങ്ങാവുന്നതിനപ്പുറമാണെന്ന വാസ്തവമാണ് മറച്ചുവെച്ചത്. പുതുതായി ആരംഭിക്കാനിരിക്കുന്ന 101 സ്മാർട് സിറ്റികളും എക്സ്പ്രസ് ഹൈവേയും പത്ത് നഗരങ്ങളിലെ മെട്രോ ട്രെയിൻ സർവീസുകളും പട്ടികയിലുണ്ട്. അന്ധവിശ്വാസങ്ങളുടെ നരകമായി ഇന്ത്യയെ തരംതാഴ്ത്തിയവർ ചന്ദ്രയാൻ രണ്ടിനെക്കുറിച്ചും വാചാലമായി. സ്വതന്ത്ര്യ സമ്പാദനത്തിന്റെ എഴുപത്തിയഞ്ചാം വർഷമായ 2022ൽ മോഡി വിഭാവനംചെയ്ത പുതിയ ഇന്ത്യ എന്ന സങ്കൽപ്പത്തെപറ്റിയും റാംമാധവ് പുളകംകൊണ്ടു. ചീറ്റിപ്പോയ സ്വച്ഛഭാരത് മുദ്രാവാക്യം വീണ്ടുമുയർത്തുകയുമുണ്ടായി. ദാരിദ്ര്യവും തൊഴിലില്ലായ്മയും രോഗങ്ങളും ഭവനരഹിതരുമില്ലാത്ത,യോജിച്ച, സമ്പന്നമായ, ആത്മവിശ്വാസം കുടികൊള്ളുന്ന, സന്തുഷ്ട ഇന്ത്യയാണത്രെ ബിജെപിയുടെ ലക്ഷ്യം.

### റിലയൻസ് സ്ഥാപനത്തിന് സ്വയംഭരണ പദവി

ലോകത്തെക്കുറിച്ച് പുറത്തിറങ്ങിയ ഏറ്റവും ഒടുവിലത്തെ സ്ഥിതിവിവരക്കണക്കും ജീവിത ഗുണമേന്മാ സൂചികയും ആ അവകാശവാദങ്ങളെയെല്ലാം തകർത്തെറിയുന്നതാണ്. സ്ത്രീകൾക്ക് ഏറ്റവും അരക്ഷിതമായ രാജ്യങ്ങളിൽ ഇന്ത്യയാണ് ഒന്നാം സ്ഥാനത്ത്. അത് ചൂണ്ടി ന്യൂയോർക്ക് ടൈംസ് ഉൾപ്പെടെയുള്ള അന്താരാഷ്ട്ര മാധ്യമങ്ങൾ മോഡിയെ പരിഹസിച്ചതും മറക്കാനാവില്ല. ആരോഗ്യ സൂചികയിൽ 195 രാജ്യങ്ങളിൽ പരിതാപകരമായ 154-ാം സ്ഥാനം.വിശപ്പിന്റെ സൂചികയിൽ 119ൽ 100. ഏറ്റവും മലിനമായ 15 ലോക രാജ്യങ്ങളിൽ പതിനാലും ഇന്ത്യയിൽ. നാലു വർഷത്തിനിടെ 400 കോളേജുകൾക്ക് താഴുവീണു.

ഏറ്റവും താറുമാറായ റെയിൽവേ സംവിധാനമെന്ന പദവിയും നമുക്കുത ന്നെ. 77000 കോടി രൂപയുടെ ബാങ്ക് തട്ടിപ്പിലൂടെ ഏഴു പതിറ്റാണ്ടിന്റെ ചരിത്രത്തെ പിന്നിലാക്കി. ഏഷ്യയിൽ ഏറ്റവും അഴിമതിയുള്ള രാജ്യവും ഇന്ത്യയാണ്. 2017ൽ സ്വിസ് ബാങ്കിൽ നിക്ഷേപിച്ച ഇന്ത്യക്കാരുടെ കള്ളപ്പണം 50 ശതമാനമാണ് ഏറിയത്. 2018 ലെ റഷ്യൻ ഫുട്ബോൾ ലോകകപ്പിൽ സ്വിറ്റ്സർലൻഡ് കിരീടം ചൂടട്ടേയെന്നാണ് അക്കൂട്ടർ ആഗ്രഹിച്ചതെന്ന ഫലിതം അതിനാൽ നിസ്സാരവുമല്ല. അംബാനിയുടെ ലാഭം 36075 കോടി കൂടി; വർധന 26.6 ശതമാനം. പതഞ്ജലി തട്ടിപ്പു കാരൻ ബാബാ രാംദേവിന്റെ വരുമാന വർധന 150 ശതമാനം. മൂലധന വിസ്തൃതി അയ്യായിരം കോടിയിലുമെത്തി. ബിജെപി അധ്യക്ഷൻ അമിത് ഷായുടെ മകന്റെ ലാഭം 16000 വട്ടം കൂടി. ബിജെപിയുടെ വരുമാന വർധന 81 ശതമാനം കടന്നു. ഏറ്റവും ഒടുവിലത്തെ കണക്കു പ്രകാരം 1034 കോടി.

2018 ജൂലൈ ഒമ്പതിന് കേന്ദ്ര മാനവശേഷി വികസന വകുപ്പ് മന്ത്രി പ്രകാശ് ജാവ്ദേക്കർ ദൂരാവ്യാപക ഫലമുണ്ടാക്കാവുന്ന ഒരു പ്രഖ്യാപനം നടത്തി. മാധ്യമങ്ങൾക്കുപോലും അതിനുള്ളിൽ പതി ഞ്ഞിരുന്ന അപകടത്തിന്റെ ആഴവും ഗൂഢാലോചനയുടെ പരപ്പും തിരിച്ചറിയാനായില്ല. രാജ്യത്തെ ആറ് ഉന്നതവിദ്യാഭ്യാസ സ്ഥാപ നങ്ങൾക്ക് സമ്പൂർണ സ്വയംഭരണാവകാശമുള്ള വിശിഷ്ട സ്ഥാപന ങ്ങളുടെ പദവി നൽകാനാണ് മന്ത്രാലയം തീരുമാനിച്ചത്. സർക്കാർ സ്ഥാപനങ്ങളായ ദില്ലി- ബോംബെ ഐഐടികളും ബംഗലൂരു ഇന്ത്യൻ ഇൻസ്റ്റിറ്റ്യൂട്ട് ഓഫ് സയൻസിനും പുറമെ സ്വകാര്യ മേഖലയിൽനിന്ന് ഈ പദവി നേടിയിരിക്കുന്നതിൽ പ്രധാനം റിലയൻസ് ഫൗണ്ടേഷന്റെ ഉടമസ്ഥതയിലുള്ള, നിത അംബാനി നയിക്കുന്ന ജിയോ ഇൻസ്റ്റിറ്റ്യൂ ട്ടാണെന്നത് നിസ്സാരമല്ല. ഒപ്പം മണിപ്പാൽ അക്കാദമി ഓഫ് ഹയർ എജ്യൂക്കേഷനും രാജസ്ഥാനിലെ പിലാനിയിലുള്ള ബിർള ഇൻസ്റ്റിറ്റ്യൂട്ട് ഓഫ് ടെക്നോളജിയും. ഈ മൂന്നിടവും ഇനിമേൽ പൂർണ സ്വതന്ത്രം. വിദ്യാർഥി പ്രവേശനം, പുതിയ കോഴ്സുകൾ, വിദേശവിദ്യാർഥികളെ ചേർക്കൽ, വിദേശ അധ്യാപകരുടെ നിയമനം, ഭരണ നിർവഹണം, വിദേശ വാഴ്സിറ്റികളുമായുള്ള സഹകരണം തുടങ്ങിയ വിഷയങ്ങളി ലെല്ലാം സ്വയം തീരുമാനങ്ങൾ കൈക്കൊള്ളാം. മുൻ തെരഞ്ഞെടുപ്പ് കമീഷണർ എൻ ഗോപാലസ്വാമിയുടെ നേതൃത്വത്തിലുള്ള സമിതിയോട് സ്വകാര്യ- പൊതുമേഖലകളിൽ നിന്നായി 20 സ്ഥാപനങ്ങളെ തെര ഞ്ഞെടുക്കാനാണ് നിർദേശിച്ചിരുന്നത്. നിർദിഷ്ട യോഗ്യതയുള്ളവയുടെ അഭാവത്തിലാണ് പത്തിന്റെ പട്ടിക സമർപ്പിച്ചതും. ബ്രിട്ടനിലെയും അമേരിക്കയിലെയും മറ്റും വിദ്യാഭ്യാസ സ്ഥാപനങ്ങൾക്ക് ഒരു നൂറ്റാ ണ്ടിലധികം പാരമ്പര്യമുണ്ടെന്നും ഇവിടെ അത്തരം പശ്ചാത്തലമില്ലെ ന്നും ഗോപാലസ്വാമി വെളിപ്പെടുത്തി. അദ്ദേഹവും സഹ പണ്ഡിതരും തെരഞ്ഞെടുത്ത മണിപ്പാൽ- പിലാനി സ്ഥാപനങ്ങൾക്കുപോലും വലിയ ചരിത്രമുണ്ട്. നിതയുടെ ജിയോ ആരംഭിച്ചു കഴിഞ്ഞിട്ടില്ല. അതിൽനിന്നു

തന്നെ മോഡിയുമായുള്ള വ്യാപാര ചങ്ങാത്തം വ്യക്തം.യൂനിവേഴ്സിറ്റി ഗ്രാൻഡ്സ് കമീഷന് ചരമക്കുറിപ്പെഴുതിക്കഴിഞ്ഞ ഈ ഘട്ടത്തിൽ ഇത്തരം വിദ്യാഭ്യാസ വാണിജ്യത്തിന് ഊഹിക്കാനാവാത്ത ഫലമായിരിക്കും.

### അമർത്യസെന്നിന്റെ കടുത്ത വിമർശനം

2014 മുതൽ ചിലർ ഊറ്റംകൊള്ളുന്ന 'കുതിച്ചുചാട്ടം' എന്ന ഇന്ത്യയുടെ സഞ്ചാരം തെറ്റായ വഴിയിലൂടെയാണെന്നും തെക്കനേഷ്യയിലെ ഏറ്റവും മോശം സ്ഥിതിയുള്ള രാജ്യങ്ങളിൽ രണ്ടാമത് ഇന്ത്യയാണെന്നമാണ് അമൃത്യാസെൻ പറഞ്ഞത്. ഴാങ് ദ്രെസ്സെയുമൊത്ത് എഴുതിയ 'ആൻ അൺസേർടൺ ഗ്ലോറി: ഇന്ത്യാ ആൻഡ് ഇറ്റ്സ് കോൺട്രഡിക്ക്ഷൻസ്'' എന്ന കൃതിയുടെ ചർച്ചക്കിടെയാണ് നൊബേൽ അദ്ദേഹം അഭിപ്രായം വെട്ടിത്തുറന്ന് വെളിപ്പെടുത്തിയത്. കാര്യങ്ങളുടെ പോക്ക് വളരെ മോശമായ രീതിയിലാണ്. മുൻകാലങ്ങളിലും വിദ്യാഭ്യാസം, ആരോഗ്യം തുടങ്ങിയ മേഖലകളിൽ സർക്കാറുകൾ വേണ്ടത്ര പരിഗണന നൽകിയിരുന്നില്ലെങ്കിലും 2014നശേഷം സ്ഥിതി കൂടുതൽ മോശമായി. രണ്ടു ദശാബ്ദം മുമ്പ് തെക്കനേഷ്യയിലെ ഇന്ത്യ, ശ്രീലങ്ക, പാകിസ്ഥാൻ, നേപ്പാൾ, ബംഗ്ലാദേശ്, ഭൂട്ടാൻ എന്നീ ആറ് രാജ്യങ്ങളിൽ രണ്ടാമതായിരുന്നു നമ്മുടെ രാജ്യം. ശ്രീലങ്കയായിരുന്നു ഒന്നാമത്. എന്നാൽ ഇപ്പോൾ മോശം പട്ടികയിൽ രണ്ടാമത്. ഏറ്റവും മോശം രാജ്യമമെന്ന 'പദവി' കൈക്കലാക്കുന്നതിൽ തടസ്സം പാക്കിസ്ഥാനിലെ പ്രശ്നങ്ങളാണ്. ഇന്ത്യയെക്കുറിച്ച് അഭിമാനത്തോടെ ചൂണ്ടിക്കാട്ടാവുന്ന കാര്യങ്ങളെകുറിച്ച് വിമർശ നാത്മകമായി ആലോചിച്ചാൽ ലജ്ജയുളവാക്കുംമെന്നും സെൻ പറഞ്ഞു.

ലോകത്തെ അതിവേഗ വളർച്ച കാണിക്കുന്ന സമ്പദ് വ്യവസ്ഥയാണ് ഇന്ത്യയെന്ന് ഊറ്റംകൊള്ളുമ്പോഴും വൈരുധ്യങ്ങൾ നിരവധിയാണ്. ജാതിവ്യവസ്ഥ, അസമത്വം, ദളിത് പ്രശ്നങ്ങൾ തുടങ്ങിയ കാതലായ പ്രശ്നങ്ങളിൽ കേന്ദ്രം മുഖം തിരിക്കുകയാണ്.

മധ്യപ്രദേശിലെ പെട്രോൾ പമ്പിൽ കൂലിക്കൂടുതൽ ആവശ്യപ്പെട്ട ദളിത് യുവാവിനെ ഉടമ കൊലപ്പെടുത്തിയ വാർത്ത സെൻ പ്രത്യേകം എടുത്തുകാട്ടി. അടുത്ത നേരത്തെ ഭക്ഷണവും വിദ്യാഭ്യാസവും ആരോഗ്യ പരിപാലനവും ആ ജനവിഭാഗങ്ങൾക്കുമുന്നിൽ അനിശ്ചിതമാണ്. ഓടകളിലും മറ്റും പണിയെടുക്കുന്നവരുടെ അവകാശങ്ങൾ നഗ്നമായി ഹനിക്കപ്പെടുന്നു. അതിവേഗം വളരുന്ന സാമ്പത്തികരാജ്യം എന്ന നിലയിൽനിന്നും ഇന്ത്യ വളരെ പിറകോട്ട് പോയി. വികസനമാണ് ലക്ഷ്യമെങ്കിൽ സാമ്പത്തിക വളർച്ചയെന്നത് ആ ലക്ഷ്യം നേടാനുള്ള മാധ്യമം മാത്രമാണ്. ആകെ ആഭ്യന്തര ഉത്പാദനത്തിൽ ഏഴ് ശതമാനം ഉണ്ടെന്ന് കരുതുക, എന്നാൽ ഗ്രാമീണ തൊഴിലാളികളുടെ കൂലി പഴയതുപോലെ നിലനിൽക്കുന്നു. അതേക്കുറിച്ച് ആർക്കും പരാതിയില്ല. ബംഗ്ലാദേശിനെക്കാൾ സാമ്പത്തികമായി മുന്നിലാണെന്ന് അവകാശപ്പെടുമ്പോഴും ആരോഗ്യ മേഖലയിൽ ഇന്ത്യ ആ രാജ്യത്തിനും

പിന്നിലാണ്. അതുപോലെ വിദ്യാഭ്യാസം, പോഷകാഹാരം, സാമൂഹിക സുരക്ഷ, സമത്വം , പരിസ്ഥിതി സംരക്ഷണം എന്നീ മേഖലകളിലും വിടവ് കാണാമെന്നും സെൻ കൂട്ടിച്ചേർത്തു. മോഡി കൊട്ടിഘോഷിച്ച് പ്രഖ്യാപിച്ച 'ആയുഷ്മാൻ ഭാരത്' പദ്ധതിയുടെ പൊള്ളത്തരം തുറന്നു കാട്ടുകയായിരുന്നു ഡ്രെസ്സെ. അതിന് ബജറ്റിൽ ഉൾപ്പെടുത്തിയ തുക നാമമാത്രമാണ്. 2018ൽ അനുവദിച്ച രണ്ടായിരം കോടി വീതം വെച്ചാൽ ഒരു ഇന്ത്യക്കാരന് ലഭിക്കുക ഇരുപത് രൂപയിൽ താഴെ. 50 കോടിയുടെ ആരോഗ്യ ഇൻഷുറൻസിന്റെ സ്ഥിതി അതിലും പരിതാപകരം. മറ്റൊരു റിപ്പോർട്ടും പരിശോധിക്കാതെ വയ്യ. ബിജെപി ഭരിക്കുന്ന 11 സംസ്ഥാനങ്ങളിൽ സ്കൂൾ വിദ്യാർഥികൾക്കുള്ള ഉച്ചഭക്ഷണം ശുഷ്കമാക്കിയിരിക്കുന്നു. ഹിമാചൽപ്രദേശ്, ഹരിയാണ, ഉത്തർപ്രദേശ്, രാജസ്ഥാൻ, ഗുജറാത്ത്, മധ്യപ്രദേശ്, മഹാരാഷ്ട്ര, ഗോവ, ഛത്തിസ്ഗഢ്, അരുണാചൽപ്രദേശ്, മണിപ്പൂർ എന്നീ സംസ്ഥാനങ്ങളിലാണ് ഈ അവസ്ഥ കൂടുതൽ പ്രകടം. അസമും ഉത്തരാഖണ്ഡും ത്രിപുരയും ജാർഖണ്ഡും പിന്നാലെയുണ്ട്.

കർഷകരും തൊഴിലാളികളും ചരിത്രത്തിലില്ലാത്തവിധം കുത്തുപാളയെടുത്തു. ഛോട്ടാനാഗ്പൂരിൽ 2018 അവസാനം ഇടിമിന്നലേറ്റ് കാളകൾ ചത്ത ചിത്രത്തോടൊപ്പം ഒരു കർഷകന്റെ കീറിപ്പൊളിഞ്ഞ ചെരുപ്പും കണ്ടല്ലോ. വറ്റിവരണ്ട് ഹൃദയം നിലച്ച യഥാർഥ ഇന്ത്യയുടെ പ്രതീകമാണത്. അതുപോലെ കോർപ്പറേറ്റ് പാദപൂജയുടെ ക്രൂരഫലിതങ്ങളും നിറഞ്ഞ അസംബന്ധങ്ങളും തീർത്തും നിരർഥകമാക്കിയ 'മഹത്തായ' ജനാധിപത്യത്തിന്റെ നേർസാക്ഷ്യവുമാണ്. ഒരിക്കലും തുന്നിച്ചേർക്കാനാവാത്ത ജീവിതം പോലെ അതും തുറിച്ചുനോക്കുകയാണ്. ജനായത്തത്തിന്റെ പേരിൽ ഊറ്റി അസ്ഥികൂടമാക്കപ്പെട്ടവരുടെ ജഡമാണത്. ഫ്യൂഡലിസത്തിന്റെയും ആധുനിക വർണവിവേചനത്തിന്റെയും അസംഖ്യം അന്ധവിശ്വാസങ്ങളുടെയും ഭാരം കാളകളെപ്പോലെ മുതുകിൽ പേറുന്നവർ. ഇതുപോലുള്ള ഒട്ടേറെ ചെരുപ്പുകൾ നമ്മുടെ ശ്രദ്ധയിൽ തറച്ചത് കിസാൻ സഭയുടെ നേതൃത്വത്തിൽ 2018 മാർച്ച് ആറിന് ആരംഭിച്ച മുംബൈ മഹാറാലിയിലായിരുന്നു. ചതഞ്ഞരഞ്ഞ അസംഖ്യം കാലുകളാണ് ഒരു മുദ്രാവാക്യത്തിലേക്ക് നടന്നുകയറിയത്. നാസിക്കിൽനിന്ന് മുംബൈയിലേക്കുള്ള 180 കിലോമീറ്റർ ആറുദിവസം കൊണ്ട് താണ്ടിയപ്പോൾ കർഷകരുടെ പാദുകങ്ങൾക്കൊപ്പം കാലുകളും പൊട്ടിപ്പൊളിഞ്ഞ് ചോരചീറ്റി. അപ്പോഴും പാട്ടുപാടിയും നൃത്തം ചവിട്ടിയും അവർ കുതിക്കുകയായിരുന്നു. അതിനാലാണ് നിരീക്ഷകർ 'ജനാധിപത്യത്തിന്റെ നൃത്തം', 'ചലിക്കുന്ന ജനാധിപത്യം' എന്നെല്ലാം ആ മുന്നേറ്റത്തെ വിശേഷിപ്പിച്ചത്. രാജ്യത്തിന്റെ സാമ്പത്തിക തലസ്ഥാനത്തെ അരലക്ഷം കർഷകർ പിടിച്ചുലച്ചു. തിളക്കം അവകാശപ്പെടുന്ന ഇന്ത്യയിൽ മരിക്കാതിരിക്കാനായി അവർ പൊരുതുകയായിരുന്നു.

"അതെന്റെ അമ്മയുടെ ചോരപൊടിയുന്ന കാലുകളാണ്. ഇന്ത്യയെ വിമോചിപ്പിക്കാനുള്ള മഹാ റാലിയിലാണവർ. തിരിച്ച്

വീട്ടിലെത്തിയാൽ ഞാൻ എന്റെ കണ്ണീരു കൊണ്ട് അവരുടെ കാലുകൾ കഴുകും" എന്നാണ് ഒരു പെൺകുട്ടി പറഞ്ഞത്. 2015-16 കാലയളവിൽ 126002 കർഷകരാണ് ജീവനൊടുക്കിയലത്. ചാർലി ചാപ്ലിന്റെ ഗ്രേറ്റ് ഡിക്ടേറ്ററിൽ അവസാന സംഭാഷണം. "ജീവിതത്തിന്റെ വഴി സ്വതന്ത്രവും മനോഹരവുമാണ്; എന്നാൽ ആ വഴിതന്നെ ഞങ്ങൾക്ക് നഷ്ടമായിരിക്കുന്നു"എന്നായിരുന്നു അവരുടെ ആത്മഗതം. 2018 മെയ് മാസം വരെയുള്ള അഞ്ചു മാസ കാലയളവിൽ മഹാരാഷ്ട്രയിൽ മാത്രം 1092 കർഷകർ ആത്മഹത്യയിൽ അഭയം തേടിയത് നിസ്സാരവുമല്ല. കിസാൻ സഭയുടെ ശക്തമായ പ്രക്ഷോഭത്തെ തുടർന്ന് കടാശ്വാസ നടപടികൾ പ്രഖ്യാപിച്ചിട്ടും മുമ്പത്തെ വർഷത്തേക്കാൾ കുറവ് 72 മാത്രം. 37.4 ലക്ഷം കർഷകർക്ക് അതിന്റെ ആനുകൂല്യം ലഭിച്ചു. മുഖ്യമന്ത്രി ദേവേന്ദ്ര ഫഡ്നാവിസിന്റെ മേഖലയായ വിദർഭയിൽ ആത്മഹത്യകൾ ഏറുകയുമാണ്. ഇക്കാലയളവിൽ 504. പരുത്തിക്കൃഷിക്ക് പ്രശസ്തമായ മറാത്ത്വാഡയിലും വിദർഭയിലും കീടങ്ങളുടെ കടന്നാക്രമണം 80 ശതമാനം കൃഷിഭൂമിയെ ബാധിച്ചു.

**മനുഷ്യരേക്കാൾ വലുത് പശുക്കൾ**

അവകാശവാദങ്ങളെല്ലാം പാഴ്വാക്കുകളായെന്ന് മാത്രമല്ല, സാധാരണ മനുഷ്യരുടെ സമാധാന ജീവിതം തന്നെ മോഡി ഭരണം താറുമാറാക്കി. പശുവിന്റെ പേരിൽ ഇളക്കിവിട്ട വിദ്വേഷ പ്രചാരണങ്ങളും വേട്ടയാടലുകളും കൂട്ടക്കൊലകളും രാജ്യത്തെ അക്ഷരാർഥത്തിൽ കുത്തിമലർത്തി. പലേടത്തും കലാപങ്ങളുടെ ചോര ഇപ്പോഴും കട്ടപിടിച്ചു കിടക്കുകയാണ്. ജനങ്ങൾ അവിടങ്ങളിലെല്ലാം ഭയവിഹ്വലരുമാണ്. 'പശുഭീകരത'യെന്ന് വിളിക്കാവുന്നത്ര മാരകങ്ങളായിരുന്നു 'ഗോരക്ഷാ സമിതി'യുടെ പേരിലുള്ള കടന്നാക്രമണങ്ങൾ. മോഡി അധികാരത്തിലെത്തിയ 2014 മെയ് മാസത്തിനു ശേഷം പത്ത് സംസ്ഥാനങ്ങളിൽ 67 സംഭവങ്ങളിലായി ഇരുപത്തിയെട്ട് നിരപരാധികളെയാണ് കൊന്നുതള്ളിയത്. അതിൽ ഇരുപത്തിനാലും മുസ്ലിങ്ങൾ. 126 പേർക്ക് ഗുരുതരമായി പരിക്കേൽക്കുകയുമുണ്ടായി. കൊലപാതകങ്ങളിൽ പകുതിയിലധികം ബിജെപി ഭരിക്കുന്ന സംസ്ഥാനങ്ങളിലുമാണ്. 2012ൽ രൂപീകരിക്കപ്പെട്ട ഭാരതീയ ഗോരക്ഷാ ദൾ ഔദ്യോഗിക സംവിധാനം പോലെയാണ് പ്രവർത്തിക്കുന്നത്. ഹരിയാണയിൽ ആ സംഘടന പൊലീസിനൊപ്പം ചണ്ഡീഗഢ്- ന്യൂ ദില്ലി ദേശീയ പാതയിൽ ട്രക്ക് പരിശോധന പോലും നടത്തുന്നു. മിക്ക അതിക്രമങ്ങളും വ്യാജ പ്രചാരണങ്ങളുടെയും ഊഹാപോഹങ്ങളുടെയും ഫലമായിരുന്നു. ഉത്തർപ്രദേശിൽ ഇപ്പോഴത്തെ മുഖ്യമന്ത്രി യോഗി ആദിത്യനാഥ് 2002ൽ സ്ഥാപിച്ച ഹിന്ദു യുവ വാഹിനിയാണ് അക്രമികൾക്ക് എല്ലാവിധ സഹായങ്ങളും നൽകുന്നത്.

മാട്ടിറച്ചി നിരോധനത്തെക്കുറിച്ച് തുടരെത്തുടരെ ഔദ്യോഗിക പ്രഖ്യാപനം നടത്തുന്ന കേന്ദ്ര സർക്കാരും പശുവിന്റെ പേരിൽ കൂട്ടക്കൊലകൾ പ്രോത്സാഹിപ്പിച്ച് മുന്നേറുന്ന കാവിപ്പടയും ലജ്ജിച്ച്

തല താഴ്ത്തേണ്ട ഒരു വാർത്ത 2018 ജൂലൈ ആദ്യവാരത്തിലാണ് പുറത്തുവന്നത്. രാജ്യത്തെ പ്രധാന ബീഫ് കയറ്റുമതി സ്ഥാപനത്തെ പുരസ്കാരം നൽകി ആദരിച്ചിരിക്കുന്നുവെന്നാണ് അതിന്റെ ഉള്ള ടക്കം. അല്ലനസൻസ് എന്ന സ്വകാര്യ കമ്പനിക്കാണ് വാണിജ്യ മന്ത്രാലയത്തിന്റെ കീഴിലുള്ള അഗ്രിക്കൾച്ചറൽ ആൻഡ് പ്രൊസസ്ഡ് ഫുഡ് പ്രൊഡക്ട്സ് എക്സ്പോർട് ഡവലപ്പ്മെന്റ് അതോറിറ്റിയുടെ ആദരം. കമ്പനി ഡയരക്ടർ ഫൗസൻ അലാവിയുടെ വെളിപ്പെടുത്തൽ പ്രകാരം അവാർഡ് നിർണയിച്ച രണ്ടു വർഷ(2014- 16)ത്തിൽ അത് പതിനായിരം കോടി രൂപയുടെ ബീഫ് കയറ്റിയയച്ചുവെന്നാണ്. ഇതേ കാലയളവിൽ രാജ്യത്തിന്റെ മൊത്തം ബീഫ് കയറ്റുമതി 25700 കോടിയുടേതും. അത് ലോകത്ത് ഒന്നാം സ്ഥാനമാണ്. ബ്രസീലും ആസ്ത്രേലിയയുമാണ് രണ്ടും മൂന്നും സ്ഥാനത്ത്. ബിജെപിക്ക് ബീഫ് കയറ്റുമതി സ്ഥാപനങ്ങളുമായുള്ള ബന്ധവും പരസ്യമാണ്. മുസഫർനഗർ കപാപങ്ങളുടെ പ്രധാന സൂത്രധാരനായ സംഗീത് സോം അൽദ്വ ഫുഡ് പ്രൊസസിങ് ലിമിറ്റഡിന്റെ ഡയരക്ടറാണ്. മൊയ്നുദ്ദീൻ ഖുറേഷിയും യോഗേഷ് റാവത്തുമാണ് മറ്റു മൂലധന പങ്കാളികൾ. ബീഫ് കൈവശം വെച്ചുവെന്നാരോപിച്ച് ദാദ്രിയിൽ സംഘപരിവാരം കൊന്നുതള്ളിയ അഖ്ലാഖിന്റെ ഘാതകരെ ന്യായീകരിക്കാനും സോമിന് മടിയുണ്ടായില്ല. അതവിടെ നിന്നില്ല. ആ കേസിൽപ്പെട്ടവർക്ക് എല്ലാവിധ നിയമസഹാ യങ്ങളും ഒരുക്കുമെന്നും തുറന്നടിച്ചിരുന്നു.

അതേക്കാൾ നെറികെട്ട ഒരു കാര്യം 2018 ജൂലൈ ആറിന് വാർത്ത യായി നാം കേട്ടു. ജാർഖണ്ഡിലെ ഹസാരിബാഗ് ജില്ലയിൽ രാംഗഢ് ആൾക്കൂട്ട കൊലപാതകത്തിൽ ജാമ്യ ലഭിച്ച പ്രതികൾക്ക് സ്വീകര ണമൊരുക്കാൻ കേന്ദ്ര സിവിൽ ഏവിയേഷൻ സഹമന്ത്രി ജയന്ത് സിൻഹ. ആ കൊടുംക്രിമിനലുകളെ ഹാരമണിയിക്കുകയും അവർക്ക് മധുരം നൽകുകയുമുണ്ടായി. 2017 ജൂൺ 27ന് ബീഫ് കടത്തിയെന്നാരോ പിച്ച് നാൽപ്പതുകാരനായ അലിമുദ്ദീൻ എന്ന അസ്ഗർ അൻസാരിയെ കാറിൽനിന്ന് പിടിച്ചിറക്കിയാണ് കാവിപ്പട വധിച്ചത്. അസ്ഗറിനെ വധിച്ച് മൂന്നു ദിവസം കഴിഞ്ഞ് ഉസ്മാൻ അൻസാരിയെ കണക്കറ്റ് മർദി ക്കുകയുമുണ്ടായി. കൊലക്കേസിൽ 12 പേർ പ്രതികളായി. പ്രായപൂർ ത്തിയാവാത്തതിനാൽ ഒരാൾ കടുത്ത നടപടികളിൽനിന്ന് ഒഴിവായി. ഒരുവർഷത്തെ വിചാരണക്കൊടുവിൽ 2018 ജൂൺ 29ന് ശിക്ഷ വിധിച്ചു. ഒടുവിൽ ബാക്കി പ്രതികളിൽ എട്ടുപേർക്ക് റാഞ്ചി ഹൈക്കോടതി ജാമ്യം നൽകി. ജയപ്രകാശ് നാരായണൻ സെൻട്രൽ ജയിലിൽനിന്ന് ആ ഭീകരർ നേരെ പോയത് സിൻഹയുടെ വീട്ടിലേക്ക്. പ്രാദേശിക ബിജെപി നേതാവ് അമർദീപ് യാദവിന്റെ നേതൃത്വത്തിലായിരുന്നു അത്. കേസിലെ പൊലീസ് അന്വേഷണത്തിൽ സംശയം പ്രകടിപ്പിച്ച മന്ത്രി സിബിഐയെ കൊണ്ടുവരണമെന്നും മുമ്പ് ആവശ്യപ്പെടുകയു ണ്ടായി.

# മരണത്തിന്റെ മാലാഖമാർ

വംശഹത്യകൾ മണ്ണും മനുഷ്യനെയും കീറിമുറിക്കുന്നതിനൊപ്പം സമൂഹത്തിന്റെ സ്വാഭാവികതകളും തകിടം മറിക്കും. ജർമനിയും ഇറ്റലിയും നൽകിയ പാഠത്തിന്റെ ഇന്ത്യൻ പരിഭാഷയാണ് ഗുജറാത്ത്. നാസി ക്യാമ്പുകളിൽ നരകിച്ചവരും കൊലപാതക പരമ്പരകൾക്ക് സാക്ഷിയായവരും പുതിയ മാനസിക രോഗങ്ങൾക്ക് അടിപ്പെടുകയായിരുന്നു. നിരപരാധികളായ തടവുകാർക്കുമേലെ ക്രൂര പരീക്ഷണങ്ങളാണ് തുറന്നുവിട്ടത്. മനുഷ്യവിരുദ്ധതയുടെ ചോരയൊലിപ്പിച്ച കോമ്പല്ലുകൾ കാണിച്ച കോൺസെൻട്രേഷൻ ക്യാമ്പുകളായിരുന്നു ഡാഹൗവും ഓഷ്‌വിത്സും എസ്റ്റർവിഗനും സാഷെൻഹോസ്‌നും ബർലിനും വാൻസിയും മറ്റും. ജോസഫ് മെൻഗലെ ഡോക്ടറുടെ കാർമികത്വത്തിലായിരുന്നു ചില 'ഗവേഷണങ്ങൾ'. ആൽഫ്രഡ് റോസെൻബെർഗിന്റെ നാസി പ്രത്യയശാസ്ത്രത്തിലേക്ക് ആകർഷിക്കപ്പെട്ട അയാൾ ജനവിരുദ്ധങ്ങളായ പല പരീക്ഷണങ്ങളുടെയും മേധാവിയായി. അതൊരു പദവി പോലെയാകുന്നത് 1934 ൽ. പുതുതായി രൂപീകരിച്ച പാരമ്പര്യ ജീവശാസ്ത്രത്തിന്റെയും വംശശുദ്ധിയുടെയും ഇൻസ്റ്റിറ്റ്യൂട്ടിലെ ഗവേഷകനാകുന്നത് അങ്ങനെ. നാസി പൊലീസിനൊപ്പം രണ്ടാം ലോകയുദ്ധത്തിൽ പങ്കെടുത്ത മെൻഗെലെ ഓഷ്‌വിത്സ് ക്യാമ്പിലെ മുഖ്യ ഡോക്ടറായി നിയമിക്കപ്പെട്ടത് 1943ൽ. വംശപഠനത്തിന് തടവുകാരെ ഉപയോഗിച്ച അയാൾ പലർക്കും പീഡനങ്ങളിലൂടെ നരകം വിധിച്ചു. അതിനാൽ 'മരണത്തിന്റെ മാലാഖ' എന്നും അറിയപ്പെട്ടു. യുദ്ധാനന്തരം ഉണ്ടായേക്കാവുന്ന പ്രശ്നങ്ങൾ മുന്നിൽകണ്ട് ദക്ഷിണ അമേരിക്കയിലേക്ക് രക്ഷപ്പെട്ട മെൻഗെലെ 1979ൽ അവിടെ മരിച്ചു. പോൾഫ്ഗാംഗ് ഗെർ ഹാർഡ് എന്ന കള്ളപ്പേരിലായിരുന്നു അവിടെ കഴിഞ്ഞത്.

ഇന്ത്യയുടെ മരണത്തിന്റെ മാലാഖയാണ് നരേന്ദ്രമോഡി. ഗുജറാത്തിൽനിന്നുള്ള ചില ആരോഗ്യ പഠനങ്ങൾ അക്കാര്യം തെളിയിച്ചിട്ടുണ്ട്. ഇൻസോമ്നിയ എന്ന മനോരോഗം കാട്ടുതീപോലെ പടർന്നു അവിടെ. സമ്മർദം, വ്യാകുലത, തുടർച്ചയായ ഉത്കണ്ഠ, തുടച്ചുനീക്കാനാവാത്ത ഭയം - തുടങ്ങിയ കാരണങ്ങളാണ് അടിസ്ഥാനം. റിലീഫ് ക്യാമ്പുകളിൽ പത്തിൽ ഒമ്പതുപേരും ഇത്തരം വിഭ്രാന്തികൾക്ക് അടിമകളായി. ഉറ്റവർ കൺമുന്നിൽ വെന്തു ചാകുന്നത് കണ്ട, വീടുകൾ നിരപ്പാക്കുന്നതിന്

സാക്ഷികളായ ഭൂരിപക്ഷവും അസാധാരണമായ അവസ്ഥയിലെത്തി.30 ശതമാനത്തിന് അടിയന്തിര വൈദ്യസഹായവും മാനസിക പരിപാലനവും ആവശ്യമായി. അതിക്രമങ്ങളെക്കാൾ മാരകമായ അവഗണനക്കകീഴിൽ പലരും ഭ്രാന്തിലേക്ക് വലിച്ചെറിയപ്പെട്ടു. സാമ്പത്തിക സഹായത്തേക്കാൾ അവർക്കാവശ്യം മാനസിക പിന്തുണയും പരിചരണവുമായിരുന്നു. എന്നാൽ ഡോക്ടർമാരും മനോരോഗ വിദഗ്ധരും പോലും അരക്ഷിതാവസ്ഥയിലാണ്. വംശഹത്യ ഉണ്ടാക്കിയ ഭയതത്ത്വശാസ്ത്രത്തിന് പുറത്തുകടക്കാൻ തങ്ങൾക്കും അത്രമാത്രം കഴിഞ്ഞിരുന്നില്ലെന്നാണ് അഹമ്മദാബാദ് വി എസ് ആശുപത്രിയിലെ സൈക്യാട്രി വിഭാഗം പ്രൊഫസർ മഹേഷ് ചുദ്ഗർ പറഞ്ഞത്. ക്യാമ്പുകളിലേക്കുള്ള സന്ദർശനംപോലും അപകടം പിടിച്ചതായി. വംശഹത്യക്ക് നേതൃത്വം കൊടുത്ത രാഷ്ട്രീയ ശക്തികൾക്കും മതവിഭാഗത്തിനുമെതിരെ അമർഷം പുകഞ്ഞതിനാൽ സമാശ്വാസ നടപടികൾ പരിമിതവും ചിലപ്പോൾ അപ്രായോഗികവുമായി. ഭൂകമ്പത്തിന്റെ മുറിവുകൾ ഉണങ്ങുംമുമ്പായിരുന്നു പുതിയ ആഘാതമെന്നും ചുദ്ഗർ കൂട്ടിച്ചേർത്തു.

സാധാരണ മനുഷ്യരെ തലകീഴായി തൂക്കിയിടുന്നത്ര മാരകമാണ് വംശഹത്യയുടെ പ്രഹരങ്ങൾ. ഗൂഢാലോചനയും തയ്യാറെടുപ്പും നടത്തി സുസജ്ജമാക്കപ്പെടുന്ന അതിക്രമ പരമ്പരകളുടെ ക്ഷതം കടുത്തതും. സഹിഷ്ണുതയും സ്നേഹവും വിശ്വാസവുമെല്ലാം അവസാനിക്കുന്നിടത്താണ് കൂട്ടക്കൊലകൾ സാന്നിധ്യമറിയിക്കുക. അത് നിസ്സഹായതയുടെയും ലക്ഷ്യബോധമില്ലായ്മയുടെയും വഴികളിലൂടെ ഒരുതരം സാമൂഹ്യഷണ്ഡത്വമാണ് സൃഷ്ടിച്ചത്. ലിബറൽ മൂല്യങ്ങൾക്ക് അന്ത്യം കുറിച്ച് ഫാസിസ്റ്റ് മനോനില വളർത്തുകയും ചെയ്തു. ഗുജറാത്തിന്റെ രാഷ്ട്രീയ -സാമൂഹ്യ, സാംസ്കാരിക, മനഃശാസ്ത്ര, സാമ്പത്തിക പശ്ചാത്തലങ്ങൾ ശത്രുമനോഭാവത്തെ വീണ്ടും ത്വരിതമാക്കി. സംസ്ഥാനം രൂപീകൃതമായ ഘട്ടംമുതൽ വർഗീയവൽക്കരണത്വര പ്രത്യക്ഷപ്പെട്ടു. ഗാന്ധിജിയുടെ ജന്മ സംസ്ഥാനത്തിന് വന്ന ഭാവമാറ്റം അത്ഭുതപ്പെടുത്തുന്നതായിരുന്നു. വടക്കൻ അതിരുകൾ പാക്കിസ്ഥാനെ തൊടുന്നതാണെന്നതും കാണാതിരുന്നുകൂട. വിഭജനത്തിന്റെ മുറിവുകൾ കണ്ടവരാണ് അവിടുത്തെ ജനങ്ങൾ.

## ഹിറ്റ്ലറും മോഡിയും

ചരിത്രത്തിന്റെയും സംഗീതത്തിന്റെയും സാഹിത്യത്തിന്റെയും കായികരംഗത്തിന്റെയും ശാസ്ത്രത്തിന്റെയും ബലിഷ്ഠങ്ങളായ പ്രതീകങ്ങളും പ്രേരണകളുമുണ്ട് ജർമനിയിൽ. മൊസാർട്ടും ബിഥോവനും ഗോയ്റ്റെയും ഗുണ്ടർട്ടും ഹെസ്സെയും ഗുന്തർഗ്രാസും മാക്സ് മുള്ളറും ഐൻസ്റ്റീനുമെല്ലാം അതിലെ പ്രസന്നമായ മുഖങ്ങൾ. ആ പാരമ്പര്യങ്ങൾക്കുമേലെ കരിനിഴൽ വീഴ്ത്തിയത് ഹിറ്റ്ലർ. സമാധാനത്തിന്റെയും സഹിഷ്ണുതയുടെയും സഹവർത്തിത്വത്തിന്റെയും ഹൃദയാടുപ്പം വളർത്തിയ ഗാന്ധിജിയുടെ ഗുജറാത്തിൽനിന്ന് അതുപോലെ മോഡിയും. ഹിറ്റ്ലറും മോഡിയും പല സമാനതകളും പങ്കിടുന്നുണ്ട്. പ്രസംഗങ്ങളിലെ തീപ്പൊരിയും

തുറന്നടിക്കലും മുതൽ തുടങ്ങുന്ന അത്. എഴുതപ്പെട്ട അക്ഷരങ്ങളേക്കാൾ ഉച്ചരിക്കപ്പെടുന്ന വാക്കുകൾക്ക് പ്രാധാന്യം നൽകിയ ഹിറ്റ്ലർ ശ്രോതാക്കളെ വികാര പാരവശ്യത്തിന് അടിപ്പെടുത്തി. "പ്രസംഗങ്ങളാണ് എക്കാലവും എഴുത്തിനേക്കാൾ ജനഹൃദയങ്ങൾ കീഴടക്കിയിട്ടുള്ളത്. ഏതൊരു മഹാപ്രസ്ഥാനവും വളർച്ചയ്ക്ക് കടപ്പെട്ടിരിക്കുന്നത് മഹാന്മാരായ പ്രസംഗകരോടാണ്; എഴുത്തുകാരോടല്ല" എന്നാണ് അയാൾ ആത്മകഥയിൽ എഴുതിയതും. കൊലതൃഷ്ണ പേറുന്നവയായിരുന്നു ആ പ്രസംഗങ്ങൾ. ഒളിഞ്ഞിരുന്ന് ചാടിവീണ വാക്കുകൾ തൊഴിൽ രഹിതരെയും മധ്യവർഗത്തെയും കോരിത്തരിപ്പിച്ചു. സാഹസികരെ തീക്കുട്ടിവിട്ടു. 'യൂറോപ്പിനെ ചോരയിൽ മുക്കാൻ ഓവുചാലിൽനിന്ന് കുതിച്ചെത്തിയയാൾ' എന്ന പ്രതീതിയുണ്ടാക്കാൻ ഹിറ്റ്ലർ പല പ്രയോഗങ്ങളും പുറത്തെടുക്കുമായിരുന്നു. ജർമൻ യുവാക്കളിലുള്ള അമിതപ്രതീക്ഷ എല്ലാ പ്രസംഗങ്ങളിലും പുറത്തുചാടി. മോഡിയും അതേ വഴിയിലാണ്. ജൂതന്മാർക്കെതിരെ ഹിറ്റ്ലർ തുപ്പിയ വിഷവാക്കുകൾക്ക് സമാനമായിരുന്നു മുസ്ലിങ്ങൾക്കെതിരെ ഇന്ത്യൻ ഹിറ്റ്ലർ തുറന്നുപിടിച്ച ശകാരം. ഇരുവരുടെയും പദകോശങ്ങൾ ഹീനമായിരുന്നു. രാജ്യം നേരിടുന്ന കുഴപ്പങ്ങൾക്കെല്ലാം കാരണം ചില സാമൂഹ്യ വിഭാഗങ്ങളാണെന്ന ഉത്തരം ഇരുവരും പങ്കുവെച്ചു. പരിഹാരമാർഗമെന്ന നിലയിൽ ഹിറ്റ്ലറെപ്പോലെ മോഡിയും കൂട്ടക്കൊലപാതകങ്ങളെയാണ് ആശ്രയിച്ചതും. അഴിമതിക്കാരും ചഞ്ചല സ്വഭാവക്കാരുമായ നേതാക്കൾക്കെതിരെ കടുത്ത വിമർശനങ്ങൾ ചുരത്തിയാണ് അവർ വരും കാലുറപ്പിച്ചത്. ചെയ്യുന്നതെന്തോ അവ മാത്രമേ ജനങ്ങൾക്ക് മുന്നിൽ അവതരിപ്പിക്കാറുള്ളൂ എന്ന ഇമേജ് സൃഷ്ടിക്കാൻ ചില ബുദ്ധിജീവികളുടെയും മാധ്യമങ്ങളുടെയും പിന്തുണയുമുണ്ടായി. ശക്തനും സത്യസന്ധനുമായ ക്രിമിനലാണ് സത്യവിരുദ്ധനും ഹിപ്പോക്രാറ്റിക്കുമായ ദുർബല ക്രിമിനലിനേക്കാൾ നല്ലതെന്ന സാമാന്യബോധം പ്രബലമാക്കി. ഇത്തരം അനുകമ്പകളിലൂടെയാണ് ഹിറ്റ്ലർ ജർമനി കാൽക്കീഴിലാക്കിയത്. കളവു പറയാതെ സ്വന്തം അജണ്ടകൾ വെളിപ്പെടുത്തിയെന്നതും ഗുണമായി വാഴ്ത്തപ്പെട്ടു. അയാൾ 'ജൂത പ്രശ്ന'ത്തിന് പരിഹാരം നിർദേശിച്ചപോലെ മോഡി ഇന്ത്യക്കും ചിലത് പരിചയപ്പെടുത്തി. ഹിസ്റ്റീരിയപോലുള്ള അവസ്ഥയിലേക്ക് ജനങ്ങളെ തള്ളിവിടുകയും സത്യസന്ധനെന്ന പേര് സമ്പാദിക്കുകയും ചെയ്ത ഹിറ്റ്ലർ ഒരു ദശാബ്ദത്തിനിടെ അഞ്ചുകോടി ശവശരീരങ്ങൾക്കുമേലെയാണ് വിജയാരവം മുഴക്കി മുന്നേറിയതും. ഹിറ്റ്ലറുടെ അഴിമതിരഹിത പ്രതിഛായ പിൻപറ്റിയാണ് മോഡിയെ മാധ്യമങ്ങൾ അവതരിപ്പിക്കുന്നത്. ഇരുവരും 'അവിവാഹിതർ' എന്ന വിശേഷണത്തിനുപിന്നിൽ യുക്തിയില്ലെങ്കിലും അതും ചിലർ ഓർമപ്പെടുത്തുന്നുണ്ട്. ഹിറ്റ്ലറും മോഡിയും വിശ്വപ്രസിദ്ധരായ സസ്യഭുക്കുകളുമാണത്രെ! മാംസാഹാരികളോട് മോഡിക്ക് കടുത്ത അവജ്ഞയുമാണ്.

## താഴ്ന്ന വരച്ച ദാരിദ്ര്യരേഖ

ഗുജറാത്തിനെ 15 വർഷം സേവിച്ച മോഡി ദില്ലിയിലെത്തിയപ്പോഴും കഥ മാറിയില്ല. 'ഭാരത് മാത'യെയും കടക്കെണിയിലിടാനുള്ള പരിശീലനമായിരുന്നു സംസ്ഥാനത്തെ മൂന്നു വട്ട ഭരണം. ഗുജറാത്തിന്റെ മൊത്തം കടബാധ്യത 2001-02ൽ 45301 കോടി രൂപയായിരുന്നത് 2014ൽ 1.76 ലക്ഷം കോടി കവിഞ്ഞു. രണ്ടുവർഷം മുമ്പത്തെ പട്ടിക അനുസരിച്ച് ഇത് 1,38978 കോടി. ആളോഹരി 23163 രൂപ കടം വരുത്തിയാണ് ദില്ലി സിംഹാസനമേറലൽ. ജനിച്ചുവീണ കുറ്റത്തിന് കടം പേറേണ്ട അവസ്ഥയിലാണ് കൊച്ചുകുട്ടികൾ പോലും. ഇവരുടെയടക്കം തലയെണ്ണി ഗുജറാത്ത് ദിവസം കൊടുത്തുതീർക്കേണ്ട പലിശ 34.5 കോടിയാണ്. ബിജെപി ഗുജറാത്തിൽ ആദ്യം ഭരണത്തിലെത്തിയ 1995ൽ ഇത് 10000 കോടി മാത്രം. ആരോഗ്യരംഗത്തും അടിസ്ഥാന മേഖലയിലും നിക്ഷേപിച്ചതിനാൽ വന്നതല്ല ഈ ഭാരം. രാസവളങ്ങളിൽനിന്നും പെട്രോളിയത്തിൽനിന്നും ഇന്ത്യയിൽ ഏറ്റവും കൂടുതൽ നികുതി ഈടാക്കുന്ന സംസ്ഥാനമാണത്. ദാരിദ്ര്യരേഖക്ക് പുതിയ നിർവചനം നൽകിയ മോഡി സാമ്പത്തിക വിദഗ്ധരെ രസിപ്പിച്ചു. ദാരിദ്ര്യ രേഖയുടെ നൂൽ പിടിക്കുമ്പോൾ കുനിഞ്ഞിരിക്കണമെന്ന തമാശപോലെ. ഗുജറാത്ത് ഭക്ഷ്യ-സിവിൽ സപ്ലൈസ് വകുപ്പിന്റെ സർക്കുലർ നിറയെ ഫലിതങ്ങളാണ്. ഗ്രാമീണ മേഖലയിൽ ദിവസം 11 രൂപക്കുമേലും നഗരമേഖലകളിൽ 17 രൂപയും വരുമാനമുള്ളവർ ദാരിദ്ര്യരേഖക്ക് മുകളിലാണത്രെ! മാസവരുമാനമാവട്ടെ 324 രൂപയും 501 രൂപയും. 2011ൽ മോഡി പ്ലാനിങ് കമീഷനുനേരെ വിമർശനമുയർത്തിയിരുന്നു. 26 രൂപയും 32 രൂപയും ഗ്രാമ-നഗര പൗരന്മാരുടെ ബിപിഎൽ സൂചികയായി സുപ്രിംകോടതിയിൽ സത്യവാങ്മൂലം നൽകിയതിനെതിരെയായിരുന്നു കടന്നാക്രമണം. മാസം 781 രൂപയും 965 രൂപയുമായിരുന്നു അതുപ്രകാരം വരുമാനം. ഗുജറാത്ത് ധനമന്ത്രി നിഥിൻ പട്ടേലിന്റെ പരാമർശം അതേക്കാൾ രസകരം. ഉത്തർപ്രദേശ്, ബിഹാർ തുടങ്ങിയ സംസ്ഥാനങ്ങളിൽ നിന്നുള്ള കുടിയേറ്റ തൊഴിലാളികളാണ് ദാരിദ്ര്യത്തിന്റെ ഹേതുവെന്നായിരുന്നു കണ്ടുപിടിത്തം. ഒരു ദശാബ്ദമായുള്ള പ്രവണതയാണ് ഇതെന്നും കൂട്ടിച്ചേർത്തു. ഗുജറാത്തിലേക്ക് മാത്രമാണോ തൊഴിലാളി കുടിയേറ്റം എന്ന പത്രലേഖകരുടെ ചോദ്യം കേട്ടതായി ഭാവിക്കാതെയായിരുന്നു ആ മോഡി ഭക്തന്റെ കണ്ടുപിടിത്തം.

ഗുജറാത്ത് വികസന മാതൃക ഇന്ത്യയാകെ വിൽപനക്കുവെച്ചപ്പോൾ കുറേ യാഥാർഥ്യങ്ങൾ വീണ്ടും വെളിച്ചത്തിലെത്തി. പണക്കാരും കോർപറേറ്റുകളും ഏറെ ഇഷ്ടപ്പെടുന്ന ആ മാതൃക ദരിദ്രർക്ക് ശവപ്പെട്ടിയൊരുക്കുന്നതാണ്. ആഭ്യന്തരോൽപാദനം 10.13 ശതമാനം വളർന്നതായി ഊറ്റം കൊള്ളുന്ന മോഡിഭരണത്തേക്കാൾ മികച്ച നിലയിൽ ദരിദ്രാനുകൂല നടപടികൾ പിന്തുടരുകയാണ് പിന്നോക്ക സംസ്ഥാനങ്ങൾ. ജാർഖണ്ഡ്പോലും ഗുജറാത്തിന് മുന്നിലാണ്. ഒഡീഷ വരുമാന പട്ടികയിൽ ഗുജറാത്തിന് വളരെ കീഴിലാണ്; എന്നാൽ ദാരിദ്ര്യം അഞ്ചു

വർഷത്തിനിടയിൽ 20 ശതമാനം കുറഞ്ഞു. ഗുജറാത്തിന്റെ നേട്ടം വെറും 8.6 ശതമാനമാണ്. ആരോഗ്യ മേഖലയിൽ ഗുരുതര പ്രതിസന്ധിക്ക സമാനമായ പിന്നോക്കാവസ്ഥയായിരുന്നു മോഡി ഭരണത്തിൽ. ശിശുമരണങ്ങളും ഗർഭിണികൾക്കുള്ള രോഗങ്ങളും അതിരും കടന്നു. 'കുതിച്ചുയരുന്ന' ഗുജറാത്തിൽ ആരോഗ്യ പ്രവർത്തകരെ കണികാണാൻ പോലും കിട്ടില്ല. മധ്യപ്രദേശ് ഇക്കാര്യത്തിൽ വളരെ മുകളിലാണ്. ഗുജറാത്തിലെ ഗിരിവർഗ ജില്ലകളിലെ സാധാരണ കുട്ടികൾക്ക് സ്കൂളുകൾ അപ്രാപ്യമാണ്. എൻറോൾമെന്റ് 45 ശതമാനമേയുള്ളൂ. സംസ്ഥാന ശരാശരി 86.5 ശതമാനമാണെന്നറിയുമ്പോഴേ പ്രതിസന്ധി മനസ്സിലാക്കാനാവൂ.

ഗുജറാത്തിലെ മുസ്ലിങ്ങൾ സുഖസമൃദ്ധിയിലാണെന്ന മോഡിയുടെ അവകാശവാദത്തിന് യാഥാർഥ്യവുമായി ബന്ധമില്ലെന്നു മാത്രമല്ല സ്ഥിതി ദയനീയവുമാണ്. മുസ്ലിങ്ങളിലെ ദാരിദ്ര്യം സവർണ ഹിന്ദുക്കളേതിനേക്കാൾ എട്ടിരട്ടി അധികം. മറ്റ് പിന്നോക്ക ഹിന്ദുവിഭാഗങ്ങളെയും പട്ടികജാതി- വർഗങ്ങളെയും എടുത്താൽ അത് അഞ്ചിരട്ടിയുമാണ്. ഗ്രാമീണ മേഖലയിലെ മുസ്ലിം അവസ്ഥ പരിശോധിച്ച പഠനങ്ങൾ ഞെട്ടിക്കുന്ന വസ്തുതകളാണ് പുറത്തുകൊണ്ടുവന്നത്. വിദ്യാഭ്യാസരംഗത്ത് മുസ്ലിം വിദ്യാർഥികൾ പരിതാപകരമായ പതനത്തിലാണ്. കൊഴിഞ്ഞുപോക്കാണ്പ്രധാന പ്രശ്നം. അഞ്ചാം ക്ലാസിനുമേലെ പറക്കാനാവാത്തവിധം പരവശമാണ് മിക്ക മുസ്ലിം കുട്ടികളുടെയും കുടുംബ പശ്ചാത്തലം. ഉന്നത വിദ്യാഭ്യാസരംഗത്ത് നില പട്ടികജാതി -വർഗ വിഭാഗങ്ങളെക്കാൾ ഏറെ താഴെ.സവർണ ഹിന്ദുവിഭാഗങ്ങൾ ആധിപത്യം പുലർത്തുന്ന വിദ്യാഭ്യാസത്തിന്റെ വിവിധ തട്ടുകളിൽ പിടിച്ചുനിൽക്കാൻ പാടുപെടുകയാണ്. തൊഴിൽ പങ്കാളിത്തത്തിലും ദൈന്യത പ്രകടമാണ്. സംഘടിത മേഖലയിലാണ് ഇത് അപകടകരമാംവിധം നേർത്തിരിക്കുന്നത്. ദേശീയ ശരാശരി 21 ശതമാനമാണെങ്കിൽ ഗുജറാത്തിലേത് 13 ശതമാനം. മഹാരാഷ്ട്രയിൽ 25, പശ്ചിമബംഗാൾ 21 ശതമാനം വീതമാണ് ഈ പ്രാതിനിധ്യം.

# രാഷ്ട്രീയ ജ്യോതിഷികളുടെ നാക്കില്ലാത്ത തൊപ്പി

മഹാശ്വേതാദേവി ലോകപ്രശസ്ത എഴുത്തുകാരിയാണെന്നതിൽ സംശയമില്ല. അനുഭവങ്ങളുടെയും അനുഭാവങ്ങളുടെയും അക്ഷരഖനിയാണ് ആരചനാലോകം. ഇന്ത്യൻ പിന്നോക്കാവസ്ഥയുടെ ദാരുണ ചിത്രം വരച്ചുവച്ച അവർ, തന്നെ കഥയുടെ ലോകത്തേക്ക് കൈപിടിച്ചു നടത്തിച്ച മുത്തശ്ശിയെ ഓർത്തെടുക്കുകയും ചെയ്തു. മുത്തശ്ശി പലപ്പോഴും ആവർത്തിക്കാറുള്ള അനുഭവ കഥ എടുത്തിടുകയുമുണ്ടായി. ഗ്രാമത്തിന്റെ ഉൾപ്രദേശത്ത് താമസിച്ച അതിസുന്ദരിയായ വിധവ. അവരുടെ മെയ്യഴകിൽ കണ്ണുതറപ്പിച്ച് വട്ടമിട്ടുപറന്ന സമ്പന്നരും ജന്മിമാരും. ചിലർ ആ സ്ത്രീയുടെ പഴഞ്ചൻ വാതിലിന് പലവട്ടം മുട്ടിനോക്കി. ഒരിക്കലും തുറന്നില്ല. വഴങ്ങില്ലെന്ന് കണ്ട വരേണ്യർ ഒടുവിൽ സഭചേർന്ന് ശിക്ഷ വിധിച്ചു. വിധവയെ നാട്ടുകടത്തി. സംയമനത്തിന്റെ നടുവിൽനിന്ന് ആ സുന്ദരി നടത്തിയ പ്രഖ്യാപനം അതിശക്തമായിരുന്നു: ഞാൻ മരിച്ച് ശവപ്പെട്ടിക്കുള്ളിൽ കിടത്തിയാലും നിങ്ങൾ മുട്ടുമെന്ന് എനിക്കറിയാം എന്ന മട്ടിലായിരുന്നു പ്രതികരണം.

മഹാശ്വേതയുടെ വാക്കുകളിലൂടെകേട്ട ഈ കഥ പലപ്പോഴും അവർക്കുതന്നെ ബാധകമായിരുന്നതായി തോന്നിയിട്ടുണ്ട്. പഴയ വരേണ്യരെ ഓർമിപ്പിക്കുംവിധം സിപിഐ എം വിരുദ്ധവും ബാലിശവുമായ അഭിപ്രായപ്രകടനങ്ങൾ മഹാശ്വേത തുടർന്നുകൊണ്ടിരിരുന്നത് ചൂണ്ടിക്കാട്ടാതെ വയ്യ. ആരാധനയും ബഹുമാനവും സാമൂഹ്യ നിലപാടുകൾ തുറന്നുകാട്ടുന്നതിൽ തടസ്സമല്ല. ഒരു കൊലപാതകത്തിന്റെ പേരിൽ കേരളത്തിലെത്തി മഹാസഖ്യ രാഷ്ട്രീയ രൂപീകരണത്തിൽ കൈയൊപ്പ് ചാർത്തിയ അവർ 2013ന്റെ അവസാന ദിവസങ്ങളിൽ കൊൽക്കത്തയിൽ നടത്തിയ അഭിപ്രായ പ്രകടനങ്ങൾ ഹീനമായിരുന്നു. ബ്രിഗേഡ് ഗ്രൗണ്ടിലെ തൃണമൂൽ കോൺഗ്രസ് റാലിയായിരുന്നു രംഗം. പ്രധാനമന്ത്രി സ്ഥാനത്തേക്കുള്ള ഒരേയൊരു യഥാർഥ നേതാവ് മമതാ ബാനർജിയാണെന്നായിരുന്നു വിധിതീർപ്പ്. സുവർണബംഗാൾ പടുത്തുയർത്തുന്ന മമതയുടെ ചിന്തകളും പ്രവൃത്തിയും ഇന്ത്യക്കാകെ മാതൃക കാട്ടുകയാണത്രെ!

മഹാശ്വേതാക്ക് എന്തുപറ്റിയെന്ന് കടുത്ത ആരാധകരും അക്കാലത്ത് തലയിൽ കൈവെക്കുകയുണ്ടായി. ജനാധിപത്യവും പൗരാവകാശവും കശാപ്പുചെയ്ത് അഭിപ്രായ സ്വാതന്ത്ര്യത്തെ വിലക്കുന്ന മമതയുടെ ഭരണത്തെ എങ്ങനെയാണ് അവർ പിന്തുണച്ചത്. സംഘടിത കുറ്റകൃത്യത്തിലും സ്ത്രീകൾക്കെതിരായ കടന്നാക്രമണത്തിലും കൂട്ടബലാത്സംഗങ്ങളിലും ഇന്ത്യക്കുതന്നെ നാണക്കേടായ തൃണമൂൽ ഭരണത്തെയാണ് പിന്തുണച്ചതെന്നോർക്കണം. കോൺഗ്രസിനകത്ത് ചിത്തരഞ്ജൻദാസും സുഭാഷ് ചന്ദ്രബോസും മറ്റും നടത്തിയ കലാപങ്ങളുടേതിന് തുല്യമായിരുന്നത്രെ പഴയ മമത ബാനർജിയുടേത്. അവരെപ്പോലുള്ളവർ യഥാർഥത്തിൽ കോൺഗ്രസിനെ കുറച്ചുകൂടി മെച്ചമാക്കാൻ ആഗ്രഹിക്കുകയായിരുന്നുവെങ്കിൽ, മമത സമ്പൂർണ വലതുപക്ഷവൽക്കരണത്തിന്റെ ദിശയിലേക്കാണ് ചുവടുവെച്ചത്.ഒരുവശത്ത് ആർഎസ്എസ്സിനെയും മറുഭാഗത്ത് മാവോയിസ്റ്റുകളെയും ചേർത്തുവച്ചത് കൃത്യമായ തെളിവുമായി. വസ്തുതകളെക്കുറിച്ച് ബോധ്യമുണ്ടായിട്ടും അന്യന്റെ വാദഗതികളോട് മതിപ്പുണ്ടായിട്ടും ഒരു ചർച്ചയ്ക്ക് ശേഷം സ്വന്തം നിലപാടുകളുമായി തിരിച്ചുപോകുന്നവരിലെ അന്തസ്സാരശൂന്യതയെക്കുറിച്ച് ഐറിഷ് എഴുത്തുകാരൻ റോബർട്ട് ലിൻഡ് പറഞ്ഞുവച്ചിട്ടുണ്ട്. പ്രമുഖ മാർക്സിസ്റ്റും ബ്രിട്ടീഷ് ഫയറിങ് സ്ക്വാഡ് 1916ൽ ദാരുണമായി കൊലപ്പെടുത്തുകയുംചെയ്ത ജെയിംസ് കൊണോളിയുടെ ശവസംസ്കാര ചടങ്ങിൽ ലിൻഡ് വികാരപരമായാണ് പ്രസംഗിച്ചത്. ഒരു ചർച്ചയ്ക്ക് രണ്ടുപേർ മുഖാമുഖം ഇരിക്കുന്നു. ഒരാളുടെ വാദങ്ങൾ പൂർണമായും യുക്തിഭദ്രവും ശാസ്ത്രീയവുമാണെന്ന് മറ്റെയാൾ സമ്മതിക്കുന്നുമുണ്ട്. പിരിഞ്ഞുപോകുമ്പോൾ വസ്തുതകളുടെയും യാഥാർഥ്യങ്ങളുടെയും പിന്തുണയില്ലാത്ത സ്വന്തം കാഴ്ചപ്പാടുകളിൽ അയാൾ ഉറച്ചുനിൽക്കുകയാണെന്ന് 'ഓൺ ആർഗ്യൂയിങ്' എന്ന പ്രഭാഷണത്തിൽ ലിൻഡ് വ്യക്തമാക്കി. കേരളത്തിലെ ചില സംവാദങ്ങളെ വിവാദങ്ങൾ വിഴുങ്ങിക്കളയുമ്പോൾ 'ഓൺ ആർഗ്യൂയിങ്' ഓർമയിലെത്തി. സംസ്ഥാനത്തിന്റെ വിവിധ ഭാഗങ്ങളിൽനിന്ന് ആളുകൾ സിപിഐ എമ്മിലേക്ക് വരുന്നതിനെ ചരിത്രബോധമില്ലാത്ത അസഹിഷ്ണുതയോടെയാണ് ചിലർ കാണുന്നത്. അത് പാനൂരിലാകുമ്പോൾ ഭ്രാന്ത് പിടിച്ച നിലവാരത്തിലുമായി. കുട്ടിക്കാല നേരമ്പോക്കുകളും സ്കൂൾ നാളിലെ കുസൃതികളും ജാതകവും കുടുംബമഹിമയും പ്രത്യേകം പഠിക്കുന്ന രാഷ്ട്രീയ ജ്യോതിഷികളും രംഗത്തെത്തി.

ആളുകൾ സാമൂഹ്യമായും രാഷ്ട്രീയമായും എക്കാലവും ഒരേ തുരുത്തിൽ കെട്ടിയിടപ്പെടുന്നവരാണെങ്കിൽ ചർച്ചകളും സംവാദങ്ങളും നിരർഥകമാണ്. കൂട്ടായ്മകളും പാർടികളും ആവശ്യവുമില്ല. തെറ്റായ നിലപാടുകളും കാഴ്ചപ്പാടുകളും തിരിച്ചറിയപ്പെടുന്ന മാത്രയിൽ വ്യക്തികളിൽ മാറ്റത്തിന്റെ സൂചനയുണ്ടാകും. അത് കൂടുതൽ വലതുപക്ഷപരമാണെങ്കിൽ നെറ്റികൾ ചുളിയാറില്ല. പുരോഗമനപരമാണെങ്കിൽ കമ്യൂണിസ്റ്റ് മാനിഫെസ്റ്റോ ദീർഘദർശനം ചെയ്തപോലെ മെറ്റർനിക്കും ഗിസോവും ഫ്രഞ്ച് ചാരപൊലീസും ചാടിവീഴും. മഹാരാഷ്ട്രയിലെ ശിവസൈനികരായ

ഉന്നത നേതാക്കളെ കോൺഗ്രസിലേക്ക് സ്വീകരിക്കാൻ ദേശീയ നേതൃത്വത്തിന് ഒരു മടിയുമുണ്ടായിരുന്നില്ല. നാരായൺറാണെ, ഛഗൻ ഭുജ്ബൽ, മണിക്റാവു കോക്തെ, വിനായക് നിംഹാൻ, രാജേന്ദ്ര റാവുത്ത് തുടങ്ങിയവരെല്ലാം നേതാക്കളായിട്ടുതന്നെയാണ് ത്രിവർണപതാക പിടിച്ചത്. മുൻമുഖ്യമന്ത്രി നാരായൺ റാണെ 2005ലാണ് കോൺഗ്രസിൽ ചേർന്നതും. മുൻമന്ത്രി ഛഗൻ ഭുജ്ബൽ സേനവിട്ടത് 1991ലും. കേരളത്തിന്റെ ചുമതലയുണ്ടായ എഐസിസി ജനറൽ സെക്രട്ടറി മധുസൂദൻ മിസ്ത്രിയാകട്ടെ മൃദുഹിന്ദുത്വത്തിലൂടെ ഗുജറാത്ത് കോൺഗ്രസിനെ ഉപ്പുവെച്ച കലംപോലെയാക്കിയ നേതാവാണ്. കേരളത്തിൽ അദ്ദേഹത്തിന്റെ സഹായിയായി ചിലപ്പോഴെല്ലാം എത്തിയത് പഴയ ശിവസേന നേതാവ് സഞ്ജയ് നിരുപമം. ബാൽതാക്കറെയുമായി നല്ലബന്ധമായിരുന്നു നിരുപമിന്. മോഡി പ്രധാനമന്ത്രിയായതോടെ സാധാരണ തെരഞ്ഞെടുപ്പിന്റെ ഔചിത്യത്തിനപ്പുറമാണ് ഇന്ത്യൻ രാഷ്ട്രീയം. ഫാസിസ്റ്റ് വിരുദ്ധ കൂട്ടായ്മയുടെ എല്ലാ സാധ്യതയും തേടേണ്ടിവന്നിരിക്കുന്നു. ദിമിത്രോവ് മുന്നോട്ടുവച്ച ഐക്യത്തെ ഇനിയും വിപുലമാക്കേണ്ടതുമുണ്ട്. അതിവിശ്വാസികളായ കാത്തോലിക്കരും അസംഘടിത തൊഴിലാളികളും എന്തിനേറെ അരാജകവാദികളും ആ കൂട്ടുകെട്ടിലുണ്ടായി. ഫാസിസത്തിന്റെ പ്രഹരമേൽക്കുന്ന എല്ലാ വിഭാഗങ്ങൾക്കും പ്രാതിനിധ്യം. നഗരകേന്ദ്രിതമായ പെറ്റിബൂർഷ്വാ വിഭാഗവും ബുദ്ധിജീവികളും അതിന്റെ ഭാഗമായിരുന്നു. ചാഞ്ചാട്ടസ്വഭാവം കാണിച്ച നിരവധി ഗ്രൂപ്പുകളും. ഇതൊക്കെ അറിയുന്ന ഇടതുപക്ഷ തീവ്രവാദികൾ ആത്മീയ വ്യാപാരികളെപ്പോലെ ശുദ്ധരാഷ്ട്രീയം വിളമ്പുകയാണ്. പുതിയ ചാതുർവർണ്യത്തിന്റെ വിദ്വേഷ പ്രതലം ഉണ്ടാക്കുകയാണവർ. പശ്ചിമബംഗാളിലെ മാവോയിസ്റ്റ് ശ്രീകാന്ത് മഹാതൊ തൃണമൂൽ സ്ഥാനാർഥിയായത് കേരളത്തിലെ വിപ്ലവ മൊത്തക്കച്ചവടക്കാർ അറിയാതിരിക്കുമോ. മമതയെ മുഖ്യമന്ത്രിയാക്കുകയാണ് ലക്ഷ്യമെന്ന് മഹാതൊ പ്രഖ്യാപിച്ചിരുന്നു. നിരവധി രാജ്യദ്രോഹക്കേസുകളിൽ പ്രതിയായ ആ മാവോയിസ്റ്റിനെ വിജയിപ്പിക്കാൻ പ്രണബ് മുഖർജിക്കും മുന്നിട്ടിറങ്ങി.

ശ്രീനാരായണ ഗുരുവിന്റെയും ഗാന്ധിജിയുടെയും മറ്റും പേരിൽ കാട്ടിക്കൂട്ടുന്ന കോമാളിത്തരങ്ങളെ തുറന്നുകാട്ടാതെ വയ്യ. ദുർബലർക്ക് ഒരിക്കലും ക്ഷമ കാണിക്കാനാവില്ല. ശക്തരുടെ മുഖമുദ്രയാണ് മാപ്പ് നൽകൽ എന്നുപറഞ്ഞ രാഷ്ട്രപിതാവിനെയെങ്കിലും ഓർത്താൽ നന്ന്. കണ്ണിന് കണ്ണ് എന്ന വെല്ലുവിളി അന്ധരുടെ ലോകമാണ് ഉണ്ടാക്കിത്തീർക്കുകയെന്നും ഗാന്ധിജി പറഞ്ഞിട്ടുണ്ട്. എന്നാൽ ഗോഡ്സെമാരെ ന്യായീകരിക്കുന്നവർ രാജ്യത്ത് കുറവായിരുന്നില്ല.1963ലെ സിനിമ 'രാമനിലേക്ക് ഒമ്പതുമണിക്കൂർ'അതിന്റെ കലാപരമായ വ്യാഖ്യാനമായിരുന്നല്ലോ. താനൊരു ഭ്രാന്തന്റെ വെടിയുണ്ടകളാൽ അവസാനിക്കുകയാണെങ്കിൽ പുഞ്ചിരിയോടെ സ്വീകരിക്കും. തന്നിലൊരിക്കലും ദേഷ്യമുണ്ടാവില്ല. ഹൃദയത്തിലും ചുണ്ടിലും ദൈവം മാത്രമായിരിക്കും എന്നായിരുന്നു മഹാത്മാവിന്റെ നിശ്ചയം. 1987 മാർച്ച് 23ന് ചീമേനിയിൽ അഞ്ച്

സിപിഐ എം പ്രവർത്തകരെ കോൺഗ്രസുകാർ വെട്ടിയും തീയിട്ടും കൊലചെയ്തപ്പോൾ കേരളമാകെ നടുങ്ങി. അടുത്തദിവസം എത്തിയ ഇ എം എസ് ചൗരിചൗര സ്റ്റേഷൻ ആക്രമണത്തോടാണ് സംഭവത്തെ തുലനം ചെയ്തത്. ചൗരി ചൗരയെത്തുടർന്ന് ഗാന്ധി പ്രത്യക്ഷ സമരം പിൻവലിച്ചു. എന്നാൽ ചീമേനി കൂട്ടക്കൊലയെ അപലപിക്കാൻ കെ കരുണാകരൻ അടക്കമുള്ള നേതാക്കൾ തയ്യാറായില്ല. ഇ എം എസ് കൂട്ടിച്ചേർത്തതിങ്ങനെ: "ചീമേനിയിലും അടുത്തുള്ളവരോടുമുള്ള അഭ്യർഥന സംഭവത്തിൽ വികാരത്തിന് അടിപ്പെടാതെ ജനങ്ങളുടെ മനഃസാക്ഷിയുയർത്തി കോൺഗ്രസിൽ നിൽക്കുന്നവരെക്കൂടി പ്രതിഷേധിപ്പിക്കണം. കമ്യൂണിസ്റ്റ് പാർടിയോടൊപ്പം കൊണ്ടുവരാൻ ശ്രമിക്കണം".

കണ്ണൂർ തളാപ്പിലെ അമ്പാടിമുക്കിൽനിന്നും നൂറുകണക്കിന് ആർഎസ്എസ് പ്രവർത്തകർ സിപിഐ എമ്മുമായി ബന്ധപ്പെട്ടതും പലർക്കും രുചിച്ചില്ല. മാധ്യമങ്ങൾ അസഹിഷ്ണുതയും അവഗണനയും നിറച്ച സമീപനമാണ് എടുത്തത്. മാതൃഭൂമി വാർത്ത ശ്രദ്ധിക്കാം: 'ബിജെപി ശക്തികേന്ദ്രമായ അമ്പാടിമുക്കിൽ സിപിഎം കൊടിയുയർന്നു. ബിജെപി വിട്ടവർ സിപിഎമ്മിൽ ചേർന്നതിന്റെ പിന്നാലെയാണ് അമ്പാടിമുക്കിലെ രാഷ്ട്രീയ നിറം മാറിയത്.....ഇതുവരെ കാവിപൂതച്ച സ്ഥലം ചുവപ്പുനിറം പൂശുകയും ചെയ്തു. ഡിവൈഎഫ്ഐ പതാകയും സമീപത്ത് ഉയർത്തി... നേരത്തെ ബിജെപിയുടെയും യുവമോർച്ചയുടെയും കൊടിമരങ്ങളാണ് ഉണ്ടായിരുന്നത്. അതു മാറ്റി. കാവി അടിച്ച സ്ഥലമാകെ ചുവപ്പ് നിറമാക്കി. അമ്പാടിമുക്കിലെ നൂറോളം പേർ സിപിഎമ്മുമായി സഹകരിച്ച് പ്രവർത്തിക്കാൻ തീരുമാനിച്ചിട്ടുണ്ടെന്നാണ് നേതൃത്വത്തിന്റെ അവകാശവാദം.' (2014 ഫെബ്രുവരി 3). സിപിഐ എം ശക്തികേന്ദ്രങ്ങൾ പാർടി ഗ്രാമങ്ങളാണ് എന്ന ശകാര വിശേഷണത്തോടെയാണ് മാതൃഭൂമിയും മനോരമയും വാർത്തകൾ എഴുതുന്നത്. അമ്പാടിമുക്കിൽ മുമ്പ് ചെങ്കൊടികൾ ഉണ്ടായിരുന്നില്ല എന്ന ധ്വനിയിൽ കാവിപ്പടയെ ഒരിക്കൽപോലും മാധ്യമങ്ങൾ വിമർശിച്ചിട്ടില്ല. ചുവപ്പായാൽ ഛർദി; കാവിയായാൽ ദേശീയ വികാരം എന്ന സങ്കുചിത സമവാക്യമായിരുന്നു നിറയെ. ഇരുമ്പുമറ, സെൽഭരണം തുടങ്ങിയ കമ്യൂണിസ്റ്റ് വിരുദ്ധ ശകാര നിഘണ്ടുവിൽ ഒടുവിൽ കൂട്ടിച്ചേർത്ത പദാവലിയാണ് പാർടി ഗ്രാമങ്ങൾ. ദുസ്സൂചനകൾ കുത്തിനിറച്ചതാണത്. ഫ്യൂഡൽ കാലഘട്ടത്തിലെന്നപോലെ മൂന്നാൾപൊക്കത്തിൽ കോട്ട പണിത് ആയുധസജ്ജരായ കാവൽക്കാരെ നിർത്തി കടുത്ത പരിശോധനയോടെ മാത്രം കടത്തിവിടുന്ന ഇരുട്ടുമുറികളാണ് പാർടി ഗ്രാമങ്ങൾ എന്നാണ് പ്രചാരണം. എല്ലാ ചുവന്ന വില്ലേജുകളുടെ വ്യത്യസ്തതക്കും പൊതുവായി ബാധകമാകുന്ന ചില ഘടകങ്ങളുണ്ടെങ്കിലും ഓരോ പ്രദേശത്തും തനതും വ്യതിരിക്തവുമായ പ്രത്യേകതകളും കാണാം. ശ്രീനാരായണ പ്രസ്ഥാനത്തിന്റെ ഇടപെടലുകളും ദേശീയ മുന്നേറ്റത്തിന്റെ ചലനങ്ങളും കർഷകസംഘത്തിന്റെ ജന്മിത്വ - സാമ്രാജ്യത്വ വിരുദ്ധ സമരങ്ങളും ജനങ്ങളെ ഏറെ സ്വാധീനിച്ചു. സ്വന്തം വീട്ടുവളപ്പിനപ്പുറം കാണാൻ

ശ്രദ്ധിക്കാത്ത ഞായറാഴ്ച കോൺഗ്രസുകാരിൽനിന്ന് വ്യത്യസ്തമായി സ്വാതന്ത്ര്യത്തിന്റെ പുതിയ അർഥങ്ങൾ അന്വേഷിക്കുകയായിരുന്ന കമ്യൂണിസ്റ്റ് പാർടിയും കർഷകസംഘവും. സമൂഹവൈരുധ്യത്തിന്റെ വിവിധ ദിശകൾ ശാസ്ത്രീയമായി തുറന്നുകാട്ടുകയും ചെയ്തു.

*"നമ്മൾ ജനിച്ചു വളർന്ന നാട്*
*നമ്മൾ കനകം വിതച്ച നാട്*
*വലിയോര് വലിയോര് മാളികമേൽ*
*തിന്നു തടിച്ചു പുളച്ചീടുന്നു*
*ഇരുപത്തൊന്നായിരം*
*വൈസ്രോയിക്ക്*
*മാസപ്പടി നമ്മൾ*
*കൊടുത്തിടുമ്പോൾ*
*നിറയാത്ത കൊങ്ങായി വാങ്ങി നമ്മൾ"*

ജീവിതമങ്ങ് തുലച്ചിടേണ്ടേ, എന്ന കെ എ കേരളീയന്റെ പാട്ട് എങ്ങും പ്രചരിപ്പിച്ചു. സാമ്രാജ്യത്വ അടിച്ചമർത്തലുകൾക്കും ജന്മിത്വ ചൂഷണങ്ങൾക്കും അവ അരക്കിട്ടുറപ്പിച്ച അന്ധവിശ്വാസങ്ങൾക്കും അനാചാരങ്ങൾക്കും ജാതിവിലക്കിനുമെതിരെ സന്ധിയില്ലാ സമരങ്ങളുണ്ടായി പിന്നീട്. 'തലയിലെഴുത്ത്'' എന്ന് വിധിച്ച് നടമാടിയ പീഡനങ്ങൾ തുറന്നുകാട്ടി. ഈ പ്രക്ഷോഭങ്ങളുടെ ആത്മാർഥതയാണ് സാധാരണ ജനങ്ങളെ കമ്യൂണിസ്റ്റുകാരിലേക്ക് ആകർഷിച്ചത്. ഈ അടിത്തറയിലാണ് 'പാർടി ഗ്രാമങ്ങളു'ടെ നിൽപ്പ്. അനീതികൾക്കെതിരെ വിരൽചൂണ്ടാനും ചോദ്യങ്ങൾ ഉന്നയിക്കാനും കൂട്ടായ്മകളിൽ കൈകോർക്കാനും അത് പതിനായിരങ്ങളെ പ്രാപ്തരാക്കി. ഗാന്ധിയൻ നിർമാണ പ്രവർത്തനങ്ങളുടെ ഔപചാരികത മറികടക്കുകയും നഗരങ്ങളിൽനിന്ന് ഗ്രാമങ്ങളിലേക്ക് അവ പരിചയപ്പെടുത്തുകയും ചെയ്തത് ബദൽ പ്രസ്ഥാനങ്ങളാണ്. 1934 ഏപ്രിൽ 13ന് കരിവെള്ളൂരിൽ എ വി കുഞ്ഞമ്പു ആരംഭിച്ച അഭിനവ് ഭാരത് യുവക് സംഘത്തിന്റെയും ആലപ്പുഴയിലെ ആത്മവിദ്യാസംഘത്തിന്റെയും പ്രവർത്തനങ്ങൾ മാതൃകാപരം. ചോരയോട്ടം നിലച്ച ഗ്രാമങ്ങളെ തൊട്ടുതലോടിയാണ് യുവക്‌സംഘം സ്വാധീനമുറപ്പിച്ചത്. പാവപ്പെട്ടവരെ സഹായിക്കുംമട്ടിൽ പല രീതികളും മുന്നോട്ടുവെച്ചു. പുരകെട്ടിമേയാൻ സഹായിക്കുക, ഗ്രാമശുചീകരണം, കിണറുകളും കുളങ്ങളും വൃത്തിയാക്കൽ, പാതകൾ വെട്ടിത്തെളിച്ചുണ്ടാക്കുക, പാലങ്ങളുടെ നിർമാണം- തുടങ്ങിയവ. പെരളത്ത്, കുമ്പയുടെ ദ്രവിച്ചുതീരാറായ പുൽപ്പുര കെട്ടിമേഞ്ഞത് യുവജന പ്രവർത്തകർ. പിന്നീട് പ്രശസ്തമായ കുണിയൻ റോഡ് യുവക് സംഘത്തിന്റെ ശ്രമദാനമായിരുന്നു. പറ്റ്വാക്കിൽ പാലത്തിന്റെ തോടിന് ചുറ്റും കല്ലുകെട്ടിയുയർത്തി വെള്ളപ്പൊക്കക്കെടുതിക്ക് ആശ്വാസം നൽകുകയുംചെയ്തു. സ്വത്ത് തർക്കത്തിന്റെ പേരിൽ ആറ്റാശ്ശേരി ഗോപാലന്റെ വീട് പൊളിക്കാൻ കാരണവർ ശ്രമിച്ചപ്പോൾ ചെറുത്തതും എ വിയും മറ്റും.

ദേശീയ വിദ്യാഭ്യാസ പദ്ധതിയേക്കാൾ ഫലപ്രദമായി പലേടത്തും നിശാപാഠശാലകൾ നടത്തിയതും കർഷകസംഘം. ഹിന്ദി ക്ലാസുകളെടുക്കാൻ നേതാക്കളിറങ്ങി. 1934 ൽ സ്ഥാപിച്ച വേളം പൊതുജന വായനശാലയിൽ ഹിന്ദി പഠിപ്പിച്ചത് ഈശ്വരൻ നമ്പൂതിരി എന്ന രാഷ്ട്രീയ പ്രവർത്തകൻ. സാധാരണ ജനങ്ങളുടെ ജീവിതവുമായി ബന്ധപ്പെട്ട സാമൂഹ്യ സ്ഥാപനങ്ങളായി വായനശാലകൾ മാറ്റിയതും കർഷകസംഘം. അധ്യാപന ലക്ഷ്യത്തിനുപരി അവ ജനങ്ങൾക്കിടയിലെ ഒരംഗം തന്നെയായി. അനൗപചാരിക വിദ്യാഭ്യാസത്തിന്റെ ആദ്യപടിയായ വായനശാലകൾ ഭൂമി സംബന്ധമായ തർക്കങ്ങൾതൊട്ട് കുടുംബവഴക്കുകൾവരെ പരിഹരിക്കുന്ന വേദികളുമായി.അവയിൽ ചിലതിൽനിന്ന് കൈയെഴുത്ത് മാസികകളുമിറങ്ങി. കല്യാശേരി ശ്രീഹർഷൻ വായനശാലയുടെ മാസിക പി കൃഷ്ണപിള്ള ആലപ്പുഴയിലെ ട്രേഡ് യൂണിയൻ ഓഫീസിലേക്ക് എത്തിക്കുമായിരുന്നു. അവിടെ ആർ സുഗതൻ നടത്തിയ കയർത്തൊഴിലാളി സംഘത്തിന്റെ മുഖപത്രമായ തൊഴിലാളിയുടെ പ്രവർത്തകർ എല്ലാ ലക്കവും കൊണ്ടുപോയി. ശ്രീഹർഷൻ മാസികയിലെ മിക്ക സൃഷ്ടികളും അതിൽ പുനഃപ്രസിദ്ധീകരിച്ചു. 1936 ലെ പട്ടിണിജാഥയുടെ മാർച്ചിങ് സോങ് ശ്രീഹർഷൻ വായനശാലയിലിരുന്നാണ് കേരളീയനും കെ പി ആറും പൂർത്തിയാക്കിയതും. സ്കൂളുകൾ സ്ഥാപിച്ച് അവയ്ക്കൊരു തുടർച്ചയുണ്ടാക്കാനും കമ്യൂണിസ്റ്റുകാർ മുന്നിട്ടിറങ്ങി. കാവുമ്പായിയിലെ കർഷക പ്രതിഷേധം കണ്ട് രോഷാകുലനായ ജന്മി എള്ളെരിഞ്ഞിയിലെ സ്കൂൾ പൂട്ടി. ആ ഭാഗത്ത് വിജ്ഞാനവെളിച്ചം പ്രസരിപ്പിച്ച ഏക സ്ഥാപനമായിരുന്നു അത്. കോട്ട കൃഷ്ണന്റെ നേതൃത്വത്തിൽ കർഷകസംഘം സമാന്തര സ്കൂൾ പടുത്തുയർത്തുകയായിരുന്നു. ഇൻക്വിലാബിന്റെ ഫാക്ടറികൾ എന്ന് പറഞ്ഞ് ജന്മിമാർ സ്കൂളുകൾക്ക് തടസ്സം നിന്നപ്പോൾ സംഘം പലേടത്തും വിദ്യാലയങ്ങൾ തുറന്നു. ടി എസ് തിരുമുമ്പ് കൊടക്കാട്ട് ആരംഭിച്ച ലേബർ സ്കൂൾ മറ്റൊരു പ്രതീകം. കണ്ണൂരിലെ സെന്റ് ആന്റണീസ് ഹയർ എലിമെന്ററി സ്കൂളിൽനിന്ന് യൂണിയൻ പ്രവർത്തകനായ എം വി അനന്തനെ പിരിച്ചുവിടുകയുണ്ടായി. തുടർന്ന് ബഹുജനപിന്തുണയോടെ വാർധാ മോഡൽ യു പി സ്കൂൾ സ്ഥാപിച്ചു. ഏഴുവർഷത്തോളം സർക്കാരിൽനിന്ന് ചില്ലിക്കാശും ലഭിച്ചില്ല. അധ്യാപകരുടെ കരളുറപ്പും ത്യാഗവും മാത്രം മൂലധനമാക്കിയാണ് ആ ജനകീയ സ്ഥാപനം തുടർന്നത്. കുട്ടികളെ സ്കൂളിൽ ചേർക്കുന്നതും പഠനസൗകര്യമൊരുക്കുന്നതുമായിരുന്നു അടുത്ത ഘട്ടം. പഞ്ഞമാസങ്ങളിൽ വീടുകളിൽനിന്ന് അരിപിരിച്ചെടുത്ത് ഉച്ചക്കഞ്ഞി കൊടുത്തും കർഷകസംഘവും അധ്യാപക യൂണിയനും വിദ്യാർഥികളെ നിലനിർത്തി.കമ്യൂണിസ്റ്റ് മഹിളാ നേതാക്കൾ വിവിധ പ്രദേശങ്ങളിൽ പാവപ്പെട്ട കുട്ടികൾക്ക് ട്യൂഷനും നൃത്തപരിശീലനവും നൽകി. കെ ദേവയാനി കരിവെള്ളൂരിലും കാളിക്കുട്ടി ആശാട്ടി ആലപ്പുഴയിലും ആരംഭിച്ച ക്ലാസുകളിലേക്ക് ധാരാളം കുട്ടികളെത്തി. എണ്ണയ്ക്കാട്ടും വളഞ്ഞവട്ടത്തും മറ്റും ജെ ശാരദാമ്മ നടത്തിയ തിരുവാതിരക്കളി ക്ലാസൽ താഴ്ന്ന ജാതിക്കാരായ

കുട്ടികളായിരുന്ന കൂട്ടുതലും. 1940കളുടെ ആദ്യം മലബാറിനെ ശ്വാസംമുട്ടിച്ച ക്ഷാമത്തിന്റെയും പകർച്ചവ്യാധികളുടെയും നാളുകളിൽ സാന്ത്വനമായത് കർഷകസംഘവും കമ്യൂണിസ്റ്റ് പാർടിയും. കോളറയും വസൂരിയും മരണനൃത്തമാടിയ അവസ്ഥ. ശുശ്രൂഷിക്കാനോ ശവമടക്കാനോ ആളുകൾ ഭയപ്പെട്ട അക്കാലത്ത് പിണറായി ഓലയമ്പലത്തെ ഗ്രേറ്റ് ദർബാർ കമ്പനിയിലെ ബീഡിത്തൊഴിലാളികൾ കമ്യൂണിസ്റ്റുകാരുടെ നേതൃത്വത്തിൽ ഗ്രാമീണരെ സഹായിച്ചത് വിസ്മയഭരിതമാണ്.

തകഴി ശിവശങ്കരപ്പിള്ള കേരളീയ സമൂഹത്തിന്റെ കയറ്റിറക്കങ്ങളാണ് തന്റെ രചനകളിൽ സൂക്ഷ്മദർശിനിപോലെ ചേർത്തുവച്ചത്. കമ്യൂണിസ്റ്റ് പാർടിയോടും പുരോഗമന സാഹിത്യ പ്രസ്ഥാനത്തോടും നേരിയ വിമർശനം ഉയർത്തിയ ഘട്ടത്തിലും അദ്ദേഹം ചരിത്രത്തെ ബഹുമാനിച്ചിരുന്നു. "കലയുടെ മൈക്രോസ്കോപ്പിൽകൂടി സാഹിത്യസൃഷ്ടികളെ നോക്കി വിലയിരുത്താൻ ശ്രമിക്കുന്നവർ സ്വാതന്ത്ര്യത്തിന് മുമ്പുള്ള സാഹചര്യങ്ങളെ ശരിക്കും കാണുന്നില്ലെന്ന് തോന്നും. ആശാന്റെ ദുരവസ്ഥയെക്കുറിച്ചുള്ള പരാമർശമുണ്ടാകുമ്പോൾ ഞാൻ ഇങ്ങനെ ഓർത്തുപോകുകയാണ്. സാവിത്രി ചാത്തനെ പരിഗ്രഹിച്ച കാലവും സാഹചര്യവും അറിഞ്ഞുകൂടാതെയല്ലേ കലയുടെ പേരും പറഞ്ഞ് നഗ്നസത്യത്തിന്റെ അതിമനോഹരമായ ആ പ്രതീകത്തെ കടന്നാക്രമിക്കുന്നത്. ഇങ്ങനെ പലതും പറയാനുണ്ട്. ഇന്ന് കവിക്ക് തീണ്ടൽ എന്താണെന്ന് അറിഞ്ഞുകൂടാ. തൊടീൽ എന്താണെന്ന് അറിഞ്ഞുകൂടാ. ചിലർക്ക് ചില വഴിയെ നടന്നുകൂടാത്ത കാലമുണ്ടായിരുന്നു എന്നതും അജ്ഞാതമാണ്. അവനവനെക്കുറിച്ചും അവനവന്റെ മോഹഭംഗത്തെക്കുറിച്ചും അവനവന്റെ അഭിലാഷ നിരാകരണത്തെക്കുറിച്ചുമൊക്കെ ഇരുന്നെഴുതാം. സ്വാതന്ത്ര്യത്തിന്റെ ആ വെളുപ്പാൻകാലത്ത് നടന്ന കാര്യങ്ങൾ വിസ്മരിക്കുന്നത് നന്ദികേടാണ്. പുരോഗമന സാഹിത്യത്തിനുണ്ടായ പാളിച്ചകളെ സമ്മതിച്ചുകൊണ്ട് ഒരു കാര്യം ധൈര്യമായി പറഞ്ഞുകൊള്ളട്ടെ - എതിർക്കണമെന്ന് തോന്നിയതിനെ ധൈര്യമായി എതിർക്കാൻ, പറയേണ്ടത് പച്ചയായ ശൈലിയിൽ തറപ്പിച്ചുപറയാനുള്ള കരുത്ത് പേനക്ക് നൽകിയത് ആ പ്രസ്ഥാനമാണ്." (ആത്മകഥ). ഇങ്ങനെ പുരോഗമനപരമായി ഗ്രാമങ്ങളെ ഉണർത്തി അവയ്ക്ക് നട്ടെല്ല് നൽകുമ്പോൾ പുച്ഛവും എവിടെയും ഓച്ഛാനിക്കുന്ന വാലാട്ടികളാവുമ്പോൾ പ്രശംസയും എന്ന ആധുനികകാല സമീപനങ്ങളെ തകഴി പൊറുപ്പിച്ചതേയില്ല.

ഉത്തരേന്ത്യയിൽ നൂറുകണക്കിന് മുസ്ലിങ്ങളെ അരിഞ്ഞുതള്ളിയ ആർഎസ്എസിന് കേരളീയ ഗ്രാമങ്ങളിൽ അതിന് കഴിയാതിരുന്നത് പ്രബലമായ കമ്യൂണിസ്റ്റ് സാന്നിധ്യമുള്ളതുകൊണ്ടായിരുന്നു. ജീവൻപോലും പണയംവെച്ച് പൊതുസമൂഹത്തിന് കാവൽനിൽക്കുകയായിരുന്ന പ്രസ്ഥാനം ഒന്നടങ്കം. പാർടി ഗ്രാമങ്ങൾ ബലപ്രയോഗത്തിന്റെ സൃഷ്ടിയല്ല. മറിച്ച് പ്രതിബദ്ധതയുടെ, ജാഗ്രതയുടെ, ജനകീയ പ്രവർത്തനത്തിന്റെ, ചെറുത്തുനിൽപ്പിന്റെ, തന്റേടത്തിന്റെ

കൊടിയടയാളങ്ങളാണ്. 1710ൽ വിർജീനിയ അസംബ്ലിക്ക് ഗവർണർ അലക്സാണ്ടർ സ്പോർട്സ്വുഡ് നൽകിയ മുന്നറിയിപ്പ് ഇപ്രകാരം: 'സ്വാതന്ത്ര്യം നാക്കില്ലാത്ത തൊപ്പി ധരിക്കുന്നുണ്ട്. അടിമത്തത്തിന്റെ ചങ്ങലകൾ പൊട്ടിച്ചെറിയാൻ വെമ്പുന്നവരെയെല്ലാം നിശ്ശബ്ദം ഒന്നിച്ച് വിളിച്ചുചേർക്കാൻ അതിന് കഴിവുണ്ട്. ഒരു കലാപമുണ്ടായാൽ അനന്തരഫലം ഭയാനകമായിരിക്കും. അതുകൊണ്ട് അത്തരം സാധ്യത മുൻകൂട്ടി കണ്ട് മുൻകരുതലുകൾ എടുക്കണം. പ്രതിരോധിക്കാൻ കൂടുതൽ നല്ല അവസ്ഥയിൽ നിൽക്കണം. നീഗ്രോകളുടെ ചർച്ചകൾ തടയാൻ വേണ്ട നിയമം ഉണ്ടാക്കണം' എന്ന ജാഗ്രത 21-ാം നൂറ്റാണ്ടിലും വലതുപക്ഷ പ്രവർത്തനങ്ങളുടെ മാർഗരേഖയാണ്. അതിന്റെ രൂപാന്തരങ്ങൾക്ക് കേരളത്തിലും പതിപ്പുകൾ ഉണ്ടാകുന്നുണ്ട്. സംഘടനാ പരമായി കോൺഗ്രസിനകത്തായിരുന്നപ്പോഴും ആശയപരമായി ഗാന്ധിയൻ സമര - ചിന്ത പദ്ധതികൾക്ക് വെളിയിൽനിന്ന കാലത്തെക്കുറിച്ച് ഇ എം എസ് (ഹൗ ഐ ബിക്കേയിം എ കമ്യൂണിസ്റ്റ്) വ്യക്തമാക്കിയിട്ടുണ്ട്. ദൈനംദിന ഭക്ഷണത്തിനപ്പുറം വയറുനീങ്ങാത്ത, വീട്ടുമുറ്റത്തിനപ്പുറം കണ്ണുപായാത്ത ഹ്രസ്വദൃഷ്ടികൾക്ക് ലഭ്യമായ കണ്ണടകൾകൊണ്ടൊന്നും കാഴ്ച വീണ്ടെടുക്കാനാവില്ല. സ്വാതന്ത്ര്യം നാക്കില്ലാത്ത തൊപ്പി ധരിച്ചെത്തുമെന്ന വുഡിന്റെ ധാരണ രണ്ട് അർഥങ്ങളിലേക്ക് കുതിക്കുകയാണിപ്പോൾ.

# ഒരേ ശവക്കല്ലറയിൽ രണ്ടു മനുഷ്യർ

വ്യത്യസ്തമായ പാർടി, ഉരുക്കുപോലുള്ള അച്ചടക്കം- തുടങ്ങിയ പ്രചമൽക്കാരങ്ങൾ ബിജെപിക്ക് വാരിക്കോരി നൽകിയ മാധ്യമങ്ങൾ വീണ്ടുമിതാ അതേ വഴിയിൽ. അഴിമതി,സ്വജനപക്ഷ പാതം,കുതികാൽവെട്ട്, നാണംകെട്ട ഗ്രൂപ്പ് പോരുകൾ എന്നിങ്ങനെ കോൺഗ്രസിന്റെ കാർബൺ പതിപ്പായി മാറിയിട്ടും തികഞ്ഞ നിരുത്തരവാദത്തോടെയാണ് ചിലരുടെ പെരുമാറ്റം. സ്ഥാപക നേതാക്കളിലൊരാളും ഉരുക്കുമനുഷ്യൻ എന്ന് അറിയപ്പെടുകയും ചെയ്യുന്ന എൽ കെ അദ്വാനി ഇഷ്ടപ്പെട്ട സീറ്റിനുവേണ്ടി 2014ൽ കഴുതക്കാലുകൾ പിടിക്കേണ്ട ഗതികേടിലായിരുന്നുവല്ലോ. ജസ്വന്ത് സിങ്ങാകട്ടെ, തന്റെ ഗതികേടോർത്ത് പൊട്ടിക്കരഞ്ഞു. ബാർമെറിൽനിന്ന് ആട്ടിയോടിക്കപ്പെട്ട അദ്ദേഹത്തിന് പകരം ബിജെപി സ്വീകരിച്ചത് കോൺഗ്രസിൽനിന്നും കൂറുമാറി എത്തിയ കേണൽ സോണാറാം ചൗധരിയെ. തെരഞ്ഞെടുപ്പ് അടുത്തുവരുന്ന ഘട്ടങ്ങളിലെല്ലാം കോൺഗ്രസും ബിജെപിയും അതിരുകൾ മായ്ച്ച് നിൽക്കുന്ന കാഴ്ച പതിവാണ്. 2014ൽ അത് കുറച്ചുകൂടി പ്രകടമായി. 15-ാം ലോകസഭയിൽ ഏറ്റവും കൂടുതൽ ക്രിമിനലുകള എത്തിച്ചത് ഇരു പാർടികളും ചേർന്നാണ്. എംപിമാർക്കിടയിലെ ശതകോടീശ്വരന്മാരുടെ എണ്ണത്തിലും ഈ കൂട്ടുകെട്ടിന് അഭിമനിക്കാം. ബഹുരാഷ്ട്ര - തദ്ദേശീയ ഭീമന്മാരും മാധ്യമങ്ങളും ഉയർത്തുന്ന ആർപ്പുവിളികൾക്കിടയിൽ മോഡിയും പരിവാരങ്ങളും ഉത്സവ പ്രതീതിയിലായിരുന്നെങ്കിലും സ്ഥിതി അത്ര ശോഭനമല്ലെന്ന ബോധ്യത്തിലേക്കുയർന്നിട്ടുണ്ട്. പൂരം കഴിഞ്ഞ വയൽപോലെ ആളനക്കമില്ലാതെയായി പലപ്പോഴും കോൺഗ്രസ് ആസ്ഥാനം. സ്ഥാനാർഥി പട്ടികയിൽ കയറിക്കൂടിയവർപോലും മത്സരിക്കാൻ മുന്നോട്ടുവന്നില്ല. കടുത്ത അധികാരമോഹികൾ മറ്റ് കൂടാരങ്ങളിലേക്ക് വലിഞ്ഞുകയറി. ഉത്തരേന്ത്യൻ സംസ്ഥാനങ്ങളിൽ ഒട്ടേറെ നേതാക്കൾ കാവിപ്പടയുടെ ഔദാര്യത്തിന് കീഴിലെത്തി. ഗർവാൾ മണ്ഡലത്തിൽനിന്നുള്ള പാർലമെന്റംഗം സത്പാൽ മഹാരാജ്, മോഡി ഇന്ത്യയെ ചൈനയ്ക്കു സമാനമായി വികസിപ്പിക്കുമെന്ന് പ്രഖ്യാപിച്ചാണ് കൂറുമാറിയത്. ഉത്തരാഖണ്ഡിലെ അപ്രതീക്ഷിത വെള്ളപ്പൊക്കം കോൺഗ്രസുകാരെ

മൂലക്കാക്കിയെന്ന കാവ്യാത്മക വിശദീകരണം നടത്തിയ സത്പാലിനൊപ്പം പത്ത് എംഎൽഎമാരുമുണ്ടായി. ഉത്തർപ്രദേശിന്റെ ഏകദിന മുഖ്യമന്ത്രി എന്ന് വിളിക്കാവുന്ന ജഗംദബികാ പാൽ, ഹാസ്യ നടൻ രാജ്ജ ശ്രീവാസ്തവ, ഗുജറാത്ത് മുൻ ഡപ്യൂട്ടി മുഖ്യമന്ത്രി നർഹരി അമിൻ, പാർലമെന്റേറിയൻ വിത്തൽ റദാഡിയ, മകൻ ജയേഷ് റദാഡിയ, അരുണാൽചലിൽ 22 വർഷം മുഖ്യമന്ത്രിയായ ഗെഗോങ് അപാങ് - പട്ടിക നീണ്ടു. നേതാക്കൾ ബിജെപിയിൽ ചേക്കേറി എന്ന സാധാരണ വാർത്തയിൽ ഒതുക്കുകയാണ് ഈ സംഭവപരമ്പരകളെ മാധ്യമങ്ങൾ. അവർക്കെല്ലാം സംഘപരിവാരം സ്വീകാര്യമാവുന്ന രാഷ്ട്രീയ രാസപ്രവർത്തനം കണാൻ തയ്യാറായില്ല.

## പ്രമോദ് ബ്രൂട്ടലിക്

ശ്രീരാമസേനാ തലവൻ പ്രമോദ് മുത്തലിക്കിന് പാർടി അംഗത്വം നൽകിയ കർണാടക ബിജെപിയുടെ തീരുമാനം വൻമാധ്യമങ്ങളൊന്നും ഗൗരവമായി എടുത്തതേയില്ല. വൈകുന്നേരം കേന്ദ്രനേതൃത്വം അത് അസാധുവാക്കിയത് ചാനലുകൾ ചർച്ചാ വിഷയമാക്കാതിരുന്നത് എന്തുകൊണ്ട്? ഇന്ത്യ കണ്ട ഏറ്റവും മൃഗീയനായ തീവ്രവാദിയാണ് മുത്തലിക്ക്. 1975ൽ ആർഎസ്എസിൽ ചേർന്ന അയാൾ 2004ൽ ബജ്റംഗദളിന്റെ ദക്ഷിണേന്ത്യൻ കൺവീനറായാണ് മാധ്യമങ്ങളിൽ നിറഞ്ഞത്. തീപ്പിടിപ്പിക്കുന്ന വർഗീയ പ്രസംഗം, അർധ സൈനിക പരിശീലനം, നിരോധനാജ്ഞ ലംഘിക്കൽ, അന്യമത ഗ്രന്ഥങ്ങളെ അപമാനിക്കൽ തുടങ്ങിയ പ്രവർത്തനങ്ങളിലൂടെ ബ്രൂട്ടലിക്ക് (മൃഗീയൻ) എന്ന വിളിപ്പേരുംനേടി. രാജ്യദ്രോഹക്കുറ്റത്തിന്റെ ഗൗരവമുള്ള 45 കേസുകളിൽ പ്രതിയായ മുത്തലിക്കിന് പൊലീസ് സംവിധാനം തുണയായതിനാൽ വർഗീയ വിഷംതുപ്പി എല്ലായിടത്തും ഓടിനടന്നു. കർണാടകയിലെ 11 ജില്ലകളിൽ പിടികിട്ടാപ്പുള്ളിയായ മുത്തലിക്ക് ഗാന്ധി വധക്കേസിലെ പ്രധാനിയായ നാഥൂറാം വിനായക ഗോദ്സെയുടെ കടുത്ത ആരാധകനമാണ്. നാഥൂറാമിന്റെ മരണദിനാചരണ ചടങ്ങുകളിൽ എല്ലാവർഷവും പൂണെയിൽ എത്തുമായിരുന്നു. രാഷ്ട്രീയ ഹിന്ദുസേനയുടെ സ്ഥാപകനായ മുത്തലിക്ക് 2006ലാണ് ശ്രീരാമ സേന രൂപീകരിച്ചത്. 2009ൽ മംഗളൂരുവിലെ പബ്ബുകൾ കടന്നാക്രമിച്ച് പെൺകുട്ടികളെ മാരകമായി നേരിട്ടതോടെയാണ് വാർത്തകളിൽ വീണ്ടും നിറഞ്ഞതും. ഇന്ത്യൻ മൂല്യങ്ങളെ ബഹുമാനിക്കുന്നില്ലെന്ന് അരോപിച്ചായിരുന്നു പബ്ബുകൾ തകർത്തതും. സ്ത്രീകളെ സൽസ്വഭാവം പഠിപ്പിക്കാൻ ശ്രീരാമനസേനയെന്ന് ശഠിക്കുന്ന മുത്തലിക്ക് വഴിതെറ്റുന്ന പുരുഷന്മാർക്കുവേണ്ടി സീതാസേന രൂപീകരിക്കാത്തതെന്തേയെന്ന് ചില നിരീക്ഷകർ ചോദിച്ചിരുന്നു. ദൈവം യുദ്ധങ്ങൾ സൃഷ്ടിച്ചു, അതിനാൽ അമേരിക്കക്കാർ ഭൂമിശാസ്ത്രം പഠിച്ചു എന്ന മാർക്ക് ട്വയിന്റെ പ്രസ്താവം സംഘപരിവാര രാഷ്ട്രീയത്തിനും ബാധകമാണ്. നിങ്ങൾ സത്യമാണ് പറയുന്നതെങ്കിൽ ഒന്നും ഓർക്കേണ്ടതില്ല എന്ന അദ്ദേഹത്തിന്റെ മറ്റൊരു നിരീക്ഷണം മാധ്യമഗൃഹങ്ങൾക്കാണ് ഇണങ്ങുക.യുദ്ധരംഗത്തുനിന്ന് വെടിയേൽക്കുന്ന

പട്ടാളക്കാർ ദേശസ്നേഹം മനസ്സിൽ നിറയുമ്പോൾ കരയാറുണ്ടാവില്ല. എന്നാൽ സൈനിക കുപ്പായമിട്ട ജസ്വന്ത് സിങ് സീറ്റ് കിട്ടാത്തതിന് മൂക്കളയൊലിപ്പിച്ചു. അത് മാധ്യമങ്ങളിൽ ഒലിച്ചിറങ്ങി. എങ്കിലും പ്രധാനപ്പെട്ട ഒരു രാഷ്ട്രീയപ്രശ്നം അവയെല്ലാം അവഗണിച്ചു. അടിയന്തിരാവസ്ഥയുടെ ഭൂതം പെരുങ്കാലിൽ നിൽക്കുകയാണെന്ന അദ്ദേഹത്തിന്റെ അഭിപ്രായം ഇനിയും വികസിപ്പിക്കേണ്ടതുണ്ട്. ഏകാധിപത്യത്തിന്റെ രഥയോട്ടം മുഖരിതമാവുകയാണ് ബിജെപിയിൽ. ഇന്ദിരയാണ് ഇന്ത്യ എന്ന കോൺഗ്രസ് സമവാക്യംപോലെ മോഡിയാണ് ഇന്ത്യ എന്ന വിവർത്തനമാണ് മേൽക്കൈ നേടുന്നതും. കാമരാജിനെയും മൊറാർജിയെയും മറ്റും അരികുകളിലേക്ക് തള്ളിയതുപോലെ ബിജെപിയിൽ പലരും എടുക്കാച്ചരക്കുകളായി.ജനാധിപത്യത്തിൽ വിശ്വസിക്കുന്നുവെങ്കിലും അത് അത്രമാത്രം ആവശ്യമാണോ എന്ന സംശയമുയർത്തിയിരുന്ന കോൺഗ്രസ് നേതാവ് സഞ്ജയ് ഗാന്ധി. ഇന്ദിരാഗാന്ധിയെക്കുറിച്ചുള്ള കൃതി (ട്ടു ഫെയ്സസ് ഓഫ് ഇന്ദിരാഗാന്ധി) )യുടെ അനുബന്ധമായി ഉമാവാസുദേവ് സഞ്ജയുമായുള്ള അഭിമുഖം ചേർത്തിട്ടുണ്ട്. പോർച്ചുഗീസ് ഏകാധിപതി സലാസറെക്കുറിച്ച് ഇന്ദിരാപുത്രൻ ഒരിക്കൽ ചോദിച്ചിരുന്നതായും ഉമ വെളിപ്പെടുത്തി. ഉരുക്കുമാതൃകയിലുള്ള സർവാധിപത്യത്തിന്റെ പ്രവാചകനായ അന്റോണിയോ ഡി ഒലിവേറ സലാസർ 1933ൽ ഏകാധിപത്യ മോഹങ്ങൾക്ക് അനുസൃതമായ ഭരണഘടനയ്ക്ക് രൂപം നൽകുകയുണ്ടായി. അയാൾക്ക് ഏറെക്കാലം ഭരണത്തിലിരിക്കാൻ കഴിഞ്ഞതെങ്ങനെയെന്നായിരുന്നു സഞ്ജയിന്റെ ആരായൽ. ഏകാധിപതികളെയും ഫാസിസ്റ്റുകളെയുംകുറിച്ച് അതിനുമുമ്പ് ശ്രദ്ധാപൂർവ്വം തിരക്കിയത് ഗോൾവാൾക്കർ. ജർമനിയിൽ ഹിറ്റ്ലർ മുന്നോട്ടുവെച്ച താത്ത്വിക - സംഘടനാ രീതിശാസ്ത്രങ്ങൾ മോഡിയും പകർത്തുകയാണ്. രാജ്യത്തിന്റെയും ജനങ്ങളുടെയും ബിസിനസ് മാഗ്നെറ്റുകളുടെയും സൈനിക വ്യൂഹങ്ങളുടെയും സമ്പൂർണ വിധേയത്വം ആഗ്രഹിക്കുകയും ആവശ്യപ്പെടുകയുംചെയ്ത ഹിറ്റ്ലറുടെ ഉപായങ്ങളാണ് പിന്തുടരുന്നത്. വസ്ത്രവിധാനം, പ്രയോഗങ്ങളും ഊന്നലുകളും, സൗമ്യതയും ധിക്കാരവും, രാഷ്ട്രം / കുടുംബം എന്ന സങ്കൽപം - സമാനതകൾ ഏറെ. ആര്യ സമാജക്കാരന്റെ വേഷത്തിലും നീലയും തവിട്ടും നിറഞ്ഞ കുപ്പായത്തിലും ആദിവാസി തലവന്റെ പരമ്പരാഗത രീതിയിലും ബിസിനസ് സ്യൂട്ടിലും മാറിമാറിയെത്തുന്ന മോഡിയുടെ പരസ്യവാചകങ്ങളും ശ്രദ്ധേയം. മുംബൈ സിനിമാ പോസ്റ്ററുകളുടെ കലാതന്ത്രം മുൻനിർത്തി നടന്ന പഠനങ്ങൾപോലെ അവയും നിരീക്ഷിക്കേണ്ടതുണ്ട്. ഒരു രാഷ്ട്രം ഒരു നേതാവ്, ഞാനൊരു ദേശസ്നേഹി, ദേശീയവാദി - ഹിന്ദു എന്നിങ്ങനെ വിമോചകനായ ഹിറ്റ്ലർ, വ്യവസായികളുടെ ചങ്ങാതി, നിങ്ങളുടെ രാജ്യം നിങ്ങളുടെ അമ്മ തുടങ്ങിയ നാസി ചുവരെഴുത്തുകളോട് താദാത്മ്യം പ്രാപിക്കുകയുമാണ്. കമ്യൂണിസത്തിനെതിരെ നടത്തിയ കടന്നാക്രമങ്ങളും ഹിറ്റ്ലറുടെ സ്തുതിഗീത പോസ്റ്ററുകളുടെ ഹൃദയമായിരുന്നു.യൂറോപ്പിനെ ആമൂലം ഗ്രസിച്ച മാരകരോഗമായിട്ടാണ് കമ്യൂണിസത്തെ അവതരിപ്പിച്ചത്. കമ്യൂണിസ്റ്റ് സ്വാധീന പ്രദേശങ്ങൾ ചുവപ്പ്

നിറംകൊണ്ട് അടയാളപ്പെടുത്തിയതിന് താഴെ യൂറോപ്പേ നിന്റെ വിശുദ്ധ നിധി കാത്തുകൊള്ളുക എന്ന അടിക്കുറിപ്പുമുണ്ട്. സമാനമായ സൂചനകളാണ് 'മോഡിയുഗം' വിരിയിച്ചെടുക്കുന്നത്. പ്രശസ്ത എഴുത്തുകാരൻ ഖുഷ്വന്ത്സിങിന്റെ പ്രശസ്ത ഫലിതമുണ്ട്: ശവക്കല്ലറയിലെ ലിഖിതം സൂചിപ്പിച്ചാണ് തുടക്കം. സത്യസന്ധനായ മനുഷ്യനും രാഷ്ട്രീയക്കാരനും ഇവിടെ വിശ്രമിക്കുന്നു എന്നായിരുന്നു അതിൽ.അതുകണ്ട വഴിപോക്കൻ ഞെട്ടിത്തരിച്ച് കരയുകയാണ്. നാണക്കേട്! ഒരേ ശവക്കല്ലറയിൽ രണ്ട് മനുഷ്യർ. ജനാധിപത്യത്തിന്റെ ഔദാര്യം നൽകി മോഡിയെ പുകഴ്ത്തുന്നവർ ഖുഷ്വന്തിന്റെ തമാശ മറന്നുപോകരുത്.

ചരിത്രത്തിൽനിന്ന് ഒന്നും പഠിക്കുന്നില്ലെന്നതാണ് ചരിത്രത്തിന്റെ പാഠം എന്ന പഴയ യുക്തി കോൺഗ്രസുകാരെ സംബന്ധിച്ച് അക്ഷരാർഥത്തിൽ ശരിയാണ്. എ ബി വാജ്പേയിയെ മിതവാദിയായി അവതരിപ്പിച്ചതിൽനിന്ന് എന്താണ് മനസ്സിലാക്കേണ്ടത്. ഇങ്ങനെ പോയാൽ ഗോഡ്സെ രാഷ്ട്രപിതാവും യൂദാസ് ദൈവപുത്രനുമാകും. ഇരട്ട മുഖവും ഇരട്ട നാക്കും ഫാസിസ്റ്റ് നേതൃത്വങ്ങളുടെ പൊതുപ്രകൃതമാണ്. സോഷ്യലിസത്തെയും തൊഴിലാളികളെയുംകുറിച്ച് വാചാലമാകവെയാണ് ഹിറ്റ്ലർ മനുഷ്യത്വത്തിന്റെ ആരാച്ചാരായത്. എന്നിട്ടും ചിലർ വിശേഷിപ്പിച്ചത് സസ്യഭുക്കെന്ന്. ഹിറ്റ്ലറുടെ പരിഭാഷയായി തെളിയിക്കപ്പെട്ട പേരാണ് വാജ്പേയ്യുടേത്. പ്രസംഗം, ആ സമയത്തെ വൈകാരിക ഭാവം. വിശദാംശങ്ങൾക്കുവേണ്ടിയുള്ള ഉപകഥകൾ. ശത്രുവെന്ന് പ്രഖ്യാപിക്കപ്പെട്ടവർക്കുനേരെ എയ്യുന്ന മൂർച്ചയേറിയ വാക്കുകൾ- സമാനതകൾ ഏറെ. അവിവാഹിതരായിരുന്നു ഇരുവരും. 'കവിയും മിതവാദി'യുമായ വാജ്പേയ് മൂന്നുവട്ടം പ്രധാനമന്ത്രിയായപ്പോഴും ഇത്തരം സൂചനകൾ പൊതുമണ്ഡലത്തിൽ ഉയർന്നു. ക്രൂരതയുടെ വാൾത്തല വീശി മുന്നേറുമ്പോഴും ഹിറ്റ്ലർ കുട്ടികൾക്കും പൂവുകൾക്കുമൊപ്പം നിൽക്കുന്ന ചിത്രങ്ങൾ ജർമൻ പത്രങ്ങളിലെ കാഴ്ചയായിരുന്നു. വാജ്പേയി കവി, സ്നേഹനിധി, പുസ്തകപ്രേമി, ഫലിതപ്രിയൻ, ഗണിതകാരൻ- എന്നിങ്ങനെയെല്ലാമായിരുന്നു വാഴ്ത്തപ്പെട്ടത്. പ്രാകൃതങ്ങളായ ആശയങ്ങൾക്കും ഫാസിസ്റ്റ് സംഘടനക്കും അകത്തുനിന്ന് വാജ്പേയ് മാത്രം മിതവാദിയാകുന്നതെങ്ങനെ? അദ്ദേഹം ആദ്യം പ്രധാനമന്ത്രിയായ ദിവസം പ്രധാന പത്രങ്ങളുടെ തലക്കെട്ടുകളും മറ്റും അതിരുവിട്ടു. രാഷ്ട്രീയവും നിലപാടുകളും മറച്ചുവച്ച് 'ശുദ്ധകലാ' വ്യക്തിത്വത്തെ പൊലിപ്പിച്ചെടുത്തു അവ. കവിതയും ഗണിതവും തുളുമ്പുന്ന ആ മനസ് വരച്ചുകാട്ടിയവർ ന്യൂനപക്ഷ ഗവൺമെന്റിന് ഭൂരിപക്ഷം ഒപ്പിക്കാനുള്ള കള്ളക്കണക്കുകൾ കണ്ടതേയില്ല. ഹിറ്റ്ലർ മിതവാദികൾക്കും ഉഗ്രവാദികൾക്കും നടുവിൽ കഴിയുന്നതായി ബെർലിനിലെ ഫ്രഞ്ച് അംബാസഡർ 1938 ഡിസംബർ ഒന്നിന് പറഞ്ഞത് ഓർക്കാം. ഗീബൽസിനെയും ഹിമ്മ്ലറെയും പോലുള്ള ഉഗ്രവാദികൾ ഒരുവശത്തും ഗോറിങ്ങിനെപ്പോലുള്ളവർ മറുവശത്തുമെന്നായിരുന്നു വിലയിരുത്തൽ. മൂന്ന് മാസത്തിനുള്ളിൽ എല്ലാം തകിടം മറിഞ്ഞു. ചെക്കോസ്ലാവാക്യ പിടിച്ചടക്കിയ ഹിറ്റ്ലർ സെപ്റ്റംബറിൽ ലോകയുദ്ധത്തിന് തിരികൊളുത്തി.

ഇന്ത്യൻ മതസൗഹാർദത്തിന്റെ പ്രതീകങ്ങളിലൊന്നായ ബാബറി മസ്ജിദ് തകർത്ത് കാവിക്കൊടി ഉയർത്തിയ 1992 ഡിസംബർ ആറിന്റെ മുറിവുകളോട് വാജ്പേയുടെ നിലപാടെന്തായിരുന്നു? രാജ്യത്തിന്റെ മുഖത്തേറ്റ കറുത്തപാട് എന്ന വിശേഷണം കാപട്യം പുരണ്ടതായിരുന്നില്ലേ. ഇന്ത്യയുടെ ഹൃദയത്തിന് ആഘാതമേൽപ്പിച്ച അതിന് ഒരു രാത്രിമാത്രം മുമ്പ് വാജ്പേയ് ലഖ്നൗവിൽ കർസേവകരെ അഭിസംബോധന ചെയ്യുകയുണ്ടായി. ഹിന്ദുക്കളുടെ ആരാധനയെക്കുറിച്ച് പറഞ്ഞ അദ്ദേഹത്തിന് ഗൂഢാലോചനയെപ്പറ്റി തിട്ടമുണ്ടായിരുന്നു. കപട മതനിരപേക്ഷത എന്ന രൂപീകരണം പുറത്തെടുത്ത വാജ്പേയ് വർഗീയതയെ എതിർക്കുന്നവരെ സംശയത്തിന്റെ പുകമറയ്ക്കുള്ളിലാക്കാനും ശ്രമിച്ചു. ഗുജറാത്ത് വംശഹത്യയിലെ ചോരപ്പുഴകണ്ട് ചകിതനായ മനുഷ്യസ്നേഹിയായും വാജ്പേയിയെ ചിലർ വരച്ചുവെച്ചു. അക്കാലത്ത് പ്രധാനമന്ത്രിയായ അദ്ദേഹം ഷാ ആലം അഭയാർഥി ക്യാമ്പ് സന്ദർശിച്ചത് മോഡിയുടെ കൈപിടിച്ചായിരുന്നു. ആ രംഗം കണ്ട ഇരകളുടെ ബന്ധുക്കൾ മോഡി വിരുദ്ധ മുദ്രാവാക്യമുയർത്തി. അതേ നഗരത്തിൽ ജീവിക്കുകയായിരുന്ന മുഖ്യമന്ത്രി അതിന് മുമ്പ് ഒരിക്കൽപോലും ക്യാമ്പുകളിൽ എത്തിയില്ല. സ്വന്തം രാജ്യത്ത് അഭയാർഥികളായ ജനങ്ങളെക്കുറിച്ച് കാവ്യാത്മകമായി സൂചിപ്പിച്ചായിരുന്നു വാജ്പേയിയുടെ ഭാഷണം. മറ്റ് രാജ്യങ്ങളിൽ പ്രത്യേകിച്ച് മുസ്ലീം ഭൂരിപക്ഷമുള്ള ഇടങ്ങൾ സന്ദർശിക്കുമ്പോൾ തന്റെ മുഖം കുനിയാതിരിക്കുന്നതെങ്ങനെയെന്നും കൂട്ടിച്ചേർത്തു. എന്നാൽ അതിന് ഉത്തരവാദിയായ മോഡിയെ മാറ്റാനാവില്ലെന്ന് വ്യക്തമാക്കുകയുമുണ്ടായി. പകരം "സുഹൃത്തുക്കളെ മാറ്റാം എന്നാൽ അയൽക്കാരെ മാറ്റാനാവില്ലെന്ന" തത്ത്വചിന്തയാണ് വിളമ്പിയത്. മതപരിവർത്തനത്തെക്കുറിച്ച് ദേശീയ സംവാദം വേണമെന്ന വാജ്പേയ്യുടെ ശാഠ്യം ഒഴുക്കിയ രക്തത്തിനും കണക്കില്ല.

നാല് സംസ്ഥാനങ്ങളി(യു പി, ഗുജറാത്ത്, ദില്ലി, മധ്യപ്രദേശ്)ൽനിന്ന് പാർലമെന്റിൽ എത്തിയ നേതാവെന്ന വിശേഷണവും വാജ്പേയ്ക്ക് ചാർത്തി നൽകിയവരുണ്ട്.ഹിന്ദുത്വ രാഷ്ട്രീയത്തിന്റെ മൃഗീയത ചാലുകീറിയ വഴികളിലൂടെയായിരുന്നു ആ വിജയരഥം. 1977ലെ മൊറാർജി ദേശായി മന്ത്രിസഭയിൽ വിദേശകാര്യ മന്ത്രിയായ വാജ്പേയ് ചെറിയ കാലാവധികളിലായിരുന്നെങ്കിലും മൂന്നുവട്ടം പ്രധാനമന്ത്രിയുമായി. കോൺഗ്രസ് തുടക്കമിട്ട തുറന്ന സ്വകാര്യവൽക്കരണ നയത്തിന്റെ പ്രചാരകനും പ്രയോക്താവുമായി മാറുകയായിരുന്നു അവസാന ഊഴത്തിൽ. 1998 ലെ അണ്വായുധ പരീക്ഷണവും കാർഗിൽ യുദ്ധ സന്നാഹങ്ങളും തീവ്ര ഹിന്ദുത്വത്തിന്റെ അജൻഡയാണെന്ന് തെളിയിക്കുകയുമുണ്ടായി. ഗുജറാത്ത് വംശഹത്യക്കുശേഷം സംഘപരിവാരം പ്രധാന അജണ്ടയായി ഉയർത്തിയത് പശു എന്ന ചിഹ്നമായിരുന്നു. ഇനി അവരുടെ പ്രധാനമന്ത്രി സ്ഥാനാർഥിപോലും പശുവാകാൻ ഇടയുണ്ട് എന്ന ഫലിതവും അക്കാലത്തുണ്ടായി. ഇതിനെതിരെ വാജ്പേയ് ഒരക്ഷരം ഉരിയാടില്ല.

പൊക്രാൻ അണുവിസ്ഫോടന പരമ്പരകളുടെ മുഴക്കം. ചൈന ക്കെതിരായ കൊലവിളി. ഇന്ത്യ - പാക് അതിർത്തിയിലെ യുദ്ധ സന്നാഹങ്ങൾ- ഇവയ്ക്കെല്ലാം ഒപ്പമായിരുന്ന ഹിരോഷിമയെയും നാഗസാക്കിയെയും കുറിച്ച് കവിതയെഴുതിയ വാജ്പേയ്. സ്വാത ന്ത്ര്യസമരത്തെ ഒറ്റുകൊടുത്ത സംഘടനയായിരുന്ന ആർഎസ്എസ്. വാജ്പേയുടെ അക്കാലത്തെ പങ്ക് പരസ്യമാണ്. വഞ്ചനയുടെ മുഖമാണ് അടിയന്തരാവസ്ഥക്കാലത്തുമുണ്ടായത്. പ്രതിഷേധങ്ങളിൽ പങ്കെടു ക്കില്ലെന്ന് എഴുതിക്കൊടുത്ത് നേടിയ ആനുകൂല്യങ്ങൾ രഹസ്യമല്ല. കോൺഗ്രസിന്റെ മൃദുഹിന്ദുത്വ സമീപനം തെരഞ്ഞെടുപ്പ് വേളകളിൽ അക്രമാസക്തമായി പുറംലോകത്തെത്താറുണ്ട്. രാജീവ് ഗാന്ധി ഒരു തെരഞ്ഞെടുപ്പ് പ്രചാരണം ആരംഭിച്ചത് ബാബ്‌രി മസ്ജിദ് ഉൾകൊ ള്ളുന്ന ഫൈസാബാദ് മണ്ഡലത്തിൽനിന്നായിരുന്നു. ലക്ഷ്യം രാമരാജ്യ മാണെന്ന് തുറന്നടിച്ച അദ്ദേഹം ഇടതുപക്ഷ സ്ഥാനാർത്ഥി മിത്രാസെൻ യാദവിന്റെ പരാജയം ഉറപ്പാക്കാനും ബിജെപിയെ സഹായിക്കാനും സ്ഥാനാർത്ഥിയെ പിൻവലിച്ചു. ഗംഗാജല ശുദ്ധീകരണം,രാമപാദുക -ശിലാ പൂജകൾക്ക് നൽകിയ പിന്തുണ, ബാബ്‌രി മസ്ജിദ് തകർത്ത പ്പോഴുള്ള മൗനം, ഗാന്ധിജിയുടെയും വാജ്പേയിയുടെയും രാമരാജ്യങ്ങൾ ഒന്നാണെന്ന നിലപാട്-അലംഭാവങ്ങൾ ഇനിയുമേറെ. ഗുജറാത്ത് വംശ ഹത്യയുടെ പ്രധാന ആയുധമായ മോഡിയെയും ഭാവിയിൽ മിതവാദി യെന്നു വിളിക്കാനാകും. ത്രിശൂലവും കുന്തവും വാളും തോക്കും പെട്രോൾ കന്നാസുമെടുത്ത് അദ്ദേഹം നേരിട്ട് തെരുവിലിറങ്ങിയിരുന്നില്ലല്ലോ.

# താക്കോൽ വേണ്ടാത്ത വാതിലുകൾ

സമഗ്രാധിപത്യ ഭരണകൂടങ്ങളുടെ ഏറ്റവുംവലിയ ശക്തി, ഭയപ്പെടുന്നവരെക്കൂടി അനുകർത്താക്കളാക്കി മാറ്റാൻ കഴിയുന്നുവെന്നതാണെന്ന് പറഞ്ഞത് ഹിറ്റ്ലറാണ്. അത്ഭുതം, ഭീകരത, അട്ടിമറി, നരഹത്യ തുടങ്ങിയവയിലൂടെ ശത്രുവിനെ ഉള്ളിൽ നിന്നുതന്നെ നിർവീര്യമാക്കുക. ഭാവിയുടെ യുദ്ധം അതാണെന്നും ആവർത്തിച്ചു. തീരുമാനമെടുക്കുംമുമ്പ് പതിനായിരം വട്ടം ആലോചിക്കുക. തീരുമാനത്തിലെത്തിയാൽ പതിനായിരം പ്രതിബന്ധങ്ങൾ ഉയർന്നാലും പിന്തിരിയരുതെന്നും ഹിറ്റ്ലർ വിശദീകരിക്കുകയുണ്ടായി. അനിഷ്ടത്തെക്കാൾ നിലനിൽക്കുന്നതാണ് വിദ്വേഷമെന്നും സത്യമല്ല, വിജയമാണ് പ്രധാനമെന്നും കൂട്ടിച്ചേർക്കുകയുമുണ്ടായി. നരേന്ദ്രമോഡിയും സമാനമായ കുറേ പ്രഖ്യാപനങ്ങൾ നടത്തുന്നുണ്ട്. പ്രസംഗങ്ങളിലൂടെയും മാധ്യമ വാർത്തകളിലൂടെയും മാത്രമല്ല അവ. 2014 ൽ പുറത്തിറക്കിയ പുസ്തകവും ഇതേ ദൗത്യമാണ് നിർവഹിച്ചത്. ബ്രിട്ടീഷ് എഴുത്തുകാരൻ ആൻഡി മറിനോ രചിച്ച 'നരേന്ദ്രമോഡി. എ പൊളിറ്റിക്കൽ ബയോഗ്രഫി'യാണ് മറ്റൊരു പ്രചാരണോപാധിയായതും. 2002ലെ ഗുജറാത്ത് വംശഹത്യയിൽ ദുഃഖമുണ്ടെങ്കിലും കുറ്റബോധമില്ലെന്നാണ് മറിനോയോട് മോഡി തുറന്നടിച്ചതത്രെ. മുഖ്യമന്ത്രി സ്ഥാനം ഒഴിയാൻ സന്നദ്ധനായതായും പുസ്തകം അവകാശപ്പെടുന്നു. കൂട്ടക്കൊലക്ക് ഒരു മാസത്തിനുശേഷം 2002 ഏപ്രിൽ 12ന് പനാജിയിൽ ചേർന്ന ബിജെപി ദേശീയ നിർവാഹകസമിതിയിലായിരുന്നു മോഡിയുടെ ആഗ്രഹപ്രകടനം. എന്നാൽ "പാർടിയും ഗുജറാത്തിലെ ജനങ്ങളും ഒഴിവാക്കാൻ ഒരുക്കമായിരുന്നില്ല. ഞാൻ പാർടി അച്ചടക്കത്തിനെതിരെ നിലകൊള്ളാൻ തയ്യാറായതുമില്ല " എന്ന വിശദീകരണം ജനത/രാഷ്ട്രം/പാർടി തുടങ്ങിയ അതിവൈകാരികതകളിലേക്കാണ് ചേക്കേറിയത്. എന്നാൽ ഇരകളെ ഈ ഭ്രമണപഥത്തിന് പുറത്തേക്ക് തെറിപ്പിക്കുകയുമായിരുന്നു. ന്യൂട്ടന്റെ ചലനംനിയമം കൂട്ടുപിടിച്ച് എല്ലാ പ്രവർത്തനങ്ങൾക്കും പ്രതിപ്രവർത്തനമുണ്ടെന്ന് വ്യാഖ്യാനിച്ച് വംശഹത്യയെ ന്യായീകരിച്ച മോഡിയാണ് ജീവചരിത്രകാരനോട് കുറ്റവിമുക്തിയുടെ വാക്കുകൾ പങ്കുവെച്ചതെന്നോർക്കണം. കൂട്ടക്കുഴപ്പ പരമ്പരകൾ അമർച്ച ചെയ്യാൻ മൂന്ന് സംസ്ഥാന മുഖ്യമന്ത്രിമാരോട്

മോഡി സഹായം തേടിയതായും മറിനോ എഴുതി. അശോക് ഘെലോട്ട് (രാജസ്ഥാൻ) വിലാസ റാവു ദേശ്മുഖ് (മഹാരാഷ്ട്ര) ദിഗ്‌വിജയ് സിങ് (മധ്യപ്രദേശ്) എന്നിവരോടായിരുന്നത്രെ അഭ്യർഥന. പത്ത് കമ്പനി സായുധ പൊലീസിനെയാണ് ആവശ്യപ്പെട്ടതും. രാജസ്ഥാനിൽനിന്നും മധ്യപ്രദേശിൽനിന്നും പ്രതികരണമേ ഉണ്ടായില്ല. മഹാരാഷ്ട്ര പേരിന് മാത്രം സേനയെ അയച്ചുവെന്ന ജീവചരിത്രകാരന്റെ വാദഗതി അർഥമാക്കുന്നത് കലാപം അമർച്ച ചെയ്യാൻ മോഡി ആത്മാർഥമായി ആഗ്രഹിച്ചുവെന്നാണ്. അയൽ സംസ്ഥാനങ്ങൾ പിന്തുണച്ചിരുന്നുവെങ്കിൽ ഗുജറാത്ത് സമാധാനപൂർണമാവുമായിരുന്നെന്നും കഥയെഴുതുകയാണ് മറിനോ.

ഒരു വ്യാഴവട്ടത്തിനുശേഷവും ചോരയൊലിപ്പിക്കുന്ന വംശഹത്യയെക്കുറിച്ചും ഹെലിക്കോപ്റ്ററുകളിൽ മോഡിക്കൊപ്പം സഞ്ചരിച്ച ജീവചരിത്രകാരൻ പറഞ്ഞുവെക്കുന്നുണ്ട്. ആധികാരികമായ സഹിഷ്ണുത നിറഞ്ഞ നേതൃരൂപമായിട്ടാണ് മോഡിയെ വരച്ചുവെച്ചതും. കോടതികളുടെയും മാധ്യമങ്ങളുടെയും പങ്കിനെക്കുറിച്ച് സൂചിപ്പിച്ചപ്പോഴും മോഡി സൗമ്യനായിനിന്നു. "മാധ്യമങ്ങൾ അവയുടെ പണിയെടുക്കട്ടെ, ഞാൻ ഏറ്റുമുട്ടാനില്ല" എന്ന മട്ടിലായിരുന്നു തുടക്കം. എല്ലാ കോടതികളും ക്ലീൻ ചിറ്റാണ് നൽകിയതെന്നും തുടർന്നു. വികസനം തന്നെ സംബന്ധിച്ചൊരു ജനകീയ പ്രസ്ഥാനമാണെന്ന് പ്രതികരിച്ച മോഡി, പാശ്ചാത്യവൽക്കരണമില്ലാത്ത ആധുനികതയെന്ന വ്യാമോഹവും തുറന്നുവെച്ചു. അത്യാധുനികതയെ പുണരുമ്പോഴും പാരമ്പര്യത്തിലാണ് വേരുകൾ എന്ന് സൂചിപ്പിക്കാൻ ശ്രമിക്കുകയായിരുന്നു. മാധ്യമ പിന്തുണക്കൊപ്പം പുസ്തകങ്ങളുടെ പൂമഴയും ഫാസിസ്റ്റ് നേതൃത്വങ്ങളുടെ രക്ഷാകവചമാവാറുണ്ട്. തൊള്ളായിരത്തി മുപ്പതുകൾ തൊട്ടുള്ള ജർമൻ ചരിത്രം ഉദാഹരണമാണ്. ഏറ്റവും കൂടുതൽ എഴുതപ്പെട്ട ഭരണാധികാരികളിൽ ഒരാളാണ് ഹിറ്റ്ലർ. നൂറിലധികം ജീവചരിത്രങ്ങൾ. ഓഗസ്റ്റ് ക്യൂബിസെക്, ജോസഫ് ഗീബൽസ്, ഹെർമൻ ഗോറിങ്, പൊൻ പാപ്പെൻ, യോ വാഹിം ഡിഫെസ്റ്റ് തുടങ്ങിയവരുടെ കൃതികൾ പ്രധാനം. രണ്ടായിരത്തിലധികം പേജുള്ള ജീവചരിത്രങ്ങളുമുണ്ട്. ഹിറ്റ്ലർ പ്രതിഭാസത്തിന് ക്ഷമാപണം തീർത്തുള്ള നിലയിലെഴുതിയവയാണ് ഏറെയും. ഡേവിഡ് നിക്കോൾസിന്റെ 'അഡോൾഫ് ഹിറ്റ്ലർ എ ബയോഗ്രഫിക്കൽ കംപാനിയൻ', ജെയിംസ് ക്രോസ് ഗിബ്ലിന്റെ 'ദി ലൈഫ് ആൻഡ് ഡെത്ത് ഓഫ് അഡോൾഫ് ഹിറ്റ്ലർ' തുടങ്ങിയവ ഓർമിപ്പിക്കുംമട്ടിൽ മോഡി പ്രകീർത്തനങ്ങളുമുണ്ടായിട്ടുണ്ട്. എം വി കാമത്തും കാളിന്ദി രൺദേരിയും ചേർന്നെഴുതിയ 'ദി മാൻ ഓഫ് ദി മോമന്റ്: നരേന്ദ്രമോഡി', കുമാർ പങ്കജിന്റെ 'നരേന്ദ്രമോഡി എ മാൻ വിത്ത് മിഷൻ', ഡി പി സിങിന്റെ 'നരേന്ദ്രമോഡി യെസ് ഹി കാൻ', നീലാഞ്ജൻ മുഖോപാധ്യായയുടെ 'നരേന്ദ്രമാഡി: ദി മേൻ, ദി ടൈംസ്' തുടങ്ങിയ കൃതികൾ ഹിറ്റ്ലർ കാലത്തേക്കും സഞ്ചരിക്കുന്നവയാണ്. 'ദി നമോ സ്റ്റോറി: എ പൊളിറ്റിക്കൽ ലൈഫ്' ഒരു സംഘം നടത്തിയ

അന്വേഷണങ്ങളുടെ പുസ്തകരൂപവും. ഇന്ത്യൻ രാഷ്ട്രീയത്തിലെ നേതൃസമസ്യകളിൽ ഒന്നായാണ് മോഡി വിശദീകരിക്കപ്പെട്ടത്. പിന്തുണക്കുന്നവരെയും എതിരാളികളെയും ഒരുപോലെ അലട്ടുന്ന കണ്ടെത്തലുകളാണ് അതെന്നും പ്രസാധകർ അവകാശപ്പെട്ടിട്ടുണ്ട്. ഗുജറാത്തിന്റെ ഉരുക്കുമനുഷ്യൻ ഇന്ത്യൻ രാഷ്ട്രീയ രംഗത്തെ കളിമാറ്റക്കാരനായി മാറിയതാണ് ചില ജീവചരിത്രങ്ങളുടെ ഊന്നൽ. ആവേശത്തിന്റെ വൈദ്യുതിയായ മോഡിയെ യുവാക്കൾ രക്ഷകനായാണ് കാണുന്നതെന്നും ചിലർ വാദിച്ചു. ഒട്ടുമിക്ക വാതിലുകളും തുറക്കുന്നത് താക്കോൽ ഉപയോഗിച്ചല്ലെന്നും പകരം യാചനയിലൂടെയാണെന്നും ഹിറ്റ്ലർ സൂചിപ്പിക്കാറുണ്ടായി. മോഡിയെക്കുറിച്ചുള്ള അപദാനങ്ങൾക്കും താക്കോൽ ആവശ്യമില്ലെന്ന് തെളിയിക്കുകയാണ് മാധ്യമങ്ങളും എഴുത്തുകാരും. ഹിറ്റ്ലർ-മോഡി ജീവചരിത്രങ്ങളിലെല്ലാം പൊതുവായി വരുന്ന ഉപശീർഷകങ്ങൾ വ്യക്തി/കാലം/ദൗത്യം എന്ന നിലയിലാണ്. കാലം അവരിലേൽപ്പിച്ച ദൗത്യമാണത്രെ ഫാസിസ്റ്റ് രാഷ്ട്രീയം. വ്യക്തിയെന്ന തരത്തിൽ ഹിറ്റ്ലറിൽ ദൃശ്യമായ മാറ്റങ്ങൾ, വൈയക്തിക ദൗർബല്യങ്ങൾ, ഇഷ്ടാനിഷ്ടങ്ങളും കൗതുകങ്ങളും, പ്രചാരണ ശൃംഖലയുടെ മാനിപ്പുലേഷൻ - ഇവയെല്ലാം മോഡിയിലും ഇറക്കിവെക്കുന്നുമുണ്ട് ചില പഠനങ്ങൾ.

"ജർമൻ യുവാവേ, നീയൊരു ജർമൻകാരനാണെന്ന് മറക്കാതിരിക്കുക, ജർമനിയുടെ പെൺകുട്ടി ഒരിക്കൽ നീയൊരു ജർമൻ അമ്മയാവാനുള്ളതാണെന്ന് ഓർത്തിരിക്കുക" എന്ന വിളിച്ചുപറയലായിരുന്നു ഹിറ്റ്ലറുടെ ആദ്യകാല ചിന്തയുടെ അടിത്തറ. "സ്കൂൾ അസംബ്ലിയിലും പൊതുവേദികളിലും കറുപ്പും ചുവപ്പും സ്വർണവും കലർന്ന ജർമനിയുടെ നിറങ്ങൾ ധരിച്ച് ഞങ്ങളെ പ്രദർശിപ്പിച്ചു. ഹെയ്ൽ എന്നേ അഭിവാദ്യം ചെയ്യുള്ളൂ. ഞങ്ങളുടെ ദേശീയ ഗാനമേ പാടിയുള്ളൂ. അന്ന് വ്യക്തമായും രാഷ്ട്രീയ വിദ്യാഭ്യാസം തന്നെയാണ് നേടിയിരുന്നത്. മുതിർന്നവർപോലും ഭാഷയ്ക്കപ്പുറം അസ്തിത്വമോ പോരാട്ടത്തിന്റെ ആവശ്യമോ തിരിച്ചറിയാത്ത കാലത്തായിരുന്നു ഇത്. മുന്നണിപ്പോരാളികളുടെ കൂട്ടത്തിലായിരുന്നു ഞാൻ. ശരിയായ ജർമൻ ദേശീയവാദി. 15 വയസ്സാകുമ്പോഴേക്കും ഈ വഴിയിൽ ഏറെ മുന്നേറിയിരുന്നു. ഭരണകൂട വിപ്ലവവും ശുദ്ധ ദേശീയവാദവും തമ്മിലുള്ള അന്തരംപോലും തിരിച്ചറിയാൻ എനിക്കായി. ഉപാധികളില്ലാതെ എന്റെ രാജ്യം, എന്റെ ജനത എന്ന ആത്മാഭിമാനത്തിന്റെ വഴിയായിരുന്നു എന്റേത്..." എന്നതിന്റെ ഹിന്ദി പരിഭാഷയിലാണ് മോഡി ചരിത്രം. ജനസമൂഹം, അതിന്റെ ആധിപത്യം എന്നൊക്കെ പരത്തിപ്പറഞ്ഞാൽ ആർക്കും പാർടിയിൽ കയറിയിറങ്ങാമെന്നും എന്തഭിപ്രായവും പറയാമെന്നുമുള്ള 'അപകടം' ഹിറ്റ്ലറാണ് മോഡിയെ പഠിപ്പിച്ചത്. ഇത് പാർടിയിലെ ഐക്യവും അച്ചടക്കവും തകർക്കുമെന്ന് വിരൽ ചൂണ്ടിയ ഹിറ്റ്ലർ, താൻ വിശ്വസിക്കുന്നതെന്തെന്നും ചെയ്യാൻ പോകുന്നതെന്തൊക്കെയെന്നും ആർക്കും കയറിപ്പറയാമെന്ന് വന്നാൽ സംഘടനയുടെ കൂട്ടുത്തരവാദിത്തം ഉണ്ടാകില്ലല്ലോ എന്നും ഹിറ്റ്ലറെ അനുകരിച്ച് മോഡി പ്രവർത്തിക്കുന്നതിൽ

മാധ്യമങ്ങൾ കുറ്റമേ കാണുന്നില്ല. സിനിമാതാരം രാജേഷ് ഖന്നയുടെ കടുത്ത ആരാധകനാണ് മോഡി. ഹെയർസ്റ്റൈൽ പോലും പകർത്തുകയുമുണ്ടായി. ജീവചരിത്രങ്ങളിലെ ഇത്തരം പൊടിപ്പും തൊങ്ങലും നാസി നേതാക്കളോടും മുപ്പതുകൾ ചേർത്തുവെച്ചിരുന്നു.

ഹിറ്റ്ലറെപ്പോലെ ചെറു വിമർശനംപോലും പൊറുപ്പിച്ചില്ല മോഡിയും. 2018 സപ്തംബർ അഞ്ചിന് അറസ്റ്റിലായ ഗുജറാത്ത് മുൻ ഐപിഎസ് ഓഫീസർ സഞ്ജീവ് ഭട്ട് അനുഭവിച്ച പീഡനങ്ങൾ അതിന്റെ പല ഉദാഹരണങ്ങളിലൊന്ന്. 1998ൽ ബനസ്കന്ദ ജില്ലാ പൊലീസ് സൂപ്രണ്ടായിരിക്കെ കൈകാര്യംചെയ്ത ഒരു കേസിൽ അഭിഭാഷകനെ കുടുക്കി എന്നാരോപിച്ചായിരുന്നു അന്യായ അറസ്റ്റ്. ഒന്നരക്കിലോ മയക്കുമരുന്ന് കൈവശം വെച്ചതിന് നർക്കോട്ടിക് നിയമപ്രകാരമാണ് അഭിഭാഷകൻ രാജ്പുരോഹിത് പിടിയിലാകുന്നത്. കെട്ടിച്ചമച്ചതാണ് കേസെന്ന പരാതിയിൽ ചോദ്യംചെയ്യാനാണ് ഭട്ടിനെ ഗുജറാത്ത് സിഐഡി കസ്റ്റഡിയിലെടുത്തതും. പിന്നീട് അറസ്റ്റ് രേഖപ്പെടുത്തി. ശേഷം വിവരമുണ്ടായില്ല. അക്കാര്യം സൂചിപ്പിച്ച് ഭാര്യ ശ്വേത ഭട്ട് സെപ്തംബർ 15ന് സമൂഹ മാധ്യമങ്ങളിൽ കുറിപ്പിട്ടു. ഒരു വീഡിയോയും പോസ്റ്റ് ചെയ്യുകയുണ്ടായി.'സഞ്ജീവ് ഭട്ടിനെ പിന്തുണക്കുന്നു; എന്നെ നിശ്ശബ്ദയാക്കാനാകില്ല' എന്നായിരുന്നു ഉള്ളടക്കം. 'എനിക്ക് എഴുതാൻ ഒന്നുമില്ല. ഒരു പുതിയ വിവരവുമില്ല താനും. സഞ്ജീവ് എങ്ങനെയിരിക്കുന്നുവെന്നറിയില്ല. 12 ദിവസമായി കാണുകയോ കേൾക്കുകയോ ചെയ്തിട്ടില്ലെന്നതാണ് സത്യം.എന്താണ് കുറ്റമെന്ന് മനസ്സിലാക്കാനായിട്ടില്ല. ഒട്ടേറെ ഇന്ത്യക്കാരുടെ ശബ്ദമാണെന്നതിനാലാണോ ആ വായ അടച്ചുപിടിച്ചിരിക്കുന്നത്. കഴിഞ്ഞ 16 വർഷത്തോളം ഈ ശക്തികൾക്കെതിരെ വിശ്രമരഹിതമായി പൊരുതുകയാണ്; തൊഴിൽപരമായും വ്യക്തിപരമായുമുള്ള പ്രത്യാഘാതങ്ങൾ അവഗണിച്ച്. വെറുപ്പിന്റെ അധർമചാരികളെ നിയമത്തിനുമുന്നിൽ കൊണ്ടുവരാനുള്ള ദീർഘപരിശ്രമത്തിലായിരുന്നു അദ്ദേഹം. സഞ്ജീവ് നിശ്ശബ്ദനാക്കപ്പെട്ടാൽ പതിനായിരക്കണക്കിന് കണ്ഠങ്ങളിൽ ആ ശബ്ദം പ്രതിധ്വനിക്കുമെന്ന് കാണിച്ചു കൊടുക്കാം. നമ്മുടെ ശബ്ദങ്ങളാൽ സമൂഹമാധ്യമങ്ങൾ നിറക്കാം. അവ ഏവരുടെയും ഹൃദയങ്ങൾ സ്പർശിക്കുമെന്ന് ഉറപ്പ്. അവരെന്തെല്ലാം ചെയ്താലും അദ്ദേഹവും നമ്മളും തനിച്ചല്ലെന്ന് കാണിച്ചുകൊടുക്കണം. നീതിക്കാക്കി സമർപ്പിക്കപ്പെട്ട ജീവിതങ്ങൾക്കായി ശബ്ദമുയർത്തേണ്ട സന്ദർഭമാണിത്. സഞ്ജീവിനെ വീട്ടിലെത്തിക്കാൻ എന്നെ സഹായിക്കൂ.' എന്ന അഭ്യർഥനയുണ്ടായിട്ടും മുഖ്യധാരാ മാധ്യമങ്ങൾ പ്രശ്നത്തിൽ തികഞ്ഞ മൗനമാണ് കൈക്കൊണ്ടത്.

ആയിരങ്ങളെ പിച്ചിചീന്തുകയും നാടിനെയാകെ മതത്തിന്റെ പേരിൽ കുത്തിക്കീറുകയുംചെയ്ത ഗുജറാത്ത് വംശഹത്യക്കെതിരെ മുഖ്യമന്ത്രി നരേന്ദ്ര മോഡിയുടെ ചെറുവിരലനങ്ങിയില്ലെന്ന് തുറന്നടിച്ച സഞ്ജീവ് ഭട്ട് 'ഞാൻ പൊരുതും' എന്ന ശീർഷകത്തിൽ കവിത

രചിച്ചിരുന്നു. അസത്യത്തിനും അക്രമത്തിനുമെതിരെ അന്ത്യംവരെയും പോരാടുമെന്നായിരുന്നു അതിലെ പ്രഖ്യാപനം. എനിക്ക് തത്ത്വദീക്ഷയുണ്ട്, അധികാരമില്ല, നിങ്ങൾക്കുണ്ട്, തത്ത്വദീക്ഷയില്ല, നിങ്ങൾ നിങ്ങളും, ഞാൻ ഞാനുമായതിനാൽ, അനുരഞ്ജനത്തിന്റെ പ്രശ്നമേയില്ല, യുദ്ധം തുടങ്ങട്ടെ. നിങ്ങൾക്കെന്റെ തലയോട്ടി തകർക്കാം, ഞാൻ പൊരുതും,നിങ്ങൾക്കെന്റെ എല്ലുകളൊടിക്കാം, ഞാൻ പൊരുതും, നിങ്ങൾക്കെന്നെ ജീവനോടെ കുഴിച്ചുമൂടാം, ഞാൻ പൊരുതും, സത്യം എന്നിലൂടെ ഒഴുകുന്നതിനാൽ ഞാൻ പൊരുതും, കരുത്തിന്റെ ഓരോ അണുവുംകൊണ്ട്, ഞാൻ പൊരുതും, അവസാനശ്വാസംവരെ, ഞാൻ പൊരുതും, നുണകളാൽ നിങ്ങൾ പണിത, കൊട്ടാരം നിലംപതിക്കുംവരെ, നിങ്ങൾ അസത്യങ്ങളാൽ പൂജിച്ച ചെകുത്താൻ, എന്റെ സത്യത്തിന്റെ മാലാഖക്കു മുന്നിൽ മുട്ടുകുത്തുംവരെ എന്ന വരികൾ പ്രതീക്ഷാനിർഭരം കൂടിയായിരുന്നു.

2018 ക്രിസ്മസ് ദിനത്തിൽ സമൂഹ മാധ്യമങ്ങളിലൂടെ ശ്വേത നടത്തിയ അഭ്യർഥനയും വികാരപരമായി. " സഞ്ജീവിനെ വീട്ടിൽനിന്നും അറസ്റ്റ് ചെയ്തിട്ട് ഈ ക്രിസ്മസിന് 112 ദിനങ്ങൾ തികയുന്നു. കോടതി വ്യവഹാരങ്ങളുടെ അപമാനകരമായ കാലവിളംബം കാരണം സപ്തംബർ മുതൽ അനാവശ്യ ശിക്ഷ അനുഭവിക്കുകയാണ്. ചില രാഷ്ട്രീയ വ്യക്തിത്വങ്ങളെ തൃപ്തിപ്പെടുത്തുന്നതിന് ജാമ്യാപേക്ഷ കേൾക്കുകയെന്ന അതിലളിതമായ പ്രക്രിയപോലും മൂന്നര മാസമായി അനിശ്ചിതമായി നീട്ടിവെക്കപ്പെടുകയാണ്".കൊലപാതകികൾപോലും കുറ്റവിമുക്തരാക്കപ്പെടുമ്പോൾ നിരപരാധിയായ മനുഷ്യന് രാഷ്ട്രീയ പകപോക്കലുകളുടെ പേരിൽ നിഷേധിക്കപ്പെടുന്നത് ജാമ്യമെന്ന ന്യായമായ ആവശ്യമാണ്. ഇത്തരമൊരു കാലതാമസം നീതീകരിക്കാവുന്നതാണോ.

അക്രമാസക്തമായി ഹിന്ദുത്വവൽക്കരിക്കപ്പെട്ട ഗുജറാത്ത് പൊലീസിനും അധികാര സ്ഥാപനങ്ങൾക്കും ഭട്ട് വെറുക്കപ്പെട്ടവനാണ്. സംസ്ഥാനത്തെ ദീർഘകാലം അടക്കിഭരിച്ച, ഇപ്പോഴും ഭരണം തുടരുന്ന വെറുപ്പിന്റെ ആൾരൂപങ്ങൾക്കെതിരായിരുന്നു ആ പോരാട്ടം. മികച്ച നിലയിൽ സിവിൽ സർവീസ് പരീക്ഷ പാസ്സായി 23-ാം വയസ്സിൽ പൊലീസിലെത്തിയ അദ്ദേഹം ഒരിക്കൽപ്പോലും വിട്ടുവീഴ്ചക്ക് തയ്യാറായില്ല. ഗുജറാത്ത് വംശഹത്യാ വേളയിൽ സംസ്ഥാന ഇന്റലിജൻസ് ബ്യൂറോയിൽ ആഭ്യന്തര സുരക്ഷാ വിഭാഗം ഡെപ്യൂട്ടി കമ്മീഷണർ ഇൻ ചാർജായിരുന്നു. മറ്റ് ചുമതലകൾക്കൊപ്പം മോഡിയുടെ സുരക്ഷാ മേൽനോട്ടവും. സേനയിൽ തീർത്തും ഒറ്റപ്പെട്ടതും ധീരവുമായ ശബ്ദമായിരുന്നു ഭട്ടിന്റേത്.

2002 ഫെബ്രുവരി 27ന് ഗോധ്ര സ്റ്റേഷനടുത്ത് വണ്ടിക്ക് തീപ്പിടിച്ച് 59 പേർ മരിച്ചതിന്റെ ഗതിവിഗതികളെക്കുറിച്ച് പൊലീസിന് വ്യക്തമായ സൂചനയുണ്ടായി. ബാബറി മസ്ജിദ് നിലനിന്നയിടം സന്ദർശിച്ച് മടങ്ങുന്ന 'കർസേവക'രായിരുന്നു വണ്ടിയിൽ. സുസജ്ജമായി നിൽക്കണമെന്ന ഇന്റലിജൻസ് റിപ്പോർട്ടിൽ കാര്യമായ നടപടിയുണ്ടായില്ല.

ഒരാഴ്ചക്കിടെ നടന്ന കുഴപ്പങ്ങളിൽ ആയിരത്തിലധികം മുസ്ലിങ്ങൾക്ക് ജീവൻ നഷ്ടമായി. വധാഹ്വാനവുമായി അക്രമികൾ അഴിഞ്ഞാടിയപ്പോൾ ഉന്നതോദ്യോഗസ്ഥർ കുറ്റകരമായ മൗനം പാലിച്ചു. ഭട്ടാകട്ടെ ചുമതല ധീരമായി ഏറ്റെടുത്തു. വസ്തുനിഷ്ഠമായ ഇന്റലിജൻസ് റിപ്പോർട്ട് യഥാസമയം ബന്ധപ്പെട്ട കേന്ദ്രങ്ങളുടെ ശ്രദ്ധയിലെത്തിച്ചു. പ്രമുഖ കോൺഗ്രസ്സ് നേതാവും പാർലമെന്റംഗവുമായിരുന്ന ഇഹ്സാൻ ജഫ്രിയെ ഫെബ്രുവരി 28ന് പുലർച്ചെ കാവിപ്പട കൈകാലുകളും തലയും വെട്ടിമാറ്റി ശൂലത്തിൽ കുത്തി നിർത്തി കത്തിച്ച സംഭവത്തിൽ ഭാര്യ സാകിയ നൽകിയ കേസിൽ 2008ൽ സഞ്ജീവ് നൽകിയ സത്യവാങ്മൂലം നിർണായകമായി. ഫോൺ രേഖകൾ ഉൾപ്പെടെ വിശദാംശങ്ങൾ പ്രത്യേകാന്വേഷക സംഘത്തിന് കൈമാറിയത് സത്യവാങ്മൂലത്തിൽ കോടതിയെ ധരിപ്പിച്ചു. അന്വേഷകർക്ക് നൽകിയ എല്ലാ വിവരങ്ങളും പുറത്തായി. ഗോധ്രക്കുശേഷം മുഖ്യമന്ത്രി ഔദ്യോഗിക വസതിയിൽ ഫെബ്രുവരി 27ന് വിളിച്ചുകൂട്ടിയ യോഗത്തിൽ ഒരു പ്രത്യേക മതക്കാരോട് 'പകരം ചോദിക്കാൻ അനുവദിക്കണ'മെന്ന് നിർദേശിച്ചത് ഭട്ട് വിശദീകരിച്ചിരുന്നു. ഇത്തരം മൊഴികൾ രേഖപ്പെടുത്താൻ പ്രത്യേകാന്വേഷക സംഘം വിസമ്മതിച്ചതായും കൂട്ടിച്ചേർത്തു. ഗോധ്രയിൽ മരിച്ചവരുടെ ജഡങ്ങൾ അഹമ്മദാബാദിലേക്ക് കൊണ്ടുവരുന്നതും ആ ദിവസത്തെ വിഎച്ച്പി ബന്ദിന് ബിജെപി പിന്തുണയറിയിച്ചതും വർഗീയ സംഘർഷങ്ങൾക്ക് ഹേതുവാകുമെന്ന് മോഡി വിളിച്ചയോഗത്തിൽ സഞ്ജീവ് മുന്നറിയിപ്പ് നൽകി. പ്രത്യേകാന്വേഷക സംഘത്തിന് നൽകിയ മൊഴിയുടെ ഒരു ഭാഗത്ത് ഇങ്ങനെയുണ്ട് :തീരുമാനം വന്നുകഴിഞ്ഞ ബന്ദാഹ്വാനത്തിന് പിന്തുണ നൽകാൻ പാർടി തീരുമാനിച്ചുവെന്ന് മോഡി പറഞ്ഞു. കർസേവകരെ തീയിട്ടതുപോലുള്ള കൃത്യങ്ങൾ അംഗീകരിക്കാനാവില്ല. ഹിന്ദുക്കൾക്കും മുസ്ലിങ്ങൾക്കുമിടയിൽ പൊലീസ് കുറേനാളായി ഒരുതരം ബാലൻസിങ് തത്ത്വം പുലർത്തുകയാണ്. മുസ്ലിങ്ങളെ പാഠം പഠിപ്പിക്കണമെന്നതാണ് ഈ സന്ദർഭം ആവശ്യപ്പെടുന്നത്. ഹിന്ദുക്കൾക്കിടയിൽ തീവ്ര വികാരം ജ്വലിക്കുന്നുണ്ട്. അത് പുറന്തള്ളാൻ അവരെ അനുവദിക്കണമെന്നും മോഡി യോഗത്തിൽ പറഞ്ഞു. രാജ്യ ഭൂപടത്തിൽ ചോരയൊലിപ്പിച്ച ഗുജറാത്ത് വംശഹത്യയുടെ നാൾവഴികളുടെയെല്ലാം പ്രധാന ദൃക്സാക്ഷിയാണ് ഭട്ട്. അക്കാരണം മാത്രം ധാരാളമാണ് അദ്ദേഹത്തെ എന്നെന്നേക്കും നിശ്ശബ്ദനാക്കാനുള്ള ഗൂഢപദ്ധതികൾക്ക്. നാനാവതി കമ്മീഷനും ദേശീയ ന്യൂനപക്ഷ കമ്മീഷനും മുന്നിൽ സഞ്ജീവ് ഭട്ട് മൊഴി നൽകി. കലാപകാലത്ത് നിയമപാലന സംവിധാനങ്ങളെല്ലാം അനങ്ങാതിരുന്നത് സംബന്ധിച്ച വിശദാംശങ്ങളാണ് അതുവഴി പുറത്തുവന്നത്. വസ്തുതകളുടെ പിൻബലത്തിൽ മോഡിയെ പ്രതിക്കൂട്ടിൽ നിർത്താനുള്ള വലിയ ശബ്ദങ്ങളിലൊന്നിനെ നിർവീര്യമാക്കാനുള്ള ശ്രമമാണ് നടന്നതും.

2019 ജനുവരി 25 ന് നിര്യാതയായ ജ്ഞാനപീഠ പുരസ്കാര ജേതാവും വിഖ്യാത ഹിന്ദി എഴുത്തുകാരിയുമായ കൃഷ്ണ സോബ്തി സാഹിത്യത്തിനൊപ്പം രാഷ്ട്രീയ - സാമൂഹിക മേഖലയിലും ധീരമായ നിലപാടുകളെടുത്തിരുന്നു. അസ്തിത്വ വേരുകൾ, സ്ത്രീ സ്വത്വം, ലൈംഗികത തുടങ്ങിയ പ്രമേയങ്ങൾ പ്രാദേശിക ഭാഷയിലൂടെ അവതരിപ്പിച്ച അവരെ അംഗീകാരങ്ങൾക്കൊന്നും ദുർബലയാക്കാനായില്ല. 1980ൽ കേന്ദ്ര സാഹിത്യ അക്കാദമി പുരസ്കാരവും 1996ൽ ഫെലോഷിപ്പും നേടിയ സോബ്തി രാജ്യത്ത് നിലനിൽക്കുന്ന അസഹിഷ്ണുതയിൽ പ്രതിഷേധിച്ച് 2015ൽ അവ തിരിച്ചേൽപ്പിച്ചത് മറ്റ് എഴുത്തുകാർക്കും ആവേശകരമായി. 2010 ൽ പത്മഭൂഷൺ പ്രഖ്യാപിക്കപ്പെട്ടെങ്കിലും ഭരണകൂടത്തിൽനിന്നും എഴുത്തുകാർ വിട്ടുനിൽക്കണമെന്ന നിലപാടെടുത്ത് നിരസിച്ചു. വിദ്വേഷത്തിന്റെ തത്ത്വശാസ്ത്രം പ്രചരിപ്പിക്കുന്ന സംഘപരിവാറിനും മോഡി ഗവർമെന്റിനുമെതിരെ വിട്ടുവീഴ്ചയില്ലാതെ പ്രതികരിച്ച സോബ്ജി, ബീഫ് വീട്ടിൽ സൂക്ഷിച്ചെന്ന വ്യാജപ്രചാരണം നടത്തി ദാദ്രിയിൽ മുഹമ്മദ് അഖ്ലാഖിനെയും കന്നഡ സാഹിത്യകാരനും കേന്ദ്രസാഹിത്യ അക്കാദമി അവാർഡ് ജേതാവും ആക്ടിവിസ്റ്റുമായ എംഎം കലബുർഗിയെയും ദാരുണമായി വധിച്ചതിൽ പ്രതിഷേധിച്ച് പുരസ്കാരങ്ങൾ മടക്കി നൽകിയവരിൽ മുൻപന്തിയിലുണ്ടായി. "മറ്റൊരു ബാബരി മസ്ജിദും ദാദ്രിയും രാജ്യത്തിന് താങ്ങാനാവില്ല, അതിലാലാണ് ഈ അമർഷം" എന്നാണ് അന്ന് മാധ്യമങ്ങൾക്ക് മറുപടി നൽകിയത്. വിശ്വഹിന്ദി സമ്മേളനത്തിൽനിന്ന് ചില പ്രധാന എഴുത്തുകാരെ ബോധപൂർവം ഒഴിവാക്കിയതിന് വിദേശ സഹമന്ത്രി വികെ സിങ്ങ് ന്യായീകരണം നിരത്തിയത് അവർ മദ്യപാനികളാണെന്നായിരുന്നു. ആ വിട്ടുവായത്തത്തെയും സോബ്ജി പൊറുപ്പിച്ചില്ല.

വിശ്രുത നടന്മാരായ നസ്റുദ്ദീൻ ഷായും ആമീർ ഖാനും രാജ്യദ്രോഹികളാണെന്ന മുതിർന്ന ആർഎസ്എസ് നേതാവ് ഇന്ദ്രേഷ് കുമാറിന്റെ പ്രസ്താവം അത്യന്തം പ്രകോപനമായിരുന്നു. ഇരുവരും മികച്ച അഭിനേതാക്കളായിരിക്കാം എന്നാൽ രാജ്യദ്രോഹികളായതിനാൽ ബഹുമാനം അർഹിക്കുന്നില്ലെന്നാണ് പറഞ്ഞത്. 2019 ജനുവരി 28ന് അലിഗഡിൽ നടന്ന പൊതുപരിപാടിയിലായിരുന്നു ഇന്ദ്രേഷിന്റെ ആരോപണം. മുൻ ക്രിക്കറ്റ് താരവും കോൺഗ്രസ് നേതാവുമായ നവജ്യോത് സിങ്ങ് സിദ്ദുവിനെയും കടന്നാക്രമിച്ചു. ഷാ ബംഗാൾ നവാബ് മിർജാഫറും ജയ്പൂർ രാജാവ് ജയ്ച്ചന്ദുമാണെന്ന അതിരുകടന്ന പരാമർശവുമുണ്ടായി. മുൻ രാഷ്ട്രപതി ഡോ. എപിജെ അബ്ദുൾ കലാമിനെപോലുള്ള മുസ്ലിങ്ങളെയാണ് രാജ്യത്തിന് ആവശ്യം. അല്ലാതെ അജ്മൽ കസബ്, യാക്കൂബ് മേമൻ, ഇസ്രത് ജഹാൻ എന്നിവരെയല്ല. കസബിന്റെ വഴിയിൽ പോകുന്നവരെ രാജ്യദ്രോഹികളായി മാത്രമേ പരിഗണിക്കൂ. ഇതാദ്യമായല്ല സംഘ്പരിവാറിന്റെ രാജ്യദ്രോഹി പരാമർശത്തിന് ഷാ ഇരയാകുന്നത്. ബുലന്ദ്ഷഹറിൽ ഇൻസ്പെക്ടർ സുബോധ് കുമാർ സിങ്ങ് വധിക്കപ്പെട്ടതിന് പിന്നാലെ ഉന്നത പൊലീസ് ഉദ്യോഗസ്ഥനെക്കാളും പ്രാധാന്യം

പശുക്കൾക്ക് നൽകുന്ന രാജ്യമായി ഇന്ത്യ മാറിയെന്ന അദ്ദേഹത്തിന്റെ അഭിപ്രായത്തോടും രാജ്യദ്രോഹി എന്ന നിലയിലായിരുന്നു ബിജെപി നേതാക്കളുടെ പ്രതികരണം. ഉത്തർപ്രദേശ് അധ്യക്ഷൻ മഹേന്ദ്രനാഥ പാണ്ഡെയും ഷായെ പാകിസ്ഥാൻ ഏജന്റെന്നാണ് മുമ്പ് വിശേഷിപ്പിച്ചത്. ജോൺ മാത്യു മത്താൻ രചനയും സംവിധാനവും നിർവഹിച്ച് അദ്ദേഹം അഭിനയിച്ച് 1999 ഏപ്രിൽ മുപ്പതിന് റിലീസായ ബോളിവുഡ് ചിത്രം സർഫറോഷിലെ കഥാപാത്രത്തെ ആധാരമാക്കിയായിരുന്നു പാണ്ഡെയുടെ ആരോപണം. ചിത്രത്തിൽ ഗുൽഫാം ഹസ്സൻ എന്ന സംഗീതജ്ഞനായ പാക് ചാരപ്രവർത്തകനായിട്ടായിരുന്നു ഷാ വേഷമിട്ടത്. അമീർ ഖാനാകട്ടെ അജയ് സിങ്ങ് റാത്തോർ എന്ന അസിസ്റ്റന്റ് പൊലീസ് കമ്മീഷണർ. ഷാ പാക് ഏജന്റായി മാറിക്കൊണ്ടിരിക്കുകയാണെന്നു പറഞ്ഞ പാണ്ഡെ അങ്ങോട്ടേക്കൊരു വിമാന ടിക്കറ്റ് എടുത്തുകൊടുക്കാമെന്നും കളിയാക്കി. ഇത്തരം പരാമർശങ്ങൾ ഏറെ വിവാദത്തിന് വഴി തെളിച്ചു. മനുഷ്യാവകാശത്തെക്കുറിച്ച് മിണ്ടാൻ തുടങ്ങിയാൽ നിങ്ങൾ നിശബ്ദനാക്കപ്പെട്ടും, ഇതാണോ നാം സ്വപ്നം കണ്ട രാജ്യം. മതത്തിന്റെ പേരിൽ രാജ്യത്ത് വിഭാഗീയ മതിലുണ്ടാകുകയാണെന്നും അതിനെതിരെ പ്രതികരിക്കുന്നവരെ നിശബ്ദരാക്കി ശിക്ഷിക്കുകയാണെന്നും നസ്റുദ്ദീൻ ഷാ തുറന്നടിക്കുകയുണ്ടായി. 'ആംനസ്റ്റി ഇന്ത്യ'ക്കുവേണ്ടി ചിത്രീകരിച്ച വീഡിയോയിലായിരുന്നു പരാമർശം.അവകാശങ്ങളെക്കുറിച്ച് ചോദ്യമുയർത്തുന്നവരെ പ്രതിരോധത്തിലാക്കാൻ ശ്രമിക്കുകയാണ്. ചിത്രകാരന്മാർ, നടീനടന്മാർ, ചരിത്രകാരർ, കവികൾ എന്നിവരെല്ലാം നിയന്ത്രിക്കപ്പെടുന്നു. മാധ്യമപ്രവർത്തകർപോലും നിശബ്ദരാക്കപ്പെടുന്നുണ്ട്. മതത്തിന്റെ പേരിൽ വെറുപ്പിന്റെ മതിൽ ഉയർത്തുന്നു. നിഷ്കളങ്കർ കൊല്ലപ്പെടുകയാണ്. ക്രൂരതയും ഭീതിയുമുള്ള രാജ്യമായി മാറുകയാണ് ഇന്ത്യ. അനീതിക്കെതിരെ നിലകൊള്ളുന്നവരുടെ ഓഫീസുകൾ റെയ്ഡ്ചെയ്തും ലൈസൻസുകൾ റദ്ദാക്കിയും ബാങ്ക് അക്കൗണ്ടുകൾ മരവിപ്പിച്ചും മൗനികളാക്കുന്നു. ഇങ്ങനെയൊരു രാജ്യമാണോ നമ്മൾ സ്വപ്നം കാണുന്നത്. ഒരു പൊലീസുദ്യോഗസ്ഥന്റെ കൊലപാതകത്തേക്കാൾ പ്രാധാന്യം ഒരു പശുവിന്റെ ജീവനാണ്- എന്നിങ്ങനെപോയി വിശദീകരണം.

വിഖ്യാത അസമീസ് ഇടതുപക്ഷ ചിന്തകൻ ഡോ ഹിരൺ ഗൊഹൈനെതിരെ രാജ്യദ്രോഹകുറ്റം ചുമത്തിയതാകട്ടെ, സംസ്ഥാന ബിജെപി സർകാർ. എൺപതുകാരനായ അദ്ദേഹം എഴുത്തുകാരനും സാമൂഹിക ചിന്തകനും ഗോഹത്തി സർവകലാശാല മുൻ ഇംഗ്ലീഷ് വിഭാഗം തലവനുമാണ്. ജയിലിലായ മാധ്യമപ്രവർത്തകൻ കിഷോർ ചന്ദ്രയുടെ അറസ്റ്റും സമാനം. കുറച്ചു മാസങ്ങളായി ബിജെപി സർക്കാർ മണിപ്പൂരി ജനതയുടെ ഭരണഘടനാ അവകാശങ്ങൾ ചവിട്ടിമെതിക്കുകയാണ്. തെറ്റായ നയങ്ങൾക്കെതിരെ ശബ്ദിക്കുന്നവരെ തകർക്കാനാണ് ഫാസിസ്റ്റ് ശക്തികളുടെ നീക്കം. ദേശീയ സുരക്ഷാ നിയമ പ്രകാരമായിരുന്നു ഇംഫാലിലെ പ്രാദേശിക ചാനലിലെ മാധ്യമപ്രവർത്തകനായ

കിഷോർ ചന്ദ്രയെ അറസ്റ്റ് ചെയ്തത്. ബിജെപി സർക്കാരിനെയും പ്രധാനമന്ത്രി നരേന്ദ്ര മോഡിയെയും സമൂഹ മാധ്യമങ്ങളിൽ വിമർശിച്ചുവെന്നതാണ് കുറ്റം. മോഡിയുടെ കളിപ്പാവയായ മുഖ്യമന്ത്രിയെയും ഝാൻസി റാണിയുടെ ജന്മദിനാഘോഷ പരിപാടികൾ ഏറ്റെടുത്ത ആർഎസ്എസിനെയും അദ്ദേഹം തുറന്നുകാട്ടി. മണിപ്പൂരുമായി ബന്ധമില്ലാത്ത പരിപാടിയായതിനാലായിരുന്നു എതിർപ്പ്. തീവ്രവാദ ആശയ പ്രചരണമാണിതെന്ന് ആരോപിച്ചാണ് കിഷോറിനെ കസ്റ്റഡിയിലെടുത്തത്. അതേസമയം ഉത്തർപ്രദേശിൽ ബിജെപി നേതാക്കൾ പ്രതികളായ പല വർഗീയ കലാപക്കേസുകളും പിൻവലിക്കുകയാണ്. 2013ലെ മുസഫർനഗർ കലാപവുമായി ബന്ധപ്പെട്ട 18 കേസുകൾ ഒഴിവാക്കിക്കൊടുക്കാൻ യോഗി ആദിത്യനാഥ് ഭരണം തീരുമാനിച്ചത് വലിയ ഞെട്ടലുളവാക്കി. നിയമ സെക്രട്ടറി ജെ ജെ സിങ്ങ് ഇതുസംബന്ധിച്ച് മുസഫർനഗർ ജില്ലാ മജിസ്ട്രേട്ട് രാജീവ് ശർമക്ക് നിർദേശം നൽകി. കലാപവുമായി ബന്ധപ്പെട്ട 125 കേസുകളുടെ വിശദാംശങ്ങൾ സംസ്ഥാനന സർക്കാർ തേടിയിരുന്നു. ചിലവ പിൻവലിക്കുന്നതിന്റെ സാധ്യതയും തിരക്കുകയുണ്ടായെന്ന് അഡീഷണൽ ജില്ലാ മജിസ്ട്രേട്ട് അമിത് കുമാർ അറിയിച്ചു. ഒട്ടേറെ ബിജെപി നേതാക്കൾ അവയിൽ പ്രതികളാണ്. പാർലമെന്റംഗങ്ങളായ സഞ്ജീവ് ബല്യാൺ, ഭാരതേന്ദ്ര സിങ്ങ്, എംഎൽഎമാരായ സംഗീത് സോം, ഉമേഷ് മാലിക്ക്, സംസ്ഥാന മന്ത്രി സുരേഷ് റാണ, ഹിന്ദുത്വ നേതാവ് സാധ്വി പ്രാചി തുടങ്ങിയവവരടക്കം. 2013 ആഗസ്റ്റ്- സെപ്തംബർ മാസങ്ങളിൽ ഇളക്കിവിട്ട കൂട്ടക്കലാപങ്ങളിൽ 60 പേർ വധിക്കപ്പെട്ടുകയും അരലക്ഷത്തിനടുത്ത ആളുകൾക്ക് വീട് നഷ്ടമാവുകയും ചെയ്തു. കലാപം അന്വേഷിക്കാൻ പ്രത്യേകാന്വേഷണ വിഭാഗത്തെ ചുമതലപ്പെടുത്തിയിരുന്നു. 175 കേസുകളിൽ എസ്ഐടി കുറ്റപത്രം നൽകുകയുമുണ്ടായി. 6869 വ്യത്യസ്ത കേസുകളിലായി 1480 പേർ അറസറ്റ് ചെയ്യപ്പെട്ടു. തെളിവില്ലെന്ന കാരണത്താൽ 54 കേസുകളിലെ 418 പേരെ വെറുതെ വിടുകയായിരുന്നു.

ഇത്തരം ഫാസിസ്റ്റ് നിലപാടുകളും സാമ്പത്തിക സമീപനങ്ങളും ചൂണ്ടി രാജ്യസ്നേഹികൾ കടുത്ത വിമർശനമുയർത്തുമ്പോൾ മോഡി ഗിമ്മിക്കുകൾക്ക് പിറകെയാണ്. 2019 ജനുവരി അവസാനം ഒന്നിന് 40 രൂപ ചെലവിട്ട് ഏഴരക്കോടി കത്തുകൾ സ്പീഡ് പോസ്റ്റ് അയച്ചത് നിറഞ്ഞ പരിഹാസത്തിനിടവരുത്തി. ഫെഡറൽ തത്വങ്ങളുടെ ലംഘനമാണെന്നു മാത്രമല്ല, തികഞ്ഞ ധൂർത്തുമാണ് ആ നടപടി. അവയുടെ അച്ചടിക്കു മാത്രം 15.75 കോടിയിലധികം രൂപയാണ് പൊടിച്ചത്. ആയുഷ്മാൻ ഭാരത് എന്നറിയപ്പെടുന്ന പ്രധാൻമന്ത്രി ജൻ ആരോഗ്യ യോജന ഇൻഷൂറൻസിനെ കുറിച്ച് ജനങ്ങളെ അറിയിക്കാനാണെന്ന് അവകാശപ്പെട്ടുള്ള കത്തിൽ മോഡിയുടെ വ്യക്തികാര്യങ്ങളും കുത്തിനിറച്ചു. ചെറുപ്പത്തിൽ കടുത്ത ദാരിദ്ര്യത്തിലൂടെയാണ് കടന്നുവന്നതെന്ന് ഊറ്റംകൊള്ളുന്നു. ജീവിതത്തിൽ ദാരിദ്ര്യം അടുത്തനുഭവിച്ചിട്ടുണ്ട്.

പാവങ്ങളെ ഉയർത്താനുള്ള ഏറ്റവും മികച്ച വഴി ശാക്തീകരണമാണ്. പ്രധാനമന്ത്രിപദവി നൽകി തങ്ങളെ സേവിക്കാനുള്ള അവസരം ജനങ്ങൾ നൽകിയതു മുതൽ ദരിദ്രരെ ശാക്തീകരിച്ചുവരികയാണ്. വീടുകൾ നിർമിക്കുന്നതു മുതൽ വരുമാനം വർധിപ്പിക്കുന്നതുവരെ നിരവധി കാര്യങ്ങൾ. ആരോഗ്യ, വിദ്യാഭ്യാസ വളർച്ചക്ക് ഒട്ടേറെ നടപടികളും. പ്രധാൻമന്ത്രിയുടെ പേരിലുള്ള ആവാസ് യോജന, ഉജ്വൽ യോജന, ജീവൻ ജ്യോജി ഭീമ യോജന, സൗഭാഗ്യ പദ്ധതി തുടങ്ങിയവയെക്കുറിച്ചും പ്രതിപാദിക്കുന്നു.

ഹാവാർഡ് സിൻ പ്രസ്താവിച്ചതുപോലെ, വിജയകരമായ യുദ്ധങ്ങൾക്കുശേഷം യുദ്ധപ്പനി അവസാനിക്കുമ്പോൾ പക്വമായ ചിന്തകൾ ഉണരുക പതിവാണ്. യുദ്ധത്തിന് നൽകേണ്ടിവന്ന വിലയെപ്പറ്റിയും അതിന്റെ നേട്ടങ്ങളെപ്പറ്റിയും ജനങ്ങൾ ചിന്തിക്കാൻ തുടങ്ങും. ഇറാഖ് അധിനിവേശം കൊടുമ്പിരിക്കൊണ്ട 1991 ഫെബ്രുവരിയിലെ ജനഹിത പരിശോധനയിൽ പങ്കെടുത്തവരെ യുദ്ധത്തിന്റെ ഭീകര ചെലവുകൾ ഓർമപ്പെടുത്തിയപ്പോൾ 17 ശതമാനം മാത്രമാണ് അമിതമാണെന്ന് അഭിപ്രായപ്പെട്ടത്. ജൂണിൽ അത് മുപ്പത് ശതമാനമായി. (അമേരിക്കൻ ഐക്യനാടുകളുടെ ജനകീയ ചരിത്രം.) ഇത് സാമ്പത്തിക പരിഷ്കാരങ്ങളടക്കമുള്ള ഇന്ത്യൻ നയങ്ങളെ സംബന്ധിച്ചും ചിന്തിക്കേണ്ട വസ്തുതയാണ്. കോൺഗ്രസായാലും ബിജെപിയായാലും കെടുതികൾക്ക് ഒരേ മുഖവും ഭാവവുമായിരിക്കും. അമേരിക്കൻ-ഇറാഖ് ജനങ്ങളുടെ സാധാരണ വികാരങ്ങൾ വിട്ടുകളയാതെ ചരിത്രകാരൻ മരിലിൻ യങ് നൽകിയ മുന്നറിയിപ്പ് ഇന്ത്യക്കും ബാധകമാവും. "....ഇറാഖിലെ റോഡുകൾ തകർക്കാൻ അമേരിക്കക്കാവും. സ്വന്തം റോഡുകൾ നിർമിക്കാനാകില്ല. ഇറാഖിൽ പകർച്ചവ്യാധികൾ പടരുന്ന സാഹചര്യമുണ്ടാക്കാം; സ്വന്തം നാട്ടിലെ ദശലക്ഷക്കണക്കായവർക്ക് ആരോഗ്യ പരിപാലനം ഉറപ്പുവരുത്താനാകില്ല. കുർദിഷ് ന്യൂനപക്ഷത്തോടുള്ള ഇറാഖിന്റെ പെരുമാറ്റത്തെ നാം നിശിതമായി വിമർശിക്കും. സ്വന്തം നാട്ടിലെ വംശീയ സ്പർധ അവസാനിപ്പിക്കാനാവില്ല. അന്യനാട്ടിലെ ജനതയെ ഭവനരഹിതരാക്കും. സ്വന്തം നാട്ടിൽ വീടുകൾ നിർമിക്കുകയില്ല. യുദ്ധത്തിന്റെ ഭാഗമായി ലക്ഷക്കണക്കിന് സൈനികരെ മയക്കുമരുന്നുകളിൽനിന്ന് രക്ഷിക്കാനാകും. നാട്ടിൽ മയക്കുമരുന്നിന് അടിമകളായവരെ ചികിത്സിക്കാൻ പണമില്ല. ഇതൊക്കെക്കൊണ്ട്, യുദ്ധ വിജയത്തിനുശേഷം നാം പരാജയം ഏറ്റുവാങ്ങുന്നു..." എന്നതിന് ഇന്ത്യൻ വകഭേദമുണ്ട്. തെരഞ്ഞെടുപ്പിലെ ആരുടെയോ വിജയത്തിനു ശേഷം പരാജയങ്ങൾ മാത്രം ഭക്ഷിക്കേണ്ടിവരുന്ന സാധാരണ ഇന്ത്യൻ പൗരന്റെ നിലവിളികൾ മുട്ടി പ്രതിധ്വനിക്കാൻ ചുവരുകൾപോലും ഇല്ലാതാവുകയാണോ?

# അഡോൾഫ് ഹിറ്റ്ലർക്ക് സമാധാന നോബലോ

'ചരിത്രം മനസ്സിലാക്കുന്നില്ല എന്നതിനർഥം നിങ്ങൾക്ക് ഒന്നുമറിയില്ലെന്നതാണ്. വൃക്ഷത്തിന്റെ ഭാഗമാണെന്ന് ബോധ്യമില്ലാത്ത ഇലപോലെയാവും നിങ്ങൾ' എന്നെഴുതിയത് അമേരിക്കൻ എഴുത്തുകാരൻ മൈക്കേൽ ക്രിച്ടൺ. ഏറെ വായിക്കപ്പെടുകയും അതിലേറെ വിൽക്കപ്പെടുകയും ചെയ്ത രചയിതാക്കളിൽ ഒരാളായിരുന്നു അദ്ദേഹം. തിരക്കഥാകൃത്ത്, സംവിധായകൻ, നിർമാതാവ് തുടങ്ങിയ തുറകളിലെല്ലാം മുദ്രപതിപ്പിച്ച ക്രിച്ടൺ മെഡിക്കൽ ഫിക്ഷൻ ശാഖയുടെ മണ്ഡലത്തിൽ തനത് സംഭാവന നൽകിയ ഡോക്ടർ കൂടിയായിരുന്നു. ജുറാസിക് പാർക്, കോംഗോ ട്രാവൽസ്, ദി ലോസ്റ്റ് വേൾഡ്, സ്റ്റേറ്റ് ഓഫ് ഫിയർ - എന്നിങ്ങനെയുള്ള കൃതികളുടേതടക്കം 20 കോടി കോപ്പികളാണ് വിറ്റഴിഞ്ഞത്. തെളിവിന്റെ അഭാവത്തിലുള്ള അഭിപ്രായ പ്രകടനങ്ങൾ മുൻവിധികളാണെന്ന് 'സ്റ്റേറ്റ് ഓഫ് ഫിയർ' ഓർമപ്പെടുത്തുന്നുമുണ്ട്. തെളിവിന്റെ അഭാവം അഭാവത്തിന്റെ തെളിവല്ലെന്ന തത്ത്വചിന്താസ്പർശമുള്ള തമാശയും (ദി ലോസ്റ്റ് വേൾഡ്) ചരിത്രത്തിന്റെ സാധുതയും അതിന്റെ തെളിവായ രേഖയെയുമാണ് കൂട്ടിയിണക്കുന്നത്. ജുറാസിക് പാർക്കിലാകട്ടെ, എഴുത്തിനെയും വിവരസാങ്കേതിക സമൂഹത്തെയും നേർക്കുനേർ നിർത്തുകയാണ്. വിവരസാങ്കേതിക സമൂഹത്തിൽ ആരും ചിന്തിക്കുന്നില്ല, ഇവിടെ കടലാസിനെ നാടുകടത്താമെന്നാണ് പ്രതീക്ഷ; പക്ഷേ നാം ചിന്തയെയാണ് നിഷ്കാസിതമാക്കുന്നതെന്നതാണ് വാസ്തവം എന്നും ക്രിച്ടൺ കൂട്ടിച്ചേർത്തു. സാമ്പ്രദായിക നിർവചനത്തിന് വഴങ്ങാത്ത ചരിത്രമെഴുത്തിന്റെ സമാന്തര ധാരയാണ് അദ്ദേഹത്തിന്റെ നിരീക്ഷണങ്ങളിലെല്ലാം നിവർന്നുനിന്നത്. ക്രിച്ടൺ നിരീക്ഷിച്ചതിന് സമാനമായ യുക്തിചിന്തയുടെ നിഷ്കാസനമാണ് മതവർഗീയതയുടെ പ്രചാരകർ ഏറ്റെടുത്തിരിക്കുന്നത്. മഴ പെയ്യിക്കാൻ തവളകളുടെ വിവാഹം നടത്തിയ മധ്യപ്രദേശ് മന്ത്രിയുടെയും കൃഷിഭൂമിയിൽ കൂടുതൽ വിള കിട്ടാൻ വേദമന്ത്രോച്ചാരണത്തിന് തുനിയണമെന്ന ഗോവ മന്ത്രിയുടെയും അഭിപ്രായങ്ങൾക്ക് സമാനമാണവ.

ചിന്തകളെ നാടുകടത്തി, യാഥാർഥ്യങ്ങൾ കൊലചെയ്ത്, തെളിവുകൾ മുഖവിലയ്ക്കെടുക്കാതെ ചരിത്രത്തെ സമീപിക്കുന്ന വലതുപക്ഷ

രീതികളോടും ഗൂഢാലോചനകളോടും ക്രിച്ടൺ സഹാനുഭൂതി കാണിച്ചിട്ടേയില്ലെന്ന് വ്യക്തം. ചരിത്രത്തിലെ ഉപാദാനങ്ങൾ വികൃതമാക്കുക, അതിന്റെ തെരഞ്ഞെടുത്ത മേഖലകൾ പിടിച്ചടക്കുക,അതുമല്ലെങ്കിൽ വ്യക്തി/സാമൂഹ്യ പ്രതിനിധാനങ്ങൾ തകർക്കുക-എന്ന നില പലപ്പോഴും കാണാനായിട്ടുണ്ട്. നവമാധ്യമങ്ങളിലെ സംഘപരിവാര അനുകൂല അഭിപ്രായപ്രകടനങ്ങൾ ഇക്കാര്യം നന്നായി തെളിയിക്കുന്നുണ്ട്. മാധ്യമ സിൻഡിക്കേറ്റ്, മഞ്ഞപ്പത്രശൈലി, അവ്യക്തതയുടെ പദ്ധതി തുടങ്ങിയ രൂപത്തിലാണ് പലതിന്റെയും നിൽപ്പ്. വഷളൻ പ്രതികരണങ്ങളും അശ്ലീല അവതരണങ്ങളും അസഹിഷ്ണുതയുടെ മുന്നൊരുക്കവുമാണ് മറ്റൊരു വഴി.

മഞ്ഞ പത്രപ്രവർത്തനം 19-ാം നൂറ്റാണ്ടിന്റെ അവസാന കാലത്ത് പ്രചാരത്തിലെത്തിയ സംജ്ഞയാണ്. ജോസഫ് പുലിറ്റ്സറിന്റെ ന്യൂയോർക്ക്‌വേൾഡും റാൻഡോൾഫ് ഹേർസ്റ്റിന്റെ ന്യൂയോർക്ക് ജേണലും തമ്മിലുള്ള പ്രചാരണ യുദ്ധമായിരുന്നു അതിന്റെ അടിസ്ഥാനം. ഇരു പത്രങ്ങളും പുതിയ സ്വാധീനവലയങ്ങൾ സൃഷ്ടിക്കാൻ സെൻസേഷണലിസത്തിലേക്ക് കൂപ്പുകുത്തി. പുലിറ്റ്സർ ന്യൂയോർക്ക് വേൾഡിനെ വിനോദവായനയുടെ നല്ല മാതൃകയാക്കി. ചിത്രങ്ങൾ, വിവിധ കളികൾ, പല മത്സരങ്ങൾ, കുറ്റകൃത്യകഥകൾ തുടങ്ങിയവക്കെല്ലാം വൻ പ്രാധാന്യമാണ് നൽകിയതും. അക്കാലത്ത് വന്ന ഹാസ്യ പരമ്പരയിലെ പ്രധാന കഥാപാത്രം മഞ്ഞനിറമുള്ള നിശാവസ്ത്രം ധരിച്ച കുട്ടിയായിരുന്നു. റിച്ചാർഡ് എഫ് ഔട്ട് കോൾട്ടിന്റെ ആ പരമ്പര, കാര്യങ്ങളെ നിസ്സാരവൽക്കരിച്ചാണ് കൈകാര്യം ചെയ്തത്.പിന്നെ ഇത്തരം ബോധപൂർവമായ ഗൗരവമില്ലായ്മയെ മഞ്ഞപ്പത്രപ്രവർത്തനം എന്നാണ് വിളിച്ചതും. ചെറുതിനെ വലുതാക്കുക, വലുതിനെ ചെറുതാക്കുക, ക്ഷുദ്ര വിഡ്ഢികൾക്ക് വലിയ വ്യക്തിത്വങ്ങളുടെ തലപ്പാവ് അണിയിക്കുക, ചരിത്രത്തിലേക്ക് സംഭാവന നൽകിയവരെ രാഷ്ട്രീയ ശിശുക്കളാക്കി വരച്ചുവെക്കുക തുടങ്ങിയ കുറ്റകൃത്യങ്ങളായിരുന്നു പിന്നീട് സമർഥമായി മുന്നോട്ടു കൊണ്ടുപോയതെന്നും കാണാം. സ്പാനിഷ് - അമേരിക്കൻ യുദ്ധത്തിൽപ്പോലും മഞ്ഞ കലർത്തിയ പുലിറ്റ്സർക്കും ഹേർസ്റ്റിനും വമ്പൻ അനുയായി വൃന്ദമുണ്ടായത് കേരളത്തിലായിരുന്നു.അത് വീണ്ടും തെളിയിക്കുകയാണ് കാവിപട്ടാളക്കാർ. വർഗീയതയുടെയും മതഭ്രാന്തിന്റെയും ചേരുവകൾ പെരുമഴ പോലെ പെയ്യിക്കാൻ ഇക്കൂട്ടർക്ക് ഒരു മടിയുമില്ലാതായിരിക്കുന്നു. അതിന്റെ ഇസ്ലാമിക പതിപ്പുകളും സുലഭം. കെ പി ശശികലയുടെയും മറ്റും ഭ്രാന്തൻ ജൽപ്പനങ്ങളുടെ അസംഖ്യം പതിപ്പുകൾ ഇറക്കുന്നതു തൊട്ട് അത് കാണാനാവും.

അവ്യക്തതയുടെ പദ്ധതി(ഡിസൈൻ ഓഫ് കൺഫ്യൂഷൻ) യെക്കുറിച്ച് പംക്തികാരനായ പോൾ ക്രൂഗ്മാൻ ഏറെ കൃത്യതയോടെ എഴുതിയിട്ടുണ്ട്. അത് ബുദ്ധിപരമായി നടപ്പിലാക്കിയ 'ദി പബ്ലിക് ഇന്ററസ്റ്റ്" എഡിറ്റർ ഇർവിങ് ക്രിസ്റ്റോളിനെ ഓർത്തുകൊണ്ടാണ് ആ പഠനം ആരംഭിക്കുന്നത്. ക്രിസ്റ്റോളിന്റെ ചില രൂപീകരണങ്ങൾ

ആദ്യം ഏറ്റെടുത്തത് സാമ്പത്തിക വലതുപക്ഷമായിരുന്നു. ഇപ്പോൾ മത വലതുപക്ഷമാണ് ഉപയോഗപ്പെടുത്തുന്നതും. സ്വകാര്യമേഖലക്കു വേണ്ടി വാദിക്കുന്ന വ്യക്തികൾക്കും സ്ഥാപനങ്ങൾക്കും ജീവകാരുണ്യ സംഭാവനകൾ നൽകാൻ ക്രിസ്റ്റോൾ കോർപറേറ്റുകളെ പ്രേരിപ്പിക്കുകയായിരുന്നു. സമാന്തര ബൗദ്ധിക പ്രപഞ്ചം ലക്ഷ്യമാക്കി അവ കണക്കില്ലാത്ത പണമാണ് ഒഴുക്കിവിട്ടത്. സ്വന്തം മേഖലയിൽ സംഭാവന നൽകുന്നതിനു പകരം വലതുപക്ഷ പ്രത്യയശാസ്ത്ര പ്രചാരണത്തിനിറങ്ങുകയായിരുന്നു പല ബുദ്ധിജീവികളും. ഗവേഷണങ്ങൾക്കുപകരം വക്കാലത്തായിരുന്നു അവരുടെ മുഖ്യ അജണ്ട.അമേരിക്കൻ പ്രസിഡന്റായിരുന്ന ജോർജ് ബുഷിന്റെ ഒരു അഭിപ്രായപ്രകടനം മുൻനിർത്തി ക്രൂഗ്മാൻ കൗതുകകരമായ സൂചനയും നൽകിയിട്ടുണ്ട്. ഭൂമി പരന്നതാണെന്ന് ബുഷ് ആനുഷംഗികമായി പറഞ്ഞാൽ, വാർത്താ തലക്കെട്ട് ഭൂമിയുടെ ആകൃതിയെക്കുറിച്ച് വിരുദ്ധാഭിപ്രായങ്ങൾ ഉടലെടുത്തിരിക്കുന്നു എന്നാകും. ചില കാര്യങ്ങളിൽ വസ്തുതയും സത്യവും നിർണയിക്കുന്നത് പൊതു അഭിപ്രായമെന്നോണം മാധ്യമങ്ങൾ പടച്ചുണ്ടാക്കുന്ന കള്ളങ്ങളല്ല എന്നർഥം. എന്നാൽ മതവലതുപക്ഷത്തിന്റെ കൗമാര ബ്രിഗേഡുകൾ ക്രൂഗ്മാന്റെ നിഗമനങ്ങളെയും തോൽപ്പിച്ചിരിക്കുന്നു. നിസ്സാര പ്രശ്നങ്ങൾ ഊതിവീർപ്പിച്ച് മത സ്പർധയിലേക്കും കലാപങ്ങളിലേക്കും വികസിപ്പിക്കാനാണ് ശ്രമം.

സമാധാനത്തിനുള്ള നോബൽ സമ്മാനത്തിലെ തെരഞ്ഞെടുപ്പും തിരസ്കാരവും ഒട്ടേറെ വിവാദങ്ങൾ ഇളക്കിവിട്ടിട്ടുണ്ട്. അഞ്ചുവട്ടം നിർദേശിക്കപ്പെട്ട മഹാത്മാഗാന്ധി ഒരിക്കലും പരിഗണിക്കപ്പെട്ടില്ലെന്നതാണ് അതിൽ പ്രധാനം. 1937, 38, 39, 47 വർഷങ്ങളിലും അദ്ദേഹത്തിന്റെ വധത്തിന് മാസങ്ങൾ മുമ്പുമായിരുന്നു പട്ടികയിൽ എത്തിയത്. 1948ൽ യോഗ്യരായവരെ കണ്ടെത്താനാവാത്തതിനാൽ പുരസ്കാരം റദ്ദാക്കുകയുമായിരുന്നു. ഏറ്റവും രസകരവും എന്നാൽ ക്രൂരവുമായ വസ്തുത, 1939ൽ ഗാന്ധിജിക്കൊപ്പം ജർമൻ ഫാസിസ്റ്റ് അഡോൾഫ് ഹിറ്റ്ലറുടെ പേരും നോർവീജിയൻ കമ്മിറ്റിക്കു മുമ്പാകെ എത്തിയെന്നതാണ്. സ്വീഡിഷ് പാർലമെന്റംഗം ഇജിസി ബ്രാൻഡ്ടിന്റെ വകയായിരുന്നു ആ നാമനിർദേശം. സമാധാനത്തിനുള്ള നോബൽ സമ്മാനത്തിന് ലോകം കണ്ട എക്കാലത്തെയും വലിയ മനുഷ്യ കശാപ്പുകാരൻ പരാമർശിക്കപ്പെട്ടത് ഇപ്പോഴത്തെ നവമാധ്യമ പരിചരണത്തിന്റെയും മുഖമുദ്രയാണ്. നാശത്തിന്റെ വക്കിൽ നിന്ന് ഇന്ത്യയെ തിരിച്ചുപിടിച്ച് രക്ഷിച്ച മിശിഹയാണത്രെ അവർക്ക് മോഡി.

സമാധാന നോബലിന്റെ 1935ലെ ചരിത്രത്തിനും വിവാദത്തിന്റെ മേമ്പൊടിയുണ്ടായി. ജർമൻ ആയുധവൽക്കരണവും വെഴ്സൈലെസ് സന്ധിയുടെ ലംഘനവും മറ്റും തുറന്നുകാട്ടിയത് പരിഗണിച്ച് കാൾ വോൺ ഒസീറ്റ്സ്കിയെയായിരുന്നു തെരഞ്ഞെടുത്തത്. എന്നാൽ സമാധാനപ്രിയനായിരുന്ന ആ ജർമൻ രാഷ്ട്രീയക്കാരനോട് എന്തു സമീപനമായിരുന്നെന്ന് അന്വേഷിക്കുക നിർബന്ധമാണ്.ഹിറ്റ്ലർ

ചാൻസലറായി സ്ഥാനമേറ്റ 1933 ജനുവരിക്കുശേഷവും നാസികൾ ക്കെതിരെ ശബ്ദമുയർത്തിയ ചുരുക്കം പൊതുപ്രവർത്തകരിൽ ശ്ര ദ്ധേയനായിരുന്നു അദ്ദേഹം. റീഷ്താഗ് തീയിട്ട ഫെബ്രുവരി 28ന് ഒസീറ്റ്സ്കിയെ പ്രതിചേർത്ത് സ്പാൻഡോ ജയിലിലടച്ചു. പിന്നെ എസ്റ്റർവേഗൺ, ഓൾഡെൻബർഗ് കോൺസെൻട്രേഷൻ ക്യാമ്പുകളിൽ പീഡിപ്പിച്ചുകൊണ്ടിരുന്നു. ക്ഷയരോഗ ബാധിതനായി നരകിക്കവെ 1935ലാണ് നോബൽസമ്മാനം നേടുന്നത്. പുരസ്കാര പ്രഖ്യാപനം തടയാൻ കഴിയാതിരുന്ന സർക്കാർ അദ്ദേഹത്തെ ഒസ്ലോവിൽപ്പോയി അവാർഡ് സ്വീകരിക്കാൻ അനുവദിക്കാത്തവിധം ജയിലിലടച്ചു. പ്രതിഷേധ സൂചകമായി പുസ്കാരം ത്യജിക്കുകയാണെന്ന് പ്രഖ്യാപി ക്കുകയുമുണ്ടായി. അവാർഡ് ലബ്ധിയെക്കുറിച്ച് പത്രങ്ങൾ ഒരക്ഷരം അച്ച ടിക്കരുതെന്ന കടുത്ത നിയന്ത്രണം ഏർപ്പെടുത്തുകയും ചെയ്തു സർക്കാർ. ഭാവിയിൽ നോബൽ സമ്മാനം സ്വീകരിക്കുന്നതിൽനിന്ന് ജർമൻകാരെ വിലക്കുന്ന പ്രഖ്യാപനവും ഹിറ്റ്ലർ സേന നടത്തി. മാധ്യമങ്ങൾ പുലർ ത്തുന്ന 'ജനാധിപത്യ' ബോധത്തിന്റെ സൂചനകൾ ഉറപ്പിക്കുന്നതാണ് 1935ലെ ജർമൻ ചരിത്രവും ഹിറ്റ്ലറുടെ അസഹിഷ്ണുതയും. കാൾവോൺ ഒസീറ്റ്സ്കിയെ അക്കാലത്ത് നാസികൾ വിശേഷിപ്പിച്ചിരുന്നത് കേട്ടാ ലറയ്ക്കുന്ന പദാവലികൾ നിരത്തിയായിരുന്നു. ആഫ്റ്റെൻപോസ്റ്റെൻ ഉൾപ്പെടെയുള്ള സ്വീഡിഷ് പത്രങ്ങൾ സ്വന്തം രാജ്യത്തെ കടന്നാക്രമിച്ച കുറ്റവാളി എന്നാണ് ശകാരിച്ചത്. നിലനിൽക്കുന്ന നിയമം അംഗീകരി ച്ചുകൊണ്ടേ ജനങ്ങൾ തമ്മിലും രാജ്യങ്ങൾ തമ്മിലുമുള്ള സമാധാനാന്ത രീക്ഷം നിലനിൽക്കുകയുള്ളൂ എന്നും പത്രങ്ങൾ ഉപദേശിച്ചു. ചരിത്രം എഴുതപ്പെട്ട മഷി, ദ്രവരൂപത്തിലുള്ള മുൻവിധികളാണെന്ന് പറഞ്ഞത് മാർക് ട്വയിൻ. സാമൂഹ്യ-രാഷ്ട്രീയ ജീവിതത്തിലെ നിറംപിടിപ്പിച്ച നുണകളും അനാവശ്യ വർണക്കൂട്ടുകളും ചേർത്ത് തങ്ങൾക്കനുകൂലമായ നേതൃനിർവചനം പൂരിപ്പിക്കാനാണ് നവമാധ്യമ കർസേവകരുടെയും ശ്രമം.

# കൊല്ലപ്പെട്ടവരുടെ നാവാണ് ഈ നടപ്പാത

ഇരുപതാം നൂറ്റാണ്ടിന്റെ സാമൂഹ്യ മനസ്സാക്ഷിയെ പ്രതിഫലിപ്പിക്കുകയും സൃഷ്ടിച്ചെടുക്കുകയുംചെയ്ത ഫ്രാൻസ് കാഫ്ക മറ്റൊരർഥത്തിൽ ഏകാകിയും അനാഥനുമായിരുന്നെന്ന് പറയാറുണ്ട്. ഇൻഷൂറൻസ് കാര്യാലയത്തിലെ ജോലിക്കിടയിൽ അപകട മരണങ്ങളുമായി നിരന്തരം മുഖാമുഖം നിൽക്കേണ്ടിവന്നിരുന്ന അദ്ദേഹത്തിന്. ആകസ്മിക ദുരന്തങ്ങൾ മനുഷ്യജീവിതത്തെ കടപുഴക്കുന്ന അനുഭവങ്ങൾ അഗാധമായ അരക്ഷിതത്വമാണ് ഉണ്ടാക്കിത്തീർത്തതും. ബീഭത്സതയും കരുണയും മിന്നിമറയുന്ന, അവ്യക്തതയും ആശങ്കയും അനിശ്ചിതത്വവും മാറിമാറി പ്രത്യക്ഷപ്പെടുന്ന ഭൂമുഖത്തിന്റെ നേർക്കാഴ്ചകളായിരുന്നു കാഫ്കയുടെ രചനകളിൽ. അവയിൽ ഏറെ ശ്രദ്ധേയം 'അമേരിക്ക' നോവൽ. ഭൃത്യയുടെ നനുത്ത പ്രലോഭനങ്ങളിൽ ചവുട്ടി തെന്നിവീണ് അവളുമായി അവിഹിത ബന്ധത്തിലേർപ്പെട്ട കാൾ റോസ്മാൻ എന്ന ചെറുപ്പക്കാരനെ മാതാപിതാക്കൾ അമേരിക്കയിലേക്ക് കയറ്റിയയച്ച കഥയാണ് അതിൽ. സ്വന്തം മണ്ണിൽനിന്ന് തീർത്തും അപരിചിതമായ സംസ്കാരത്തിലേക്ക് എടുത്തെറിയപ്പെട്ട അവൻ സുഹൃത്തുക്കളാലും ശത്രുക്കളാലും വഞ്ചിക്കപ്പെട്ട് അധഃപതനത്തിന്റെ നെല്ലിപ്പടിയിൽ അടിയുകയാണ്. കാഫ്ക ഒരിക്കൽപ്പോലും അമേരിക്ക കണ്ടിരുന്നില്ല. അത്യസാധാരണവും വിസ്മയകരവുമായ ഭാവനയിലൂടെ ആ രാജ്യത്തിന്റെ ചിത്രം വായനക്കാരുടെ മുന്നിലെത്തിക്കുകയായിരുന്നു. അമേരിക്കൻ നിർമിതമായ എഴുത്തുമേശയും അവിടുത്തെ ട്രാഫിക്കും ഭക്ഷണശീലവുമെല്ലാം കൃത്യതയോടെ കാണാനാവുന്നുണ്ട്. ന്യൂയോർക്കിലെ കൺട്രി ഹൗസും ദലമാർഷെ ക്വാട്ടേഴ്സും ഹെഡ്പോർടേഴ്സ് ഓഫീസും ഓസിഡന്റൽ ഹോട്ടലും അവിടുത്തെ ബുഫെഹാളും മാനേജരും ലിഫ്റ്റ് ബോയ്മാരുമെല്ലാം വ്യക്തമായി തെളിയുകയും ചെയ്തു.

അമേരിക്കയെ കണ്ടെത്തുന്നതിൽ കാഫ്കക്ക് പിന്തുണയായത് മൂന്ന ഘടകങ്ങൾ. ചാൾസ് ഡിക്കൻസിന്റെ ഡേവിഡ് കോപ്പർ ഫീൽഡ്, ബെഞ്ചമിൻ ഫ്രാങ്ക്ളിന്റെ ആത്മകഥ ദി ഓട്ടോ ബയോഗ്രഫി ഓഫ് ബെമഞ്ചമിൻ ഫ്രാങ്ക്ളിൻ, യിദ്ദിഷ് തിയറ്റർ എന്നിവ. 1911-ൽ ആരംഭിച്ച യിദ്ദിഷിലെ നാടകാവതരണങ്ങൾ കാഫ്ക ഏറെ ആസ്വദിച്ചു. അതിന്റെ

മാതൃകയിലാണ് നോവലിലെ ഒക്കല ഹോമ നേച്ചർ തിയറ്ററിനെക്കുറിച്ചുള്ള വിവരണം. സർഗാത്മക രചനകളാവുമ്പോൾ ഭാവനയുടെയും സങ്കൽപത്തിന്റെയും അതിരുകളില്ലാത്ത ആകാശം തുറന്നുകിട്ടും. ചരിത്രത്തോടും സമകാലികാനുഭവങ്ങളോടും സംവദിക്കുമ്പോൾ വസ്തുതകൾക്കായിരിക്കണം മുൻഗണന. എന്നാൽ 16-ാം ലോക്സഭയിലേക്കുള്ള ജനവിധി പരിശോധിച്ച പല പരിശ്രമങ്ങളിലും ഭാവനകൾക്കായിരുന്നു മുൻകൈ. ഗൂഢാലോചന നിറഞ്ഞ മാധ്യമ കുഴലൂത്തുകളും ലക്ഷ്യവാദാധിഷ്ഠിതങ്ങളായ ധൈഷണിക കർസേവകളും നിരുത്തരവാദങ്ങളായ രാഷ്ട്രീയ പഠനങ്ങളും നിഷ്കളങ്കമെന്ന് തോന്നിപ്പിച്ച പൗരജന പ്രതികരണങ്ങളുമെല്ലാം ഏറെക്കുറെ ഒരേ ബലഹീനതയുടേതായിരുന്നു-പവിത്രൻ തീക്കുനിയുടെ കവിതയിലെന്നപോലെ

*"മൂർഖനുവേണ്ടി*
*രഹസ്യമായി*
*വോട്ടുചോദിച്ച തവളക്ക്*
*നിരാശപ്പെടേണ്ടിവന്നില്ല.*
*വൻ ഭൂരിപക്ഷത്തോടെ*
*മൂർഖൻ*
*തെരഞ്ഞെടുക്കപ്പെട്ട വാർത്ത*
*മൂർഖന്റെ വയറ്റിനകത്തിരുന്ന്*
*തവള*
*പരസ്യമായി കേട്ടു."*

ആ യാഥാർഥ്യം എവിടെയും ബഹുമാനിക്കപ്പെട്ടില്ല. ജനാധിപത്യസമൂഹത്തിലെ എല്ലാ അവസരങ്ങളും കാവിപ്പടക്കുകൂടി പിടിച്ചുനൽകുകയായിരുന്നു പലരും. ഒരു മുറിവുമേൽക്കാത്തവരും ചോരയിൽക്കുതിർന്ന ഗുജറാത്തിനെ അറിയാത്തവരും കൊലവിളികൾ കേൾക്കാത്തവരും മോഡിയുടെ വരാനിരിക്കുന്ന സ്വർഗരാജ്യത്തെക്കുറിച്ചാണ് പറഞ്ഞത്. "ഫ്രാൻസ് എന്നാൽ ഒരു രാഷ്ട്രത്തിന്റെ പേരായിരുന്നു. പ്രിയ സഹോദരരേ നമ്മുടെ കാലത്ത് അതൊരു മഹാരോഗത്തിന്റെ ചുരുക്കമായി മാറാതിരിക്കാൻ ശ്രദ്ധിക്കാം"- അൾജീരിയൻ യുദ്ധവേളയിൽ ഉളവായ ഭീതിജനകങ്ങളായ അവസ്ഥ മനസ്സിൽവെച്ച് ഫ്രഞ്ച് ദാർശനികൻ ഴാങ്പോൾ സാർത്ര് ആശങ്കയുടെ അകമ്പടിയോടെ കുറിച്ചിട്ട ഈ വാക്കുകൾ 2014-ലെ ഇന്ത്യക്കും ബാധകമായി. ഹിറ്റ്ലറും നാസി പാർടിയും ജർമനിയിൽ വേരുറപ്പിച്ചതും തെരഞ്ഞെടുപ്പിലൂടെയാണെന്ന വസ്തുത ഇന്ത്യ ഒരുവട്ടം മറന്നുപോയി. 1928-ൽ റീഷ്സ്റ്റാഗിലേക്ക് നടന്ന തെരഞ്ഞെടുപ്പിൽ നാസി പാർടിക്ക് 12 സീറ്റ് മാത്രം. 1932 ജൂലൈയിൽ 230 സീറ്റോടെ ഏറ്റവും വലിയ ഒറ്റക്കക്ഷി;വോട്ട് 37.4 ശതമാനം. 1933 മാർച്ച് അഞ്ചിന്റെ വിധിയെഴുത്തിൽ ഹിറ്റ്ലർ പാർടി 44 ശതമാനം വോട്ട് നേടി. രണ്ടു മാസത്തിനുള്ളിൽ ട്രേഡ് യൂണിയനുകളെ നിരോധിക്കുകയും ജർമനി ഏക പാർടി രാഷ്ട്രമായി പ്രഖ്യാപിക്കപ്പെടുകയും ചെയ്തു. തുടർന്ന് പാർലമെന്റിനെ റബർ സ്റ്റാമ്പാക്കി. തെരഞ്ഞെടുപ്പുകളോ

പാർലമെന്ററി സംവിധാനമോ ഫാസിസ്റ്റ് ശക്തികളുടെ വരവിനെ ചെറുക്കുമെന്ന് കരുതുന്നത് മൗഢ്യമാണ്.

ജർമനിയിൽ ഫാസിസത്തിന്റെ വികാസമുന്നേറ്റം ത്വരിതമാക്കിയ ഘടകങ്ങളിലൊന്ന് അതോട് മറ്റ് വലതുപക്ഷ പാർടികൾ സ്വീകരിച്ച മൃദു സമീപനമായിരുന്നു. സംഘപരിവാരത്തോട് ഇന്ത്യയിലെ ബൂർഷ്വാ പാർടികളെടുക്കുന്ന നിലപാട് ഈ നയം ഓർമപ്പെടുത്തുന്നു. രണ്ടാം ലോകയുദ്ധകാലത്ത് ബ്രിട്ടീഷ് പ്രധാനമന്ത്രി ചേമ്പർ ലെയ്ൻ ഹിറ്റ്ലറുടെ ആക്രമണങ്ങൾ വെച്ചുപൊറുപ്പിച്ചത് ചരിത്രമാണല്ലോ. നാസി കാലത്തെ ജർമൻ തെരഞ്ഞെടുപ്പ് ഫലത്തിന്റെ വഴിയിലായിരുന്നു 16-ാം ലോക്സഭയിലേക്കുള്ള വിധിയെഴുത്തും. 'ടൈംസ് ഓഫ് ഇന്ത്യ' ചൂണ്ടിക്കാണിച്ചതുപോലെ ഒട്ടേറെ സമാനതകൾ വായിച്ചെടുക്കാനാവും. ഇന്ത്യയിലെ മൂന്നിൽ ഒരാളുടെപോലും പിന്തുണയില്ലാതെയാണ് മോഡി രഥം ഉരുളാൻ തുടങ്ങിയത്. 282 സീറ്റ് കിട്ടിയ ബിജെപിക്ക് 31 ശതമാനം വോട്ടേ നേടാനായുള്ളൂ. 44 സീറ്റിലേക്ക് ഇടിഞ്ഞുവീണ കോൺഗ്രസിനാകട്ടെ 19.3 ശതമാനമാണ് വോട്ട്. രണ്ടുംചേർന്നാലും പകുതിക്ക് കുറച്ച് മുകളിലേ വരൂ. 49.7 ശതമാനം സമ്മതിദായകർ ഇരു വിപത്തിനും കൈയൊപ്പ് നൽകിയില്ലെന്ന് വിശദീകരിക്കുന്ന പത്രം പിന്നീട് കൗതുകകരങ്ങളായ കണക്കുകൾ നിരത്തി.1957ൽ 47.8 ശതമാനം വോട്ടോടെ കോൺഗ്രസ് 371 സീറ്റ് നേടി. പത്ത് വർഷത്തിനുശേഷം സീറ്റ് 283 ആയപ്പോഴും 40.8 ശതമാനം വോട്ട് ലഭിച്ചു. 1971ൽ 352 സീറ്റും 43.7 ശതമാനം വോട്ടും. 1977ൽ 295 സീറ്റ് നേടിയ ജനതാപാർടിക്ക് 41.3 ശതമാനമായിരുന്നു ജനപിന്തുണ. 1984ൽ 414 സീറ്റ് കൊയ്ത കോൺഗ്രസ് 48.1 ശതമാനം വോട്ട് കരസ്ഥമാക്കി. ചുരുക്കത്തിൽ ഏറ്റവും കുറഞ്ഞ വോട്ടുവിഹിതത്തിൽ ലോക്സഭയിൽ കേവല ഭൂരിപക്ഷം നേടിയ ആദ്യ പാർടിയെന്ന കുപ്രസിദ്ധിയോടെയാണ് 2014ൽ മോഡിയുടെ സ്ഥാനാരോഹണം. 69 ശതമാനം വോട്ടർമാരും തള്ളിക്കളഞ്ഞ പാർടിയുമായി ബിജെപി. ജനങ്ങൾക്ക് മറ്റ് വഴിയുണ്ടായിരുന്നിടത്തെല്ലാം വ്യത്യസ്ത ജനവിധി വന്നു. തമിഴ്നാടും ഒഡിഷയും മറ്റും ഉദാഹരണങ്ങൾ. ഫാസിസത്തിന് സംശയരഹിതമായ ഒറ്റ അജണ്ടയേ ഉണ്ടായിരുന്നുള്ളുവെങ്കിലും അതിനെതിരായ ശക്തികൾ പല താൽപര്യങ്ങളാൽ ചിതറിത്തെറിച്ചു. മക്കൾ രാഷ്ട്രീയവും ചീഞ്ഞളിഞ്ഞ അധികാരഭ്രമവും അധാർമികങ്ങളായ ചുവടുകളും അവയുടെ വിശ്വാസ്യത തകർക്കുകയുമുണ്ടായി.

കഴുത്തറുപ്പൻ കോർപറേറ്റ് താൽപര്യങ്ങൾ അടിമുടി രൂപമാറ്റം വരുത്തിയ കോൺഗ്രസ് ഭരണത്തിന്റെ രണ്ടുപതിറ്റാണ്ട് നീണ്ട കെടുതികളിൽനിന്നുള്ള മോചനമായിരുന്നു ഭൂരിഭാഗം ജനങ്ങളും ആഗ്രഹിച്ചത്. അഴിമതിയും ജനദ്രോഹനയങ്ങളും കുടുംബാധിപത്യവും തമ്മിലടിയും ആ പാർടിയെ പൂതലോടിയ നിലയിലാക്കി. മതനിരപേക്ഷതയുടെ അടിസ്ഥാന ശിലകളെപ്പോലും ബഹുമാനിക്കാത്ത കുറുക്കുവഴികൾ അവിശ്വാസത്തിന്റെ അകൽച്ചയുണ്ടാക്കുകയായിരുന്നു. ഇത്തരം

വിടവുകൾക്കിടയിലാണ് കപട മതനിരപേക്ഷത എന്ന സംഘപരിവാര പ്രചാരണത്തിന് കാറ്റുപിടിച്ചത്. ഗുജറാത്ത് വംശഹത്യയുടെ മുറിവുക ളിൽനിന്ന് ബഹുജന ശ്രദ്ധ തിരിച്ചുവിടാൻ അതിലൂടെയായി. ജന്മഭൂമി ലേഖനത്തിലെ ഒരു ഭാഗം ശ്രദ്ധിക്കാം. "പനിനീർപ്പൂവ് ഭാരതീയ തന്ത്രവിദ്യയിലെ സഹസ്രാര പദ്മം ആണെന്ന് നോസ്ത്രദാമസ്സിന്റെ പല പാശ്ചാത്യ വ്യാഖ്യാതാക്കളും സമ്മതിച്ചിട്ടുണ്ട്. സമാധാനത്തിനുവേണ്ടി ഭാരതം വേണ്ടത്ര രക്തം ചൊരിഞ്ഞുകഴിഞ്ഞു. അടഞ്ഞ വായ് കൊണ്ട് എങ്ങനെയാണ് സത്യം വിളിച്ചുപറയുക? ബാലറ്റ് പേപ്പർ തന്നെയാവാം അദ്ദേഹം ഉദ്ദേശിച്ചത്. സംഘർഷാനന്തര ഭൂമിയിൽ സർവശാന്തിയിൽ കാത്തിരുന്ന ഗുരുതുല്യൻ അഥവാ നയിക്കേണ്ടയാൾ വൈകിയാണെ ങ്കിലും വരുമെന്ന് നോസ്ത്രദാമസ് പറയുന്നു. അതേ, ആ മഹാ നേതാവ് വന്നുകഴിഞ്ഞിരിക്കുന്നു." (ആ മഹാപ്രഭു മോഡി തന്നെ - 2014 മെയ് 19) അതേ ദിവസത്തെ മോഡിയും കേരളവും എന്ന മുഖപ്രസംഗവും അർധ സത്യങ്ങളും ദുസ്സൂചനകളും നിറഞ്ഞതാണ്. ഗുജറാത്ത് വംശഹത്യ സമാ ധാനത്തിനുവേണ്ടിയുള്ള രക്തച്ചൊരിച്ചിലായിരുന്നെന്ന ധ്വനിയാണ് അതിൽ. ജന്മഭൂമി അതിന്റെ കടമ നിർവഹിച്ചെന്നേയുള്ളൂവെന്ന് സമാധാനിക്കാം. മറ്റ് ചില 'സ്വതന്ത്ര' പത്രങ്ങളും ബുദ്ധിജീവികളും പൊറുക്കാനാവാത്ത നിരുത്തരവാദമാണ് പുറത്തെടുത്തത്.

തൊള്ളായിരത്തി മുപ്പതുകളിലെ ജർമൻ മാധ്യമങ്ങളെപ്പോലെയാണ് പലതിന്റെയും പെരുമാറ്റ രീതി. ഹിറ്റ്ലർക്കുമുന്നിൽ കുമ്പിട്ട ആ കെട്ട പാരമ്പര്യത്തിലാണ് മോഡി സ്തുതികൾ. പ്രതിശ്രുത പ്രധാനമന്ത്രിയെ വാഴ്ത്തിപ്പാടിയ മലയാള മനോരമ ഫലം വരുംമുമ്പ് മന്ത്രിമാരുടെ വകുപ്പുക ളും നിശ്ചയിച്ചു. സ്വന്തം യജമാനന്മാരായ കോൺഗ്രസ് നേതൃത്വത്തിലെ പ്രമുഖരെയാകെ അനാഥക്കുട്ടികളെപ്പോലെ വഴിയിലുപേക്ഷിക്കുകയാ യിരുന്നു. എക്സിറ്റ്പോൾ ഫലങ്ങൾ ഓഹരി വിപണിയിൽ വൻ കുതിപ്പുണ്ടാക്കിയതായും മനോരമ ഊറ്റം കൊണ്ടു. 2014 മെയ് 18ന്റെ ഒന്നാം പുറത്ത് വാരണാസിയിലെത്തിയ മോഡി ഗംഗാപൂജ നടത്തു ന്ന ചിത്രത്തിന് അമിത പ്രാധാന്യമായിരുന്നു. അനുഗ്രഹ നിറവിന് നന്ദിയോടെ എന്നാണ് അടിക്കുറിപ്പിന്റെ ആദ്യഭാഗം. ബിജെപി അധ്യക്ഷൻ രാജ്നാഥ് സിങ്ങും ജനറൽ സെക്രട്ടറി അമിത് ഷായും അടുത്തുണ്ട്.അടിക്കുറിപ്പിന്റെ അർഥമെന്താണെന്ന് എഴുതിയ ആൾക്കു പോലും തിട്ടമുണ്ടാകാനിടയില്ല. ഒന്നാമന് പിന്നാലെ എന്ന് പറഞ്ഞ് പത്താംപേജിലും മറ്റൊരു വലിയ ഫോട്ടോ. സ്വന്തം ചിത്രം പശ്ചാത്തല മായ വേദിയിലേക്ക് കയറുകയാണ് നിയുക്ത പ്രധാനമന്ത്രി. പിന്നാലെ എൽ കെ അദ്വാനിയും. നായകൻ ഡൽഹിയിൽ എന്ന സന്തോഷ വാർത്തയ്ക്കൊപ്പം 11-ാം പേജിൽ ദില്ലി വിമാനത്താവളത്തിൽനിന്ന് പുറപ്പെടുന്ന ഫോട്ടോ. തീർന്നില്ല, വഡോദര കലക്ടർ മലയാളിയായ വിനോദ്റാവു മോഡിക്ക് വിജയസർട്ടിഫിക്കറ്റ് നൽകുന്ന ചിത്രവും.

മെയ് 19 ന്റെ ഒന്നാം പുറത്ത് അദ്വാനി-മോഡി ചർച്ചയ്ക്കാണ് മനോരമ പ്രാധാന്യം നൽകിയത്. ചിത്രത്തിന്റെ അടിക്കുറിപ്പിന്റെ ആദ്യഭാഗം

'ഇനി ഒരേ വഴി' എന്നും. മെയ് 20ന്റെ എഡിറ്റ് പേജിലാകെ മോഡി മയം. അധ്വാനമേ സംതൃപ്തി എന്ന സച്ചിദാനന്ദമൂർത്തിയുടെ ദില്ലി കുറിപ്പാണ് പ്രധാനം. ഗുജറാത്ത് ഭവൻ ശ്രദ്ധേയമാകുന്നതിനെക്കുറിച്ചും റിപ്പോർട്ടുണ്ട്. " ഇന്ത്യയുടെ തൊഴിലാളി നമ്പർ വൺ എന്നാണ് നരേന്ദ്ര മോഡി സ്വയം വിശേഷിപ്പിക്കുന്നത്. ഗുജറാത്ത് മുഖ്യമന്ത്രിയായി സേവനംചെയ്ത 12 വർഷത്തിനിടെ ഒരു ദിവസം പോലും അവധിയെടുക്കാത്ത താൻ പ്രധാനമന്ത്രിയുടെ ഓഫീസിലും അങ്ങനെയായിരിക്കുമെന്ന് മോഡി വാഗ്ദാനം നൽകുന്നു. സമൃദ്ധിയുടെ കൊടുമുടിയിൽ ഇന്ത്യയെ എത്തിക്കാൻ കുറഞ്ഞത് പത്ത് വർഷമാണ് (3650 ദിവസങ്ങൾ) അദ്ദേഹം ആവശ്യപ്പെടുന്നത്" എന്ന മൂർത്തിയുടെ കുറിപ്പിന്റെ സൂചന വ്യക്തം. രണ്ടുവട്ടമെങ്കിലും മോഡി പ്രധാനമന്ത്രിയാവണമെന്ന ശാഠ്യം. തീർന്നില്ല. വാക്കുകളുടെ തെരഞ്ഞെടുപ്പും നോക്കുക. ഗുജറാത്ത് മുഖ്യമന്ത്രിയായി സേവനംചെയ്ത 12 വർഷങ്ങൾ. യുവകവികളിൽ ശ്രദ്ധേയനായ അബ്ദുൾ സലാമിന്റെ നാലുവരിയാണ് ഓർമ വരുന്നത്.

*"മരിച്ചവന്റെ നാവാണ്*
*ഇന്നെന്റെ നടപ്പാത."*

അത്യന്തം പ്രവചന സ്വഭാവമുള്ള ചെറുകവിതയാണത്.മരിച്ചവൻ എന്നതിനുപകരം കൊല്ലപ്പെട്ടവൻ എന്നായിരുന്നെങ്കിൽ 'നടപ്പാത' എന്ന ആ കുറുകവിത കൂടുതൽ സ്ഫോടനാത്മകമായേനെ. കൊന്നാൽ നാവു പറിച്ചെടുക്കാതെ തന്നെ നാവ് നടപ്പാതയാക്കാം. മോഡി ഗുജറാത്തിൽ 2002ൽ തെളിയിച്ചത് അതാണ്. കേന്ദ്ര ഭരണത്തിലേക്കുള്ള രഥയോട്ടം കൊല്ലപ്പെട്ട നിരപരാധികളുടെ നാവുകളാവുന്ന നടപ്പാതയിലൂടെയായിരുന്നു. 'വിചാരധാര'യിൽ ഗോൾവാൾക്കർ എഴുതി: ".... ബുദ്ധിപരവും വികാരപരവുമായ മഹദ്ഗുണങ്ങൾ പ്രാഥമിക സ്കൂൾ നിലവാരം മുതൽ പൈതങ്ങളുടെ മനസ്സിൽ നട്ടുവളർത്തുകയും വേണ്ടിയിരിക്കുന്നു. ഉദാത്തമായ ദേശീയ മനോഭാവത്തെയും മഹാന്മാരായ ദേശീയ വീരന്മാരെയും സംഭവങ്ങളെയും ചിത്രീകരിക്കുന്ന പൗരാണികവും ആധുനികവുമായ സാഹിത്യത്തിന്റെ അനന്തമായ ഭണ്ഡാഗാരത്തിൽനിന്നു കറന്നെടുത്താലേ ഇത് സാധ്യമാകൂ. പ്രത്യേകിച്ചും ഋഷിമാരുടെയും യോഗികളുടെയും മറ്റും മഹനീയ പാരമ്പര്യത്തിൽ ജനിച്ചതിൽ അഭിമാനിക്കാൻ യുവജനങ്ങളെ ബോധവൽക്കരിക്കേണ്ടതുണ്ട്. അവരുടെ മഹനീയ പാരമ്പര്യം പിന്തുടരണമെങ്കിൽ നാം ഹിന്ദുക്കളായി ജീവിക്കുകയും ഹിന്ദുക്കളെപ്പോലെ പ്രത്യക്ഷപ്പെടുകയും ഹിന്ദുക്കളായി ലോകം മുഴുവൻ നമ്മെ ഉറ്റുനോക്കുകയും വേണ്ടിയിരിക്കുന്നു... കഴിഞ്ഞ കാലത്തെ ഹിന്ദുക്കളുടെ നേട്ടങ്ങളെപ്പറ്റിയും വിദേശികളുടെ നേരെ അവർ (ഗ്രീക്കുകാരായാലും മുസൽമാന്മാരായാലും ഇംഗ്ലീഷുകാരായാലും) നടത്തിയ സമരങ്ങളിൽ പ്രകടമായ ധീരോദാത്തതയെപ്പറ്റിയും ആത്മത്യാഗ തീവ്രതയെപ്പറ്റിയും പ്രശംസിച്ച് പറഞ്ഞാൽ, ഉടൻ 'വർഗീയവാദി'കളായി മുദ്രയടിക്കപ്പെടുകയാണിന്ന്! ആത്മത്യാഗത്തെയും ഉന്മൂലനത്തെയും സമീകരിക്കാനുള്ള ശ്രമമാണ് കഥകളിലൂടെയും ഉപകഥകളിലൂടെയും

ഗോൾവാൾക്കർ തുടർന്ന് ശ്രമിച്ചത്. പതുങ്ങിയ നിലയിൽനിന്ന് ശക്തിയിലേക്കും അവിടുന്ന് പൊട്ടിത്തെറിയിലേക്കും നീളുന്നതാണ് ഫാസിസ്റ്റ് നേതൃരൂപങ്ങളുടെ എഴുത്തുകളും പ്രഭാഷണങ്ങളും. കൃത്രിമ പദപ്രയോഗങ്ങൾ ഇറങ്ങിയോടുന്ന വാചാടോപത്തിന്റെ മികച്ച മാതൃകയായിരുന്നു ഹിറ്റ്ലർ. 'ലൈംഗികവധം' എന്നാണ് അയാളുടെ പ്രസംഗത്തെ ഫാസിസ്റ്റ് വിരുദ്ധ ചിന്തകൻ റെനെ ഷെക്കൽ വിശേഷിപ്പിച്ചിരുന്നത്. ബിജെപി പാർലമെന്ററി പാർടി നേതാവായി തെരഞ്ഞെടുക്കപ്പെട്ട 2014 മെയ് 20ന് പാർലമെന്റ് സെൻട്രൽ ഹാളിൽ മോഡി നടത്തിയ പ്രസംഗം കൃത്രിമ വൈകാരികത കുത്തിനിറച്ചതായി. ഭാരതമാതാവിനെയും പാർടിയെയും പഴയ നേതാക്കളെയും പരാമർശിച്ചുള്ള ഭാഗത്ത് വിതുമ്പുകപോലുമുണ്ടായി. പാദപൂജയുടെ പുതിയ രീതികളായ നിരവധി പ്രകടനങ്ങളും പുറത്തെടുത്തു. ഭാഷ, ഊന്നലുകൾ, ആരോഹണാവരോഹണം, ശരീര സൂചന, അംഗവിക്ഷേപങ്ങൾ തുടങ്ങിയവയിലും ഹിറ്റ്ലറെ പുനരവതരിപ്പിക്കുകയായിരുന്നു. തെറ്റുകളിൽനിന്നും തെറ്റുകളിലേക്ക് പാറിപ്പറന്നുപോയ ഹിറ്റ്ലറുടെ ഭ്രമങ്ങൾക്ക് മറുപടിയുണ്ടായത് ജനകീയ മുന്നേറ്റത്തിലൂടെയായിരുന്നുവല്ലോ. പ്രവാസി കവി അനിൽ പള്ളൂർ ഓർമിപ്പിക്കുന്നത് നോക്കാം:

*"പെൻസിലിന്റെ*
*ആത്മമിത്രമായ*
*റബർ പറയുന്നു*
*വരയ്ക്കുന്നത്*
*പിഴയ്ക്കുമെന്ന്*
*ഉറപ്പുള്ളതുകൊണ്ട്*
*തിരുത്താൻ*
*ഞങ്ങൾ ഇവിടെത്തന്നെ*
*ഇരിക്കേണ്ടതുണ്ട്."*

ഈയൊരു പശ്ചാത്തലത്തിലാണ് ഗോപാലകൃഷ്ണ ഗാന്ധി മോഡിക്ക് അയച്ച തുറന്ന കത്ത് വായിക്കേണ്ടത്. ചരിത്രപരമെന്ന് മോഡിയും അനുയായികളും മാധ്യമ വൃന്ദങ്ങളും വിശേഷിപ്പിക്കുന്ന വിജയത്തിനു പിന്നിലെ യാഥാർഥ്യങ്ങൾ നിരത്തുകയാണ് അദ്ദേഹം. (ആൻ ഓപ്പൺ ലെറ്റർ ടു നരേന്ദ്രമോഡി- ഹിന്ദു 2014 മെയ് 19 )"യൂ"താങ്കൾ പ്രധാനമന്ത്രിയാവാൻ ജനലക്ഷങ്ങൾ ആഗ്രഹിച്ചുവെന്നത് ശരി. എന്നാൽ ഇരട്ടിയിലധികം അങ്ങനെയാവരുതെന്ന് ഉള്ളുരുകിയെന്നതാണ് അതിലേറെ ശരി" എന്ന ഗോപാലകൃഷ്ണ ഗാന്ധിയുടെ പ്രസ്താവം ഇനിയും തുടരേണ്ട അന്വേഷണത്തിന്റെ സൂചന നൽകുന്നു. നെഹ്റു, ശാസ്ത്രി, ഗുജ്റാൾ, മൊറാർജി തുടങ്ങിയവർ ഇരുന്ന കസേരയിലാണ് മോഡി ഇരിക്കുന്നതെന്നും അടിവരയിട്ടു. പിന്നോക്ക സമുദായത്തിൽനിന്നും ദരിദ്ര കുടുംബ പശ്ചാത്തലത്തിൽനിന്നും ഒരാൾ പ്രധാനമന്ത്രിയാകുന്നത് ഭരണഘടനയുടെ സാധ്യതയിലൂന്നിയാണെന്നും കൂട്ടിച്ചേർക്കുകയുമുണ്ടായി. മോഡിയും ചില മാധ്യമങ്ങളും ഊന്നുന്ന രീതിയിലല്ല ഗോപാലകൃഷ്ണഗാന്ധി

അതിനെ കാണുന്നതും. 'ചായക്കടക്കാരൻ പ്രധാനമന്ത്രി' എന്ന പുകഴ്ത്തലിനെ അദ്ദേഹം പൊറുപ്പിക്കുന്നുമില്ല. രാജ്യത്തിന്റെ രക്ഷകനാണ് മോഡി എന്ന കപടവാദം 69 ശതമാനം ജനങ്ങൾക്ക് സ്വീകാര്യമായില്ലെന്നതും എടുത്തുകാട്ടി. ഐക്യത്തിന്റെയും സ്ഥിരതയുടെയും ചർച്ചകളിലെല്ലാം സർദാർ പട്ടേലിന്റെ തലയെടുപ്പ് ഉയർത്തിക്കാട്ടുന്ന മോഡിയുടെ കൗശലത്തിന്റെ അർഥശൂന്യതയെക്കുറിച്ചും ഗോപാലകൃഷ്ണഗാന്ധി തുറന്നുപറഞ്ഞിട്ടുണ്ട്. കോൺസ്റ്റിറ്റുവന്റ് അസംബ്ലിയിൽ ന്യൂനപക്ഷങ്ങൾക്കായുള്ള കമ്മിറ്റിയുടെ അധ്യക്ഷനായിരുന്ന പട്ടേൽ എന്ന ഓർമപ്പെടുത്തലാണ് ആദ്യം. ഇന്ത്യൻ ന്യൂനപക്ഷങ്ങൾക്ക് വിദ്യാഭ്യാസ-സാംസ്കാരിക - മതപരമായ ഉറപ്പുകൾ നൽകുന്ന ഭരണഘടനക്ക് പട്ടേലിനോടും നന്ദി പറയേണ്ടതുണ്ടെന്നും വിശദീകരിക്കുന്നു. ആ കമ്മിറ്റിയിൽ പട്ടേൽ സംസാരിച്ചത് വായിച്ചുനോക്കാൻ മോഡിയോട് അഭ്യർഥിക്കുകയുംചെയ്തു.

രാജ്യമാകെ നടത്തിയ അസംഖ്യം തെരഞ്ഞെടുപ്പ് റാലികളിൽ മോഡി പ്രത്യക്ഷപ്പെട്ടതിന്റെയും പ്രസംഗങ്ങളുടെ ഉള്ളടക്കത്തിന്റെയും രീതിശാസ്ത്രവും ഗോപാലകൃഷ്ണഗാന്ധി അപഗ്രഥന വിധേയമാക്കി. ഉത്തരവുകൾ ഇറക്കുന്ന ചക്രവർത്തിയെയല്ല, ജനഹിതം മുറുകെപ്പിടിക്കുന്ന ജനാധിപത്യവാദിയെയാണ് ന്യൂനപക്ഷങ്ങൾ കേൾക്കാനാഗ്രഹിച്ചത്. വികസനം സുരക്ഷിതബോധത്തിന് പകരമാവില്ല - എന്നിങ്ങനെ ചൂണ്ടിക്കാണിച്ച് മതചിഹ്നങ്ങളുടെ ദുരുപയോഗം വരെ അദ്ദേഹം കണ്ടെത്തിയിരുന്നു. ബഹുസ്വരതയുടെ സ്വതന്ത്ര രാജ്യത്ത് ഏകാധിപത്യത്തിന്റെയോ രാജവാഴ്ചയുടെയോ ഭാഷ സ്വീകാര്യമല്ലെന്നും എഴുതി. ഭരണഘടനയുടെ 370-ാം വകുപ്പ്, ഏകീകൃത സിവിൽകോഡ്, അയോധ്യയിലെ രാമക്ഷേത്ര നിർമാണം, മുസ്ലിം/ഹിന്ദു അഭയാർഥികളെക്കുറിച്ചുള്ള പ്രഖ്യാപനങ്ങൾ തുടങ്ങിയ പ്രശ്നങ്ങളിലെല്ലാം മോഡിയുടെ നിലപാട് ആരായുകയുംചെയ്തു. ഭാരത് മാതാ കീ ജയ്, ജയ് ഹിന്ദ് - തുടങ്ങിയവയിലെ വ്യത്യാസങ്ങളും പറയാൻ മടിച്ചില്ല. ഹൃദയത്തിൽ സവർക്കറെയും മനസ്സിൽ അംബേദ്കറെയും പ്രതിഷ്ഠിച്ച, ആർഎസ്എസ് പരിശീലനം ലഭിച്ച വിശ്വാസിയായ, ഡിഎൻഎയിൽ ഹിന്ദുത്വമുള്ള മോഡി വോട്ട് ചെയ്യാത്ത 69 ശതമാനത്തെയും മുന്നിൽ കാണുന്നുണ്ടോ എന്ന ചോദ്യവും ഗോപാലകൃഷ്ണഗാന്ധി ഉന്നയിച്ചു. വിജയലക്ഷ്മി ഉത്കണ്ഠപ്പെട്ടപോലെ,

*"പക്ഷിയായ് പറന്നപ്പോൾ-*
*ക്കണ്ടു ഞാനാകാശത്തെ,*
*ശുദ്ധശൂന്യമാണത്*
*ഘനനീലമേഘ*
*വൃക്ഷമായി പടർന്നപ്പോ-*
*ളറിഞ്ഞു, വെയിൽ കത്തു-*
*മുച്ചവെയ്ലതേ സത്യം.*
*കുളിർകാറ്റൊരു സ്വപ്നം*

*മത്സ്യമായി നദീമുഖം*
*മുറിച്ചുകടക്കുമ്പോൾ*
*കയ്പുമായി കടൽ മാത്രം*
*കറുത്തു തിരയ്ക്കുന്നു*
*എങ്കിലും പറക്കുന്നു,*
*പടർന്നു വിറയ്ക്കുന്നു*
*വൻനദി മുറിക്കുന്നു*
*ഭൂമി ഞാനളക്കുന്നു" (സത്യം)*

# കൊമ്പൻമീശ അലവൻസും ഉള്ളിപ്പാടത്തെ ആത്മാഹുതിയും

ഫ്രെഡറിക് ഏംഗൽസ് 'സോഷ്യലിസം സങ്കൽപികവും ശാസ്ത്രീയവും' എന്ന കൃതിയിൽ ഇങ്ങനെ എഴുതി: ഒന്നാമത്തെ പൊതുസാമ്പത്തികക്കുഴപ്പത്തിന്റെ വർഷമായ 1825നു ശേഷം, വ്യാവസായിക വ്യാപാര ലോകമാകെ-എല്ലാ പരിഷ്കൃത ജനങ്ങളുടെയും അവരെ ആശ്രയിക്കുന്ന ഏറെക്കുറെ അപരിഷ്കൃതരെന്ന് പറയാവുന്നവരുടെയും ഇടയിലെ ഉൽപാദനവിതരണ വ്യവസ്ഥയാകെ -പതിപ്പത്തു വർഷം കൂടുമ്പോൾ നിലയ്ക്കുന്നു. ചന്തയിൽ ചരക്കു വിറ്റഴിയാതെ കെട്ടിക്കിടക്കുന്നു. ഉൽപന്നങ്ങൾ എത്രകണ്ട് ചെലവാകാതാകുന്നുവോ, അത്രകണ്ട് എണ്ണത്തിലും വണ്ണത്തിലും കുന്നുകൂടുന്നു. റൊക്കം പണം കണ്ടുകളിക്കാനില്ലാതാകുന്നു. കടം കിട്ടാനില്ല. ഫാക്ടറികൾ പൂട്ടകയായി. ഭക്ഷണ സാധനങ്ങൾ ഉണ്ടാക്കിയിട്ടും വേലക്കാരാകെ പട്ടിണി കിടക്കുന്നു. പാപ്പരത്തത്തിനും കണക്കില്ല. എങ്ങും ജപ്തിയും കേസും വ്യവഹാരവും. ഈ സ്തംഭനം കുറേക്കാലത്തേക്ക് നീളും. ഉൽപാദനശക്തികളും ഉൽപന്നങ്ങളും കണ്ടമാനം നശിപ്പിക്കപ്പെടുന്നു. ഒടുവിൽ കെട്ടിക്കിടക്കുന്ന ചരക്കുകളിൽ അധികവും ചുരുങ്ങിയ വിലയ്ക്ക് വിറ്റഴിയുന്നു. ഉൽപാദനവും വിനിമയവും വീണ്ടും ക്രമേണ പ്രവർത്തിക്കാൻ തുടങ്ങുന്നു. കുറേശ്ശെയായി അതിന് വേഗം കൂടുന്നു. അതൊരു തിടുക്കപ്പെട്ട നടത്തമായിത്തീരുന്നു. വ്യവസായത്തിന്റെ ഈ തിടുക്കനടത്തം ക്രമേണ ഓട്ടവും പിന്നീട് വ്യാപാരക്കടവ്യവസ്ഥയുടെയും കച്ചവടത്തിലെ കള്ളപ്പണികളുടെയും കണ്ണുംമൂക്കുമില്ലാത്ത കുതിച്ചോട്ടമായിത്തീരുന്നു. അവസാനം കഴുത്തൊടിയുന്ന എടുത്തുചാട്ടങ്ങൾക്കു ശേഷം ആരംഭിച്ചേടത്ത് - ഒരു സാമ്പത്തിക കുഴപ്പത്തിന്റെ ചുഴിയിൽ- ചെന്നുചാടുന്നു. അതുതന്നെ വീണ്ടും. 1825നു ശേഷം ഇത്തരം അഞ്ചു കുഴപ്പങ്ങളിലൂടെ കടന്നുപോയിരിക്കുന്നു. ഇപ്പോൾ (1877 ) ഇത് ആറാംവട്ടം. ഈ പ്രവണതയുടെ സ്വഭാവം നിർവചിക്കപ്പെട്ടത് സമൃദ്ധികൊണ്ടുണ്ടാകുന്ന കുഴപ്പമെന്നാണ്. ഇതിലും നല്ലൊരു നിർവചനമില്ല.

### രാജ്യ സമ്പത്ത് ഒമ്പത് പേരുടെ കൈയിൽ

ഇന്ത്യ കടുത്ത സാമ്പത്തിക അരക്ഷിതാവസ്ഥയിലൂടെയാണ് കടന്നുപോകുന്നതെന്ന 2018 ലെ ഓക്സ്ഫാം റിപ്പോർട്ട് ഗൗരവതരങ്ങളായ

മുന്നറിയിപ്പുകൾ നിറഞ്ഞതാണ്. രാജ്യ സമ്പത്തിന്റെ പകുതിയിലധികം കേന്ദ്രീകരിച്ചിരിക്കുന്നത് അതിസമ്പന്നരായ ഒമ്പത് പേരിലാണെന്ന കണ്ടെത്തൽ ഭീഷണിയുടെ ആഴമാണ് വെളിപ്പെടുത്തുന്നതും. ജനസംഖ്യയുടെ 60 ശതമാനത്തിന് ദേശീയ സമ്പത്തിന്റെ 4.8ശതമാനം മാത്രം ലഭ്യമായിരിക്കുമ്പോൾ 10 ശതമാനത്തിന്റെ കൈകളിലാണ് 77.4ശതമാനവും. നോട്ട് നിരോധനവും ജിഎസ്ടിയും സാധാരണ മനുഷ്യജീവിതം താറുമാറാക്കിയപ്പോൾ ഒരു വർഷത്തിൽ 18 പുതിയ ശതകോടീശ്വരന്മാരാണ് ഉണ്ടായത്. ഇതോടെ ഈ ഗണത്തിൽ പെട്ടവരുടെ എണ്ണം 119 ആയി. 28 ലക്ഷം കോടിയാണ് അവരുടെ ആകെ സമ്പത്ത്. ജനാധിപത്യത്തെയും ഭരണ സംവിധാനങ്ങളെയും അട്ടിമറിക്കാൻ ശക്തിനൽകുംവിധത്തിലുള്ള സമ്പത്ത് കേന്ദ്രീകരണവും അസന്തുലിതാവസ്ഥയുമാണ് നിലനിൽക്കുന്നതെന്നാണ് ലോക സാമ്പത്തിക ഫോറം വാർഷിക സമ്മേളനത്തിന്റെ ഭാഗമായ റിപ്പോർടിന്റെ ഊന്നൽ. ഒരു വർഷംകൊണ്ട് ഒരു ശതമാനം അതികുബേരരുടെ സമ്പത്തിലെ വർധന 36 ശതമാനം. ഇന്ത്യയടക്കമുള്ള രാജ്യങ്ങളിൽ മെച്ചപ്പെട്ട വിദ്യാഭ്യാസവും നല്ല ആരോഗ്യപരിപാലനവും ആഡംബരമായി മാറിയിരിക്കയാണെന്നും പഠനം അടിവരയിട്ടു.

പൊതുസേവന തുറകളിൽ ഗവൺമെന്റ് മതിയായ കാശ് നീക്കിവെക്കാത്തതും പല കുത്തക ഭീമന്മാരും വ്യക്തികളും നികുതിയൊടുക്കാത്തതും അസന്തുലിതത്വം ഏറ്റി. ദരിദ്ര കുടുംബങ്ങളിലെ ശിശുക്കൾ ഒരുവയസ്സ് തികയും മുമ്പ് മരണത്തിന് കീഴടങ്ങുന്നു. സമ്പന്ന കുടുംബങ്ങളിലെ മരണനിരക്കിനെക്കാൾ മൂന്ന് മടങ്ങ് കൂടുതലാണിത്. പൊതുമേഖലക്കും കുടിവെള്ള വിതരണത്തിനും രാജ്യം വർഷം നീക്കിവെക്കുന്നത് 2,08,166 കോടി. അതാകട്ടെ, മുകേഷ് ആംബാനിയുടെ മൊത്തം സമ്പാദ്യത്തിന് ചുവടെയാണ്. അതിസമ്പന്നർ അടക്കുന്ന നികുതി അര ശതമാനം കൂട്ടിയാൽ രാജ്യപുരോഗതിക്ക് ചെലവഴിക്കുന്ന തുകയുടെ അമ്പത് ശതമാനം കണ്ടെത്താനാകും. ഇന്ത്യ അതിവേഗം കുതിക്കുന്നു, വിസ്മയകരമായി വളരുന്നു; അമേരിക്കയും ജർമനിയും ബ്രിട്ടനും ഫ്രാൻസും ഉൾപ്പെടെയുള്ള വൻകിട രാജ്യങ്ങളുമായി കരാറുകളിൽ ഒപ്പിട്ടു- തുടങ്ങിയ വാചകമടികൾ മറച്ചുപിടിക്കുന്ന യാഥാർഥ്യങ്ങൾ എന്തൊക്കെയാണെന്ന് പരിശോധിക്കേണ്ടതുണ്ട്. കുതിപ്പും ക്ഷേമവും ഐശ്വര്യവും ഏത് വിഭാഗങ്ങൾക്കാണ്. ആരുടെയൊക്കെ താൽപ്പര്യ സംരക്ഷണാർഥമാണ് ഉടമ്പടികളും കരാറുകളും. ഏതുവിഭാഗങ്ങളുടെ ബാധ്യതകളും കടങ്ങളുമാണ് റദ്ദാക്കുകയും എഴുതിത്തള്ളുകയും ചെയ്യുന്നത്. ദാരിദ്ര്യത്തിത്തിന്റെ പടുകുഴിയിലേക്കും കടക്കെണികളിലേക്കും തുടർച്ചയായി വീണുകൊണ്ടിരിക്കുന്ന രാജ്യം ലോക സാമ്പത്തിക ശക്തിയുടെ പട്ടികയിൽ മുകൾസ്ഥാനം നേടിയെന്ന അവകാശവാദമുയരുമ്പോഴും മഹാഭൂരിപക്ഷത്തിന് മുന്നിൽ തെളിയുന്നത് ആത്മഹത്യയുടെ തെരഞ്ഞെടുപ്പ് മാത്രം. 30 കോടി ദരിദ്രരുമായി പിന്നോക്കാവസ്ഥയിൽ ഒന്നാം സ്ഥാനം അഞ്ചു വർഷം കൊണ്ട് മോഡി ഉറപ്പാക്കി. നമുക്ക്

പിറകിലുള്ള നൈജീരിയയും കോംഗോയും നിലയ്ക്കാത്ത ആഭ്യന്തര യുദ്ധവും വർഗീയ-ഗോത്ര കലാപങ്ങളും കാരണമാണ് പട്ടിണികൊണ്ട് വലയുന്നതെങ്കിൽ മോഡി വർഗീയ വിഭജന പദ്ധതികളിലൂടെയാണ് ദാരിദ്യം വളർത്തിയത്. നോട്ട് നിരോധനം പശുവിൽപ്പനാ വിലക്ക് തുടങ്ങിയവ അതിദരിദ്രരുടെ ജീവിതം ക്ലേശകരമാക്കി. അവയാക ട്ടെ, നിരവധി തൊഴിലവസരങ്ങൾ ഇല്ലാതാക്കുകയായിരുന്നു. നോട്ട് നിരോധനം കോടിക്കണക്കിനാളുകളുടെ തൊഴിൽ കവർന്നെങ്കിൽ അതേക്കാൾ കടുത്ത ദ്രോഹമാണ് പശുവിൽപ്പനാ നിരോധനവും ഗോസംരക്ഷകരുടെ തെമ്മാടിത്തവും ഇളക്കിവിട്ടത്. വൻ വിസ്തൃതി യുള്ള തുകൽ വ്യാപാരവും പ്രതിസന്ധിയിലായി. പശുമൗലികവാദം 22 കോടി ജനസംഖ്യയുള്ള ഉത്തർപ്രദേശിന്റെ ഗ്രാമീണ സാമ്പത്തിക ജീവിതത്തെ കുത്തുപാളയെടുപ്പിച്ചു.

മോഡി ഭരണകാലത്ത് സർക്കാർ കടബാധ്യതയിൽ 49 ശതമാന ത്തിന്റെ വർധനയുണ്ടായി. അതായത് 82 ലക്ഷം കോടി രൂപ. കടബാ ധ്യത 2014 ജൂൺ വരെ 54,90,763 കോടിയായിരുന്നത് 2018 സപ്തം ബർവരെ 82,03,253 കോടിയായി. പൊതുകടം 51.7 ശതമാനം കൂടി. 48 ലക്ഷം കോടിയായിരുന്നത് 73 ലക്ഷം കോടി. ആഭ്യന്തര കടത്തിലും വൻ വർധന. 54 ശതമാനം വർധിച്ച് 68 ലക്ഷം കോടിയായി. സാമ്പ ത്തിക വികസനം ഇടിഞ്ഞതിനൊപ്പം നോട്ട് നിരോധനം കാരണം ഒട്ടേറെ ചെറുകിട വ്യവസായങ്ങൾ തകർന്നു. തൊഴിലില്ലായ്മയും പണപ്പെരുപ്പവും ഏറി. ഇതിനെല്ലാം കാരണം തെറ്റായ നയങ്ങളും പിടി പ്പുകേടുമാണെന്ന് ആർഎസ്എസ് തലവൻ മോഹൻ ഭഗവതിനുപോലും സമ്മതിക്കേണ്ടിവന്നു. കള്ളപ്പണം നിയന്ത്രിക്കാൻ കടുത്ത സാമ്പത്തിക പരിഷ്കരണങ്ങൾ ഏറ്റെടുത്തുവെന്ന് അവകാശപ്പെട്ടപ്പോഴും രാജ്യം വൻവീഴ്ച നേരിട്ടു. മോഡി അധികാരത്തിൽ വന്നശേഷം 52 ലക്ഷം കോടിയുടെ വിപണി വായ്പയാണ് എടുത്തത്. നോട്ട് നിരോധനത്തി ന്റെ മറ പിടിച്ച് ദേശീയ സുരക്ഷാ ഉപദേഷ്ടാവ് അജിത് ഡോവലിന്റെ പുത്രൻ വിവേക് ഡോവൽ വമ്പൻ നികുതിവെട്ടിപ്പ് നടത്തിയതിന്റെ വിശദാംശങ്ങളും പുറത്തുവന്നു. 2017- 18 വർഷത്തിൽ കെയ്മൻ ദ്വീപിൽ നിന്ന് 8300 കോടി നിക്ഷേപം നടത്തിയത് ആരൊക്കെയാണെന്നത് സംബന്ധിച്ചും അന്വേഷണം ആവശ്യമാണ്. നോട്ട് നിരോധനത്തിന്റെ പതിമൂന്നാം ദിനത്തിൽ വിവേക് കെയ്മൻ ദ്വീപിൽ കമ്പനി രജിസ്റ്റർ ചെയ്തത് 'കാരവൻ' മാസികയാണ് പുറത്തുവിട്ടത്.

## തുഗ്ലക് പരിഷ്കാരങ്ങൾ

ആധുനിക ഇന്ത്യയിലെ തുഗ്ലക് പരിഷ്കാരമായ നോട്ടുനിരോധന ത്തിനുശേഷം തൊഴിലില്ലായ്മ നാലുകൊല്ലത്തെ ഏറ്റവും ഉയർന്ന നിര ക്കിലായി. ലേബർ ബ്യൂറോയുടെ ആറാമത് വാർഷിക സർവേ റിപ്പോർ ടാണ് ഇക്കാര്യം പുറത്തുകൊണ്ടുവന്നത്. 2013-14 ൽ തൊഴിലില്ലായ്മ 3.4 ശതമാനമായിരുന്നത് 2015-16 ൽ 3.7 ആയി. 2016-17ൽ 3.9ഉം. റിപ്പോർടിന് തൊഴിൽ മന്ത്രി സന്തോഷ് കുമാർ ഗാങ്വാർ അംഗീകാരം

നൽകിയെങ്കിലും പരസ്യമാക്കുകയോ പാർലമെന്റിൽ അവതരിപ്പിക്കുകയോ ചെയ്തിട്ടില്ല. മോഡിയും അനുചരവൃന്ദങ്ങളും മാധ്യമങ്ങളും ഊറ്റംകൊള്ളുന്നതുപോലെ രാജ്യമല്ല വളരുന്നത്; വിലക്കയറ്റവും തൊഴിലില്ലായ്മയും പട്ടിണിയും പോഷകാഹാരക്കുറവും വിദ്യാഭ്യാസാവസര നിഷേധവും പൊതുആരോഗ്യ സംവിധാനങ്ങളുടെ തകർച്ചയും നികുതി വർധനയുമാണ്. അതേയവസരം വൻനിക്ഷേപകരും ഉൽപ്പാദകരും തടിച്ചുകൊഴുത്തു. അതിനെ രാജ്യത്തിന്റെ വികാസമായി വരവുവെച്ച് ജനങ്ങളെ കബളിപ്പിക്കുകയാണ്. ഇന്ത്യയിലെ ഭീമൻ വ്യവസായികൾ 2017ൽ സമ്പത്തിന്റെ 73ശതമാനവും കാൽക്കീഴിലാക്കി. 2016 ൽ അത് 53ഉം 2000ൽ 36.8ഉം ശതമാനമായിരുന്നുവെന്നോർക്കണം. ആഗ്രയിൽ 2019 ജനുവരി ഒമ്പതിന് നടന്ന പ്രധാനമന്ത്രി നരേന്ദ്ര മോഡിയുടെ റാലിയുടെ ഒരുക്കങ്ങളുടെ തുടർച്ചയായി പുറമ്പോക്കിൽ താമസിക്കുന്നവരുടെ കുടിലുകൾ കർടൻ കെട്ടി മറച്ചത് വലിയ ചോദ്യങ്ങൾ ഉന്നയിക്കുന്നുണ്ട്. റാലി നടക്കുമ്പോൾ കുടിലിലുള്ളവർ കർടനുകൾക്കു പുറത്തു വരരുതെന്ന് മുനിസിപ്പൽ കോർപ്പറേഷൻ അധികൃതർ നിർദേശിക്കുകയുമുണ്ടായി. ഗംഗാഞ്ജലി പദ്ധതി ഉദ്ഘാടനത്തിനാണ് മോഡി ആഗ്രയിൽ എത്തിയത്.

2018 ഡിസംബറിൽ മേഘാലയയിലെ ഖനിയിൽ കുടുങ്ങിയ 15 തൊഴിലാളികളുടെ നിസ്സഹായാവസ്ഥ ദാരുണമായിരുന്നു. അശാസ്ത്രീയവും അനധികൃതവുമായ പ്രകൃതി ചൂഷണങ്ങളുടെ തിരിച്ചടിയാണത്. വൻകിട കോർപറേറ്റുകൾ കോടികൾ കൊയ്തുപോകുമ്പോൾ തൊഴിലാളികൾ ശിക്ഷയായി മരണം ഏറ്റുവാങ്ങുന്നു. 24000 ഖനികളുണ്ടവിടെ. അധികൃതവും അനധികൃതവും. കോടീശ്വരന്മാർ പണമൊഴുക്കുന്ന രാഷ്ട്രീയകേന്ദ്രം. തെരഞ്ഞെടുപ്പുകളെ നിയന്ത്രിക്കുന്ന ഉടമകൾക്ക് തൊഴിലാളികളുടെ സുരക്ഷ അപ്രധാനമാണ്. രാജ്യത്തെ അനേകം ഖനികളിലും പാറമടകളിലും പ്രകൃതി ചൂഷണത്തിന്റെ മറ്റനവധി തുറകളിലും ഇതേ സ്ഥിതി. കർഷകർക്കാകട്ടെ ചത്ത പശുവിന്റെ വില പോലുമില്ല. 2016 മുതൽ രാജ്യത്ത് ആത്മാഹുതിചെയ്ത കർഷകരുടെ വിവരങ്ങൾ സർക്കാരിന്റെ കൈവവശമില്ലെന്നാണ് കേന്ദ്ര കൃഷിമന്ത്രി രാധാമോഹൻ സിങ്ങ് ലോക്സഭയിൽ മറുപടി നൽകിയത്. മൂന്ന് വർഷമായി നാഷണൽ ക്രൈം റെക്കോർഡ്സ് ബ്യൂറോ ഇത് സംബന്ധിച്ച വിവരങ്ങൾ പ്രസിദ്ധപ്പെടുത്തിയിട്ടില്ലെന്നും കൂട്ടിച്ചേർത്തു. അപകടമരണങ്ങളും ആത്മഹത്യകളും എന്ന പേരിലാണ് ക്രൈം റെക്കോർഡ്സ് ബ്യൂറോ കർഷക ആത്മഹത്യാ വിവരങ്ങൾ പുറത്തുവിടുന്നത്. 2015 ൽ 8000 കർഷകരാണ് രാജ്യത്ത് കടക്കെണിയാൽ ആത്മഹത്യ ചെയ്തത്. കൂടുതൽ മഹാരാഷ്ട്രയിൽ- 3030 പേർ. മധ്യപ്രദേശിലെ മന്ദ്സോറിലെ റാലിക്ക് നേരെയുണ്ടായ വെടിവെപ്പിൽ അഞ്ച് കർഷകർ കൊല്ലപ്പെട്ടതും ഇക്കാലയളവിലാണ്. എന്നാൽ ഇത് സംബന്ധിച്ച വിവരങ്ങളും സർക്കാർ രേഖകളില്ല.

## തൊഴിലിന്റെ മരുപ്പറമ്പ്

അഞ്ചു കൊല്ലംകൊണ്ട് പത്തുകോടി പുതിയ തൊഴിൽ സൃഷ്ടിക്കുമെന്നായിരുന്ന വാഗ്ദാനം. നോട്ടു നിരോധനവും ജിഎസ്ടിയും കന്നുകാലികമ്പോളം ഇല്ലാതാക്കലും വഴി 6.23 കോടി തൊഴിൽ 2018ൽ ഇല്ലാതായി. മന്ത്രാലയ രേഖയനുസരിച്ച് രാജ്യം 9 ശതമാനം സാമ്പത്തിക വളർച്ച നേടുകയാണെങ്കിൽ സംഘടിതമേഖലയിൽ 2016-17 ൽ 3.4 കോടി തൊഴിൽ ലഭിക്കണമായിരുന്നു. അസംഘടിതമേഖലയിൽ 52.2 കോടിയും. 5 ശതമാനമാണ് വളർച്ചയെങ്കിൽ അത് യഥാക്രമം 3.23 ഉം 46.1ഉം കോടിയുമായി കുറയും. ആറു വർഷത്തെ കണക്കു പ്രകാരം തൊഴിലെടുക്കാവുന്ന പ്രായമായ 15-59 പരിധിയിലെ ജനസംഖ്യ വർഷം 1.24 കോടിയുടെ വളർച്ച രേഖപ്പെടുത്തും. തൊഴിലവസരങ്ങൾ 2014നുശേഷം ഗണ്യമായി കുറയുന്നു. 2012ൽ 45.15 കോടി തൊഴിൽശക്തി ഉണ്ടായി. 2014ൽ 46.96 കോടിയും 2018ൽ 43.5 കോടിയുമായി കുറഞ്ഞു. നാലു വർഷം കൊണ്ട് തൊഴിൽ ശക്തിയിൽനിന്ന് 3.46 കോടി പേർ പുറത്തായെന്ന് സാരം. ഐഎൽഒ റിപ്പോർട് അനുസരിച്ച് ലോകത്തെ മൊത്തം തൊഴിൽരഹിതരുടെ 9.76 ശതമാനം ഇന്ത്യക്കാരാണ്. 2017ൽ

1.83 കോടി പേർ ആ പട്ടികയിലെത്തി. 2019ൽ അത് 1.89 കോടിയാവുമെന്നാണ് മുന്നറിയിപ്പ്. 2017 മാർച്ച് മുതൽ 2018 ഫെബ്രുവരി വരെ തൊഴിലില്ലായ്മ ഭയാനകമായി ഉയർന്നു. 4.71 ശതമാനമായിരുന്നത് 6.06 ലേക്ക് കുതിച്ചുകയറി. ഈ പ്രക്രിയയിൽ 25 കോടി ഇന്ത്യക്കാരുടെ ജീവിതം താറുമാറായി. രാജ്യത്തെ 77 ശതമാനം കുടുംബങ്ങളിലും സ്ഥിര വരുമാനമുള്ള ആരുമില്ല. 67 ശതമാനം കുടുംബങ്ങളുടെയും മാസ വരുമാനം 10000 രൂപയിൽ താഴെയും. 46.6 ശതമാനവും സ്വയം തൊഴിൽ ആശ്രയിക്കുന്നവരാണ്.'സ്ഥിര ജോലി'ക്കാരിൽ 57.2 ശതമാനത്തിന്റെ മാസ വരുമാനം 10000 രൂപ കടക്കുന്നുമില്ല. 5.1 ശതമാനം കുടുംബങ്ങളിൽ വർഷത്തിൽ ഒരു മാസമെങ്കിലും തൊഴിൽ കിട്ടുന്ന ആരുമില്ലെന്നതും പരിതാപകരം. തൊഴിലെടുക്കുന്നവരിൽ ഒരു സാമൂഹ്യ സുരക്ഷാ പദ്ധതിയുടെയും ഊന്നില്ലാത്തവർ 71.2 ശതമാനമാണ്. ആയിരത്തിൽ 12 പേരെ വീതം തൊഴിൽരഹിതരാക്കിയതാണ് മോഡിയുടെ ബാലൻസ്ഷീറ്റ്.

ഇക്കണോമിക് ആൻഡ് പൊളിറ്റിക്കൽ വീക്കിലി 2017 സെപ്റ്റംബർ 23 ലക്കത്തിൽ അതിന്റെ ഭീകരത വരച്ചുകാട്ടിയിട്ടുണ്ട്: 'സ്വതന്ത്ര ഇന്ത്യാ ചരിത്രത്തിൽ ആദ്യമായി 2013-14 മുതലുള്ള മൂന്നു വർഷവും സംഘടിത മേഖലയിൽ പുതിയ തൊഴിൽ സൃഷ്ടിക്കുന്നതിനു പകരം നഷ്ടപ്പെടുകയായിരുന്നു. 2013 -14 മുതൽ വർഷാവർഷം തൊഴിൽ ലഭ്യത 0.4 ശതമാനം വീതം ഇടിഞ്ഞു. പല മേഖലകളിലും 100 ശതമാനം വിദേശ നിക്ഷേപത്തിന് പദ്ധതിയിട്ടിരിക്കയാണ്. സ്വാതന്ത്ര്യത്തിനുശേഷം സമ്മിശ്ര സമ്പദ്‌വ്യവസ്ഥയാണെന്ന് ഭരണാധികാരികൾ ആവർത്തിക്കാറുണ്ടെങ്കിലും ഇപ്പോൾ അപകടകരമായ

സ്വകാര്യവൽക്കരണമാണ്. പൊതുമേഖല കാര്യക്ഷമമല്ലെന്ന് വരുത്തി പരാജയമാണെന്ന് സ്ഥാപിച്ചാണ് ഈ കുരുതി. ലാഭത്തിന്റെ സ്വകാര്യവൽക്കരണവും നഷ്ടത്തിന്റെ ദേശസാൽക്കരണവുമാണ് അതിന്റെ ദിശ. സംഘടിതശക്തിക്ക് കോടതികളിലൂടെ വിലങ്ങിട്ട് ട്രേഡ്‌യൂണിയൻ പ്രവർത്തനം അസാധ്യമാക്കാനും നീക്കമുണ്ട്. വിലപേശൽ ശേഷി ഇല്ലാതാവുന്ന തൊഴിലാളികൾ അതിവേഗം അടിമകളാവും. ഫാക്ടറികളും ഇതര തൊഴിലിടങ്ങളും കാരാഗൃഹങ്ങളും കോൺസെൻട്രേഷൻ ക്യാമ്പുകളുമായി മാറും. തൊഴിൽ അന്തരീക്ഷത്തിൽ ഭയം കുന്നുകൂടുകയും വർഗൈക്യം തകരുകയും ചെയ്യും. 44 തൊഴിൽ നിയമങ്ങളിൽ ഭേദഗതി വരുത്താനും തുനിയുന്നു. 1926ലെ ട്രേഡ്‌യൂണിയൻ ആക്ടിലെ ഭേദഗതി എന്ന മറപിടിച്ചാണിത്. തൊഴിലാളികളെ അടിമകളെക്കാൾ താഴ്ന്ന നിലവാരത്തിലേക്ക് തള്ളിയിടുകയാണ് ലക്ഷ്യം. ലോകമാകെ പരാജയപ്പെട്ട പരീക്ഷണമാണത്. രണ്ടു ലക്ഷം കോടി രൂപയുടെ ക്ഷേമ ഫണ്ടുകൾ ഓഹരിക്കമ്പോളത്തിലേക്ക് ഒഴുക്കിവിടുകയുമാണ്.

## ഫണ്ടിലെ ബിജെപി വിഹിതം 93 ശതമാനം

എന്നാൽ കള്ളപ്പണമടക്കം സംഘപരിവാര കുടക്കീഴിലേക്ക് തടസ്സങ്ങളില്ലാതെ ഒഴുകിയെത്തുകയാണ്. 2017- 18 കാലയളവിൽ ദേശീയ പാർടികൾക്ക് ലഭിച്ച ഫണ്ടുകളിൽ 93 ശതമാനവും ബിജെപിക്കായിരുന്നുവെന്ന അസോസിയേഷൻ ഓഫ് ഡെമോക്രാറ്റിക് റിഫോമിന്റെ നിരീക്ഷണവും മറക്കാനാവില്ല. ആ കണക്കനുസരിച്ച് 469.89 കോടിയിൽ 437.04 കോടിയും മോഡി- അമിത് ഷാ കൂട്ടുകെട്ടിനായിരുന്നു. കോൺഗ്രസിന് 26.658 കോടി മാത്രം. മറ്റെല്ലാ പാർടികളെയുംകാൾ 12 ഇരട്ടി ചോർത്തിയെടുത്തത് ബിജെപി. 422.04 കോടിയും ബിസിനസ്- കോർപറേറ്റ് ഭീമന്മാരുടേത്. ദില്ലി, മഹാരാഷ്ട്ര, ഗുജറാത്ത്, കർണാടക, ഹരിയാണ സംസ്ഥാനങ്ങളിൽനിന്നാണ് ഏറെയും. മോഡി പെരുമ്പറയോടെ 2015 ജനവരി 22 ന് പ്രഖ്യാപിച്ച 'ബേട്ടി ബചാഓ' പദ്ധതി തികഞ്ഞ പരാജയമാണെന്ന് തെളിഞ്ഞു. അനുവദിക്കപ്പെട്ട ഫണ്ടിൽ 56 ശതമാനവും പരസ്യങ്ങൾക്കായാണ് പൊടിച്ചത്. 25 ശതമാനം പണം മാത്രമാണ് ചെലവഴിച്ചത്. 644 കോടിയിൽ ജില്ലകളിലേക്കെത്തിയത് 159 കോടി. 2017 മെയ് മാസം നടന്ന കർണാടക നിയമസഭാ തെരഞ്ഞെടുപ്പ് പ്രചാരണത്തിന് ബിജെപി ഒഴുക്കിയത് 122 കോടി രൂപ. തെരഞ്ഞെടുപ്പ് കമ്മീഷന് സമർപ്പിച്ച കണക്കുകളിലാണ് ഇക്കാര്യമുള്ളത്. വിശിഷ്ട പ്രചാരകൾ, മാധ്യമ പരസ്യം, ആകാശ സഞ്ചാരം, നേതാക്കളുടെയും സ്ഥാനാർഥികളുടെയും സാധാരണ യാത്ര എന്നിവയെല്ലാം ചേർത്താണ് ആ തുക. 2018 ൽ വടക്കുകിഴക്കൻ സംസ്ഥാനങ്ങളിലേക്ക് നടന്ന തെരഞ്ഞെടുപ്പിന് ചെലവഴിച്ചതാകട്ടെ 14 കോടിയും. മേഘാലയ 3.8, ത്രിപുര 6.96, നാഗാലാൻഡ് 3.36 എന്നിങ്ങനെ.

രാജ്യസ്വത്ത് കുത്തകകൾക്ക് വീതംവെച്ച് കാണിക്കയിടുന്ന മൂലധന ഭക്തി,ഭരണത്തിന്റെ അവസാന നാളുകളിൽ തകൃതിയിലായി.

അതിന്റെ ഞെട്ടിപ്പിക്കുന്ന ഉദാഹരണമിതാ. അതീവ ജാഗ്രത പുലർത്തേണ്ട പ്രതിരോധ മേഖലയിലും സ്വകാര്യ പങ്കാളിത്തം ഉറപ്പാക്കിയിരിക്കയാണ്. രാജ്യ സുരക്ഷയ്ക്കായുള്ള പീരങ്കി നിർമാണ ഫാക്ടറി ഗുജറാത്തിലെ ഹസീരയിൽ സ്വകാര്യ മേഖലയിൽ 2019 ജനുവരി 19ന് പ്രധാനമന്ത്രി ഉദ്ഘാടനം ചെയ്തത് പല ചോദ്യങ്ങളുമുയർത്തുന്നുണ്ട്. സൂറത്തിൽ നിന്നും 30 കിലോമീറ്റർ അകലെയുള്ള ഫാക്ടറിയിൽ യുദ്ധ വാഹനത്തിൽ കയറിയ തന്റെ ഫോട്ടോയുടെ വീഡിയോ മോഡി സ്വയം പ്രചരിപ്പിക്കുകയും ചെയ്തു. സ്വകാര്യ മേഖലയിലെ വമ്പന്മാരായ ലാർസൺ ആൻഡ് ടൂ ബ്രോയാണ്, തെക്കൻ കൊറിയൻ സാങ്കേതിക വിദ്യയോടെ പിരങ്കികൾ നിർമിക്കുക.'മെയ്ക്ക് ഇൻ ഇന്ത്യ'യുടെ ഭാഗമായ 4500 കോടിയുടെ കരാർ 2017 ലാണ് ആ സ്വാകാര്യ കമ്പനിക്ക് നൽകിയത്. മോഡി ഭരണത്തിന്റെ അവസാന കാലമടുത്തതോടെ രാജ്യരക്ഷ പൂർണമായും സ്വകാര്യ മേഖലക്ക് നൽകുമോയെന്നറിയാൻ കാത്തിരിക്കാം. 5000 കോടിയുടെ പദ്ധതി അദാനിയുടെ കാൽക്കീഴിൽ എത്തിക്കുകയാണ്. ഗുജറാത്തിൽ സർക്കാർ ഉടമസ്ഥതയിലുള്ള മുന്ദ്ര എൽ എൻ ജി ടെർമിനൽ കൈമാറാനുള്ള നീക്കം അന്തിമ ഘട്ടത്തിലെത്തി. ഗുജറാത്ത് പെട്രോളിയം കോർപ്പറേഷന്റെ 50 ശതമാനം ഓഹരികൾ അദാനി ഗ്രൂപ്പിന് അടിയറവെക്കാനാണ് നീക്കം. ഇപ്പോൾ 25 ശതമാനം ഓഹരിയുള്ള അദാനിയുടേത് ഇരട്ടിയാകുമ്പോൾ നിയന്ത്രണം സമ്പൂർണമാകും. ഓഹരി വാങ്ങാൻ ഐഒസി രംഗത്തുണ്ടായെങ്കിലും നാടകീയമായി പിന്മാറി. 2008 ൽ പ്രാരംഭ പ്രവർത്തനം ആരംഭിച്ച പദ്ധതിയിൽ എസ്സാർ ഗ്രൂപ്പും പങ്കാളികളായിരുന്നെങ്കിലും പതുക്കെ ഒഴിവാകുകയായിരുന്നു. ഗുജറാത്ത് പെട്രോളിയം കോർപറേഷന് മൂലധനം ഇല്ലെന്ന ന്യായം നിരത്തിയാണ് ഓഹരി കൈമാറ്റം. അവ അദാനിയുടെ കൈയിൽ മാത്രം എത്തണമെന്ന ഗൂഢാലോചനയോടെയാണ് ചരടുവലികൾ നടക്കുന്നത്.

ഓഹരികളിൽ താൽപ്പര്യം കാട്ടിയ ഐ ഒ സി 750 കോടി വാഗ്ദാനം ചെയതു. അതേ തുകയാണ് അദാനിയും ഓഫർ ചെയ്തത്. എന്നാൽ പൊടുന്നനെ ഐ ഒ സി പിന്മാറുകയും മത്സരത്തിൽ അദാനി മാത്രമാവുകയും ചെയ്തു. ഫലത്തിൽ, സർക്കാർ മുതൽമുടക്കിൽ തീർത്ത വമ്പൻ പദ്ധതി അദാനി ഗ്രൂപ്പിന്റെ കൈവശം എത്തിച്ചേരും. കച്ച് മേഖലയിലെ മുന്ദ്ര തുറമുഖം അദാനി ഗ്രൂപ്പിന്റേതാണ്. എൽ എൻ ജി ടെർമിനൽ കൂടി നിയന്ത്രണത്തിലാകുന്നതോടെ മേഖലയിൽ സ്വാധീനം പൂർണമാവും. സ്വകാര്യവൽകരണ നീക്കം ത്വരിതമാക്കിയ മറ്റൊരു മേഖല റെയിൽവേയാണ്.വണ്ടി സർവീസും ടിക്കറ്റ് നിരക്ക് നിശ്ചയിക്കലും അടക്കമുള്ളവ സ്വകാര്യ കമ്പനികളെ ഏൽപിക്കാൻ ചർച്ചകൾ ആരംഭിച്ചു. പാസഞ്ചർ സർവീസും അവയുടെ നിരക്ക് നിശ്ചയിക്കലും സ്വകാര്യ കമ്പനികളെ ഏൽപ്പിക്കുന്നതിനെക്കുറിച്ച് വിദഗ്ധരുമായും ഉയർന്ന ഉദ്യോഗസ്ഥരുമായും കൂടിയാലോചന നടന്നുവരുകയാണെന്ന ബോർഡ് അംഗം ഗിരീഷ് പിള്ളയുടെ വെളിപ്പെടുത്തൽ ജനങ്ങൾക്കുനേരെയുള്ള കടുത്ത വെല്ലുവിളിയാണ്.

## മീശക്ക് അലവൻസ്, സന്യാസിമാർക്ക് പെൻഷൻ

കേട്ടാൽ കൗതുകം ജനിപ്പിക്കുന്നതും ആലോചിച്ചാൽ ഞെട്ടലുളവാകുന്നതുമായ ഒരു വാർത്ത ഉത്തർപ്രദേശിൽനിന്ന് വന്നത് 2019 ജനുവരി അവസാനമാണ്. ഇന്ത്യൻ ഭരണാധികാരികളുടെ യഥാർഥ മുൻഗണന അക്ഷരാർഥത്തിൽ വെളിപ്പെടുത്തുകയായിരുന്നു അത്. മീശ പരിപാലനത്തിന് യുപി പൊലീസ് സേനയിൽ അലവൻസ് അനുവദിക്കുന്നതാണ് ആ വാർത്തയുടെ ഉള്ളടക്കം. വർഗീയ ലഹളകളിൽ കുപ്രസിദ്ധമായ നിലപാടെടുത്ത് വിമർശനമേറ്റ പ്രൊവിൻഷ്യൽ ആംഡ് കോൺസ്റ്റാബുലറി(പിഎസി)യിലെ കൊമ്പൻ മീശക്കാർക്കാണ് പ്രത്യേക ആനുകൂല്യം ലഭിക്കുക. മാസം 250 രൂപ. 33 സ്പെഷ്യൽ ആംഡ് ബറ്റാലിയനുകൾക്ക് അതിന്റെ ഗുണം കിട്ടും. കൊമ്പൻ മീശയുള്ള പൊലീസുകാർ സേനയിൽ വളരെ കുറവായതിനാലാണ് പുതിയ തീരുമാനം. ഇത്തരക്കാരുടെ എണ്ണം കൂട്ടാനാണ് നടപടിയെന്ന് അഡീഷണൽ ഡയരക്ടർ ജനറൽ ബിനോദ് കുമാർ സിങ്ങ് പറഞ്ഞു. പ്രയാഗ്‌രാജിൽ കുംഭമേളക്കിടെ വലിയ മീശയുള്ള ചില പൊലീസുകാരെ നേരിൽ കണ്ടു. അവരെ ജനങ്ങൾ നന്നായി അനുസരിക്കുന്നതിന് സാഷിയായതാണ് തീരുമാനത്തിന് പ്രേരണയെന്നും പുരുഷന്മാരുടെ പ്രത്യേകിച്ച്, പൊലീസുകാരുടെ വ്യക്തിത്വത്തിൽ മീശയ്ക്ക് വലിയ സ്ഥാനമാണുള്ളതെന്നും കൂട്ടിച്ചേർക്കുകയും ചെയ്തു.

2019 ജനുവരി 11 ന് സ്ഥാനമേറ്റയുടൻ സിങ്ങ് നിർദേശം സമർപ്പിക്കുകയായിരുന്നു. രാജസ്ഥാനിൽ വാർഷിക മീശ മത്സരം നടക്കുന്നതും അദ്ദേഹത്തിന്റെ മനസ്സിലുണ്ടായി. യൂണിഫോം അലവൻസിന്റെ ഭാഗമായി ബ്രിട്ടീഷുകാർ ലഖ്നൗവിലെ മൂന്ന് പൊലീസുകാർക്ക് 1945 ൽ മീശ അലവൻസ് അനുവദിക്കുകയുണ്ടായി. ബോളിവുഡ് സ്വാധീനവും ഇപ്പോഴത്തെ തീരുമാനത്തിന് പ്രേരണയാണ്. പാണ്ഡേ, സിൻഗം പോലുള്ള ചിത്രങ്ങൾ ഉദാഹരണം. അലഹബാദ് പൊലീസ് അടുത്തിടെ മീശ മത്സരം നടത്തുകയുമുണ്ടായി. 1937ൽ സൈന്യത്തിന്റെ മാതൃകയിൽ രൂപീകരിക്കപ്പെട്ട പിഎസി ഒട്ടേറെ മനുഷ്യാവകാശ ലംഘനങ്ങൾക്ക് പ്രതിക്കൂട്ടിലായിരുന്നു. അലിഗഡ്, മൊറാദാബാദ്, മീറത്ത്, കാൺപൂർ, ഹാഷിംപുര വർഗീയ കലാപങ്ങളിലെ പങ്കാളിത്തവും ഗുരുതരം. ഇത്തരമൊരു സേനക്ക് മീശ അലവൻസ് അനുവദിക്കുന്നതിനെതിരെ കടുത്ത വിമർശനങ്ങൾ ഉയരുകയാണ്. മീശയെ ഭയപ്പെടുത്തുന്ന അവയവ ഭാഗമായാണ് കണക്കാക്കുന്നതെന്നും സാധാരണക്കാരെ ഭീഷണിപ്പെടുത്താനാണ് അത് കാരണമാവുകയെന്നും മീശ വെക്കുന്നതിന് നികുതി ഈടാക്കിയിരുന്ന നാട്ടിൽ അങ്ങോട്ട് കാശ് കൊടുക്കുകയാണെന്നും സമൂഹ മാധ്യമങ്ങളിൽ ഫലിതങ്ങൾ നിറഞ്ഞു. പ്രതിപക്ഷ നേതാവ് അഖിലേഷ് യാദവ് അധികാരികളെ കണക്കറ്റ് കളിയാക്കി.സീരിയലുകളിലും സിനിമകളിലും ശ്രീരാമൻ, ലക്ഷ്മണൻ, സീത തുടങ്ങിയവരുടെ വേഷമിട്ടവർക്ക് 20000 രൂപ പെൻഷൻ അനുവദിക്കണമെന്നായിരുന്നു പരിഹാസം.

പാർലമെന്റ് തെരഞ്ഞെടുപ്പിന് നൂറു ദിവസം മാത്രം ശേഷിക്കേ കടുത്ത ഹിന്ദുത്വ പ്രീണന നയവുമായി ഉത്തർപ്രദേശിൽ യോഗി ആദിത്യനാഥിന്റെ വിവാദ പ്രഖ്യാപനം. സന്യാസിമാർക്ക് പെൻഷൻ ഏർപ്പെടുത്തിക്കൊണ്ടാണ് പുതിയ നീക്കം. 60 വയസിനു മുകളിലുള്ള ഹിന്ദുസന്യാസിമാരാണ് പദ്ധതിയുടെ ഗുണഭോക്താക്കൾ. മുതിർന്ന പൗരന്മാർക്കുള്ള സ്റ്റേറ്റ് പെൻഷൻ സ്കീമിന്റെ അടിസ്ഥാനത്തിലുള്ള ആനുകൂല്യം നേരെ അവരുടെ ബാങ്ക് അക്കൗണ്ടിലേക്ക് എത്തും. ഈ പദ്ധതിയിൽ രജിസ്റ്റർ ചെയ്യുന്നതിന് ജനുവരി 30 വരെ ജില്ലാ ആസ്ഥാനങ്ങളിലും നിയമസഭാ മണ്ഡലങ്ങളിലുമായി സംസ്ഥാനത്താകെ ക്യാമ്പുകൾ പ്രവർത്തിച്ചു. പ്രയാഗിൽ നടന്ന കുംഭമേളാ വേദിയിലാണ് യോഗിയുടെ പ്രഖ്യാപനം. അതിനായി അവിടെ മന്ത്രിസഭാ യോഗവും ചേർന്നു. യുപിയുടെ ചരിത്രത്തിലാദ്യമാണ് മന്ത്രിസഭാ യോഗം കുംഭമേളാ സ്ഥലത്ത് നടന്നതെന്നതും കാണണം. വിധവകൾ, അഗതികൾ, അംഗവൈകല്യമുള്ളവർ തുടങ്ങിയവർക്കൊപ്പം ദൈവത്തിന്റെ പ്രതിപുരുഷന്മാരെയും പരിഗണിച്ചാണ് സഹായ വിതരണം. അലഞ്ഞു തിരിയുന്ന പശുക്കളെ സംരക്ഷിക്കുന്നതിന് യുപിയിലുടനീളം ഗോസംരക്ഷണ കേന്ദ്രങ്ങൾ തുടങ്ങുമെന്നുള്ള പ്രഖ്യാപനവും യോഗി നടത്തുകയുണ്ടായി. പശു സംരക്ഷണത്തിന് യുപിയിൽ വിവിധ പദ്ധതികൾ നടപ്പാക്കിയതിന് പിന്നാലെ മധ്യപ്രദേശ് സർക്കാരും രംഗത്ത്. നാല് മാസത്തിനുള്ളിൽ സംസ്ഥാനത്ത് ആയിരം ഗോശാലകൾ പണിയുമെന്നാണ് പ്രഖ്യാപനം. ഒരുലക്ഷത്തോളം പശുക്കളെയും കിടാങ്ങളെയും ഉൾക്കൊള്ളാൻ കഴിയുന്ന തരത്തിലാകും അവയെന്നും മുഖ്യമന്ത്രി കമൽ നാഥ് വ്യക്തമാക്കി. മധ്യപ്രദേശിൽ 614 സ്വകാര്യ ഗോശാലകൾ ഉണ്ടെങ്കിലും സർക്കാർ ഉടമസ്ഥതയിൽ ഒന്നും പ്രവർത്തിക്കുന്നില്ല. പുതിയ തീരുമാനത്തിലൂടെ തെരഞ്ഞെടുപ്പ് വാഗ്ദാനങ്ങളിൽ ഒന്നുകൂടി പൂർത്തീകരിക്കുകയാണെന്നും മുഖ്യമന്ത്രി അവകാശപ്പെടുകയുണ്ടായി. ഗ്രാമപഞ്ചായത്തുകൾ, സ്വയം സഹായ സംഘങ്ങൾ, സംസ്ഥാന ഗോസംരക്ഷണ ബോർഡിനു കീഴിലെ സംഘടനകൾ, ജില്ലാ കമ്മിറ്റികൾ തെരഞ്ഞെടുത്ത സംഘടനകൾ തുടങ്ങിയവയും പദ്ധതിയുടെ ഭാഗമാകും. മോഡി ഭരണം പ്രഖ്യാപിച്ച അഛാദിൻ യഥാർഥത്തിൽ പശുക്കൾക്കാണെന്ന് 2019 ലെ ബജറ്റും തെളിയിച്ചു. പശു ക്ഷേമത്തിന് ദേശീയ കമ്മീഷനും രാഷ്ട്രീയ കാമധേനു ആയോഗും പ്രഖ്യാപിച്ചിരിക്കയാണ്. ബ്രാഹ്മണന്റെയും പശുവിന്റെയും ക്ഷേമം ഉറപ്പാക്കിയാൽ ലോകം മുഴുവൻ സുഖമായെന്ന ആർഷഭാരത സംസ്കാരം പ്രവർത്തികമാവുകയാണെന്നാണ് ഒരു നിരീക്ഷകൻ അഭിപ്രായപ്പെട്ടത്. പശുക്കളുടെയും ക്ഷീരകർഷകരുടെയും സംരക്ഷണവും ക്ഷേമവും ലക്ഷ്യമിട്ടാണത്രേ കമ്മീഷൻ രൂപീകരണം. 30 കോടി മനുഷ്യർ തെരുവിൽ ഉറങ്ങുകയും 50 കോടി പൗരന്മാർക്ക് ശുചിമുറി ഇല്ലാതിരിക്കുകയും ചെയ്യുന്ന രാജ്യത്താണ് പശു ക്ഷേമത്തിന് 750 കോടി രൂപ ബജറ്റിൽ വകകൊള്ളിച്ചിരിക്കുന്നത്.

## മുതൽമുടക്ക് രണ്ടുലക്ഷം, ലാഭം ആറു രൂപ

കിലോയ്ക്ക് ഒരു രൂപ പോലും കിട്ടാതെ കെട്ടിക്കിടന്ന് മുളച്ചുപൊങ്ങിയ സ്വന്തം അധ്വാനത്തിന്റെ നടുവിൽകിടന്ന് ആത്മാഹുതിചെയ്ത യുവ കർഷകൻ. ദാരിദ്ര്യം മാറ്റാൻ ഏതോ ക്ഷേത്രത്തിൽ നിന്നും ജപിച്ച് കെട്ടിയ ചരടുകൾ കൈയിൽ. രാമക്ഷേത്രത്തെ കുറിച്ചും പശുക്കളെ പറ്റിയും ഭരണാധികാരികൾ വാതോരാതെ സംസാരിക്കുന്ന ഡിജിറ്റൽ ഇന്ത്യ. അധ്വാനത്തിന്റെ വില തേടാനും പട്ടിണിക്ക് ചെറിയ ആശ്വാസമാകാനും ദാരിദ്ര്യത്തിൽ നിന്നും മോചനം ലഭിക്കാനും മൈലുകൾ താണ്ടി പൊരുതിയ കർഷകർ. ഇന്ത്യയുടെ ഉള്ളി ഉൽപ്പാദനത്തിൽ പകുതിയും സംഭാവന ചെയ്യുന്ന മഹാരാഷ്ട്രയിലെ നാസിക് ജില്ലയിലെ കൾഷകർ അക്ഷരാർഥത്തിൽ മരണവക്രത്തിലാണ്. സംസ്ഥാനത്തെ പ്രധാന കമ്പോളങ്ങളിൽ ഒരു കിലോ ഉള്ളിയുടെ വില 50 പൈസക്ക് താഴെയായി. 2018 ലെ റബി സീസണിലെ സവാള വിറ്റുപോകാതെ കെട്ടിക്കിടക്കുകയാണ്. സാധാരണ ഡിസംബറോടെ പഴയ സ്റ്റോക്ക് പൂർണമായും തീരുന്നതാണ്. ഇക്കുറി ജനുവരിയിലും 50 ടണ്ണിനടുത്ത് ദിവസവും എത്തുന്നുണ്ട്. അതിനാലാണ് കർഷകർ കിട്ടിയ പൈസക്ക് വിൽക്കാൻ തയ്യാറാകുന്നതും. ഒരു ഏക്കറിൽ ഉള്ളി കൃഷി ചെയ്യാൻ 70,000 രൂപ ചെലവാകും. 20 ടൺ വിളവ് ലഭിക്കും. അതിനു പരമാവധി ലഭിക്കുന്നതാകട്ടെ, 20000 രൂപ. കർഷകർ ആത്മഹത്യ ചെയ്യുമ്പോഴും വിലയിടിവിന്റെ ഗുണം ഉപഭോക്താവിന് ലഭിക്കുന്നില്ലെന്നത് മറ്റൊരു വൈരുധ്യം.

നിഫാദ് താലൂക്കിലെ നെയ്താൽ ഗ്രാമത്തിൽനിന്നുള്ള സഞ്ജയ് സാത്തേ 750 കിലോ ഉള്ളി വിറ്റുകിട്ടിയ 1064 രൂപ പ്രധാനമന്ത്രിക്ക് അയച്ചുകൊടുത്തു. മണിയോർഡർ ചാർജ് 54 രൂപയും അയാൾക്ക് ബാധ്യതയായി. അമേരിക്കൻ പ്രസിഡന്റ് ബരാക് ഒബാമ 2010ൽ ഇന്ത്യ സന്ദർശിച്ചപ്പോൾ കൂടിക്കാഴ്ചക്കായി കേന്ദ്ര കൃഷി മന്ത്രാലയം തെരഞ്ഞെടുത്ത മാതൃകാ കർഷകനായിരുന്ന അയാൾ, ആകാശവാണിയിലും മറ്റും അനുഭവങ്ങൾ പങ്കിടാറുണ്ടായിരുന്നു. അന്ന് മുംബൈ സെന്റ് സേവിയേഴ്സ് കോളേജിൽ സ്റ്റാളും ഒരുക്കി. ദ്വിഭാഷിയുടെ സഹായത്തോടെയായിരുന്നു ഒബാമയുമായുള്ള ആശയവിനിമയം. 'ഞങ്ങൾ മരണത്തിലേക്ക് നടന്നടുക്കുമ്പോൾ ഭരണക്കാർക്ക് എങ്ങനെ മൗനികളാവാനാകും' എന്ന പോസ്റ്ററും പതിച്ചു സാത്തേ. മറ്റൊരു കർഷകൻ മുഖ്യമന്ത്രി ദേവേന്ദ്ര ഫഡ്നവസിന് ആറു രൂപയാണ് മണിയോർഡർ അയച്ചത്. സംഗംനർ മാർക്കറ്റിൽ 2637 കിലോ ഉള്ളി വിറ്റ അഹ്മദ് നഗർ ജില്ലയിലെ ശ്രേയസ് അബാലയ്ക്ക് ആറു രൂപമാത്രമായിരുന്നു മിച്ചം. രണ്ടുലക്ഷം മുതൽമുടക്കിയായിരുന്നു കൃഷി. രണ്ട് കർഷകർ ആത്മഹത്യയെ അവസാന അഭയമായി തെരഞ്ഞെടുക്കുകയായിരുന്നു.

തത്യാഭാവു കയ്ർനർ വയൽക്കരയിലെ ഷെഡിൽ തൂങ്ങി മരിച്ചപ്പോൾ മനോജ് ദൊണ്ടാകെ വിഷം കഴിച്ചാണ് വിടപറഞ്ഞത്. കയ്നറുടെ 500 ക്വിന്റൽ ഉള്ളി കെട്ടിക്കിടക്കുകയായിരുന്നു. 11 ലക്ഷത്തിന്റെ

കടക്കുരുക്ക്. ദൊണ്ടാകെക്കാകട്ടെ, 21 ലക്ഷത്തിന്റെ ബാധ്യത. നെവാസ താലൂക്കിലെ പുന്റഗാവ് ഗ്രാമ വാസിയായ പൊപാത്രോൺ വക്ചോരെ ഞായറാഴ്ച ചന്തയിൽ 20 ക്വിന്റൽ ഉള്ളി സൗജന്യമായി വിതരണം ചെയ്തു. വിലയിടിച്ചതിന് മോഡിക്ക് നന്ദി പ്രകാശിപ്പിച്ച് മറാത്തി ഭാഷയിൽ ഫ്ളക്സ് ബോർഡ് സ്ഥാപിച്ച് പരിഹസിക്കുകയുമുണ്ടായി. യാചകനെക്കാൾ പരിതാപകരമാണ് തന്റെ സ്ഥിതിയെന്നും അയാൾ പരിതപിച്ചു. മഹാരാഷ്ട്രയിൽ ആറുമാസം കൃഷി മന്ത്രി ഇല്ലായിരുന്നു. 2018 മെയ് മാസത്തിൽ പാണ്ഡുരംഗ് ഫുണ്ട്കർ നിര്യാതനായ ശേഷം ഒഴിവു നികത്തിയില്ല. റവന്യൂ മന്ത്രി ചന്ദ്രകാന്ത് പാട്ടീലിന് അധിക ചുമതല നൽകുകയായിരുന്നു. കൃഷിവകുപ്പ് സെക്രട്ടറി ബിജയ് കുമാർ വിരമിച്ചിടത്ത് നിയമനവുമുണ്ടായില്ല. ഉത്തർപ്രദേശിലെ ആഗ്രയിൽ നിന്നുള്ള വാർത്ത ഇതോട് ചേർത്താണ് കാണേണ്ടത്. അവിടുത്തെ കർഷകന് 19 ടൺ ഉരുളക്കിഴങ്ങ് വിറ്റ് കിട്ടിയത് 490 രൂപ മാത്രം. ബറൗലി അഹിർ ഗ്രാമത്തിലെ പ്രദീപ് ശർമയ്ക്കായിരുന്നു ഈ ദുർഗതി. ആ കാശ് അയാൾ മോഡിക്ക് മണിയോർഡറായി അയച്ചുകൊടുത്തു. രാഷ്ട്രപതിക്കും പ്രധാനമന്ത്രിക്കും പലവട്ടം കത്തെഴുതിയെങ്കിലും ഫലമുണ്ടാവാത്തതിനാലായിരുന്നു പ്രതീകാത്മക പ്രതിഷേധം.

## ദളിതയുടെ ജഡം സൈക്കിളിൽ

അപകടത്തിൽ മരിച്ച താഴ്ന്ന ജാതിയിൽപ്പെട്ട നാൽപ്പത്തിയഞ്ചുകാരിയെ പൊതു ശ്മശാനത്ത് സംസ്കരിക്കാൻ വിടില്ലെന്ന് സവർണർ ശാഠ്യം പിടിച്ചതിനെ തുടർന്ന് മകൻ അമ്മയുടെ മൃതദേഹവുമായി മൈലുകൾ സൈക്കിളിൽ അലഞ്ഞു. 2019 ജനവരി പതിനേഴിനായിരുന്നു കരളലിയിപ്പിച്ച സംഭവം. ആ ദുര്യോഗം ഉണ്ടായതാകട്ടെ, ഒഡീഷയിലെ കർപാബഹൽ ഗ്രാമത്തിലെ പതിനേഴുകാരനായ സരോജിന്. വെള്ളമെടുക്കാൻ ശ്രമിക്കവെ കുഴൽക്കിണർ തകർന്നാണ് ജൻകി സിൻഹാരിയ മരിച്ചത്. ഭർത്താവ് ഇല്ലാത്തതിനാൽ തുടർന്നുള്ള കാര്യങ്ങൾ മകന്റെ ചുമലിലായി. മൃതദേഹം സംസ്കരിക്കാൻ സഹകരിക്കണമെന്ന് അവൻ കേണപേക്ഷിച്ചിട്ടും നാട്ടുകാർ വഴങ്ങിയില്ല. എല്ലാ വഴികളും അടഞ്ഞപ്പോൾ ജഡം പഴകിയ തുണിയിൽ പൊതിഞ്ഞ് സൈക്കിളിന്റെ സീറ്റിൽ കെട്ടി ഒറ്റയ്ക്ക് കൊണ്ടുപോയി. മുഷിഞ്ഞ തലക്കെട്ടുമായായി യാത്രചെയ്ത് അഞ്ച് കിലോമീറ്ററോളം അകലെയുള്ള കാട്ടിൽ സംസ്കരിച്ചു. യാത്രക്കിടെ എന്താണ് സൈക്കിളിൽ കെട്ടി വച്ചിരിക്കുന്നതെന്ന് ചോദിച്ചവരോട്, അമ്മയെന്നായിരുന്നു അവന്റെ ഉത്തരം. ഒഡീഷയിൽതന്നെയാണ് മാസങ്ങൾക്കുമുമ്പ് ഗർഭിണിയായ ഭാര്യയുടെ ജഡം ആംബുലൻസിൽ കയറ്റാൻ അനുവദിക്കാത്തതിനാൽ ഭർത്താവ് സൂക്ചറിൽ തള്ളിക്കൊണ്ടുപോയത്.

ദളിതർക്ക് ഭൂമി വിതരണം ചെയ്യണമെന്നാവശ്യപ്പെട്ട പ്രക്ഷോഭത്തിന് നേതൃത്വം നൽകിയതിന് ബിഹാറിലെ സവർണ ഭൂസ്വാമിമാർ പെട്രോൾ ബോംബ് എറിഞ്ഞ് ആക്രമിച്ച സിപിഐഎം നേതാവ് ബൃന്ദ സാഹനിയുടെ മരണം ദാരുണവും വേദനാജനകവുമായിരുന്നു.

സംസ്ഥാനത്ത് ഭൂസ്വാമിമാർ 18 മാസത്തിനിടെ വധിച്ച രണ്ടാമത്തെ നേതാവാണ് ബൃന്ദ. സീതാമാരിയിലെ മിച്ചഭൂമിയിൽ താമസിച്ചുവന്ന 316 കുടുംബങ്ങൾക്ക് ഭൂമി ലഭിക്കുന്നതിന് വേണ്ടി അവരുടെ നേതൃത്വത്തിൽ സമരം നടക്കുകയുണ്ടായി. 2017 ജൂണിൽ ബെഗുസറായിയിൽ ജന്മിഗുണ്ടകൾ ബൈതാർ തൊഴിലാളി യൂണിയൻ നേതാവ് രാംസാഗർ പാസ്വാനെ വധിച്ചിരുന്നു. ബൃന്ദ സാഹനിക്കൊപ്പം ബോംബേറിൽ ഗുരുതരമായി പൊള്ളലേറ്റ അനാമിക ദേവി ആശുപത്രി വിട്ടിട്ടില്ല. രക്തസാക്ഷികൾക്ക് അഭിവാദ്യങ്ങളർപ്പിച്ച് സീതാമാരിയിൽ അവരുടെ സ്വപ്നം സാക്ഷാത്കരിക്കാനാണ് സിപിഐഎം തീരുമാനം. 2000ൽ തുടർസമരങ്ങളിലൂടെ 400 കുടുംബങ്ങൾക്ക് ഭൂമി നേടിക്കൊടുത്തു. അതാവർത്തിക്കാൻ സീതാമാരിയിൽ ബഹുജനറാലിയും നടത്തി.

രാജ്യത്ത് ശിക്ഷിക്കപ്പെടാതെ കാരാഗൃഹങ്ങളിൽ നരകിക്കുന്ന വിചാരണതടവുകാരിൽ ഭൂരിപക്ഷവും പട്ടികജാതി-പട്ടിക വർഗ വിഭാഗങ്ങൾ. രാജ്യ ജനസംഖ്യയിൽ പട്ടികജാതി-പട്ടികവർഗക്കാർ 24 ശതമാനം മാത്രമാണ്. എന്നാൽ വിചാരണ തടവുകാരിൽ 34 ശതമാനവും അവർ. സെന്റർ ഫോർ ഹ്യൂമൻ റൈറ്റ്സ് തയ്യാറാക്കിയ 'ക്രിമിനൽ ജസ്റ്റിസ് ഇൻ ഷാഡോ ഓഫ് കാസ്റ്റ്' എന്ന റിപ്പോർട്ടിലാണ് കണ്ടെത്തൽ. തമിഴ്നാട്ടിൽ വിചാരണ തടവുകാരായി ജയിലിൽ കഴിയുന്ന പട്ടികജാതി-പട്ടികവർഗക്കാർ 38 ശതമാനമാണ്. ദളിത്, ആദിവാസി വിഭാഗങ്ങൾ പരാതികൾ രജിസ്റ്റർ ചെയ്യുമ്പോൾ, കുറ്റം ചുമത്തപ്പെട്ടവർ എതിർ എഫ്ഐആർ രജിസ്റ്റർ ചെയ്യും. ഇരകളായ പട്ടികജാതിവർഗക്കാരുടെ പരാതി മറികടക്കാനാണിത്. അതേതുടർന്ന് പട്ടികവർഗക്കാർ അറസ്റ്റ് ചെയ്യപ്പെടുകയും നിയമനടപടി സ്വീകരിച്ച് ജയിലിലിലടയ്ക്കപ്പെടുകയും ചെയ്യുന്നു. സർക്കാർ ഉദ്യോഗസ്ഥർക്കെതിരെ ദുരുപയോഗമുണ്ടെന്നും ഉടൻ അറസ്റ്റും മുൻകൂർ ജാമ്യ നിഷേധവും വഴി വ്യക്തികളുടെ സ്വാതന്ത്ര്യവും സ്വാഭാവികനീതിയും ഹനിക്കുകയുമാണെന്ന നിരീക്ഷണത്തോടെ പട്ടികജാതി വർഗ പീഡന നിരോധന നിയമം ദുർബലപ്പെടുത്തിയ സുപ്രീം കോടതി വിധിക്കെതിരെ വ്യാപകമായ പ്രതിഷേധമുണ്ടായിരുന്നു. നാഷണൽ ക്രൈം റെക്കോർഡ്സ് ബ്യൂറോയുടെ 2015ലെ റിപ്പോർട് പ്രകാരം രാജ്യത്തെ ജയിലുകളിലെ വിചാരണ തടവുകാരിൽ 55 ശതമാനവും ദളിത്, ആദിവാസി, മുസ്ലീം വിഭാഗങ്ങൾ. ഇവരുടെ ആകെ ജനസംഖ്യയുമായി തുലനംചെയ്യുമ്പോൾ ഈ കണക്ക് കൂടുതലാണ്. ഏറ്റവും പുതിയ സെൻസസനുസരിച്ച് ഈ മൂന്ന് വിഭാഗങ്ങളുടെയും ജനസംഖ്യ 39 ശതമാനം. വധശിക്ഷക്ക് കാത്തുനിൽക്കുന്നവരിലും കൂടുതൽ പിന്നോക്ക സമുദായത്തിൽപെട്ടവർ. ദേശീയ നിയമ സർവകലാശാലയുടെ കണക്കനുസരിച്ച് 279 തടവുകാരെയാണ് വധശിക്ഷക്ക് വിധിച്ചത്. ഇതിൽ 127 പേർ (34 ശതമാനം) പിന്നോക്ക സമുദായക്കാരാണ്. 20 ശതമാനം ന്യൂനപക്ഷങ്ങളും. ഗുജറാത്തിൽ വധശിക്ഷക്ക് വിധിക്കപ്പെട്ട 19 തടവുകാരിൽ 15ഉം മുസ്ലീങ്ങളാണ്. പൊലീസ് അതിക്രമങ്ങൾക്ക് വിധേയമാകുന്നവരിൽ

ഏറെയും ആദിവാസികളും ദളിതരും. കേസുകൾ കെട്ടിച്ചമച്ച് അവരെ ജയിലിലിടക്കുകയാണ്. സമയബന്ധിതമായി കുറ്റപത്രം നൽകാത്തതും അന്വേഷണം വൈകിപ്പിക്കുന്നതും ദളിതർ കൂടുതൽകാലം വിചാരണ ത്തടവുകാരായി കഴിയാൻ കാരണമാകുന്നു.

## ദേവദാസി സമ്പ്രദായത്തിനെതിരെ

തൊട്ടുകൂടായ്മ ഇന്ത്യയിൽ നിയമം മൂലം നിരോധിച്ചിട്ട് ആറു പതി റ്റാണ്ട് കഴിഞ്ഞിട്ടും പല സംസ്ഥാനങ്ങളിലും ദളിതർ അയിത്തത്തിന്റെ ക്രൂരതകൾക്കിരയാവുകയാണ്. കർണാടകയെ മുൻനിർത്തിയുള്ള ഒരു അന്വേഷണം അമ്പരപ്പിക്കും. ഹരനഗിരി ഗ്രാമത്തിലെ മഡിഗ സമുദായ ക്കാർ ബാർബർ ഷാപ്പുകളിൽ പോയപ്പോൾ ഉടമകൾ അവ പൂട്ടി സ്ഥലം വിടുകയായിരുന്നു. സവർണരുടെ വീടുകളിൽ ചെന്ന് ക്ഷൗരം ചെയ്യുക യാണ് ബാർബർമാർ. ഇരുപത് കിലോമീറ്ററിനടുത്ത് യാത്രചെയ്താണ് ദളിതർ മുടിയും താടിയും വെട്ടുന്നത്. ക്ഷേത്രങ്ങളിൽ പ്രവേശിക്കാനോ പൊതുടാപ്പിൽ നിന്ന് വെള്ളമെടുക്കാനോ അനുവാദമില്ല. ഹോട്ടലുകളിൽ ഇരട്ട ഗ്ലാസ് സമ്പ്രദായമാണ്. പലേടത്തും വൃത്തിഹീനമായ പ്ലാസ്റ്റിക് പാത്രത്തിലാണ് ചായ വിതരണം. ചില ജാതിപ്പണികളും അടിച്ചേൽ പ്പിക്കും. ചത്ത കന്നുകാലികളെ മാറ്റി വൃത്തിയാക്കൽ പോലുള്ളവ. വിവാഹങ്ങളടക്കമുള്ള ചടങ്ങുകളിൽ സൗജന്യ സേവനത്തിന് നിർബ ന്ധിക്കുകയും ചെയ്യും. മേൽജാതിക്കാരുടെ മരണവേളകളിൽ മൈക്ക് അനൗൺസ്മെന്റ് നടത്തലും അവരുടെ ചുമതല. മഡിഗ സമുദായക്കാ രിൽ ഭൂരിപക്ഷവും ദാരിദ്ര്യ രേഖയ്ക്ക് താഴെയാണ്. 42 ശതമാനത്തിന് ഒരുതുണ്ട് ഭൂമി പോലുമില്ല. കക്കൂസ് സൗകര്യങ്ങളും അപൂർവം. സ്ത്രീകൾ അരമണിക്കൂർ നടന്നാണ് പ്രാഥമിക കൃത്യങ്ങൾ നിർവഹിക്കുന്നത്. സ്വന്തം പുരയിടത്തിൽ കക്കൂസ് നിർമിക്കാനുള്ള അനുവാദവുമില്ല. ജീവൻ നിലച്ചാലും ഇത്തരം അവഗണനകൾ വിട്ടൊഴിയുന്നില്ലെന്നതും സങ്കടകരം. ആരെങ്കിലും മരിച്ചാൽ ശവസംസ്കാരത്തിന് പ്രമാണിമാ രുടെ കരുണയ്ക്കായി ഇരന്നുനിൽക്കണം. ദേവദാസി സമ്പ്രദായത്തിന്റെ ആചരണം ഇപ്പോഴും നാട്ടുനീങ്ങിയിട്ടുമില്ല. ബംഗലൂരു നാഷണൽ ലോ സ്കൂൾ ഓഫ് ഇന്ത്യാ സർവകലാശാലയും മുംബൈ ടാറ്റാ ഇൻസ്റ്റിറ്റ്യൂട്ട് ഓഫ് സോഷ്യൽ സയൻസസും സംയുക്തമായി നടത്തിയ അന്വേഷ ണമാണ് ഞെട്ടിക്കുന്ന സത്യങ്ങൾ ഓർമപ്പെടുത്തിയത്.

കർണാടകയിൽ 1982ൽ ദേവദാസി സമ്പ്രദായം നിരോധിച്ചിട്ടും നീതി അകലെയാണ്. 2011ന ശേഷം ഈ നിയമത്തിനുകീഴിൽ രജിസ്റ്റർ ചെയ്ത കേസുകൾ വെറും നാല്. ലൈംഗികാതിക്രമ നിരോധ നിയമങ്ങൾ, പോക്സോ വകുപ്പ്, ജുവനൈൽ ജസ്റ്റിസ്ആക്ട് എന്നിവ നടപ്പാവുന്നില്ല. വടക്കൻ കർണാടകത്തിലെ പ്രാന്തപ്രദേശങ്ങളി ലും സമീപ സംസ്ഥാനമായ ഗോവയിലും ദേവദാസി സമ്പ്രദായം ഇപ്പോഴും കൊണ്ടാടുന്നു. ആചാര സംരക്ഷണത്തിന്റെ പേരിലുള്ള ക്രൂര നടപടികൾക്ക് ഇരകളാകുന്നവരിൽ 19 ശതമാനവും(അഞ്ചിലൊരാൾ) മാനസികമായോ ശാരീരികമായോ വെല്ലുവിളി നേരിടുന്നവരാണ്.

ഇത്തരം പെൺകുട്ടികളെ ഉപേക്ഷിക്കാൻ കണ്ടെത്തിയ വഴിയാണ് ആചാരപാലനം. സാമൂഹിക-സാമ്പത്തിക പിന്നോക്കാവസ്ഥ കാരണം അരികുവൽക്കരിക്കപ്പെട്ട സമുദായങ്ങളിൽനിന്നാണ് ദേവദാസികളി ലേറെയും. ആരാധനാലയങ്ങളിലേക്ക് സമർപ്പിക്കപ്പെടുന്ന പെൺകു ട്ടികൾ ലൈംഗികാടിമകളായി മാറുന്നു. കുടുംബത്തിന്റെയും സമുദായ പ്രമാണിമാരുടെയും പുരോഹിതരുടെയും പിന്തുണയോടെയാണ് ഈ പ്രാകൃതത്വം. പിന്നോക്ക കുടുംബങ്ങളെ മെച്ചപ്പെട്ട ജീവിതനി ലവാരത്തിലേക്കും മുഖ്യധാരയിലേക്കും കൈപിടിച്ചുയർത്തുന്നതിൽ സർക്കാരുകൾ പൂർണപരാജയം. അനാചാരത്തിന്റെ മറവിൽ കൊടിയ ചൂഷണത്തിനിരയാവുന്ന ദേവദാസികളെ സംഘടിപ്പിച്ച് സിപിഐ എം നേതൃത്വത്തിൽ ബെല്ലാരിയിലെ ഹോസ്പെട്ടിൽ പടുകൂറ്റൻ റാലി നടത്തിയത് അടുത്തിടെ. സംഘടന രൂപീകരിച്ച ശേഷം ആയിരക്ക ണക്കിന് സ്ത്രീകളെ മോചിപ്പിക്കാനായി. അവരെല്ലാം പാർടിക്കൊപ്പം അണിനിരക്കുകയാണ്. ഈ അനാചാരത്തിനെതിരെ പൊരുതി, ആയി രക്കണക്കിന് ദേവദാസികളെ വിമോചിപ്പിക്കാൻ നേതൃത്വം നൽകിയ സമര നായിക ടി വി രേണുകാമ്മ സിപിഐ എം ദാവൺഗരെ ജില്ലാ സെക്രട്ടറിയാണ്.

2019 ലെ പാർലമെന്റ് തെരഞ്ഞെടുപ്പ് ലക്ഷ്യമാക്കി മുസ്ലിങ്ങൾക്കെ തിരെ തീവ്ര വർഗീയ പ്രസ്താവനയുമായി കേന്ദ്രമന്ത്രി ആനന്ദകുമാർ ഹെഗ്ഡെ രംഗത്തെത്തിയത് ഒരു മറയുമില്ലാതെയാണ്. താജ്മഹൽ ആദ്യം ശിവക്ഷേത്രമായിരുന്നെന്നും അത് പിടിച്ചെടുത്തതാണെന്നും ഹിന്ദുക്കൾ ഉറങ്ങിയാൽ വീടുകൾ മുസ്ലിങ്ങൾ മസ്ജിദാക്കുമെന്നും കുടകിലെ റാലിക്കിടെ മന്ത്രി പറഞ്ഞു. താജ്മഹൽ പണിതത് മുസ്ലി ങ്ങളല്ല. ചരിത്രമത് വ്യക്തമാക്കുന്നുണ്ട്. ഷാജഹാന്റെ ആത്മകഥയിൽ ആ കൊട്ടാരം താൻ ജയസിംഹ രാജാവിൽനിന്നും വാങ്ങിയതാണെന്ന് രേഖപ്പെടുത്തിയിട്ടുമുണ്ട്. തേജോ മഹല്യ എന്ന പേരിൽ പരമതീർഥ രാജാവ് നിർമിച്ച ശിവ മന്ദിരമായിരുന്നു അത്. പിന്നീട് താജ്മഹൽ എന്ന് പേരുമാറ്റി. നമ്മൾ ഇനിയും ഉറങ്ങുകയാണെങ്കിൽ സ്വന്തം വീടുകൾ മുസ്ലിങ്ങൾ മസ്ജിദെന്ന് പേരുമാറ്റും. നമ്മുടെ ദൈവമായ രാമനെ ജഹൻപാന എന്നും സീതാ ദേവിയെ ബീബിയെന്നും വിളിക്കും- ഇങ്ങനെ ചൂടുപിടിച്ച ആ പ്രസംഗം. ശബരിമല പ്രശ്നത്തിലും ഹെഗ്ഡെ വിവാദ പ്രസ്താവന നടത്തുകയുണ്ടായി. കേരളസർക്കാരിന്റെ നിലപാട് ഹിന്ദുക്കളെ പകൽവെളിച്ചത്തിൽ ബലാത്സംഗം ചെയ്യുംപോ ലെയാണെന്നായിരുന്നു അത്. 2017ൽ ഭരണഘടനയെ അധിക്ഷേപിച്ച് പ്രസംഗിച്ചതും വിവാദമായിരുന്നു. ബിജെപി ഭരണഘടന തിരുത്തുമെന്ന പ്രസ്താവനയും അന്ന് നടത്തി. മതേതരം എന്ന വാക്ക് ഭരണഘടനയില്ലു ണ്ടെന്ന് സൂചിപ്പിച്ചായിരുന്നു തിരുത്തൽ ഭീഷണിയുയർത്തിയത്.

# ആറുവട്ടം മാപ്പിരന്ന 'വീർ' സവർക്കർ

ഇംഗ്ലണ്ടിലെ വിക്ടോറിയ രാജ്ഞി(1819 മെയ് 24- 1901 ജനുവരി 22) യുടെ 118-ാമത് ചരമ വാർഷികദിനം ദില്ലിയിൽ ഹിന്ദുസേന ആഘോഷിച്ചത് നിരവധി അപകടത്തിന്റെ സൂചന നൽകുന്നതാണ്. ജന്തർമന്ദറിലെ ആഹ്ലാദത്തിനിടെ ഇന്ത്യക്ക് സ്വാതന്ത്ര്യം ലഭിച്ചത് 1857ലെ ബ്രിട്ടീഷ് അധിനിവേശത്തോടെയാണെന്ന് പ്രഖ്യാപിച്ചത് സംഘടനയുടെ പ്രത്യയശാസ്ത്ര നിലപാട്ടു തന്നെയായി. അധിനിവേശത്തെ സ്വാതന്ത്ര്യമായി വ്യാഖ്യാനിച്ച് , ഇസ്ലാമിക കടന്നുകയറ്റക്കാരും ഭീകരരുമായ മുഗളരുടെ ഭരണത്തിന് അന്ത്യംകുറിച്ചത് ബ്രിട്ടീഷുകരാണെന്ന് വിശദീകരിക്കുകയുമായിരുന്നു. അതോടെയാണത്രെ അവസാന മുഗൾ ഭരണാധികാരി സഫർ എന്നറിയപ്പെട്ട ബഹാദൂർ ഷാ രണ്ടാമൻ റംഗൂണിലേക്ക് പലായനം ചെയ്തതും ബ്രിട്ടീഷ് കാരാഗൃഹത്തിൽ 1862 നവംബർ ഏഴിന് അന്ത്യശ്വാസം വലിച്ചതും. ഇസ്ലാമിക ഭരണത്തിൽനിന്ന് ഇന്ത്യയെ മോചിപ്പിച്ചതാണ് 1857 ലെ ഒന്നാം സ്വാതന്ത്ര്യ സമരമെന്ന, പരിപാടിക്ക് നേതൃത്വം നൽകിയ ഹിന്ദുസേനാ അധ്യക്ഷൻ വിഷ്ണു ഗുപ്തയുടെ വിശദീകരണം അതിനാൽ നിസ്സാരമല്ല. സഫറിന്റെ വാഴ്ചക്ക് അന്ത്യം കുറിച്ചത് ഒന്നാം സ്വാതന്ത്ര്യ സമരമായിരുന്നു. ബ്രിട്ടീഷുകാർ ഏറ്റവും പുരോഗമനാത്മകങ്ങളായ ഒട്ടേറെ നിയമനിർമാണം നടത്തി. 1860 കളിൽ എല്ലാവർക്കും തുല്യാവകാശം അനുവദിച്ച നിയമം പ്രാബല്യത്തിലായി. പാർലമെന്ററി സംവിധാനവും നിയമ വ്യവസ്ഥയും റെയിൽ-തപാൽ സൗകര്യങ്ങളും ഒരുക്കിയതിനാൽ അവരാണ് സ്വാതന്ത്ര്യം വാങ്ങിത്തന്നത്. ബ്രിട്ടീഷുകാരെ സ്തുതിക്കാൻ കുറേ കാര്യങ്ങളുണ്ട്. ജാലിയൻ വാലാബാഗ് സംഭവമെഴിച്ചാൽ അക്കാലം മികച്ചതായിരുന്നു. അത് അടിമത്തത്തിന്റേതായിരുന്നെന്ന് വിലയിരുത്തുന്നതെങ്ങനെയെന്നും നേതാക്കൾ ചോദിച്ചു. നാട്ടു രാജ്യങ്ങളായി വിഭജിച്ചുനിന്ന ഇന്ത്യയെ ഒരു കുടക്കീഴിൽ, ഒറ്റ നിയമത്തിൻ കീഴിൽ കൊണ്ടുവന്നത് വിക്ടോറിയ രാജ്ഞിയാണെന്നും അതുകൊണ്ടാണ് ചരമ വാർഷികം ആഘോഷിച്ചതെന്നും ഗുപ്ത ന്യായീകരണം നിരത്തുകയും ചെയ്തു. ദില്ലി കേരളാ ഹൗസ് കാന്റീനിൽ ബീഫ് വിളമ്പുന്നുണ്ടെന്ന വ്യാജ ആരോപണം ഉന്നയിച്ച അയാൾ, ബംഗലൂരു- മൈസൂർ റൂട്ടിലെ ടിപ്പു

എക്സ്പ്രസ് തീവണ്ടിയുടെ പേര് ആനന്ദ് എക്സ്പ്രസ് എന്നാക്കണമെന്ന് മന്ത്രി പിയൂഷ് ഗോയലിനോട് 2018 നവംബറിൽ ആവശ്യപ്പെടുകയുമുണ്ടായി.

ബ്രിട്ടീഷുകാരോട് പലവട്ടം മാപ്പിരന്ന് ജയിൽ മോചനം നേടിയ, വെള്ളസാമ്രാജ്യത്വത്തെ താങ്ങി സ്വാതന്ത്ര്യ സമരത്തെ ഒറ്റുകൊടുത്ത, സംഘപരിവാർ പൂജനീയരായി അവരോധിച്ചവരിൽ പ്രമുഖനായ വിനായക് ദാമോദർ സവർക്കറിന്റെ അനുയായികളിൽനിന്ന് ഇതിനപ്പുറം പ്രതീക്ഷിക്കാനാവില്ല. ഇന്ത്യൻ പാർലമെന്റിന്റെ സെൻട്രൽ ഹാളിൽ, ധീര ദേശാഭിമാനികളുടെയും ഹിന്ദു-മുസ്ലിം ഐക്യത്തിന് ജീവൻ ബലിനൽകിയവരുടെയും ഫോട്ടോകൾക്കിടയിൽ 2003 ഫെബ്രുവരി 27ന് സവർക്കറുടെ ചിത്രം തള്ളിക്കയറ്റിയത് ചരിത്രം പിടിച്ചടക്കലിന്റെ ഭാഗമാണ്. ആൻഡമാനിലെ പോർട്ബ്ലെയർ വിമാനത്താവളം വീർ സവർക്കറിന്റെ ബഹുമാനാർഥം 2008 മെയ് എട്ടിന് പുനർനാമകരണം ചെയ്യുകയുമുണ്ടായി. 2017 മെയ് 28ന് ജവഹർലാൽ നെഹ്റുവിന്റെ ചരമ വാർഷിക ദിനത്തിലെ 'മൻ കീ ബാത്തി'ൽ പ്രധാനമന്ത്രി നരേന്ദ്ര മോഡി അദ്ദേഹത്തെ അനുസ്മരിച്ചതിനേക്കാൾ സവർക്കറെ പുകഴ്ത്തുകയായിരുന്നു. ഒന്നാം സ്വാതന്ത്ര്യ സമരം നടന്ന മെയ് മാസം സവർക്കറുടെ ജന്മമാസം കൂടിയാണ്. ആ പ്രക്ഷോഭത്തിന്റെ 50-ാം വാർഷികം അദ്ദേഹവും സുഹൃത്തുക്കളും ലണ്ടനിലെ ഇന്ത്യാ ഹൗസിൽ ആഘോഷിക്കുകയുമുണ്ടായി. ധീരതക്ക് പേരുകേട്ട സവർക്കർ മികച്ച സാമൂഹ്യ പരിഷ്ക്കർത്താവും കവിയുമാണെന്നും മോഡി ഊന്നി. അതിന് എബി വാജ്പേയിയുടെ പഴയ പ്രസംഗം എടുത്തിട്ടു. യൗവ്വനം, ത്യാഗം, ബുദ്ധികൂർമത, കഠിന തപസ്സ് തുടങ്ങിയ ഗുണങ്ങളുടെ നിറകുടമായ സവർക്കർ അസ്ത്രവും വാളുമാണെന്നും പറഞ്ഞ വാജ്പേയി, അദ്ദേഹം ധീരനായ വിപ്ലവകാരിയും വികാര തരളിതനായ കവിയുമാണെന്ന് സ്ഥാപിക്കാനും ശ്രമിച്ചിരുന്നു.

ഇന്ത്യയിലും ഇംഗ്ലണ്ടിലുമായി പഠനം നടത്തവേ ഹിന്ദുത്വപാത സ്വീകരിച്ച സവർക്കർ അഭിനവ് ഭാരത് സൊസൈറ്റിയും ഫ്രീ ഇന്ത്യാ സൊസൈറ്റിയും രൂപീകരിച്ചു. 1920 മുതലാണ് 'വീർ' വിശേഷണം പേരിനോട് ചേർക്കപ്പെട്ടത്. കോൺഗ്രസ് നിലപാടുകളെ ശക്തമായി വിമർശിച്ച അദ്ദേഹം ക്വിറ്റ് ഇന്ത്യാ പ്രക്ഷോഭത്തെ എതിർക്കുകയും ചെയ്തു. സ്വാതന്ത്ര്യ സമരത്തിൽ പങ്കെടുത്തതിന് ശിക്ഷിക്കപ്പെട്ട് ആൻഡമാൻ നിക്കോബാറിലെ ജയിലിലടക്കപ്പെട്ടു. ഒരു പതിറ്റാണ്ട് അവിടെയും മൂന്നു കൊല്ലം രത്നഗിരി ജയിലിലും കഴിഞ്ഞു. അക്കാലത്താണ് ഹിന്ദുത്വത്തെ നിർവചിക്കുന്ന കുറിപ്പുകളെഴുതിയത്. ശിക്ഷ 13 വർഷം കഴിഞ്ഞപ്പോൾ ശിഷ്ടകാലം ബ്രിട്ടീഷുകാർക്കെതിരെ വിരലനക്കില്ലെന്ന് ഉറപ്പുനൽകി. തുടർന്ന് വിട്ടയക്കപ്പെട്ടു. ശിക്ഷയിളവ് നേടുന്നതിന് സവർക്കർ ബ്രിട്ടീഷുകാരോട് ആറുവട്ടം മാപ്പിരന്നു. താനൊരു ധാരാളിയായ മകനാണെന്നും മാപ്പ് അനുവദിക്കണമെന്നും ബ്രിട്ടീഷ് ഭരണകൂടത്തിന്റെ പിതൃതുല്യമായ വാതിലുകളിലേക്ക് തിരിച്ചുവരാൻ കൊതിയുണ്ടെന്നും

കെഞ്ചി. മോചിപ്പിക്കുകയാണെങ്കിൽ ഒട്ടേറെ ഇന്ത്യക്കാരെ ബ്രിട്ടീഷ് അനുകൂലമാക്കാനാവുമെന്നും അവകാശപ്പെട്ടു. ഏതു വിധേനയും സാമ്രാജ്യത്തെ സേവിക്കാൻ ഒരുക്കമാണെന്ന വാഗ്ദാനം. തുടർന്ന് ബ്രിട്ടീഷ് ഭരണകൂടത്തെ അംഗീകരിച്ചും അക്രമപ്രവർത്തനങ്ങളെ തള്ളിയും പ്രസ്താവന നടത്തി. ഹിന്ദുസ്ഥാൻ റിപ്പബ്ലിക്കൻ അസോസിയേഷൻ സ്ഥാപിച്ച സചീന്ദ്രനാഥ് സന്യാൽ 1922ൽ ജയിലിൽ വെച്ചെഴുതിയ 'തടവിലാക്കപ്പെട്ട ജീവിതം' എന്ന കൃതിയിൽ ഇങ്ങനെ രേഖപ്പെടുത്തി: ഞാൻ വാഗ്ദാനംചെയ്ത അതേ സഹകരണമാണ് സവർക്കറും നൽകിയത്. എന്റെ ഹർജി സ്വീകരിച്ച് അദ്ദേഹത്തിന്റേത് തള്ളിയത് എന്തുകൊണ്ടെന്നറിയില്ല. (പേജ് 226) ഗാന്ധിവധം, കേസിലെ ഏഴാം പ്രതിയായ സവർക്കറുടെ ആസൂത്രണമാണ്. 1948 മെയ് 6ന് ശ്യാമപ്രസാദ് മുഖർജിയുടെ കത്തിനു നൽകിയ മറുപടിയിൽ ആഭ്യന്തര മന്ത്രി സർദാർ പട്ടേൽ, എഴുതി: മഹന്ത് ദിഗ്വിജയനാഥ്, റാം സിങ്ങ് ,ദേശ്പാണ്ഡേ തുടങ്ങിയ ഹിന്ദു മഹാസഭാ വക്താക്കൾ അടുത്ത കാലംവരെ സമരോൽസുക വർഗീയവാദം പ്രചരിപ്പിച്ചുനടന്നിരുന്നു. അത് പൊതുജീവിതത്തിനും സുരക്ഷക്കും ഹാനികരമാണെന്ന് മനസ്സിലാക്കണം. മറ്റൊരു കത്തിനോടുള്ള പ്രതികരണം ഇങ്ങനെ: ഹിന്ദു മഹാസഭയുടെ പ്രവർത്തനഫലമായി ആ ദുരന്തം സംഭവിക്കാൻ സാധ്യതയുണ്ടെന്ന അന്തരീക്ഷം സൃഷ്ടിക്കപ്പെട്ടിരുന്നുവെന്ന് റിപ്പോർട്ടുകൾ ഉറപ്പിക്കുന്നു. ഹിന്ദു മഹാസഭയിലെ അതിതീവ്ര വിഭാഗം ഗാന്ധിവധഗൂഢാലോചനയിൽ പങ്കെടുത്തിരുന്നുവെന്ന് തീർത്ത് വിശ്വസിക്കുന്നു.("സവർക്കറും ഹിന്ദുത്വവും' എന്ന കൃതിയിൽ എ ജി നൂറാണി ഉദ്ധരിച്ചത്) വസ്തുതകൾ പരിശോധിച്ചാൽ സവർക്കറും മറ്റും നടത്തിയ ഗൂഢാലോചനയുടെ ഫലമായിരുന്നു ഗാന്ധിവധമെന്ന് കാണാം. അത് അന്വേഷിച്ച ജീവൻലാൽ കപൂർ കമ്മീഷൻ ആ പങ്ക് സ്ഥിരീകരിച്ചു.

ഇന്ത്യാവിഭജനത്തിനുവേണ്ടി നിലകൊണ്ട സവർക്കർ മുസ്ലീം പ്രദേശങ്ങൾ ഒഴിവാക്കി ഹിന്ദുരാഷ്ട്രം സ്ഥാപിക്കുകയെന്ന ലക്ഷ്യവുമായി ഗാന്ധിജിക്കെതിരെ വിഷലിപ്തമായ പ്രചാരണങ്ങളിൽ മുഴുകി. ക്വിറ്റ് ഇന്ത്യാ സമരത്തെ എതിർത്ത് സൈന്യത്തിൽ ആളെക്കൂട്ടാനിറങ്ങി ബ്രിട്ടീഷുകാരുമായി സഖ്യമുണ്ടാക്കി. മുസ്ലീങ്ങളെ പ്രീതിപ്പെടുത്താൻ ഗാന്ധിജി ഹിന്ദു താൽപര്യങ്ങളെ ബലികഴിക്കുകയാണെന്ന ആരോപണം ഉയർത്തുകയും ചെയ്തു.

### ട്രംപിന്റെ ജയത്തിന് വിശേഷാൽ പൂജ

തെരഞ്ഞെടുപ്പ് പ്രചാരണത്തിനിടെ മുസ്ലിം വിരുദ്ധ നിലപാട് പ്രഖ്യാപിച്ചതിന് പ്രത്യുപകാരമായി ഡൊണാൾഡ് ട്രംപിന്റെ വിജയത്തിന് 2016 മെയ് 11ന് ജന്തർ മന്ദിറിൽ വിശേഷാൽ പൂജ ഒരുക്കുകയുണ്ടായി ഹിന്ദുസേനക്കാർ. ശിവനെയും ഹനുമാനെയും പൂജിച്ചായിരുന്നു ചടങ്ങ്. ഒപ്പം ട്രംപിന്റെ ചിരിക്കുന്ന ചിത്രവും. ദില്ലിയിലെ യുഎസ് എംബസിക്ക് മുന്നിൽ റാലിയും നടത്തി. ഇസ്ലാമിക ഭീകരതയെ നേരിടുന്നതിൽ ലോകത്തിന്റെ ഏകപ്രതീക്ഷയാണ് ട്രംപ് എന്നാണ്

സേന വിലയിരുത്തിയതും. അദ്ദേഹം അധികാരമേറ്റപ്പോഴും വിജയഭേരിയുണ്ടായി. 2017 ജൂൺ 14ന് ട്രംപിന്റെ 71-ാം ജന്മദിനം ഏഴ് കിലോ തൂക്കമുള്ള കേക്ക് മുറിച്ച് ആഘോഷിച്ചു. മനുഷ്യ കുലത്തിന്റെ രക്ഷകൻ എന്ന സ്തുതികളാണ് അന്നുയർന്നത്. ട്രംപിന്റെ ജീവിതം വരച്ചുകാട്ടിയ ഫോട്ടോ പ്രദർശനവും ഒരുക്കി. 2016ൽ ദില്ലിയിൽ പാക്ക് എയർലൈൻസ് ഓഫീസിൽ അതിക്രമിച്ചു കയറി നാശമുണ്ടാക്കിയതും വിഖ്യാത ഗസൽ ഗായകൻ ഗുലാം അലി പങ്കെടുക്കേണ്ടിയിരുന്ന ചിത്രത്തിന്റെ മ്യൂസിക് ലോഞ്ച് നിർത്തിവെപ്പിച്ചതും 2017ൽ സിപിഎം ജനറൽ സെക്രട്ടറി സീതാറാം യെച്ചൂരിയുടെ പത്രസമ്മേളനത്തിൽ ഇരച്ചെത്തി കൈയേറ്റത്തിന് മുതിർന്നതും ഹിന്ദുസേനക്കാരാണ്.

പൗരത്വ ഭേദഗതി നിയമത്തെ അമുസ്ലിം അഭയാർഥികൾ ഭയക്കേണ്ടതില്ലെന്ന് അമിത് ഷാ 2018 ജനവരി 23 ന്റെ മാൾഡ റാലിയിൽ പ്രഖ്യാപിച്ചത് അത്യന്തം പ്രകോപനപരമായ ഭാവങ്ങളോടെയായിരുന്നു. ഹിന്ദു, ബുദ്ധ, സിഖ്, ക്രിസ്ത്യൻ, പാർസി, ജൈന വിഭാഗങ്ങളെ ഒഴിവാക്കില്ലെന്ന് പറഞ്ഞ ബിജെപി ദേശീയ അധ്യക്ഷൻ അഫ്ഗാനിസ്ഥാൻ, പാകിസ്ഥാൻ, ബംഗ്ലാദേശ് എന്നിവടങ്ങളിൽ നിന്നെത്തുന്ന അടിച്ചമർത്തപ്പെട്ടവർക്ക് പൗരത്വം നൽകുമെന്ന് ഉറപ്പുനൽകുകയും ചെയ്തു. മുസ്ലിങ്ങളെ നുഴഞ്ഞു കയറ്റക്കാരായി ചിത്രീകരിച്ച ഷാ, ഹിന്ദു അഭയാർഥികളുടെ പൗരത്വം ഉറപ്പാക്കേണ്ടതുണ്ടെന്ന് കൂട്ടിച്ചേർക്കുകയുമുണ്ടായി. ബിൽ പ്രാബല്യത്തിൽ വരുന്നതോടെ അഭയാർഥികളിൽ ഭൂരിപക്ഷം വരുന്ന മുസ്ലിങ്ങൾക്ക് പൗരത്വം നിഷേധിക്കപ്പെടും. രാജ്യസഭ ബില്ലിന് അംഗീകാരം നൽകിയതിനെ തുടർന്ന് അസമിൽ ബന്ദ് ആചരിച്ചിരുന്നു. രാജ്യത്തിന്റെ മതനിരപേക്ഷ അടിത്തറ തകർക്കുന്ന നടപടി അവസാനിപ്പിക്കണമെന്നാവശ്യപ്പെട്ട സാംസ്കാരിക പ്രവർത്തകരെ രാജ്യദ്രോഹ കുറ്റം ചുമത്തി ജയിലിലിടുകയും ചെയ്തു.

### പശുപൂജയുടെ കയറ്റുമതി

ഇന്ത്യയിലെ പശുപൂജ ഹിന്ദുത്വം വിദേശങ്ങളിലേക്കും കയറ്റുമതി ചെയ്യുകയാണ്. ആസ്ട്രേലിയൻ കറൻസിയിൽ കന്നുകാലികളുടെ ഇറച്ചിയിൽനിന്ന് ഉൽപ്പാദിപ്പിക്കുന്ന ഘടകമുണ്ടെന്ന ആരോപണവുമായി ഹിന്ദു സംഘടനകൾ രംഗത്തെത്തിയത് അതിന്റെ ഉദാഹരണം. മതവികാരം വ്രണപ്പെടുത്തുവെന്നാരോപിച്ച് പ്രതിഷേധങ്ങൾ നടന്നതായി 'ഡെയ്ലി മെയിൽ' പത്രം റിപ്പോർട് ചെയ്തു. ബീഫ് വിമുക്ത കറൻസി' അച്ചടിക്കണമെന്ന മുദ്രാവാക്യമുയർത്തി റിസർവ് ബാങ്കിന് മുന്നിൽ ജനവരി 23 ന് സത്യാഗ്രഹവുമുണ്ടായി. ആസ്ത്രേലിയൻ 'പോളിമർ' കറൻസികളിൽ മൃഗ കൊഴുപ്പിൽനിന്നുള്ള 'ടാലോ' എന്ന ഘടകം അടങ്ങിയിട്ടുണ്ടെന്ന് ആരോപിച്ചാണ് രംഗത്തെത്തിയത്. നോട്ടുകൾ അടുക്കിവെക്കവെ തെന്നിപ്പോകാതിരിക്കാനും ഘർഷണം കൊണ്ട് വൈദ്യുതോർജം ഉണ്ടാകാതിരിക്കാനുമാണ് ടാലോ ഉപയോഗം. പുറത്തിറക്കാനിരിക്കുന്ന 20 - 100 ഡോളറുകളുടെ കറൻസികളിൽ ആ ഘടകം ഒഴിവാക്കണമെന്ന് അമേരിക്കയിലെ നെവാഡ ആസ്ഥാനമായ യൂണിവേഴ്സൽ

സൊസൈറ്റി ഓഫ് ഹിന്ദുയിസം ആവശ്യപ്പെട്ടു. സംഘടനാ അധ്യക്ഷൻ രാജൻ സേഡ് ഇത് സംബന്ധിച്ച റിസർവ് ബാങ്ക് ഗവർണർ ഫിലിപ്പ് ലോവെക്ക് കത്തയച്ചിട്ടുമുണ്ട്. പ്രധാനമന്ത്രി സ്കോട്ട് മോറിസണെ ഇടപെടുവിക്കാനും നീക്കം നടക്കുന്നു. അഞ്ച്, പത്ത്, അമ്പത് ഡോളർ നോട്ടുകളാണ് അടുത്തിടെ പുറത്തിറക്കിയത്. ഇരുപത്, നൂറ് നോട്ടുകൾ വൈകാതെ ഇറക്കുമെന്ന് അറിയിച്ചിട്ടുമുണ്ട്. പ്ലാസ്റ്റിക് കറൻസിയുടെ നിർമാണത്തിൽ ഘർഷണം കുറക്കുന്നതിനുള്ള സ്ലിപ് ഏജന്റായി ഒരു ശതമാനം മൃഗക്കൊഴുപ്പ് ഉപയോഗിക്കുന്നുണ്ടെന്ന് ബാങ്ക് വെളിപ്പെടുത്തിയിരുന്നു. എന്നാൽ ഹിന്ദുക്കളുടെ വികാരത്തെ മാനിക്കണമെന്നും ബീഫ് ഉപയോഗിക്കാത്ത നോട്ടുകൾ പുറത്തിറക്കാൻ റിസർവ് ബാങ്ക് ഗവർണർ ഇടപെടണമെന്നുമാണ് ആവശ്യം.

# പ്രതിമാ കൃഷിയിലെ സാംസ്കാരിക ലാഭം

സത്യം ചെരുപ്പിടാൻ തുടങ്ങുമ്പോഴേക്കും കള്ളം ഭൂമിയുടെ പകുതി ഭാഗം സഞ്ചരിച്ചു കഴിഞ്ഞിരിക്കും എന്ന മാർക് ട്വയിനിന്റെ അഭിപ്രായം ഇന്നത്തെ ഇന്ത്യൻ അവസ്ഥയ്ക്ക് നന്നായി ചേരും. ഫാസിസ്റ്റുവൽക്കരണത്തിന്റെ ചേരുവകൾ പലമട്ടിലാണ് സത്യത്തെ കൊല ചെയ്തുകൊണ്ടിരിക്കുന്നത്. ഭാഷ, വസ്ത്രം, വേഷം. ഭക്ഷണം- തുടങ്ങിയവയിലൂടെയെല്ലാം ദേശീയതാവാദം ഉദ്ദീപിപ്പിച്ച് കൃത്രിമ ശത്രുക്കളെ നിർമിച്ചെടുക്കുകയുമാണ് സംഘപരിവാരം. ദേശീയഗാനത്തിന്റെ പേരിൽ ഇളക്കിവിടാൻ ശ്രമിച്ച കലാപങ്ങളുടെ ഉഷ്ണക്കാറ്റ് കെട്ടടങ്ങിയിട്ടുമില്ല. നരേന്ദ്ര മോഡിയുടെ കാർമികത്വത്തിൽ അരങ്ങേറിയ ഉന്മാദത്തിന്റെ പ്രകടനങ്ങളും പ്രദർശനങ്ങളും ജനാധിപത്യത്തിന്റെ പ്രാഥമിക പാഠങ്ങൾക്കുപോലും ദഹിക്കാനാകുമായിരുന്നില്ല. നോട്ടുനിരോധനത്തിന്റെ ധിക്കാരത്തിൽ രാജ്യമാകെ നട്ടംതിരിയുമ്പോഴും അഭിനവ ഹിറ്റ്ലർ വാചാടോപങ്ങളും ഹാസ്യ നാടകങ്ങളും എടുത്തുചുഴറ്റി ഉള്ളുപൊള്ളയായ ഭ്രാന്തൻ ജൽപ്പനങ്ങളിൽ അഭയംതേടുകയായിരുന്നു. നോട്ടു നിരോധനത്തിന്റെ കെടുതികൾ ജനങ്ങളെ ഏറ്റവും ആഴത്തിൽ മുറിവേൽപ്പിച്ച ദിവസങ്ങളിലൊന്നിൽ അദ്ദേഹം മുംബൈയിൽ 3600 കോടി വിലപിടിപ്പുള്ള ശിവജി പ്രതിമയ്ക്ക് ശിലയിടുകയായിരുന്നു. മുംബൈ തീരത്ത് 192 മീറ്റർ ഉയരത്തിൽ പണിയുന്ന അത് 2019ൽ പൂർത്തിയാക്കാനാണ് നിശ്ചയിച്ചിരിക്കുന്നതും. അമേരിക്കൻ സ്വാതന്ത്ര്യ പ്രതിമയുടെ ഇരട്ടി വലിപ്പം വരുമതിന്. മഹാരാഷ്ട്രയുടെ മൊത്തം വൈദ്യുത പദ്ധതികൾക്കായി ബജറ്റിൽ വകയിരുത്തിയതിന്റെ അഞ്ചിരട്ടിയാണ് പ്രതിമയുടെ ചെലവ്; ഗ്രാമീണ റോഡുകൾക്കായി മാറ്റിവെച്ചതിന്റെ ഏഴിരട്ടിയും. ലക്ഷക്കണക്കിന് ഗ്രാമീണർക്ക് ഉപയോഗപ്പെടുന്ന ചെറുകിട ജലസേചന പദ്ധതികൾക്കും ആ തുക മതിയാകും. ഇത്തരം സംസാരിക്കുന്ന വസ്തുതകളുടെ നാവരിയാൻ അവകാശവാദങ്ങളുടെ കള്ളങ്ങൾ നിരത്തുകയാണ് കാവിപ്പട. സംസ്ഥാന മന്ത്രിമാരിൽ ചിലരും കോമാളി വേഷമണിഞ്ഞു.ധന-ആസൂത്രണ-വനവകുപ്പുകളുടെ ചുമതലയുള്ള സുധീർ മുംഗാന്ദിവാർ പ്രസിദ്ധീകരണങ്ങൾക്ക് മുന്നിൽ അഭിമുഖത്തിന് ഇരുന്നുകൊടുക്കാൻപോലും മടിച്ചില്ല. 'മിഡ് ഡേ'ക്ക് നൽകിയ അഭിമുഖം

നിർത്താതെ ചിരിക്കാനുള്ള വകയുള്ളതുമായി. പ്രതിമാ നിർമാണം പണത്തിന്റെ പ്രശ്നമല്ല. ശിവജിയുടെ ആശയങ്ങളിലേക്ക് ആകർഷിക്കപ്പെടുകയാണ് പ്രധാനം. പൊലീസ് വകുപ്പിനായി 15000 കോടി രൂപ ചെലവഴിക്കുന്നുണ്ട്. ശിവജിയുടെ ചിന്തകൾ പിന്തുടർന്ന് ജനങ്ങൾ മാതൃകാ പൗരന്മാരായാൽ ആ സംഖ്യ ബജറ്റിൽ 3000 കോടിയായി കുറച്ചുകൊണ്ടുവരാം. ഗുണ്ടകൾ ഒരു സ്ത്രീയെ പിന്തുടർന്ന് ശല്യംചെയ്താൽ അത് കണ്ടുനിൽക്കുന്നയാൾ 'ജയ് ഛത്രപദി 'എന്നു വിളിക്കും. അത് കേട്ടാൽ ശല്യക്കാർ ഓടും. അതും പൊലീസിന്റെ കടമ തന്നെയല്ലേ? ഒരാളെങ്കിലും ശിവജിയുടെ ആശയം നടപ്പിൽ വരുത്തുമെങ്കിൽ തന്നെ സംബന്ധിച്ച് അത് ആയിരം കോടിക്ക് മുകളിലാണെന്നും മുംഗാന്ദിവാർ കൂട്ടിച്ചേർത്തു. ശിവജി പ്രതിമ പൂർത്തിയായാൽ കർഷക ആത്മഹത്യ 78.23 ശതമാനമായി കുറയുമെന്നും മന്ത്രി അവകാശവാദമുന്നയിച്ചു. ലോകത്തിലെ ഏറ്റവും വലിയ പ്രതിമ എന്ന തലക്കുറിയുള്ള ശിവജി പ്രതിമയുടെ പ്രാരംഭ ജോലികൾ 2016 ഒക്ടോബർ 26 ന് ആരംഭിച്ചിരുന്നു. ഒരു വ്യാഴവട്ടം മുമ്പുതന്നെ തീരുമാനിക്കപ്പെട്ട അതിന്റെ ചെലവ് 12 വർഷംകൊണ്ട് 35 ഇരട്ടിയാണത്രെ കൂടിയതും. 2004 ൽ 100 കോടിയായിരുന്നു എസ്റ്റിമേറ്റ് എങ്കിൽ 2007ൽ 700 കോടിയും 2013ൽ 1400 കോടിയുമായി കുതിച്ചുയർന്നു. പ്രതിമാ നിർമാണത്തെക്കുറിച്ച് ജനങ്ങളിൽനിന്ന് പരാതികളും ആവലാതികളും കേൾക്കണമെന്ന നിയമം മറികടന്നായിരുന്നു സർക്കാരിന്റെ ധൃതിപിടിച്ച നടപടികൾ. പ്രാദേശിക മീൻപിടുത്തക്കാർ കനത്ത വിമർശനങ്ങളാണ് ഉന്നയിച്ചത്. തങ്ങളുടെ നിത്യജീവിതം താറുമാറാക്കപ്പെടുമെന്നായിരുന്നു പ്രധാന ഭയം. തറക്കല്ലിടൽ ചടങ്ങിനെത്തിയ മോഡിക്കെതിരെ ശക്തമായ പ്രതിഷേധവുമുയർത്തി. 5000 തോണികൾ കറുത്തകൊടി കെട്ടിയാണ് നാലു ദിവസം ഇറങ്ങിയത്. അവിടുത്തെ മൂന്നു പ്രധാന മൊത്ത മത്സ്യ വ്യാപാര കേന്ദ്രങ്ങളായ സാസൺ ഡോക്ക്, ബൗച്ച ധാക്ക, ക്രോഫോർഡ് എന്നിവ തറക്കല്ലിടൽ ദിവസം അടഞ്ഞുകിടന്നു. തീരദേശ മഹാരാഷ്ട്രയിലാകെ 200 മത്സ്യ സഹകരണ സംഘങ്ങളിലായി 50000 അംഗങ്ങളുണ്ട്. പ്രതിമാ നിർമാണത്തോടെ 15000 മീൻപിടുത്തക്കാർ ഉൾപ്പെടെ മുക്കാൽ ലക്ഷത്തിലധികം ജനങ്ങളുടെ നിത്യജീവിതം താറുമാറാകും. 100 കോടിയുടേത് വിദേശത്ത് ഉൾപ്പെടെ 200 കോടിയുടെ ബിസിനസ് നടത്തുന്നുണ്ട് അവിടുത്തെ മത്സ്യത്തൊഴിലാളികൾ.

ശിവജി പ്രതിമാ കോലാഹലത്തിന്റെ ആദ്യരൂപം കണ്ടത് ഗുജറാത്തിൽനിന്ന്. അവിടെ സർദാർ പട്ടേലിനെ ഉയർത്തിക്കൊണ്ടുവരാനായിരുന്നു ശ്രമം. ഹിറ്റ്ലറുടെ 'മെയ്ൻകാഫും' ഗോൾവാൾക്കറുടെ 'വിചാരധാര'യും ആശയങ്ങളെ ആയുധങ്ങൾ കണക്കെ ചുഴറ്റിയെറിഞ്ഞ ഫാസിസ്റ്റ് കൃതികളാണ്. വിദ്വേഷത്തിന്റെയും ശരീര-ശക്തി പൂജയുടെയും വിഷവാക്കുകൾ അവയിൽനിന്ന് പാഞ്ഞു. കുരുക്ഷേത്ര പ്രകാശൻ പുറത്തിറക്കിയ വിചാരധാര പരിഭാഷയുടെ അഞ്ചാം പതിപ്പിൽ 'ശ്രീ ഗുരുജി: ഒരു ലഘുപരിചയം' പ്രവേശികയിൽ

ഗോൾവാൾക്കർ അമ്മയോട് പറഞ്ഞത് സൂചിപ്പിക്കുകയുണ്ടായി: " ഈ വർഷം ഞാൻ ഹനുമാൻജിയുടെ കാൽക്കൽ സമർപ്പിക്കുന്നു. വ്യായാമം മാത്രം പഠിക്കും. വരാൻ പോകുന്ന ഏത് പരിതഃസ്ഥിതിയും നേരിടാൻ ശരീരം ദൃഢമാക്കണം." ക്രമമായ വ്യായാമം ചെയ്താൽ കുറഞ്ഞ അധ്വാനംകൊണ്ട് നല്ല ശരീരശേഷിയുണ്ടാക്കാനും മല്ലനാവാനും കഴിയുമെന്നും പറയുന്ന ഭാഗത്ത് ജർമൻ ഫീൽഡ് മാർഷൽ ഹിൻഡൻബർഗിനെക്കുറിച്ച് പരാമർശിച്ചു. എൺപതാം വയസിലും അദ്ദേഹം ചുറുചുറുക്കുള്ളവൻ ആയിരുന്നത്രെ. തുടർന്ന് ലോകം ശക്തിയെ ആരാധിക്കുന്നതിനെക്കുറിച്ചും പറഞ്ഞു. അവിടെ ചേർത്തതാകട്ടെ വിശ്വാമിത്രനെ കേന്ദ്രീകരിച്ച കഥ. ക്ഷാമകാലം. ഭക്ഷണമില്ല. ചണ്ഡാളന്റെ വീട്ടിൽ ചീഞ്ഞളിഞ്ഞ നായയുടെ കാൽ കിട്ടി. അത് തിന്നാൻ ഒരുമ്പെട്ടു. എന്തുകൊണ്ട് ഇങ്ങനെയെന്ന് ചണ്ഡാളൻ അന്വേഷിച്ചു. ജീവിക്കുകയും ശക്തിപ്രാപിക്കുകയും ചെയ്യേണ്ടതുണ്ടെന്നും ലോകത്തിൽ നന്മ ചെയ്യുന്നതിനും തപസ്സിരിക്കുന്നതിനും അതാവശ്യമാണ് എന്നുമായിരുന്നു മറുപടി. വിചാരധാരയിലെ 'ആദർശമൂർത്തി' എന്ന അധ്യായം ഹെഡ്ഗെവാറിനെക്കുറിച്ചാണ്. "കത്തിജ്വലിക്കുന്ന ആദർശവാദത്തിനുപുറമെ ഗുണങ്ങളിൽവെച്ച് ഏറ്റവും അപൂർവമായ ഒന്നിന്റെ, തെരഞ്ഞെടുത്ത ജീവിതദൗത്യത്തിന് അനുസൃതമായി പരിവർത്തനം കൈവരുത്താനുള്ള ഇച്ഛാശക്തിയുടെ ദൃഷ്ടാന്തമായിരുന്നു അദ്ദേഹം. ജനനം അക്രമാസക്ത മുൻശുണ്ഠിക്ക് പേരുകേട്ട കുടുംബത്തിൽ. ആ പാരമ്പര്യം ഡോക്ടർജിക്കും ലഭിച്ചു. പാരമ്പര്യമായി ഇത്തരം പ്രവണതകളും സമ്പ്രദായങ്ങളും മാറ്റുന്നത് പ്രയാസമേറിയതാണെന്ന് -സ്വഭാവോ ദുരതിക്രമ:-പലപ്പോഴും പറയാറുണ്ട്. മനുഷ്യൻ മാതാപിതാക്കന്മാരെ തെരഞ്ഞെടുക്കുന്നത് സൂക്ഷിച്ചുവേണം എന്നുപറയുന്ന പഴഞ്ചൊല്ലും ഇതേ ആശയത്തെയാണ് കുറിക്കുന്നത്. എന്നാൽ സ്വയം ദുർബലമാക്കുന്ന ഇത്തരം ആശയങ്ങളെല്ലാം തെറ്റാണെന്ന് ഡോക്ടർജി തെളിയിച്ചു." എന്ന ഭാഗം ആർഎസ്എസ് രൂപീകരണവുമായി ബന്ധിപ്പിക്കുന്നതാണ്. മഹദ്വ്യക്തികൾ വലിയ കാര്യങ്ങൾ നേടുന്നത് ബാഹ്യ ഉപകരണങ്ങൾ കൊണ്ടല്ല; ആന്തരിക ഗുണവിശേഷങ്ങളാലാണ് എന്ന മഹദ്വചനത്തിന്റെ മൂർത്തിമദ്ഭാവമായാണ് ഹെഡ്ഗെവാറെ വിലയിരുത്തിയതും. രക്തമാംസാദികളാൽ രൂപംകൊണ്ട ഹൈന്ദവ പുരുഷമാതൃകയുമാണ് ഡോക്ടർജി, ഗോൾവാൾക്കർക്ക്.

മാതാപിതാക്കളെ തെരഞ്ഞെടുക്കുന്നത് സൂക്ഷിച്ചുവേണം എന്ന ചൊല്ല് ചരിത്രം പിടിച്ചടക്കാനും നേതൃരൂപങ്ങളെ കൈയേറാനുമുള്ള സംഘപരിവാർ പരിശ്രമത്തെയാണ് സൂചിപ്പിക്കുന്നത്. ഗാന്ധിജിക്കും നെഹ്റുവിനും ബദലായി പട്ടേലിനെ സ്വന്തമാക്കാൻ കാണിക്കുന്ന വ്യഗ്രതയെ ഗോൾവാൾക്കർ പറഞ്ഞ ഹൈന്ദവ പുരുഷ മാതൃകയുമായി ബന്ധപ്പെടുത്തണം. പൗരുഷ ദേശീയതയുടെ തലയെടുപ്പിലാണ് വഡോദരക്കടുത്ത് പടുത്തുയർത്തിയ പട്ടേൽ പ്രതിമ. 2010 ഒക്ടോബർ ഏഴിന് നിർമാണം പ്രഖ്യാപിച്ചത്. ബുർജ് ഖലീഫയിലൂടെ ശ്രദ്ധേയമായ ടർണർ

കൺസ്ട്രക്ഷനും മൈക്കൾ ഗ്രെയ്‌വ്സും അസോസിയേറ്റ്സ് ആൻഡ് മെയ്ൻഹാർഡ് ഗ്രൂപ്പും ചേർന്നാണ് നിർമാണം. സ്റ്റാച്യു ഓഫ് യൂണിറ്റി മൂവ്മെന്റ് എന്ന് പേരിട്ട പ്രതിമയുടെ ചെലവ് നാലായിരം കോടി. 182 മീറ്റർ ഉയരം. നിർമാണത്തിനാവശ്യമായ അയ്യായിരം മെട്രിക് ടൺ ഇരുമ്പ് ആറ് ലക്ഷം കർഷകരിൽനിന്നാണത്രെ ശേഖരിക്കുക.

ഹെഡ്ഗെവാറെ ഹൈന്ദവ മാതൃകയാക്കിയ ഉപായം കാവിപ്പടക്ക് ഏറെ വികസിപ്പിക്കാനായില്ല. അദ്വാനിയെ ഉരുക്കു മനുഷ്യൻ എന്ന് വിശേഷിപ്പിച്ച് ശക്തമായ വർഗീയ പ്രചാരണത്തിന് അടിത്തറയാക്കി. രാമക്ഷേത്രം നിർമിക്കാനുള്ള പേശീബല ഭീഷണിയുടെ പ്രയാണമായിരുന്നു 1980കളിലെ രഥയാത്ര. ക്ഷേത്ര പ്രസ്ഥാനമെന്നതിലുപരി സമൂഹത്തിലെ വലിയ വിഭാഗത്തെ ഹിന്ദുദേശീയതയിലേക്ക് റിക്രൂട്ട് ചെയ്തു അത് ഏറ്റവും ഫലപ്രദമായ ജനസമാഹരണമായിരുന്നു. പൂജിച്ച ഇഷ്ടികകൾ അധികാരത്തിലേക്കുള്ള പടവുകളാക്കി. ഇഷ്ടികകൾ എത്തിച്ചെങ്കിലും ലക്ഷ്യം പൂർത്തിയായില്ല. രാഷ്ട്രീയ-നിയമ തടസ്സങ്ങളായിരുന്നു പ്രധാനം. ജനാധിപത്യ-മതനിരപേക്ഷ ഇടപെടലും ഹിംസാത്മകത തുറന്നുകാട്ടി. ആ എതിർപ്പ് പട്ടേൽ പ്രതിമയുടെ കാര്യത്തിലുണ്ടാവില്ലെന്ന് മനസ്സിലാക്കി. ഗ്രാമങ്ങളിൽനിന്ന് പഴയ ഇരുമ്പ് ശേഖരിക്കാനുള്ള പദ്ധതി ടെസ്റ്റ് ഡോസായിരുന്നു. 2013 ജൂണിൽ തെരഞ്ഞെടുപ്പ് സമിതി അധ്യക്ഷൻ എന്ന നിലയിൽ നടത്തിയ യാത്രകളിൽ മോഡി, പ്രതിമക്കുവേണ്ടി ഇരുമ്പ് നൽകാൻ ആഹ്വാനംനൽകുകയുമുണ്ടായി. പട്ടേൽ ദിനത്തിൽ വഡോദരയിൽ അദ്ദേഹം, റൺ ഫോർ യൂണിറ്റി മാരത്തൺ ഫ്ളാഗ് ഓഫ് ചെയ്തു. പ്രതിമയ്ക്കുള്ള ഇരുമ്പ് സംഭാവനയെ പ്രോത്സാഹിപ്പിക്കുകയായിരുന്നു ലക്ഷ്യം. 565 ജില്ലകളിലെ പതിനായിരം കേന്ദ്രങ്ങളിലായി അരക്കോടി ജനങ്ങളെ ഭാഗഭാക്കാക്കിക്കൊണ്ടായിരുന്നു മാരത്തൺ.

സ്വാതന്ത്ര്യ സമരവുമായി ബന്ധമില്ലാതിരുന്ന ആർഎസ്എസ് ചരിത്രത്തിലെ ചില ഏടുകളെയും നേതൃരൂപങ്ങളെയും കവർന്നെടുക്കാൻ ശ്രമിച്ചതിന്റെ ഉദാഹരണമാണ് പട്ടേൽ പ്രണയം. ദേശീയതാവാദത്തിന്റെ വൈകാരികത പുറത്തെടുക്കുന്ന അതിന് ജനകീയരും രാജ്യവ്യാപക പ്രീതിയുമുള്ള ഒരൊറ്റ നേതാവും ഇല്ലാത്ത അവസ്ഥ. എഴുന്നള്ളിക്കുന്ന പലർക്കും കൃത്യമായ മേൽവിലാസം പോലുമില്ല. ഹെഡ്ഗെവാറും ശ്യാമപ്രസാദ് മുഖർജിയും ദീൻദയാൽ ഉപാധ്യായയും കാവി ചുവരുകൾക്കുള്ളിൽ ഒതുങ്ങി. രാജ്യത്തിന്റെ ഐക്യത്തെ അടിമുടി കുത്തിപ്പിളർത്തുന്ന ഫാസിസ്റ്റ് കൂട്ടമാണ് സ്റ്റാച്യു ഓഫ് യൂണിറ്റി മൂവ്മെന്റിന്റെ കോലാഹലമുയർത്തിയത്. ഗാന്ധി-നെഹ്റു പൈതൃകത്തെ നിസ്സാരവൽക്കരിക്കുകകൂടി അതിന്റെ പിന്നിലുണ്ട്.

ആദ്യം ആശയമായി മാത്രം സാന്നിധ്യമറിയിച്ച ഗാന്ധിജിയുടെ പല സമരപദ്ധതികളും പ്രയോഗത്തിലേക്ക് വിവർത്തനം ചെയ്തതിൽ പ്രധാനി പട്ടേൽ; 1920 മുതൽ കോൺഗ്രസ് പടുത്തുയർത്തിയതടക്കം. മഹാത്മാവ് കാഴ്ചപ്പാട് മുന്നോട്ടുവെച്ചു, അദ്ദേഹം പ്രാവർത്തികമാക്കി.

കർഷക മുന്നേറ്റങ്ങൾ നയിക്കുന്നതിലും അത് പ്രകടമായി. ബ്രിട്ടീഷ് അനുകൂല പത്രങ്ങൾ ബോൾഷെവിസം എന്ന് ശകാരിച്ച 1928ലെ ബർദോലി സത്യഗ്രഹത്തിലെ പങ്കാളിത്തമാണ് 'സർദാർ' പദവി നേടി ക്കൊടുത്തത്. അക്രമപ്പിരിവുകൾക്കും കാർഷിക ഭൂമി ബോംബെയിലെ പണച്ചാക്കുകൾക്ക് വിട്ടുനൽകുന്നതിനും എതിരെയായിരുന്ന പോരാട്ടം. ഹിന്ദു-മുസ്ലിം വിഭാഗങ്ങളിലെ കോൺഗ്രസ്സുകാരും വനിതാ പ്രവർത്ത കരും പിന്തുണ നൽകി. ഇമാം ഹാഹിബ് അബ്ദുൾ കാദിർ, ഉത്തംചന്ദ് ദീപ്ചന്ദ് ഷാ, മോഹൻലാൽ കാമേശ്വർ പാണ്ഡ്യ, ഭക്തിഭ ദേശായി, ദർബാർ ഗോപാൽദാസ് ദേശായി, മീഠു ബഹെൻ പെറ്റിറ്റ്, ജുഗത്രംഭായ് ദേവി, സുരാജ്ബെൻ മേത്ത, ഉമർ സോബാനി, ഫൂൽചന്ദ് കവി തുടങ്ങി യവരടക്കം. എന്നാൽ ആർഎസ്എസും ഹിന്ദുമഹാസഭയും പൂർണമായും വിട്ടുനിന്നു.

120 കോടി ജനങ്ങളിൽ മൂന്നിലൊന്നും ദാരിദ്ര്യത്തിന്റെ കയങ്ങ ളിൽ മുങ്ങിത്താഴുമ്പോഴാണ് പട്ടേൽ-ശിവജി പ്രതിമകൾക്കുവേണ്ടി ശതകോടികൾ പൊടിച്ചത്. കർഷകനായി പട്ടേലിനെ ഊന്നുന്ന മോഡിയാകട്ടെ യാഥാർഥ്യങ്ങൾക്ക് മറയിടുകയുമാണ്. കഴിഞ്ഞ പതി റ്റാണ്ടിൽ കടം വലച്ച കർഷകരിൽ നാൽപതു മിനിറ്റിൽ ഒരാൾവീതം ആത്മഹത്യ ചെയ്തു. ക്ഷാമം ലക്ഷക്കണക്കിന് കന്നുകാലികളെ കൊന്നു. ഫലഭൂയിഷ്ടമായ മണ്ണ് ബിസിനസ് - കെട്ടിട മാഫിയകൾക്ക് നൽകി. ക്ഷീരോൽപന്നങ്ങൾ സാധാരണക്കാരുടെ കൈപ്പിടിയിൽനിന്നും ഊർന്നുവീണു. ലോകത്ത് ഏറ്റവും കൂടുതൽ സ്ത്രീകളെയും കുട്ടികളെയും പോഷകാഹാരക്കുറവ് വലയ്ക്കുന്ന രാജ്യവുമായി ഇന്ത്യ. അതിലേക്കുള്ള ഗുജറാത്തിന്റെ സംഭാവനയും വലുതാണ്. എന്നിട്ടും മോഡി പ്രതിമാകൃ ഷിക്കാണ് മണ്ണൊരുക്കുന്നത്.

# കാവിയിൽ പൊതിഞ്ഞ 'രത്ന'ങ്ങൾ

നോബൽ സമ്മാനം തുറക്കുന്ന എണ്ണമറ്റ വാതിലുകൾക്കു മുന്നിൽ ആരും അന്ധാളിച്ചുപോകുമെന്ന് പ്രസ്താവിച്ചത് ഈലീ വീസൽ. റുമേനിയയിൽ പിറന്ന് അമേരിക്കയിലെത്തിയ എഴുത്തുകാരനും അധ്യാപകനും രാഷ്ട്രീയപ്രവർത്തകനുമായ അദ്ദേഹം ഹോളോകോസ്റ്റ് തടവിൽനിന്നും രക്ഷപ്പെട്ടത് അതിസാഹസികമായിട്ടായിരുന്നു. ഓഷിവിറ്റ്സ്, ബ്യൂണ,ബുകൻവാൾഡ് തുടങ്ങി നാസി പീഡനമുറികളിലെ കൊടിയ അനുഭവങ്ങൾ തുളുമ്പുന്ന 'രാത്രി'യടക്കം വീസലിന്റെ മിക്ക പുസ്തകങ്ങളും അക്കാലം പങ്കുവെക്കുന്നവയാണ്. 1986 ൽ അദ്ദേഹം സമാധാനത്തിനുള്ള നോബൽ പുരസ്കാരം നേടുകയുമുണ്ടായി. സമ്മാനത്തുകയുടെ വലുപ്പത്താലും വിശ്വ നിലവാരത്തിലുള്ള പ്രശസ്തിയാലും അതിവിശിഷ്ടമായ നോബൽ പുരസ്കാരം ചിലപ്പോഴെല്ലാം വിവാദങ്ങളുടെ അകമ്പടിയോടെയാണ് പ്രഖ്യാപിക്കപ്പെട്ടിട്ടുള്ളതും. രസതന്ത്രം, സാഹിത്യം, സമാധാനം, ഭൗതിക- വൈദ്യ-സാമ്പത്തിക ശാസ്ത്രങ്ങൾ എന്നീ തുറകളിൽ, ലോകത്ത് മഹദ് സംഭാവനയർപ്പിച്ചവർക്ക് ലിംഗ, ജാതി, മത, രാഷ്ട്ര പരിഗണനയില്ലാതെ നൽകുന്ന അംഗീകാരമാണത്. പതക്കത്തിനും ബഹുമതി പത്രത്തിനും പുറമേ ഒരു കോടി സ്വീഡൻ ക്രോണയാണ് സമ്മാനത്തുക. ഡൈനാമിറ്റ് കണ്ടുപിടിച്ച ആൽഫ്രഡ് ബെർൺഹാർഡ് നോബൽ അതിന് പേറ്റന്റ് എടുക്കുകയുണ്ടായി. അത് ഖനനത്തിനും പാറപൊട്ടിക്കുന്നതിനും മാത്രമല്ല പ്രയോജനപ്പെട്ടത്, യുദ്ധങ്ങളിൽ ഏറ്റവും മാരകമായ ആയുധമായും പ്രയോഗിക്കപ്പെട്ടു. ഈ സ്ഫോടക മിശ്രിതങ്ങളുടെ തകൃതിയായ ഉപയോഗം, നോബലിന്റെ കൈയിൽ ഏറെ പണവും സ്വത്തും കുമിഞ്ഞുകൂട്ടി. അവിവാഹിതനായ അദ്ദേഹം 1895 നവംബർ 27 ന് എഴുതിയ വിൽപത്രത്തിൽ സ്വത്തിന്റെ കുറേ ഭാഗം ബന്ധുക്കൾക്ക് വീതിച്ചശേഷം ബാക്കി അതുല്യ സംഭാവനകൾക്കുള്ള വാർഷിക പുരസ്കാരത്തിന് നീക്കിവെച്ചു.

സ്വത്തിന്റെ സിംഹഭാഗം ഇത്തരമൊരു സമ്മാനത്തിന് മാറ്റിവെച്ചതിനെ കുടുംബക്കാർ എതിർത്തു. ഈ തടസ്സവും തുടർന്നുണ്ടായ പ്രശ്നങ്ങളും കാരണം അവാർഡ് നടപ്പിലാക്കുന്നത് 1901 വരെ നീണ്ടു. വിൽപത്രത്തിൽ അഞ്ച് വിഭാഗങ്ങളിലായി സമ്മാനങ്ങൾ പ്രഖ്യാപിച്ചതിനൊപ്പം

അവ തീരുമാനിക്കാനുള്ള അധികാരം ചില സ്വീഡിഷ് സ്ഥാപനങ്ങളെ ഏൽപ്പിക്കുകയുംചെയ്തു. സാമ്പത്തികശാസ്ത്രത്തിനുള്ള സമ്മാനം, വിൽപത്രത്തിൽ ഇല്ലായിരുന്നു. 1968ൽ സ്വീഡിഷ്ബാങ്കായ സ്വെറിഗ്സ് റിക്ൾസ് അതിന്റെ മുന്നൂറാം വാർഷികത്തിൽ ആ രംഗത്തിനുള്ള പുരസ്കാരംകൂടി ചേർത്തു. അവാർഡ് കമ്മിറ്റിയുടെ തീരുമാനങ്ങൾക്ക് അപ്പീലില്ല, സ്വയം നാമനിർദേശം അനുവദനീയമല്ല, മരിച്ചവരെ പുരസ്കാരത്തിന് പരിഗണിക്കില്ല, ഒക്ടോബറിൽ പുരസ്കാര പ്രഖ്യാപനവേളയിൽ ജേതാവ് ജീവിച്ചിരിക്കണം എന്നിങ്ങനെയാണ് നിബന്ധന. വളരെ സൂക്ഷ്മതയോടെ കൈകാര്യം ചെയ്യപ്പെടുന്നതെന്ന പ്രതീതിയുണ്ടെങ്കിലും നോബൽ പുരസ്കാരം ചിലപ്പോഴെല്ലാം കടുത്ത വിമർശനങ്ങൾ ഏറ്റുവാങ്ങിയിട്ടുണ്ട്. സ്വീഡിഷ് അക്കാദമിയുടെ രാഷ്ട്രീയ കാഴ്ചപ്പാടുകൾ കാരണം ആ അവാർഡ് നിഷേധിക്കപ്പെട്ട പ്രമുഖർ നിരവധി. പലപ്പോഴും കമ്യൂണിസ്റ്റ് വിരുദ്ധത അതിന്റെ മുഖമുദ്രയാണ്. സമാധാനത്തിനുള്ള അവാർഡിൽ മഹാത്മാ ഗാന്ധിയെ ക്രൂരമായി അവഗണിച്ചു. സാഹിത്യത്തിലും സാമ്പത്തികശാസ്ത്രത്തിലും ഇത്തരം കണ്ണടക്കലുകളുണ്ടായിട്ടുണ്ട്. ലിയോ ടോൾസ്റ്റോയ്, ഹെൻറിക് ഇബ്സൻ, എമിലി സോള, മാർക് ട്വയിൻ, ആന്റൺ ചെക്കോവ് തുടങ്ങിയവർക്കു നേരെയും അവഗണനയുടെ മുൻവിധിയുണ്ടായി.

ഭാരതരത്നയെ 2019 റിപ്പബ്ലിക് ദിനത്തിൽ മോഡി ഭരണം നാണംകെടുത്തിയത് സാർവത്രികമായ വിമർശനം ക്ഷണിച്ചുവരുത്തുകയുണ്ടായി. ത്രികോണ യുദ്ധത്തിന്റെ കാഴ്ചപ്പാട് അവതരിപ്പിച്ച്, സ്വാതന്ത്ര്യ സമരത്തെ വഞ്ചിച്ച, രാജ്യ വികസനത്തിൽ ഒരു സംഭാവനയും നൽകാത്ത നൂറിലേറെ കലാപങ്ങൾക്ക് നേതൃത്വം കൊടുത്ത - മതവർഗീയത ഇളക്കിവിട്ട് സാംസ്കാരിക സംഘടയുടെ മേൽക്കുപ്പായമണിഞ്ഞ അർധ ഫാസിസ്റ്റ് ആൾക്കൂട്ടത്തിന്റെ നേതാവായിരുന്ന, ഗാന്ധിവധത്തെത്തുടർന്ന് ഒളിവിൽ പോയ നാനാജി ദേശ്മുഖിന് ആ പരമോന്നത ബഹുമതി. ഒപ്പം പ്രണാബ് മുഖർജിക്കും. സാഹിത്യം, ശാസ്ത്രം, പൊതുജനസേവനം, കായികം തുടങ്ങിയ മേഖലകളിലെ സ്തുത്യർഹമായ സേവനം മാനിച്ച് നൽകുന്നതാണ് രാജ്യത്തെ ഏറ്റവും ഉയർന്ന ആ സിവിലിയൻ ബഹുമതി. മുൻ രാഷ്ട്രപതിമാർ, പ്രധാനമന്ത്രിമാർ, കലാകാരന്മാർ, സാമൂഹ്യ പ്രവർത്തകർ, ശാസ്ത്രജ്ഞർ തുടങ്ങിയവരെയാണ് ഭാരതരത്ന നൽകി രാജ്യം ആദരിച്ചിട്ടുള്ളത്. 1954 ജനുവരി രണ്ടിന് രാഷ്ട്രപതി രാജേന്ദ്രപ്രസാദ് പുറത്തിറക്കിയ ഓർഡിനൻസ് അനുസരിച്ചാണ് ബഹുമതിക്ക് അർഹരായവരെ തെരഞ്ഞെടുക്കുന്നതും. ജീവിച്ചിരിക്കുന്നവർക്കു മാത്രമേ നൽകൂ, വർഷത്തിൽ മൂന്നിൽ കൂടുതൽ ആളുകളെ പരിഗണിക്കില്ല, സമ്മാനത്തുകയില്ല, -എന്നിങ്ങനെയാണ് വിശദാംശം. മരണാനന്തര ബഹുമതിയായി ഭാരതരത്നം നൽകാവുന്ന രീതിയിൽ ഓർഡിനൻസ് ഭേദഗതി ചെയ്തത് 1955 ൽ. ഡോ. സർവേപള്ളി രാധാകൃഷ്ണൻ, സി വി രാമൻ,സി രാജഗോപാലാചാരി എന്നിവർക്കാണ് ആദ്യമായി ഭാരതരത്നം നൽകിയത്. രണ്ടാമത്തെ

രാഷ്ട്രപതിയായിരുന്ന രാധാകൃഷ്ണൻ ഇന്ത്യൻ തത്ത്വചിന്ത പാശ്ചാത്യർക്ക് പരിചയപ്പെടുത്തുന്നതിലും ശ്രദ്ധേയ പങ്കുവഹിച്ചു. നേതൃത്വത്തിലെ ചിന്തകനായി അറിയപ്പെട്ട അദ്ദേഹം, ഭാരതീയ-പാശ്ചാത്യ ദർശനങ്ങളെപ്പറ്റി എഴുതിയ ഗ്രന്ഥങ്ങൾ ആഴമേറിയ പാണ്ഡിത്യത്തിന് നിദർശനം. വിജ്ഞാന മേഖലയിൽ വഹിച്ച പങ്ക് മുൻനിർത്തി രാധാകൃഷ്ണന്റെ ജന്മദിനം അധ്യാപകദിനമായി ആചരിക്കുന്നു. ഭാരതരത്നക്കു പുറമേ ബ്രിട്ടനിൽനിന്നും 'നൈറ്റ് ബാച്ചിലർ' പദവിയും ലഭിക്കുകയുണ്ടായി. ഇന്ത്യ സ്വതന്ത്രയായശേഷം അത് തിരിച്ചേൽപ്പിച്ചു. ഭാരതസംസ്കാരം മുൻനിർത്തിയുള്ള രചനകൾ പരിഗണിച്ച് ടെംപ്ലേട്ടൺ പുരസ്കാരം നേടുകയുമുണ്ടായി. ഇരുപതാം നൂറ്റാണ്ടിലെ ലോകപ്രശസ്ത ഭാരതീയ ശാസ്ത്രജ്ഞരിൽ പ്രമുഖനാണ് ചന്ദ്രശേഖര വെങ്കിട്ട രാമൻ എന്ന സി വി രാമൻ. 'രാമൻ ഇഫക്ട്'' എന്ന കണ്ടെത്തലിന് 1930 ൽ ഭൗതികശാസ്ത്രത്തിലെ നോബൽ സമ്മാനം നേടി. ഫിസിക്സിൽ ആദ്യമായി ആ മികവിലെത്തിയ ഏഷ്യക്കാരൻ. ബ്രിട്ടീഷ് ഇന്ത്യയുടെ ഒടുവിലത്തെയും സ്വതന്ത്ര ഇന്ത്യയുടെ ആദ്യത്തെയും ഗവർണർ ജനറൽ എന്ന പദവി അലങ്കരിച്ച രാജാജിയെന്നറിയപ്പെട്ട രാജഗോപാലാചാരി.സ്വാതന്ത്ര്യ സമരപോരാളിയും വാഗ്മിയും രാഷ്ട്രതന്ത്രജ്ഞനും ഗ്രന്ഥകാരനുമായ അദ്ദേഹത്തെ തന്റെ മനസ്സാക്ഷി സൂക്ഷിപ്പുകാരൻ എന്നാണ് ഗാന്ധിജി വിശേഷിപ്പിച്ചിരുന്നത്. തമിഴ്നാട് മുഖ്യമന്ത്രിയുമായിരുന്നിട്ടുണ്ട് രാജാജി.

## കുടിലതയും അധാർമികതയും

ഈവർഷത്തെ ഭാരതരത്നാ പ്രഖ്യാപനം കുടിലതയും അധാർമികതയും മാത്രം നിറഞ്ഞതാണ്. ഇടുങ്ങിയ രാഷ്ട്രീയ താൽപര്യങ്ങൾക്കായി പരമോന്നത അംഗീകാരത്തിന്റെ നിലവാരം പാതാളത്തോളം താഴ്ത്തി. പ്രാഥമിക ജനാധിപത്യത്തെ അനാഥമാക്കുന്നതാണ് ആ കാവിവൽക്കരണം. 'ഭാഗവത് രത്നയല്ല; ഭാരത് രത്നയെന്നാണ്'പുരസ്കാര പ്രഖ്യാപനത്തിന് ടെലഗ്രാഫ് പത്രം തലക്കെട്ട് നൽകിയത്. മുൻ രാഷ്ട്രപതി പ്രണബ് മുഖർജി, സംഗീതജ്ഞൻ ഭൂപൻ ഹസാരിക, സംഘപരിവാർ പ്രചാരകൻ നാനാജി ദേശ്മുഖ് എന്നിവർക്കായിരുന്നു ഭാരത രത്ന. ദേശ്മുഖിന് വാജ്പേയി ഭരണകാലത്ത് 1991ൽ പത്മവിഭൂഷൺ നൽകിയിരുന്നു. മരണാനന്തര ബഹുമതിയായാണ് ഭാരതീയ ജനസംഘം നേതാവായ അദ്ദേഹത്തെ ഇപ്പോൾ ഭാരതരത്ന കൊണ്ട് അലങ്കരിച്ചത്. പശ്ചിമബംഗാളിലെ സമ്മതിദായകരെക്കൂടി ലക്ഷ്യംവെച്ചുള്ള നീക്കമാണ് പ്രണബിന് ഭാരതരത്ന നൽകിയതിലൂടെ ബിജെപി നടത്തിയിരിക്കുന്നതെന്നും കൊൽക്കത്തയിൽനിന്നും ഇറങ്ങുന്ന പത്രം പറയുന്നുണ്ട്. ആർഎസ്എസ് ആതിഥ്യം സ്വീകരിച്ച പ്രണബിനും ആർഎസ്എസ് താത്ത്വികൻ നാനാജി ദേശ്മുഖിനും രാജ്യത്തിന്റെ ഏറ്റവും വലിയ സിവിലിയൻ ബഹുമതി നൽകിയതിനെ രൂക്ഷമായി പരിഹസിക്കുന്ന 'ദി ടെലഗ്രാഫി'ന്റെ ശീർഷകം സമൂഹ മാധ്യമങ്ങളിൽ വൈറലായി. തെരഞ്ഞെടുപ്പ് അടുക്കുന്നതിനാൽ എല്ലാവരും

രാഷ്ട്രീയക്കണ്ണോടെയാണ് പത്മ അവാർഡുകളെ സമീപിക്കുകയെന്നും എന്നാൽ, ഇത്തവണ രാഷ്ട്രീയസ്വാധീനമുണ്ടായെന്ന് ഏവരും അംഗീകരിക്കുന്നുണ്ടെന്നും പത്രം പറയുന്നു. 2018ൽ പ്രണബ് നാഗ്പൂരിലെ ആർഎസ്എസ് ആസ്ഥാനത്ത് ചെന്നതും മോഹൻ ഭാഗവതിനൊപ്പം വേദി പങ്കിട്ടതും വാർത്തയിൽ പ്രത്യേകം ഊന്നി. സംഘപരിവാറിന് പൊതുസമൂഹത്തിൽ സ്വീകാര്യതയുണ്ടാക്കാനേ ആ സന്ദർശനം കൊണ്ട് ഗുണമുണ്ടായുള്ളൂവെന്ന വിമർശനമുയർന്ന കാര്യവും ഓർമിപ്പിച്ച റിപ്പോർട്, ഹസാരികക്ക് ഭാരതരത്ന നൽകിയതിനു പിന്നിലും കാരണമുണ്ടെന്ന് ചൂണ്ടിക്കാട്ടി. പ്രശ്നബാധിതമായ വടക്കുകിഴക്കൻ സംസ്ഥാനങ്ങളെ തണുപ്പിക്കാനുതകുമോ എന്നാണ് കേന്ദ്ര ആലോചനയെന്നും അദ്ദേഹത്തിന് സമ്മാനം നൽകണമെന്നതല്ല മുഖ്യ ഉദ്ദേശ്യമെന്നും റിപ്പോർട്ടിലുണ്ട്. ഹസാരിക ബിജെപിയോട് താൽപര്യം പുലർത്തിവരുന്നതും ഇതോട് ചേർത്താണ് കാണേണ്ടത്. ഇത്തവണത്തെ ഭാരതരത്ന, പത്മ അവാർഡ് പട്ടികയിൽ ആർഎസ്എസിനോട് ഏതെങ്കിലും ചായ്വ് പ്രകടിപ്പിച്ചവരോ സഹകരിച്ചവരോ ആണെന്നതും ശ്രദ്ധേയം. മറ്റൊരു വിമർശനം പുരസ്കാരങ്ങളുടെ സവർണ ചായ്വാണ്. ഭാരതരത്നം ലഭിച്ചവരുടെ പട്ടിക പരിശോധിച്ചാണ് അത്തരമൊരു നിഗമനമുണ്ടായതും. ഭരണഘടനാശിൽപി ബി ആർ അംബേദ്ക്കറെപ്പോലും പരിഗണണിച്ചത് 1990ലാണെന്ന വസ്തുത ചൂണ്ടിയാണ് ആ വിമർശനം.

ഇതുവരെ 48 പേർക്ക് ഭാരതരത്ന സമ്മാനിച്ചിട്ടുണ്ട്. അതിൽ 13 പേർക്ക് മരണാനന്തരം. മുൻ പ്രധാനമന്ത്രി എബി വാജ്പേയിക്കും മുൻ കോൺഗ്രസ് അധ്യക്ഷനും സ്വാതന്ത്ര്യസമര സേനാനിയുമായ മദൻ മോഹൻ മാളവ്യക്കുമാണ് അവസാനമായി പുരസ്കാരം ലഭിച്ചത്. പഴയ പട്ടികയെങ്കിലും മറിച്ചു നോക്കിയിരുന്നെങ്കിൽ ഇപ്പോഴത്തെ ദേശീയ കൃത്യവിലോപത്തിൽ മോഡി ഒന്ന് ചൂളാതിരിക്കില്ല. ജവഹർലാൽ നെഹ്റു, എം വിശ്വേശ്വരയ്യ, ഡോ. ഭഗ്വാൻദാസ്, ഗോവിന്ദ് വല്ലഭ് പന്ത്, ഡി കെ കാർവേ, ബി സി റോയി, പുരുഷോത്തംദാസ് ഠണ്ഡൻ, ഡോ. രാജേന്ദ്രപ്രസാദ്, ഡോ. സക്കീർ ഹുസൈൻ, ഡോ. പി വി കാനെ, ലാൽ ബഹാദൂർ ശാസ്ത്രി (മരണാനന്തരം), ഇന്ദിരാഗാന്ധി, വി വി ഗിരി, കെ കാമരാജ് (മരണാനന്തരം), മദർ തെരേസ, ആചാര്യ വിനോബ ബാവെ (മരണാനന്തരം), ഖാൻ അബ്ദുൾ ഗഫാർ ഖാൻ, എം ജി രാമചന്ദ്രൻ (മരണാനന്തരം), ഡോ. ബി ആർ അംബേദ്കർ (മരണാനന്തരം), നെൽസൺ മണ്ടേല, മൊറാർജി ദേശായി, രാജീവ് ഗാന്ധി(മരണാനന്തരം), സർദാർ വല്ലഭ് ഭായ് പട്ടേൽ(മരണാനന്തരം), മൗലാനാ അബ്ദുൾ കലാം ആസാദ് (മരണാനന്തരം), ജെ ആർ ഡി ടാറ്റ, സത്യജിത് റായ്(മരണാനന്തരം), ഗുൽസരിലാൽ നന്ദ, അരുണ ആസഫ് അലി (മരണാനന്തരം), ഡോ. എപിജെ അബ്ദുൾ കലാം, എംഎസ് സുബ്ബലക്ഷ്മി, സി സുബ്രഹ്മണ്യം, ജയപ്രകാശ് നാരായണൻ(മരണാനന്തരം), അമർത്യാ സെൻ, ഗോപിനാഥ് ബർദലോയ് (മരണാനന്തരം), പണ്ഡിറ്റ് രവിശങ്കർ, ലതാമങ്കേഷ്കർ, ഉസ്താദ് ബിസ്മില്ലാ ഖാൻ, പണ്ഡിറ്റ് ഭീംസെൻ

ജോഷി, സച്ചിൻ തെണ്ടുൽക്കർ, സിഎൻആർ റാവു, അടൽ ബിഹാരി വാജ്പേയി, മദൻ മോഹൻ മാളവ്യ(മരണാനന്തരം) തുടങ്ങിയവരുടെ നിലവാരത്തിലേക്കാണ് നാനാജിയെ അവരോധിച്ചത്. രാജ്യചരിത്രവും ദേശസ്നേഹത്തിന്റെ പാരമ്പര്യവുമാണ് ഭരണകൂട ഫാസിസത്തിന്റെ വക്താക്കളാൽ തിരുത്തപ്പെടുന്നത്.

1916 ൽ പിറന്ന നാനാജി ദേശ്മുഖ് സ്വാതന്ത്ര്യ സമരത്തിൽ പങ്കാളിയായതിന് ഒരു തെളിവുമില്ല. ആർഎസ്എസ് സ്ഥാപകൻ കേശവ ബലിറാം ഹെഡ്ഗേവാറുമായി അദ്ദേഹത്തിന്റെ മുതിർന്ന കുടുംബാംഗങ്ങൾക്ക് അടുത്ത ബന്ധം. ഹെഡ്ഗേവാർ വസതിയിലെ നിത്യസന്ദർശകനായതിനാൽ ഹൈസ്കൂളിൽ കാലത്ത് നാനാജി ആർഎസ്എസിൽ ചേർന്നു. രാജസ്ഥാനിലും ഉത്തർപ്രദേശിലും ശാഖകൾക്ക് രൂപം നൽകാൻ സർസംഘചാലക് മാധവ സദാശിവ ഗോൾവാൾക്കർ പ്രചാരകനായി ഗൊരഖ്പൂരിലേക്ക് അയച്ചു. അവിടെ ബാബ രാഘവ് ദാസിന്റെ മഠത്തിൽ കഴിഞ്ഞ് പ്രവർത്തനങ്ങൾ ഏറ്റെടുത്തു. സമീപപ്രദേശങ്ങളിൽ 250 ശാഖകൾ രൂപീകരിച്ചു. കുട്ടികളിൽ വർഗീയ വിദ്യാഭ്യാസം കുത്തിവെക്കാൻ 1950ൽ സരസ്വതീ ശിശുമന്ദിരങ്ങൾ സ്ഥാപിക്കുകയും ചെയ്തു. ഗാന്ധി വധത്തെ തുടർന്ന് ആർഎസ്എസിനെ നിരോധിച്ചപ്പോൾ ഒളിവിലിരുന്ന് പ്രവർത്തനങ്ങൾ ഏകോപിപ്പിക്കുകയായിരുന്നു. രാഷ്ട്രധർമ, പാഞ്ചജന്യ പോലുള്ള കാവിപത്രങ്ങളുടെ നടത്തിപ്പിന് മൂലധനം സമാഹരിക്കുന്ന ചുമതലയും ഏറ്റെടുത്തു. ദീൻദയാൽ ഉപാധ്യായയ്ക്കൊപ്പം പ്രവർത്തിക്കുന്നത് അക്കാലത്താണ്. ഗോൾവാൾക്കറുടെ നിർദേശപ്രകാരം ജനസംഘത്തിന്റെ ഉത്തർപ്രദേശ് ജനറൽ സെക്രട്ടറിയുമായി. ബൽറാംപൂർ മണ്ഡലത്തിൽനിന്ന് 1977ൽ പാർലമെന്റിലെത്തിയ നാനാജി 1999ൽ രാജ്യസഭാംഗവുമായി.

ഹിന്ദുത്വ താത്ത്വികൻ നാനാജി ദേശ്മുഖിന് ഭാരതരത്ന നൽകിയതിലൂടെ അത്യന്തം അപകടകരമായ രാഷ്ട്രീയ സന്ദേശമാണ് മോഡി സർക്കാർ നൽകിയത്. എണ്ണായിരത്തിലധികം മനുഷ്യർ പിടഞ്ഞുവീണ 1984ലെ സിഖ് കൂട്ടക്കൊലയെ ന്യായീകരിച്ച് ലേഖനമെഴുതിയതിന്റെ കറ അത്രവേഗം മാഞ്ഞുപോകാനിടയില്ല. 1984 നവംബർ എട്ടിന് ഗുരുനാനാക്കിനെ അനുസ്മരിച്ച് 'പ്രകാശ് ഗുരുപുരബി'ൽ എഴുതിയ കുറിപ്പ് 'പ്രതിപക്ഷ്' എന്ന പ്രസിദ്ധീകരണത്തിൽ വിപുലീകരിക്കുകയുമുണ്ടായി. ലേഖനത്തിന്റെ പ്രതികൾ വ്യാപകമായി പ്രചരിപ്പിക്കുകയും ചെയ്തു. ന്യൂനപക്ഷ ജനവിഭാഗങ്ങളുടെ ജീവന് ഒരു വിലയുമില്ലെന്ന ഫാസിസ്റ്റ് നിർവചനം ആവർത്തിക്കുകയായിരുന്നു അവയിലൂടെ. പ്രണബ് മുഖർജിയെ ഭാരതരത്നയിലൂടെ തൊഴുതത് വെറുതെയല്ല. തങ്ങളുടെ ഹീനരാഷ്ട്രീയത്തിന്റെ സുരക്ഷാവാൽവായി ആ ആദരത്തെ പരിവർത്തിപ്പിക്കാനുള്ള തന്ത്രങ്ങൾ കാവിപ്പടയെ ആരും പഠിപ്പിക്കേണ്ടതില്ല. അപ്പോഴും അവകാശവാദങ്ങളിലെ ചില കൊടും വൈരുധ്യങ്ങൾ അവരെ ശല്യപ്പെടുത്താതിരിക്കില്ലെന്നും പറയാം. ജനാധിപത്യത്തെ കശാപ്പ് ചെയ്ത അടിയന്തരാവസ്ഥയുടെ പ്രധാന ആസൂത്രകനും വക്താവുമായ ആ

മുൻരാഷ്ട്രപതി അക്കാലത്തെ കൊടിയ അതിക്രമങ്ങളും പൗരാവകാശ ലംഘനങ്ങളും അന്വേഷിച്ച ഷാ കമ്മീഷൻ റിപ്പോർട്ടിനെ പുഛിച്ച് തള്ളുകയായിരുന്നല്ലോ. അടിയന്തരാവസ്ഥക്കെതിരായ തങ്ങളുടെ പോരാട്ടങ്ങളെക്കുറിച്ചല്ലേ മോഡിയും ബിജെപിയും ആവർത്തിച്ച് വീമ്പിളക്കിക്കൊണ്ടിരിക്കുന്നത്? രാജ്യത്തെ ലോകത്തിനു മുന്നിൽ നാണംകെടുത്തിയ ഒട്ടേറെ കുംഭകോണങ്ങളിലും ക്രമക്കേടുകളിലും ആരോപണവിധേയരായ അംബാനി കുടുംബത്തെ വളർത്തിയ ഇന്ദിരാ ഗാന്ധിയുടെ കുശാഗ്രബുദ്ധിയും കുപ്രസിദ്ധനുമായ ധനമന്ത്രി, ഇപ്പോഴും അവരുടെ സംരക്ഷകനാണെന്ന ആരോപണവുമുണ്ട്. പ്രഥമ പൗരനായിരിക്കേ തന്റെ മുന്നിൽ വന്ന 35 ദയാഹരജികൾക്ക് കടലാസിന്റെ വിലപോലും കണക്കാക്കാതിരിക്കാനും അദ്ദേഹം ബദ്ധശ്രദ്ധനായി. തന്റെ നാല് മുൻഗാമികളാകെ നിരസിച്ച ഹരജികളേക്കാൾ കൂടുതലാണിത്. പ്രതിപക്ഷത്തെ കുത്താനും ബംഗാളിൽ കുറച്ച് വോട്ട് നേടുന്നതിനുമാണ് ഭാരതരത്നയെ ദുരുപയോഗം ചെയ്യുന്നതും.

### കെ കെ മുഹമ്മദിന് പത്മശ്രീ

ബാബ്രി മസ്ജിദ് രാമക്ഷേത്രമാണെന്ന സംഘപരിവാർ പ്രചാരണങ്ങൾക്ക് കൈയൊപ്പ് ചാർത്തിയതിനുള്ള അംഗീകാരമാണ് കെ കെ മുഹമ്മദിന് ലഭിച്ച പത്മശ്രീ. അയോധ്യയിൽ രാമക്ഷേത്രം തകർത്താണ് ബാബ്രി മസ്ജിദ് പണിതതെന്ന കാവിപ്പടയുടെ അവകാശവാദത്തെ അദ്ദേഹം ആത്മകഥയിൽ അടിവരയിടുന്നുണ്ട്. രാമരാജ്യത്തിന്റെ അവശിഷ്ടങ്ങൾ തേടി പ്രൊഫ. ബി ബി ലാലിന്റെ നേതൃത്വത്തിൽ വടക്കേ ഇന്ത്യയിലെ പല ഭാഗത്തും പുരാവസ്തു ഗവേഷകർ തെരച്ചിൽ നടത്തിയിരുന്നു.ആ സംഘത്തിലുണ്ടായ 12 ഗവേഷക വിദ്യാർഥികളിൽ ഒരാളായിരുന്നു മുഹമ്മദ്. താൻ ബാബറി മസ്ജിദ് സന്ദർശിച്ചപ്പോൾ ഹിന്ദു ദേവീദേവന്മാരുടെ ചിത്രങ്ങൾ കൊത്തിയ ക്ഷേത്രത്തൂണുകൾ കണ്ടുവെന്നും അദ്ദേഹം എഴുതി. പ്രശ്നം കത്തിനിൽക്കുമ്പോൾ ആർഎസ്എസ് പ്രസിദ്ധീകരണത്തിന് രാമക്ഷേത്രത്തിനനുകൂലമായ ആമുഖം കൊടുത്ത പുരാവസ്തു വിദഗ്ധൻ കൂടിയാണ് മുഹമ്മദ്. പലപ്പോഴും സംഘപരിവാര വേദികളിൽ പ്രത്യക്ഷപ്പെടാറുള്ള അദ്ദേഹത്തെ, മസ്ജിദ് തർക്കമുയരുമ്പോഴെല്ലാം തെളിവിന് ഹിന്ദുത്വ നേതൃത്വം ഉദ്ധരിക്കാറുണ്ടായിരുന്നു. മക്കയും മദീനയുമുള്ളപ്പോൾ മുസ്ലിങ്ങൾ, അയോധ്യ ഹിന്ദുക്കൾക്ക് വിട്ടുകൊടുക്കണമെന്ന വാദവും അദ്ദേഹത്തിൽ നിന്നുണ്ടായി. 1992 ഡിസംബർ ആറിന് സംഘപരിവാരം തകർത്ത ബാബരിമസ്ജിദിനു താഴെ ക്ഷേത്രം ഉണ്ടായിരുന്നില്ലെന്നും ഹിന്ദുത്വരാഷ്ട്രീയ മുന്നേറ്റത്തിനായി പുരാവസ്തു വകുപ്പ് കള്ളം പറയുകയായിരുന്നെന്നും പ്രമുഖ ഗവേഷകരായ സുപ്രിയാ മേനോനും ജയാ വർമയും ഈയിടെ വ്യക്തമാക്കിയിരുന്നു.അയോധ്യയിൽ പള്ളി നിലനിന്ന സ്ഥലത്ത് നടത്തിയ ഗവേഷണത്തിൽ നിരീക്ഷകരായിരുന്നു ഇരുവരും.

തനിക്ക് പ്രഖ്യാപിച്ച പത്മശ്രീ എഴുത്തുകാരി ഗീതാ മേത്ത നിരസിച്ചതും കാണാതിരിക്കാനാവില്ല. ലോക്സഭാ തെരഞ്ഞെടുപ്പ് അടുത്തെത്തിയ

വേളയിൽ അത് സ്വീകരിക്കുന്നത് തെറ്റായ വ്യാഖ്യാനങ്ങൾക്ക് ഇടയാക്കുമെന്നാണ് പുരസ്കാരം വേണ്ടെന്നുവെച്ച് ഇറക്കിയ വാർത്താ കുറിപ്പിൽ പറഞ്ഞത്. ഒഡിഷ മുഖ്യമന്ത്രി നവീൻ പട്നായിക്കിന്റെ മൂത്ത സഹോദരി കൂടിയായ ഗീത ന്യൂയോർക്കിലാണ്സ്ഥിരതാമസം. ലോക്സഭ പാർലമെന്റാണ് വരാൻപോകുന്നതെങ്കിൽ ബിജു ജനതാദളിനെ ഒപ്പം നിറത്താൻ ബിജെപി ശ്രമിക്കുന്നുവെന്ന പ്രചരണം ശക്തമാണ്. ഈ സാഹചര്യത്തിലാണ് തെറ്റിദ്ധരിക്കപ്പെട്ടുമെന്ന് ചൂണ്ടിക്കാട്ടി ഗീത പുരസ്കാരം നിരസിച്ചത്. കർമ ചോല, രാജ്, എ റിവർ സൂത്ര, സ്നെയ്ക്ക്സ് ആൻഡ് ലാഡേഴ്സ്: ഗ്ലിംസസ് ഓഫ് മോഡേൺ ഇന്ത്യ, എറ്റേണൽ ഗണേശ: ഫ്രം ബർത്ത് ടു റിബർത്ത് തുടങ്ങിയ കൃതികളുടെ കർത്താവായ ഗീതയുടെ പുസ്തകങ്ങൾ ഇന്ത്യക്കു പുറമേ യൂറോപ്പിലും അമേരിക്കയിലും ബെസ്റ്റ് സെല്ലറുകളാണ്. രചനകൾ 21 ഭാഷകളിലേക്ക് മൊഴിമാറ്റിയിട്ടുണ്ട്. ഭർത്താവ് സോണി മേത്ത അമേരിക്കയിലെ പ്രശസ്തനായ പ്രസാധകനാണ്.

## ഏകാധിപതിക്ക് പത്മവിഭൂഷൻ

ഇതേക്കാളെല്ലാം അത്ഭുതം ജിബൂട്ടിയുടെ പ്രസിഡന്റ് ഇസ്മയിൽ ഒമർ ഗ്വില്ലേയ്ക്ക് പത്മവിഭൂഷൻ നൽകിയതാണ്. ലോകമാകെ അറിയപ്പെടുന്ന വിദേശ നേതാക്കളെയാണ് സാധാരണ പരിഗണിക്കാറുള്ളത്. തികഞ്ഞ ഏകാധിപത്യത്തിന് കുപ്രസിദ്ധനായ ഗ്വില്ലേ, 1999 മുതൽ അധികാരത്തിലുണ്ട്. ഫ്രാൻസിൽ നിന്ന് സ്വാതന്ത്ര്യം നേടിയ 1977 മുതൽ അമ്മാമൻ ഹസ്സൻ ഗൗലദ് അപ്റ്റിഡോണിന്റെ കൈയിലായിരുന്നു ചെങ്കോൽ. നൂറു ശതമാനം വോട്ടു നേടിയാണ് അവസാനവട്ട 'ജയം'. കടുത്ത മനുഷ്യാവകാശ ലംഘനങ്ങളാണ് ജിബൂട്ടിയിൽ. പ്രതിപക്ഷ പ്രവർത്തനങ്ങൾക്ക് വിലക്കുള്ള ആ രാജ്യത്ത് തെരഞ്ഞെടുപ്പ് സമയങ്ങളിൽ പ്രധാന നേതാക്കളെയും ബുദ്ധിജീവികളെയും ജയിലിടും. മൂന്നാം വട്ടവും അധികാരം കൈപ്പിടിയിലൊതുക്കാൻ ഗ്വില്ലേ 2010 ഏപ്രിലിൽ ഭരണഘടനാ ഭേദഗതി കൊണ്ടുവരിക പോലുമുണ്ടായി. ദേശീയ പാർലമെന്റിൽ ഇപ്പോൾ ഒറ്റ പ്രതിപക്ഷ അംഗവുമില്ല. മാധ്യമങ്ങൾ ഗ്വില്ലേയുടെ നാവുപോലെ തീർത്തും ഭരണാനുകൂലം. എന്നാൽ അദ്ദേഹം പാശ്ചാത്യ ശക്തികളുടെ സജീവ കൂട്ടാളിയാണ്. ഇപ്പോഴിതാ മോഡിക്കും പ്രിയങ്കരനായിരിക്കുന്നു.

തന്റെ പ്രഭാവം രാജ്യത്തുനിന്ന് മാഞ്ഞുപോവുകയാണെന്ന സർവേഫലം പല കുതന്ത്രങ്ങളും പയറ്റാൻ മോഡിയെ പ്രേരിപ്പിക്കുകയാണ്.2017 ജനുവരിയെ അപേക്ഷിച്ച് പ്രധാനമന്ത്രിയുടെ ജനപ്രീതി കുത്തനെ ഇടിഞ്ഞു. 2014ൽ മോഡി പ്രഭാവം ബിജെപിയുടെ വോട്ട് ബാങ്കായിരുന്നു. നാലരവർഷം കൊണ്ട് അത് മങ്ങിത്തുടങ്ങിയെന്നാണ് ദേശീയ മാധ്യമങ്ങൾ റിപ്പോർട് ചെയ്യുന്നത്. 2017 ജനുവരിയിലെ 65 ശതമാനം ജനപ്രീതി 46 ശതമാനമായി. തൊഴിലില്ലായ്മ, ദുർബല സാമ്പത്തിക സ്ഥിതി, കാർഷിക മേഖലയിലെ തിരിച്ചടി എന്നിവയാണ് വിനയായത്. നോട്ട് നിരോധനത്തിന് പിന്നാലെയാണ്

ജനാഭിപ്രായം കുത്തനെ ഇടിയാൻ തുടങ്ങിയത്. അത്തരം പരിക്കുകൾ മറികടക്കാൻ വിശ്വ നേതാവായി ചമയാനും ശ്രമിക്കുകയാണ്. 2019 റിപ്പബ്ലിക് ദിനത്തിന് മുഖ്യാതിഥിയായി ദക്ഷിണാഫ്രിക്കൻ പ്രസിഡന്റ് സിറിൽ രാമഫോസയെ നിശ്ചയിച്ചപ്പോൾ ചില ചോദ്യങ്ങൾ വന്നുമൂടി. അദ്ദേഹവും പ്രധാനമന്ത്രി നരേന്ദ്രമോഡിയും വേദി പങ്കിട്ടപ്പോൾ ഗാന്ധി ജിയെയും മണ്ടേലയെയും കുറിച്ചുള്ള ജ്വലിക്കുന്ന താരതമ്യങ്ങൾ അസ്ത മിക്കുകയായിരുന്നു. നീണ്ട പ്രക്ഷോഭ ചരിത്രങ്ങൾക്ക് പുറമെ അഴിമതി, ദാരിദ്ര്യം, തൊഴിലില്ലായ്മ, അസമത്വം തുടങ്ങി വലിയ നിരയയാണ് ഇപ്പോൾ ഇന്ത്യയെയും ദക്ഷിണാഫ്രിക്കയെയും ബന്ധിപ്പിക്കുന്നത്. എന്നാൽ ഇരു ഭരണാധികാരികളെ ഒന്നിപ്പിച്ചത് അതൊന്നുമല്ല. പൗരാവകാശങ്ങൾ തുടച്ചുനീക്കുന്ന രണ്ട് ഭരണകർത്താക്കൾ എന്ന ശീർഷകമാണ് ഇരുവർക്കും നന്നായി ഇണങ്ങുക. ഒരിക്കലും കാണാ ത്തവിധം ഇന്ത്യയിൽ ജനാധിപത്യവും പൗരാവകാശങ്ങളും അഭിപ്രായ സ്വാതന്ത്ര്യവും ചവിട്ടിമെതിക്കപ്പെടുന്നു. ഭരണകൂട വിമർശനം നടത്തു ന്നവർ വഞ്ചകരും രാജ്യദ്രോഹികളുമായി പ്രതിക്കൂട്ടിലടക്കപ്പെടുകയു മാണ്. ബുദ്ധിജീവികളും എഴുത്തുകാരും സാംസ്കാരിക പ്രവർത്തകരും കാരാഗൃഹങ്ങളിലും. അവർ പാകിസതാനിലേക്ക് പോകട്ടേയെന്ന ആക്രോശങ്ങളുമുയരുന്നു. ഇതേ സ്ഥിതിയാണ് രാമഫോസ ഭരണത്തി ലും. സാമൂഹ്യ പ്രവർത്തകരും പരിസ്ഥിതി സംരക്ഷകരും നിരന്തരം വേട്ടയാടപ്പെടുന്നു. അനധികൃത ഖനനത്തിനെതിരെ സംസാരിക്കുന്ന വർക്കെതിരെ ഭീഷണിയും. മാധ്യമപ്രവർത്തകരോടുള്ള നിലപാടും ഇതുതന്നെ. ഇന്ത്യയിൽ മാനനഷ്ടക്കേസുമായാണ് മാധ്യമസ്ഥാപന ങ്ങളെ വരുതിയിൽ നിർത്താൻ ശ്രമിക്കുന്നതെങ്കിൽ ദക്ഷിണാഫ്രിക്ക യിൽ പരസ്യ ഭീഷണിയും അപമാന ശ്രമവും. അഭയാർഥികളോടും ഒരേ നിലപാടാണ് മോഡിക്കും രാമഫോസക്കും. ഇന്ത്യയിൽ രോഹിങ്ക്യൻ അഭയാർഥികളെ ആട്ടിയോടിക്കുമ്പോൾ, ഇതര ആഫ്രിക്കൻ രാജ്യങ്ങ ളിൽ നിന്നുള്ളവരോട് മനുഷ്യത്വ രഹിത സമീപനമാണ് ദക്ഷിണാ ഫ്രിക്കക്ക്. അത്തരക്കാർ ചികിത്സാലയങ്ങൾ കൈയടക്കിയതാണ് ആരോഗ്യ പ്രതിസന്ധികൾക്ക് കാരണമെന്നാണ് ആരോഗ്യമന്ത്രി പകിഷേ ആരോൺ മോട്സോലദി 2018 നവംബർ 20ന് 'നാഷണൽ എജ്യൂക്കേഷൻ, ഹെൽത്ത് ആൻഡ് അലീഡ് വർക്കേഴ്സ് യൂണിയൻ' സമ്മേളനത്തിൽ പറഞ്ഞത്. 2019ൽ ഇരു രാജ്യങ്ങളും ജനവിധിക്ക് ഒരുങ്ങുമ്പോൾ ഭരണഘടനയുടെ പുനഃസ്ഥാപനമാണ് പ്രധാന മുദ്രാവാ ക്യമെന്നതും അതിപ്രധാനം.

# രണ്ടാം ഗാന്ധിവധവും മഹാത്മാ ഗോഡ്സെയും

*"തോക്കു നീട്ടി നീ ,യച്ഛന്റെ മാറിൻ*
*നേർക്കുതന്നെ നിറയൊഴിച്ചിട്ടും*
*പിന്നെയും ഞങ്ങൾ വിശ്വസിക്കേണം*
*നിന്നെയും 'ഭാരതീയ' നാസ്തുന്നെ!"*

1948 ആഗസ്റ്റിൽ രചിച്ച 'പിണ്ഡോദകങ്ങൾ' (പാദമുദ്രകൾ സമാഹാരം കാണുക)എന്ന കവിതയിൽ വയലാർ രാമവർമ്മ ഉന്നയിച്ച കാര്യം ജനാധിപത്യ- മതനിരപേക്ഷവാദികളാകെ ആവർത്തിക്കേണ്ട കെട്ടകാലമാണിത്; അധികാരത്തിന്റെ ഒട്ടുമിക്ക സോപാനങ്ങളും കാൽക്കീഴിലാക്കിയ മതഭീകരതയും ഫാസിസ്റ്റ് വകഭേദങ്ങളും ചരിത്രത്തിലെ ചെറു സാന്ത്വനങ്ങളെപ്പോലും വിഴുങ്ങി രസിക്കുന്ന ഭീതിതമായ അവസ്ഥയിൽ പ്രത്യേകിച്ചും. പത്തിമടക്കാത്ത എതിർവാദങ്ങളടക്കം എല്ലാ ചിന്താധാരകളെയും ആദർശസമന്വയങ്ങളെയും സ്വാംശീകരിച്ച് സ്വാഗതം ചെയ്ത രാജ്യത്തെ പേശീബലത്തിന്റെയും അസഹിഷ്ണുതയുടെയും ചരിത്ര നിരാസത്തിന്റെയും സമവാക്യങ്ങൾമാത്രം നിറച്ച് വീർപ്പുമുട്ടിക്കുകയാണ് മോഡിവൽക്കരണത്തിന്റെ ഉന്മാദം തലക്കുപിടിച്ച ആൾക്കൂട്ടങ്ങൾ.

"നമ്മുടെ ജീവിതങ്ങളിൽനിന്നും പ്രകാശം നിഷ്ക്രമിച്ചിരിക്കുന്നു. സർവവും അന്ധകാരം നിറഞ്ഞിരിക്കുന്നു. നാം ബാപ്പു എന്ന് വിളിക്കുന്ന നമ്മുടെ പ്രിയനേതാവ്, രാഷ്ട്രത്തിന്റെ പിതാവ് ഇല്ലാതായിരിക്കുന്നു. ഹിന്ദു കാപാലികനായ ഗോഡ്സെ, ഗാന്ധിജിയെ വധിച്ചിരിക്കുന്നു -ബാപ്പുജിയുടെ വേദനാജനകമായ വിയോഗത്തിനുശേഷം ഓൾ ഇന്ത്യാ റേഡിയോവിലൂടെ പ്രധാനമന്ത്രി ജവഹർലാൽ നെഹ്റു രാഷ്ട്രത്തോട് നടത്തിയ ഹ്രസ്വ ഭാഷണമാണിത്. ഇന്ത്യൻ മനഃസാക്ഷിക്കുമേൽ ആ സാത്വികന്റെ ചോര ഒഴുകിപ്പരന്നിട്ട് ,ഏഴു പതിറ്റാണ്ടിലധികം കഴിഞ്ഞിരിക്കുന്നു. പണ്ഡിറ്റ്ജി ദീർഘദർശനം ചെയ്തതുപോലെ നിബിഡാന്ധകാരം രാജ്യത്തെ വിഴുങ്ങിത്തീർത്ത് ഇല്ലാതാക്കുകയാണോ എന്ന് സംശയിക്കത്തക്കവിധമാണ് സംഭവഗതികളുടെ ദിശ. ലോകം അതിശയിച്ച മഹത്തായ ഒരു സംസ്കൃതിയുടെ നിലനിൽപ്പുതന്നെ ചോദ്യചിഹ്നമായി മാറുന്നുമുണ്ട്. എഴുപത്തിയൊന്നാം രക്തസാക്ഷിത്വ

ദിനത്തിൽ ഗാന്ധിജിക്കെതിരെ പ്രതീകാത്മകമായി വെടിയുതിർത്ത അഖിലേന്ത്യാ ഹിന്ദു മഹാസഭയുടെ പ്രകോപനം ഫാസിസ്റ്റ് പാകത അടക്കംചെയ്ത വെല്ലുവിളി കൂടിയാണ്. ഗാന്ധിവധ പുനരാവിഷ്കാരം മാത്രമായിരുന്നില്ല അത്, മറിച്ച് ജനാധിപത്യത്തിന്റെ അന്ത്യം കുറിക്കുന്ന കൊലക്കയർ രാഷ്ട്രീയത്തിന്റെ റിഹേഴ്സലുമായി.

## ഹിന്ദുകോടതിയിലെ ജഡ്ജി

പ്രശ്നകലുഷിതമായ അലിഗഢിലെ നൗറംഗാബാദിലാണ് രാഷ്ട്രപിതാവിനെ വീണ്ടും പ്രതീകാത്മകമായി ചോരയിലവസാനിപ്പിച്ചത്. ബിജെപിയുടെ കടുത്ത വർഗീയ മുഖമായ യോഗി ആദിത്യനാഥ് ഭരിക്കുന്ന സംസ്ഥാനത്താണ് മാപ്പർഹിക്കാത്ത രാജ്യദ്രോഹത്തിന് സമാനമായ സംഭവം. വനിതാ നേതാവ് പൂജ ശകുൻ പാണ്ഡെയുടെ നേതൃത്വത്തിലുള്ള സംഘം ഗാന്ധിജിയുടെ പ്രതിമയുണ്ടാക്കി കളിത്തോക്ക് ഉപയോഗിച്ച് നിറയൊഴിക്കുകയായിരുന്നു. ആ പ്രതിമയിൽനിന്ന് ചോരയൊഴുകി തളംകെട്ടിയതും ദൃശ്യങ്ങളിൽ വ്യക്തമായി. 'മഹാത്മാ നാഥുറാം ഗോഡ്സെ' എന്ന മുദ്രാവാക്യത്തിന്റെ അകമ്പടിയോടെയാണ് നിറയൊഴിച്ചതും. ഹിന്ദുകോടതിയിലെ ജഡ്ജിയെന്ന് സ്വയം മേനിനടിക്കുന്ന പൂജക്ക് വിചാരണ നടത്തി വധശിക്ഷയടക്കം വിധിക്കുന്ന കോടതികളും 'കുറ്റവാളികൾ' എന്ന് ചാപ്പകുത്തപ്പെടുന്നവരെ പൂട്ടാൻ ജയിലുകളുമുണ്ട്. വെടിവച്ചുകൊന്ന് 71 വർഷത്തിനു ശേഷവും ഗാന്ധിജിയോടുള്ള കപകടങ്ങാത്ത ഹിന്ദുത്വ ഭീകരരുടെ നീക്കങ്ങൾ ലോകമാകെ ഉൽക്കണ്ഠ സൃഷ്ടിച്ചിരിക്കയാണ്.

ഗാന്ധിജിയുടെ കോലത്തിനു നേരെ വെടിവെച്ച് അട്ടഹസിച്ച പൂജ, അദ്ദേഹത്തെ യഥാർഥത്തിൽ ഇല്ലാതാക്കിയ ഗോഡ്സെയും ഗൂഢാലോചനയിലെ പ്രധാന മസ്തിഷ്കമായ സവർകറും നയിച്ച അഖില ഭാരത ഹിന്ദു മഹാസഭയുടെ ജനറൽ സെക്രട്ടറിയാണ്. കേന്ദ്രമന്ത്രി ഉമാഭാരതിയുടെയും മധ്യപ്രദേശ് മുൻ മുഖ്യമന്ത്രി ശിവരാജ് സിങ്ങ് ചൗഹാന്റെയും മറ്റും അടുപ്പക്കാരി. ഗണിത ശാസ്ത്രത്തിൽ ഡോക്ടറേറ്റ് കരസ്ഥമാക്കിയെന്ന് അവകാശപ്പെടുന്ന ആ അധ്യാപിക, ഗോഡ്സെക്ക് മുമ്പേ ജീവിച്ചിരുന്നെങ്കിൽ മോഹൻദാസ് ഗാന്ധിയെ തന്റെ കൈകൾ കൊണ്ട് തീർക്കുമായിരുന്നെന്നും സ്വതന്ത്ര ഇന്ത്യയിൽ മറ്റൊരു ഗാന്ധിജിയെ കണ്ടാൽ വെറുതെ വിടില്ലെന്നും പ്രഖ്യാപിച്ചിരുന്നു. ,അദ്ദേഹം രാഷ്ട്രപിതാവല്ലെന്നും കൂട്ടിച്ചേർത്തു. ഗോഡ്സെയാണ് തന്റെ മാതൃകാ നേതാവെന്ന് പലവട്ടം തുറന്നടിക്കുകയുമുണ്ടായി. ഇത്തരം കൊലവിളികൾ ഒരു മുസ്ലിമിൽ നിന്നാണെങ്കിൽ ഇന്ത്യ ചാമ്പലായേനെ. രാഷ്ട്രപിതാവിനെ വെടിവെച്ചുകൊന്നതറിഞ്ഞ മൗണ്ട് ബാറ്റന്റെ പ്രതികരണം മറക്കാവുന്നതല്ല. 'ദൈവത്തിന് നന്ദി; അയാളൊരു മുസ്ലിമല്ല. വധത്തിനു പിന്നിൽ അങ്ങനെയൊരാളായിരുന്നെങ്കിൽ ഇന്നാട്ടിലെ മുസ്ലീങ്ങളെ മുഴുവൻ ആർഎസ്എസ് കൊന്നൊടുക്കിയേനെ' എന്നതായിരുന്നു അതിന്റെ സാരം.

## സവർക്കറുടെ ദ്വിരാഷ്ട്ര വാദം

ഗാന്ധിജിക്കുനേരെ വെടിയുതിർത്ത പൂജ, ഗോഡ്സെയുടെ പ്രതിമയിൽ ഹാരാർപ്പണം നടത്തി. പരിപാടിയിൽ പങ്കെടുത്തവർക്ക് മധുരപലഹാരവും വിതരണംചെയ്തു. ഇന്ത്യൻ സ്വാതന്ത്ര്യ ലബ്ധിയിൽ നിർണായക സംഭാവന നൽകിയ നേതാവായി ലോകം ഗാന്ധിയെ ആദരിക്കുമ്പോൾ രാജ്യത്തെ വെട്ടിമുറിക്കുന്നതിന് കാരണക്കാരനായാണ് ഹിന്ദുമഹാസഭയുടെ വിലയിരുത്തൽ. അതിനാൽ ഗോഡ്സെ തീവ്ര ഹിന്ദുത്വ ശക്തികളുടെ വീരപുരുഷനും മഹാത്മാവുമാണ്. അയാൾ ഗാന്ധിജിയോടെ് ചെയ്തത് അതിക്രമമല്ലെന്നും, അനിവാര്യ പ്രവർത്തിയായിരുന്നുവെന്നുമാണ് ഹിന്ദുസഭയുടെ എക്കാലത്തെയും നിലപാട്. ഗാന്ധി രക്തസാക്ഷി ദിനം ശൗര്യ ദിവസ് ആയാണ് അവർ ആചരിക്കുന്നത്. ആർഎസ്എസ് താത്ത്വികൻ ഗോൾവാക്കർ രചിച്ച 'വിചാരധാര'യിൽ അമ്മമാരോട് എന്ന അധ്യായത്തിൽ കുട്ടികളെ ശൗര്യമുള്ളവരായി വളർത്താൻ ഉപദേശിക്കുന്നുണ്ടല്ലോ. ഗോഡ്സെക്ക് ആദരമർപ്പിച്ചാണ് ഹിന്ദുത്വസംഘടനകൾ ഗാന്ധി രക്തസാക്ഷിത്വത്തെ അപകീർത്തിപ്പെടുത്താറുള്ളത്. ഇക്കുറി അതിരുവിട്ടു. ഗാന്ധിക്ക് നേരെ വെടിയുതിർത്തുകൊണ്ടുള്ള ആഘോഷം ആദ്യമാണ്.'ഇന്ത്യൻ ജനത നിരവധി കൊല്ലങ്ങളായി ഗാന്ധിയെ മഹാത്മാവായി ബഹുമാനിക്കുന്നു. അതൊരു വലിയ കള്ളമാണെന്ന് യുവാക്കളോട് പറയാൻ ആഗ്രഹിക്കുന്നു. ഗോഡ്സെ യഥാർഥ രാജ്യ സ്നേഹിയാണ്. ഗാന്ധിയെ രാഷ്ട്രപിതാവായി കണക്കാക്കുന്നില്ല. മുസ്ലീങ്ങളോട് മൃദുസമീപനമായിരുന്ന അദ്ദേഹമാണ് പാകിസ്ഥാൻ സൃഷ്ടിക്കപ്പെടാൻ കാരണം' എന്നിങ്ങനെയായിരുന്നു കാവി സംഘടനകളുടെ ലഘുലേഖകളുടെ ഉള്ളടക്കം. 1937ലെ ഹിന്ദു മഹാസഭയുടെ പത്തൊമ്പതാമത് അഹമ്മദാബാദ് സമ്മേളനത്തിന്റെ ഉദ്ഘാടന സെഷനിലെ അധ്യക്ഷ പ്രസംഗത്തിൽ സവർക്കർ കൃത്യമായും ഊന്നിയത് ദ്വിരാഷ്ട്ര വാദത്തിലാണ്. മുഹമ്മദാലി ജിന്നയുടെ കാഴ്ചപ്പാടുകളെ തുണച്ച അദ്ദേഹം ഹിന്ദുക്കളും മുസ്ലിങ്ങളും വ്യത്യസ്ത രാഷ്ട്രമാണെന്ന് വിശദീകരിച്ചു. മതസൗഹാർദത്തെ തുണച്ചതിനാൽ ഗാന്ധിജിയെ പൊറുപ്പിക്കാനായില്ലെന്നും വളച്ചുകെട്ടില്ലാതെ പറഞ്ഞു. ഹിംസയിലൂടെ നേടുന്ന വിജയം വിജയമല്ല,അത് തോൽവിയാണ്; എന്തെന്നാൽ അത് നൈമിഷിക നേട്ടം മാത്രം. അസഹിഷ്ണുത ചേതനയോടുള്ള ആക്രമണമാണ്. വിദ്വേഷമാകട്ടെ, ഹൃദയത്തോടുള്ള കടന്നാക്രമണവും- തുടങ്ങിയ ഗാന്ധി വചനങ്ങൾ സവർക്കർക്കും കൂട്ടാളികൾക്കും സഹിക്കാവുന്നതിനപ്പുറമായിരുന്നു. ഗാന്ധിയെ വധിച്ചാൽ തനിക്കെല്ലാം നഷ്ടമാകും, ജീവനേക്കാൾ വലുതായി താൻ കണക്കാക്കുന്ന മാന്യതയുൾപ്പെടെ. അദ്ദേഹമില്ലെങ്കിൽ ഇന്ത്യ വളരെ ശക്തമായ രാജ്യമായിത്തീരുമെന്നായിരുന്നു ഗോഡ്സെയുടെ ബോധ്യം. ഗോൾവാൾക്കർ എഴുതിയതാകട്ടെ ബ്രിട്ടീഷുകാർക്കെതിരെ പോരടിച്ച് ഹിന്ദുക്കൾ ഊർജം പാഴാക്കരുത്. പകരം ആഭ്യന്തര ശത്രുക്ക(മുസ്ലിങ്ങൾ, ക്രിസ്ത്യാനികൾ, കമ്യൂണിസ്റ്റുകാർ)ളെ

എതിരിടാൻ അത് കരുതിവെക്കണമെന്നാണ്.സാംഗ്ലി ആർഎസ്എസ് ഘടകം സെക്രട്ടറിയായിരുന്ന നാഥൂറാം അന്ത്യംവരെ ആ ബന്ധം തുടർന്നു. ഹിന്ദുമഹാസഭയുമായും ഹിന്ദുരാഷ്ട്ര ദളുമായും ഇഴുകിച്ചേർന്ന അയാളും നാരായൺ ആപ്തെയും സവർക്കറുമായി ബന്ധപ്പെട്ടു. ഇരുവരും ഉൾപ്പെടെയുള്ള യുവാക്കളുടെ ചിന്തകളിലും കാഴ്ചപ്പാടുകളിലും വെറുപ്പിന്റെ ആശയങ്ങൾ പാകുന്നതിൽ ആ സ്വാധീനം ഗണ്യമായിരുന്നു.

## യുഎസ് ഇന്റലിജൻസ് മുന്നറിയിപ്പ്

2019 ലെ പാർലമെന്റ് തെരഞ്ഞെടുപ്പിന് മുമ്പ് ഇന്ത്യയിൽ ആസൂത്രിത വർഗീയ കലാപങ്ങൾക്ക് സാധ്യത ഏറെയാണെന്ന അമേരിക്കൻ ഇന്റലിജൻസ് ഡയറക്ടർ ഡാൻ കോട്സിന്റെ മുന്നറിയിപ്പ് പുറത്തുവന്ന് മണിക്കൂറുകൾക്കകമാണ് അലിഗഡ് സംഭവം. യുഎസ് ഇന്റലിജൻസ് സെലക്ട് കമ്മിറ്റിക്ക് സമർപ്പിച്ച രേഖയിലാണ് ബിജെപി, അതിഹിന്ദുത്വ വിഷയങ്ങളിൽ ഊന്നി മുന്നോട്ടുപോയാൽ കലാപ സാധ്യതയുണ്ടെന്ന വെളിപ്പെടുത്തൽ. 2018 അവസാനത്തിലെ നിയമസഭാ തെരഞ്ഞെടുപ്പുകളിൽ സംഘപരിവാറിനേറ്റ കനത്ത തോൽവി പൊതു തെരഞ്ഞെടുപ്പിലും ആവർത്തിക്കാനിടയുണ്ടെന്ന സർവേകളുടെ പശ്ചാത്തലത്തിൽ, ഭരണം നിലനിർത്താൻ കാവിപ്പട ഏത് മാർഗവും അവലംബിക്കുമെന്നാണ് പ്രതീക്ഷിക്കേണ്ടത്. അലിഗഡിൽ കണ്ട ഗാന്ധി നിരാകരണം പോലുള്ള പ്രകോപനങ്ങൾ രാജ്യത്തിന്റെ പല ഭാഗങ്ങളിലും പരീക്ഷിക്കാൻ സാധ്യത ഏറെയുമാണ്. കോട്സിനൊപ്പം സിഐഎ ഡയരക്ടർ ജിന ഹാസ്പെൽ, എഫ് ബി ഐ ഡയരക്ടർ ക്രിസ്റ്റഫർ റേ, ഡിഫൻസ് ഇന്റലിജൻസ് ഏജൻസി ഡയരക്ടർ റോബർട് ആഷ്ലി എന്നിവരടക്കം മറ്റു മേധാവിമാരും പങ്കെടുത്തു. ജിന ഹാസ്പെൽ അടുത്തിടെ ഇന്ത്യ സന്ദർശിക്കുകയുണ്ടായി. ബിജെപി ഭരിക്കുന്ന സംസ്ഥാനങ്ങളിൽ സാമുദായിക സംഘർഷങ്ങൾ വേരുപിടിച്ചിട്ടുണ്ട്. അനുയായികളെ പ്രകോപിപ്പിച്ച് താഴേത്തട്ടിൽനിന്ന് അക്രമങ്ങൾ വളർത്താനാണ് ശ്രമം. വർധിച്ചു വരുന്ന അക്രമസംഭവങ്ങൾ മുസ്ലിങ്ങളെ ഒറ്റപ്പെടുത്തുകയും അതിലൂടെ സ്വാധീനമുറപ്പിക്കാൻ ഇസ്ലാമിക തീവ്രവാദ വിഭാഗങ്ങൾക്ക് അവസരം ഒരുക്കുകയും ചെയ്യും. 2019 മെയ് വരെ ഇന്ത്യ- പാക് ബന്ധവും അസ്വസ്ഥമായിരിക്കും. അതിർത്തി കടന്നുള്ള തീവ്രവാദം, നിയന്ത്രണ രേഖ കടന്നുള്ള വെടിവെപ്പ് എന്നിവ തെരഞ്ഞെടുപ്പിനെ ബാധിക്കുമെന്നും റിപ്പോർട് ചൂണ്ടിക്കാട്ടുന്നു.

## തുഷാർ ഗാന്ധിയുടെ ലേഖനം

ഗാന്ധി വധത്തെ നിർലജ്ജം ന്യായീകരിച്ചുള്ള നുണകൾ ഇപ്പോൾ സംഘടിതമായി പ്രചരിപ്പിക്കുകയാണ് നാഥുറാം ഗോഡ്സെയെ പ്രചോദിപ്പിക്കുകയും പിന്തുണക്കുകയും ചെയ്ത പ്രത്യയശാസ്ത്രമെന്ന് തുഷാർ ഗാന്ധി ചൂണ്ടിക്കാണിക്കുന്നു. ഏഴ് പതിറ്റാണ്ടായി ഈ പ്രത്യയശാസ്ത്രത്തിന്റെ വക്താക്കൾ വിജയകരമായി പ്രചരിപ്പിക്കുന്ന കള്ളങ്ങളിൽ ഇന്ത്യക്കാരിൽ വലിയ ശതമാനം വീണുപോയതായും 'ദി വയർ ഡോട്ട്

ഇൻ' ഓൺലൈനിലെ ലേഖനത്തിൽ ഗാന്ധിജിയുടെ പൗത്രൻ വ്യക്തമാക്കി. നുണ ആവർത്തിച്ച് സത്യമാക്കുന്ന ഗീബൽസിന്റെ തന്ത്രമാണ് അവരുടേതെന്നും വിശദീകരിച്ചു. ഇപ്പോൾ ആ ഹീനകൃത്യത്തെപറ്റി തന്നെ സംശയങ്ങളുയർത്തുകയാണ്. ഗാന്ധിവധം പുനരന്വേഷിക്കണമെന്ന് ആവശ്യപ്പെടുന്ന ഹർജി സുപ്രീം കോടതി അടുത്തകാലത്ത് പരിഗണിച്ചിരുന്നു. അമിക്കസ് ക്യൂറിയെ നിയമിച്ച് കേസ് ഒക്ടോബർ 30ലേക്ക് മാറ്റുകയും ചെയ്തു. ബാലിശമായ ഈ അപേക്ഷ കോടതി കൈയോടെ തള്ളിക്കളയാത്തത് അമ്പരപ്പിക്കുന്നതായും തുഷാർ വ്യക്തമാക്കി. കൊലപാതകത്തെ കുറിച്ച് വ്യാജവിവരങ്ങൾ വിതയ്ക്കാനും ആശയക്കുഴപ്പം സൃഷ്ടിക്കാനുമുള്ള ശ്രമങ്ങൾ ഇതാദ്യമല്ല. കൊലപാതകികൾക്ക് പ്രത്യയശാസ്ത്ര പ്രചോദനം നൽകിയ വലതു ഹൈന്ദവ വിഭാഗങ്ങളുടെ തന്ത്രത്തിന്റെ ഭാഗമായി വേണം അതിനെ വീക്ഷിക്കാൻ. 2018ൽ ബോംബെ ഹൈക്കോടതിയിലും ഒരു ഹർജി വന്നു. മറ്റൊരാൾ കൂടി വെടിയുതിർത്തതായും നാലാമതായി വെടിയുണ്ട ഉണ്ടായതായും ചൂണ്ടിക്കാണിച്ചതിനൊപ്പം വിദേശീ സാന്നിധ്യം തള്ളിക്കളയാനാവില്ലെന്നുമാണ് പങ്കജ് ഫഡ്നിസും അഭിനവ് ഭാരതും ബോധിപ്പിച്ചത്. ബോംബെ ഹൈക്കോടതി പരാതി ചവറ്റുകൊട്ടയിലേക്ക് എറിഞ്ഞു. സർവർക്കറുടെ ആരാധകനാണ് താനെന്നും ആ കൈകൾ ശുദ്ധമാക്കാനാണ് ശ്രമമെന്നും പരാതിക്കാരൻ ബോധിപ്പിച്ചു. 1969ലെ കപൂർ കമ്മീഷൻ റിപ്പോർടിലെ നിരീക്ഷണങ്ങൾ തള്ളണമെന്നും പുതിയ അന്വേഷണത്തിന് ഉത്തരവിടണമെന്നും ആവശ്യപ്പെട്ടു. ഫഡ്നിസിന്റെ മറ്റൊരു പരാതി സുപ്രീം കോടതി സ്വീകരിച്ചിരിക്കയാണ്. ഗാന്ധിവധത്തിൽ ആർഎസ്എസിനും ഗൂഢാലോചനയിൽ സവർക്കർക്കുള്ള പങ്കിന് വ്യക്തമായ തെളിവുകളും കമ്മീഷൻ റിപ്പോർടിൽ നിരത്തിയിരുന്നു. അന്നുമുതൽ റിപ്പോർട് സംഘപരിവാറിന്റെയും സവർക്കറുടെ അനുയായികളുടെയും കണ്ണിലെ കരടാണ്.അതുകൊണ്ട് സമകാലീന ചരിത്രത്തെ അപകീർത്തിപ്പെടുത്താനും സ്വന്തം മനോവിഭ്രാന്തികളെ ചരിത്രമായി അവതരിപ്പിക്കാനുമുള്ള അവരുടെ ശ്രമമായി വേണം ബോംബെ ഹൈക്കോടതി തള്ളിയ പരാതിയെയും സുപ്രീംകോടതി കേൾക്കാനിരിക്കുന്ന പരാതിയെയും വീക്ഷിക്കാനെന്നും തുഷാർ ഗാന്ധി പറയുന്നു.

1948 ജനുവരി 30ന് ബിർളാ ഹൗസിൽ മറ്റൊരു തോക്കുധാരികൂടി ഉണ്ടായെന്നാണ് സുപ്രീം കോടതിയിൽ സമർപ്പിച്ച ഹർജിയിൽ പറയുന്നത്. മരണത്തിന് കാരണമായ നാലാമത്തെ വെടിയുതിർത്തത് അയാളാണെന്നാണ് പ്രധാനവാദം. ഗാന്ധിയിൽ നിന്നും രണ്ടര അടി മാത്രം അകലെ നിന്നും ഒമ്പത് എംഎം തോക്കുപയോഗിച്ച് ഗോഡ്സെ ഉതിർക്കുകയും ആ നെഞ്ചിൽ മൂന്ന് ഇഞ്ചിൽ ആഴത്തിൽ തുളച്ചുകയറുകയും ചെയ്ത മൂന്ന് വെടിയുണ്ടകളല്ല മരണകാരണമെന്ന് സ്ഥാപിക്കാനാണ് ശ്രമം. അന്ന് വൈകിട്ട് ബിർളാ ഹൗസിലുണ്ടായ ആയിരത്തിലേറെ ആളുകളിൽ ആരുടെയും ശ്രദ്ധയിൽ പെടാതെ നാലാമതൊരാൾ

മരണകാരണമായ വെടിയുതിർത്തിട്ട് രക്ഷപ്പെടുകയായിരുന്നുവെന്നാണ് വാദം."ഗോഡ്സെയുടെ കൂട്ടാളികളായ ആപ്തെയും വിഷ്ണു രാമകൃഷ്ണ ഖർക്കരെയും കൊലപാതകത്തിന് ശേഷം രക്ഷപ്പെട്ടത് പങ്കാളികളല്ലായിരുന്നതുകൊണ്ടാണ്. ഗാന്ധിജിയെ സമീപിക്കുന്ന ഗോഡ്സെയെ ആരും തടയാതെ നോക്കുകയായിരുന്നു നിരായുധരായ അവരുടെ ദൗത്യം. കൊലപാതകശേഷം എല്ലാവരെയും രക്ഷപ്പെടുത്താൻ ശ്രമിക്കണമെന്നും അവർക്ക് ലക്ഷ്യമുണ്ടായി. ബിർളാ ഹൗസിലെ രഘു മാലി, വെടിയുതിർത്തയുടൻ ഗോഡ്സെയെ കീഴടക്കുകയും നിരായുധനാക്കുകയും ചെയ്തതിനെ തുടർന്നാണ് രക്ഷപ്പെടാനുള്ള പദ്ധതി പരാജയപ്പെട്ടത്. ആ ആശയക്കുഴപ്പത്തിനിടയിലാണ് ആപ്തെയും ഖർക്കരെയും രക്ഷപ്പെട്ടതും. വേറൊരു തോക്കുധാരി ഇല്ലാതിരുന്നതുകൊണ്ടാണ് ആരും കാണുകയോ കേൾക്കുകയോ ചെയ്യാതിരുന്നത്".

രണ്ടാമത്തെ തോക്കുധാരി ഉതിർത്ത നാലാമത്തെ വെടിയുണ്ടയാണ് ഗാന്ധിജിയുടെ മരണകാരണമെന്നാണ് ഹർജിയിൽ പറയുന്നത്. മൃതദേഹം വൃത്തിയാക്കുമ്പോൾ ശരീരത്തിൽ ഇട്ടിരുന്ന ഷാളിന്റെ മടക്കുകളിൽനിന്നും ഒരു വെടിയുണ്ട കണ്ടെത്തിയതായുള്ള മനുബെന്നിന്റെ കുറിപ്പും പരാതിയിൽ രേഖപ്പെടുത്തിയിട്ടുണ്ട്. അതാണ് അജ്ഞാത വെടിയുണ്ട എന്നാണ് അവകാശവാദം. എന്നാൽ ഗാന്ധിജിക്കുനേരെ മൂന്ന് വട്ടമാണ് വെടിയുതിർത്തതെന്നും അവയെല്ലാം ശരീരത്തിൽ പതിച്ചുവെന്നും അന്വേഷണത്തിൽ വ്യക്തമായിരുന്നു. നെഞ്ചിലെ മൂന്ന് മുറിവും അത് ശരിവെച്ചു. ആ ശുഷ്ക ശരീരത്തിലൂടെ പാഞ്ഞ രണ്ട് വെടിയുണ്ടയാണ് പിൻഭാഗത്തെ മുറിവുകൾക്ക് കാരണം.അതിലൊന്ന് ശരീരം തുളച്ച് പത്തുമീറ്ററോളം പിന്നിലേക്ക് പോയി. പിന്നീട് ബിർളാഹൗസിന്റെ പുൽത്തകിടിയിലെ ചെടികൾക്കിടയിൽനിന്നും പൊലീസ് അത് കണ്ടെടുത്തു. രാജ്ഘട്ടിൽനിന്നും ചിതാഭസ്മം ശേഖരിക്കുന്ന വേളയിൽ രണ്ടാമത്തെ വെടിയുണ്ടയും ലഭിച്ചു. മൂന്നാമത്തേതിനെ കുറിച്ചാണ് മനുബെൻ സൂചിപ്പിച്ചത്. നാലാമത്തെ ഉണ്ട കണ്ടെടുക്കാൻ കഴിയാത്തത് അങ്ങനെയൊന്ന് ഇല്ലാത്തതിനാലാണ്.

## ഗ്വാളിയോറിലെ കള്ളത്തോക്ക്

അന്വേഷണത്തിനിടെ ഗ്വാളിയോറിലെ പർച്ചുരെ വാഡയിൽനിന്നും ആപ്തെ പൊലീസിന് ഒരു വെടിയുണ്ട കാണിച്ചുകൊടുക്കുകയുണ്ടായി. ഫോറൻസിക് പരിശോധനയിൽ അത് ഗോഡ്സെ ഉപയോഗിച്ചത് പോലെയുള്ള ഒമ്പത് എംഎം ബരേറ്റ തോക്കിൽനിന്നും ഉതിർത്തതല്ലെന്ന് വ്യക്തമാവുകയും ചെയ്തു.ഒരേ ക്രമമ്പറില്ല (606824)ള്ള രണ്ട് ബരേറ്റ തോക്കുകളെകുറിച്ചും ഹർജിയിലുണ്ട്. ഒരേ നമ്പറിലുള്ള രണ്ട് ബരേറ്റ തോക്കുകളുണ്ട്. അവ രാജ്ഘട്ടിലെ ഗാന്ധി മ്യൂസിയത്തിലാണ്. ഒന്ന് ഗാന്ധിയെ കൊല്ലാൻ ഉപയോഗിച്ച യഥാർഥ തോക്ക്. അതും കൊലയാളികളുടെ കൈയിലുണ്ടായ മറ്റ് വസ്തുക്കളും സ്മാരക നിധിക്ക് കൈമാറിയതിനെ തുടർന്നാണ് മ്യൂസിയം സ്ഥാപിക്കുകയും വസ്തുക്കളെല്ലാം സൂക്ഷിക്കുകയും ചെയ്തത്. കൊലയാളി ഉപയോഗിച്ച തോക്കിന്റെ

പകർപ്പാണ് അതേ ക്രമ നമ്പറിലുള്ള മറ്റേ തോക്ക്. ഇതേ നമ്പറിലുള്ള വേറൊരു ബരേറ്റ തോക്കില്ല.അത് ഗോഡ്സെയുടെ കരങ്ങളിൽ എത്തിയതിന് വ്യക്തമായ രേഖകളുണ്ട്. ഗാന്ധിജിയെ വധിക്കാൻ തീരുമാനിച്ചെങ്കിലും 1948 ജനുവരി 28 വരെ ഫലപ്രദമായ ആയുധം കണ്ടുപിടിക്കാൻ ഗോഡ്സെക്കും സംഘത്തിനും കഴിഞ്ഞില്ല. 20ന് മൂന്ന് റിവോൾവറുമായി പോയെങ്കിലും സന്ദേഹമുയർന്നതിനാൽ ശ്രമിച്ചില്ല. സൈന്യം ഉപയോഗിക്കുന്നതരം തോക്ക് ഗോപാൽ ഗോഡ്സെയുടെ കൈയിലുണ്ടായെങ്കിലും അത് പ്രവർത്തനരഹിതമായി.

തുടർന്ന് ഫലപ്രദമായ ആയുധത്തിനായുള്ള അന്വേഷണം അനധികൃത തോക്ക് വ്യാപാര കേന്ദ്രമായ ഗ്വാളിയോറിൽ എത്തിച്ചു. ഹിന്ദു മഹാസഭ അംഗവും സവർക്കറുടെ കടുത്ത അനുയായിയുമായ ദത്താത്രേയ പർച്ചുരെയെയാണ് സമീപിച്ചത്. സ്വന്തം തോക്ക് നൽകാൻ വിസമ്മതിച്ചെങ്കിലും ഫലപ്രദമായ മറ്റൊന്ന് ശേഖരിച്ച് കൊടുക്കാൻ സഹായി ഗംഗാധർ ദണ്ഡവാഡയെ ചുമതലപ്പെടുത്തി. അയാളാണ് ഗോഡ്സെക്ക് തോക്ക് നൽകിയതെന്ന് തെളിയുകയും ചെയ്തു. ആയുധവിൽപ്പനക്കാരനായ ജഗദീഷ് പ്രസാദ് ഗോയലിൽ നിന്നും 500 രൂപയ്ക്ക് വാങ്ങിയ തോക്ക് ഉപയോഗിക്കുന്ന വിധം ദത്താത്രേയയാണ് ഘാതകരെ പഠിപ്പിച്ചത്. ബരെറ്റ ഓട്ടോമാറ്റിക് പിസ്റ്റളുകൾ ഏറ്റവും സമീപ ലക്ഷ്യത്തിലേക്ക് ഫലപ്രദമായി പ്രയോഗിക്കാവുന്നവയാണ്. സൈനികർക്കായി മുസോളിനി നിർമിച്ചിരുന്ന അവ എക്കാവും ഫാസിസ്റ്റുകളുടെ പ്രിയപ്പെട്ട ആയുധമായിരുന്നു. ഗാന്ധിജിയെ വധിക്കാൻ ഉപയോഗിച്ച തോക്ക് മുസോളിനിയുടെ സേന അബിസിനിയ കീഴടക്കിയപ്പോൾ ഒരു ഉദ്യോഗസ്ഥൻ സൂക്ഷിച്ചതാണ്. പിന്നീട് സഖ്യസേനയുടെ വിഭാഗമായ ലഫ്റ്റനന്റ് കേണൽ വിവി ജോഷിയുടെ നേതൃത്വത്തിലുള്ള നാലാം ഗ്വാളിയോർ ഇൻഫന്ററി മുസോളിനിയുടെ സേനയെ കീഴടക്കി. വിജയ സൂചനയായി ആ തോക്ക് ജോഷിക്ക് സമർപ്പിച്ചു. അദ്ദേഹം അതിനെ യുദ്ധസമ്മാനമായി സ്വീകരിക്കുകയും ഗ്വാളിയോറിലേക്ക് കൊണ്ടുവരികയും ചെയ്തു. ഗാന്ധിവധത്തിൽ ദത്താത്രേയും പ്രതിയായിരുന്നു. മതിയായ തെളിവുകളും കുറ്റസമ്മതവും ഉണ്ടായെങ്കിലും അറസ്റ്റ് വേളയിൽ ബ്രിട്ടീഷ് പൗരനായിരുന്നുവെന്ന സാങ്കേതികതയുടെ പേരിൽ വിട്ടയക്കുകയായിരുന്നു.ഗാന്ധി വധവുമായി ബന്ധപ്പെട്ട ഇത്തരം വസ്തുതകളാകെ സംഘപരിവാറിനെ അസ്വസ്ഥമാക്കുന്നുണ്ട്. ചരിത്രം തിരുത്തിയെഴുതാനും വ്യാജമായി നിർമിക്കാനുമുള്ള ശേഷിയും അധികാരവും തങ്ങൾക്കുണ്ടെന്ന് ഇപ്പോൾ അവർ വിചാരിക്കുന്നു. അതുകൊണ്ട് കുറച്ചുകൂടി സൗകര്യപ്രദമായ വ്യാജനിർമിതകളാൽ ചരിത്രം വളച്ചൊടിക്കാനാണ് ശ്രമമെന്നും തുഷാർ ഗാന്ധി എഴുതി. പുരാതന ചരിത്രത്തെ വളച്ചൊടിക്കാനായതുപോലെ സമകാലിക ചരിത്രത്തെ വളച്ചൊടിക്കാനുള്ള ശ്രമങ്ങളും വിജയിച്ചേക്കാം എന്ന ആശങ്കയോടെയാണ് അദ്ദേഹം ലേഖനത്തിന് വിരാമമിട്ടത്.

## അഖണ്ഡ ഭാരതവും ചിതാഭസ്മവും

മധ്യപ്രദേശിൽ ദൗലത്ത്ഗഞ്ചിലെ അഖില ഭാരതീയ ഹിന്ദുമഹാസഭാ കാര്യാലയത്തിൽ നാഥൂറാം വിനായക ഗോഡ്സെയുടെ 32 ഇഞ്ച് ഉയരമുള്ള അർധകായ പ്രതിമ സ്ഥാപിച്ചത് നടുക്കമുളവാക്കുന്ന ഹീനകൃത്യമായിരുന്നു. 1949 നവംബർ പതിനഞ്ചിനാണ് അംബാല ജയിലിൽ മുപ്പത്തിയൊമ്പത് വയസ്സുകാരനായ ആ ഗാന്ധി ഘാതകനെ തൂക്കിലേറ്റിയത്;കൂട്ടുപ്രതി നാരായൺ ആപ്തെക്കൊപ്പം. ആ ദിനത്തെ ബലിദാൻ ദിവസ്. ശൗര്യ ദിവസ് എന്നിങ്ങനെയെല്ലാമാണ് അടയാളപ്പെടുത്തിയതും. അയാളുടെ പേരിൽ ക്ഷേത്രം പണിയാൻ ഹിന്ദുസഭ ഭൂമിക്ക് അപേക്ഷിച്ചെങ്കിലും അധികൃതർ നിഷേധിച്ചു. അതിന്റെ വാശി തീർക്കാനായിരുന്നു തുടർ നടപടി. വേദ മന്ത്രോച്ചാരണങ്ങൾക്കിടെ പ്രത്യേക ശുദ്ധീകരണ പൂജകൾ നടത്തിയായിരുന്നു പ്രതിമ സ്ഥാപിച്ചത്. എല്ലാ ചൊവ്വാഴ്ചകളിലും പ്രാർഥനയും നടന്നുവരുന്നു. പ്രതിമ നീക്കണമെന്നാവശ്യപ്പെട്ട് ജില്ലാ ഭരണ സംവിധാനം നോട്ടീസ് അയച്ചെങ്കിലും കാവിപ്പടക്കാർ അവഗണിച്ചു. തുടർന്ന് കനത്ത പൊലീസ് സുരക്ഷയിൽ ഗ്വാളിയോർ കലക്ടർ രാഹുൽ ജെയിനിന്റെ നേതൃത്വത്തിൽ 2019 ജനുവരി 29ന് അത് നീക്കി. മഹാസഭാ ദേശീയ ഉപാധ്യക്ഷൻ ഡോ. ജയ്‌വീർ ഭരദ്വാജ് പറഞ്ഞത്, തങ്ങളുടെ ഓഫീസ് ക്ഷേത്രം കൂടിയാണെന്നായിരുന്നു. ആ വാദം ഉറപ്പിക്കാൻ പൂജയും ചടങ്ങുകളും നടത്തി ചിത്രങ്ങളിൽ കുങ്കമ തിലകം ചാർത്തുകയും പതിവായി. ഗോഡ്സെ പൂജയെ ചില മന്ത്രിമാർ പിന്തുണക്കുകയും ചെയ്തു. ആവിഷ്കാര സ്വാതന്ത്ര്യമാണെന്ന് പ്രസ്താവിച്ചായിരുന്നു ന്യായീകരണം. ഭക്ത്യാദരപൂർവം 'കർമസ്ഥലി'യെന്ന് വിളിക്കുന്ന ഗ്വാളിയോറിൽ ഒരാഴ്ച ചെലവഴിച്ചാണ് ഗോഡ്സെ ഗാന്ധിയെ ഉന്മൂലനം ചെയ്യാൻ ദില്ലിയിലെത്തിയത്. ഇറ്റാലിയൻ പിസ്റ്റൾ ഒപ്പിച്ചതും ഗ്വാളിയോറിൽനിന്ന്. 2016 ഗാന്ധി ജയന്തി ദിനത്തിൽ മീററ്റിൽ (മീററ്റിന്റെ പേര് ഗോഡ്സെ നഗർ എന്നാക്കണമെന്ന ആവശ്യവും ഉയർന്നിരിക്കയാണ് )ഗോഡ്സെ പ്രതിമ സ്ഥാപിച്ചത് മറ്റൊരു കഥ. ശാരദാ റോഡിലെ ഓഫീസിൽ ദേശീയ ഉപാധ്യക്ഷൻ പണ്ഡിറ്റ് അശോക് ശർമയുടെ നേതൃത്വത്തിലായിരുന്നു രണ്ടടി ഉയരവും രണ്ടടി വീതിയും അര ക്വിന്റൽ ഭാരവുമുള്ള പ്രതിമ സ്ഥാപിച്ചത്. രാജ്യതലസ്ഥാനത്തിന് വളരെയടുത്താണത്. പ്രാൺ പ്രതിഷ്ഠ. പഞ്ചാമൃത -ആരതി അഭിഷേകങ്ങളാണ് അവിടുത്തെ പ്രത്യേകത. മധ്യപ്രദേശ്, ഉത്തർപ്രദേശ്, രാജസ്ഥാൻ, ബിഹാർ തുടങ്ങിയ സംസ്ഥാനങ്ങളിലെ ക്ഷേത്രങ്ങളിലെല്ലാം ഗോഡ്സെ പ്രതിമക്ക് തീരുമാനമെടുത്തിരിക്കയാണ് . അവിടങ്ങളിൽ അയാളുടെ പേരിൽ ലൈബ്രറിയും ഒരുക്കമത്രെ. അലഹബാദിലെ കുംഭമേളക്കെത്തിയ സന്യാസിമാർ ഇതിന് പിന്തുണയറിയിക്കുകയും ചെയ്തു. ജയ്പൂരിലെ ശിൽപ്പിയോട് 500 പ്രതിമ നിർമിക്കാൻ ആവശ്യപ്പെട്ടിട്ടുമുണ്ട്. ഗോഡ്സെ ഏറ്റെടുത്ത പ്രവർത്തികളുടെ സ്മരണാർഥം ഗാന്ധിയുടെ സമാധി ദിവസം 'ധീരതാ ദിനമായി' പ്രഖ്യാപിക്കണമെന്നും നേതാക്കൾ അന്ന് ആവശ്യപ്പെടുകയുണ്ടായി. 1865

ഏപ്രിൽ 14ന് എബ്രഹാം ലിങ്കണെ ഇല്ലാതാക്കിയ ജോൺ വിൽക്സ് ബൂത്തിന്റെയോ 1968 ഏപ്രിൽ നാലിന് മാർട്ടിൻ ലൂഥർ കിംഗിനെ വധിച്ച ജയിംസ് ഏൾ റേയുടെയോ പ്രതിമ സ്ഥാപിക്കുമെന്ന ഒരു അമേരിക്കൻ സംഘടനയുടെ ഭീഷണിക്ക് സമാനമാണിത്. .പുണെയിലെ ശാന്തിവാർ പീഠത്തിലെ വെള്ളി പാത്രത്തിൽ ഗോഡ്സെയുടെ ചിതാഭസ്മം ഇപ്പോഴും സൂക്ഷിച്ചിരിക്കയാണ്. അയാളുടെ സങ്കൽപ്പത്തിലുള്ള അഖണ്ഡ ഭാരതം യാഥാർഥ്യമായാൽ അത് സിന്ധു നദിയിൽ ഒഴുക്കിക്കളയും.

## താക്കറെ ഇറക്കിയ ഹിറ്റ്ലർ ജീവചരിത്രം

1934 ജൂൺ 25 മുതൽ ഗാന്ധിജിക്കുനേരെ ഒട്ടേറെ വധശ്രമങ്ങളുണ്ടായി. അതിലെ അഞ്ചിൽ ഹിന്ദു മഹാ സഭയുടെ ഗൂഢാലോചനക്ക് വ്യക്തമായ തെളിവുകളുണ്ട്. മൂന്നിൽ ഗാഡ്സെയും ആപ്തേയും ഭാഗഭാക്കാവുകയും ചെയ്തു. 1917ൽ ബിഹാറിലെ ചമ്പാരനിൽ നീലം കൃഷിക്കാരെ അണിനിരത്തിയായിരുന്നു ഗാന്ധിജിയുടെ ഇന്ത്യയിലെ പ്രക്ഷോഭത്തുടക്കം. ഏപ്രിൽ 15ന് മോത്തിഹരി സ്റ്റേഷനിൽ തീവണ്ടിയിറങ്ങി. ബ്രിട്ടീഷ് തോട്ടം മാനേജരായ ഇർവിൻ രാത്രി ഭക്ഷണത്തിന് ക്ഷണിച്ചു. പാലിൽ വിഷം ചേർക്കാൻ വേലക്കാരനായ ബദക് മിയാനുമേൽ സമ്മർദവും പാരിതോഷികങ്ങളും ചൊരിഞ്ഞു. അദ്ദേഹം ഗാന്ധിജിയെ വിവരം ധരിപ്പിച്ചതിനാൽ അത്യാഹിതം ഒഴിവായി. എന്നാൽ മിയാൻ ഏറെ പീഠനങ്ങൾ സഹിച്ചു. ജോലിയിൽനിന്ന് പിരിച്ചുവിടപ്പെട്ടു. ജയിലിലാക്കി. കുടുംബത്തെ ഗ്രാമത്തിൽ നിന്ന് ആട്ടിയോടിച്ച് വീട് തകർത്ത് അവിടം ശ്മശാനമാക്കുകയും ചെയ്തു. ഗാന്ധി പ്രതിമകൾ മാറ്റി 'യഥാർഥ രക്തസാക്ഷി'യായ ഗോഡ്സെയുടെ പ്രതിമകൾ സ്ഥാപിക്കണമെന്ന് ആദ്യം ആവശ്യപ്പെട്ടത് ശിവസേനാ തലവൻ ബാൽ കേശവ് താക്കറേ. 1991 മെയ് മാസത്തിലെ പാർലമെന്റ് തെരഞ്ഞെടുപ്പ് പ്രചാരണത്തിനിടെ നാഥൂറാമിനെ പുകഴ്ത്തുകയുണ്ടായി. പുണെ, ഔറംഗാബാദ്, കോലാപ്പൂർ എന്നിവിടങ്ങളിലെ റാലികളിൽ അത് അക്രമാസക്തവുമായി. ഇന്ത്യയുടെ രണ്ടാം വിഭജനം തടഞ്ഞ നാഥൂറാമിൽ അഭിമാനിക്കുന്നുവെന്നായിരുന്നു മെയ് 17ന്റെ പുണെ പ്രസംഗത്തിന്റെ കാതൽ. ഗോഡ്സെ വെറും വാടകക്കൊലയാളിയല്ല; ഗാന്ധിയുടെ ദേശവഞ്ചനയിൽ ക്ഷുഭിതനായ യുവാവായിരുന്നെന്ന ഗുഡ് സർവീസ് എൻട്രിക്ക് ശിവസേനാ മുഖപത്രം സംമ്ന വെണ്ടക്ക നിരത്തി. ഗോൾവാൾക്കറെ പോലെ താക്കറേയും അഡോൾഫ് ഹിറ്റ്ലറെ പ്രസംഗങ്ങളിലും എഴുത്തുകളിലും പ്രകീർത്തിച്ചു. 'ഹിറ്റ്ലർ ഏക് ഷൊകന്തിക' എന്ന ബാൽ ഗംഗാധർ സാമന്തിന്റെ മറാത്തി ഭാഷയിലെ ഹിറ്റ്ലർ ജീവചരിത്രം പുറത്തിറങ്ങിയതും താക്കറെയുടെ ഉത്സാഹത്താൽ. പ്രകാശന ചടങ്ങിൽ ജർമൻ ഫാസിസ്റ്റിനെ വാനോളം പുകഴ്ത്തുക മാത്രമായിരുന്നില്ല, അതിന്റെ 200 പ്രതികൾ വിലകൊടുത്ത് വാങ്ങി വിശ്വസ്തരായ ശിവസൈനികകാഡർമാർക്ക് വിതരണം ചെയ്യുകയുമുണ്ടായി. ഗോഡ്സെ രാജ്യസ്നേഹിയാണെന്ന് ഉന്നാവോയിൽ നിന്നുള്ള ബിജെപി എംപി സാക്ഷി

മഹാരാജ് 2018 ഡിസംബറിൽ അഭിപ്രായപ്പെട്ടിരുന്നു. കടുത്ത പ്രതിഷേധത്തെത്തുടർന്ന് പിൻവലിച്ചു. മതപരിവർത്തനം ഉൾപ്പെടെയുള്ള വിഷയങ്ങൾ ഉയർത്താൻ ഹിന്ദു സംഘടനകൾ ശ്രമിക്കണം. മുസ്ലിം ജനസംഖ്യാ വളർച്ചയുമായി ഒത്തുപോകുന്നതിന് ഹിന്ദു സ്ത്രീകൾ നാല് മക്കൾക്ക് വീതം ജന്മം നൽകണമെന്നും മഹാരാജ് കൂട്ടിച്ചേർത്തു. 2015 ജനുവരി മുപ്പതിന് ഇറങ്ങിയ 'ദേശ് ഭക്ത്: നാഥൂറാം ഗോഡ്സെ' ഡോക്യുമെന്ററിയും അന്തഃസാരശൂന്യങ്ങളായ സ്തുതികൾ കുത്തിനിറച്ചതായിരുന്നു. ഗോഡ്സെ കോടതിയിൽ കൊടുത്ത മൊഴികൾ ആസ്പദമാക്കിയായിരുന്നു അതിന്റെ രചന. പ്രദീപ് ദാൽവിയുടെ രചനയിൽ വിനയ് ആപ്തേ സംവിധാനംചെയ്ത 'ഞാൻ നാഥൂറാം ഗോഡ്സെ സംസാരിക്കുന്നു' മറാത്തി നാടകവും ഇതേ ഗണത്തിൽ. നാഥൂറാമിന്റെ സഹോദരൻ ഗോപാൽ ഗോഡ്സെയുടെ മൊഴികൾ ആസ്പദമാക്കി 1989 ൽ എഴുതിയ അത് 1997ലേ രംഗത്തെത്തിയുള്ളൂ. ഗാന്ധി വധക്കേസിലെ 14 വർഷ ശിക്ഷ കഴിഞ്ഞ് ജയിൽ മോചിതനായ ഗോപാൽ നടത്തിയ അഭിപ്രായപ്രകടനങ്ങൾ സംസ്കാരശൂന്യം കൂടിയായിരുന്നു. എഴുപത്തിയഞ്ചാം ജന്മദിനത്തോടനുബന്ധിച്ച് പുണെയിൽ പരിവാർ സംഘടനകൾ ഒരുക്കിയ അനുമോദനത്തിലായിരുന്നു അത്. "ഗാന്ധിയുടെ ജീവിതത്തിന്റെ ഓരോ ദിവസവും രാജ്യത്തിന് ദ്രോഹകരമായിരുന്നു. അയാൾ ഏത് രാഷ്ട്രത്തിന്റെ പിതാവാണ്- 'ഗാന്ധി വധവും ഞാനും' ഉൾപ്പെടെ മറാത്തിയിലും ഇംഗ്ലീഷിലുമായി ഒമ്പത് പുസ്തകങ്ങൾ പടച്ചുണ്ടാക്കിയ അയാൾ ചോദിച്ചു.

## ഒഎൻവിയുടെ ഓർമകൾ

ഗാന്ധി വധവുമായി ബന്ധപ്പെട്ട് കേരളത്തിന്റെ പ്രിയ കവി ഒഎൻവി കുറുപ്പിന്റെ കലാലയ സ്മരണകളിൽ ഞെട്ടിപ്പിക്കുന്ന ചില ഏടുകളുണ്ട്. രാഷ്ട്രപിതാവ് കൊല്ലപ്പെടുന്നതിന് രണ്ടാഴ്ച മുമ്പ് തിരുവനന്തപുരത്ത് സുപ്രധാന ആർ എസ് എസ് യോഗം ചേരുകയുണ്ടായി. കാക്കി ട്രൗസറിട്ട വളണ്ടിയർമാരും പ്രവർത്തകരും നിരന്നു നിൽക്കുന്നു. ഗോൾവാൾക്കറാണ് പ്രധാന പ്രസംഗകൻ. ദേശീയ സമരത്തെയും സ്വാതന്ത്ര്യത്തെയും കുറിച്ച് എന്തുപറയുന്നവെന്ന് അറിയാൻ യൂനിവേഴ്സിറ്റി കോളേജിൽനിന്ന് അദ്ദേഹമടക്കമുള്ളവർ തൈക്കാട്ടേക്ക് പോയി. ഗോൾവാൾക്കർ മഹാത്മാഗാന്ധിയെ അതിനിശിതമായി വിമർശിച്ചു. മലയാറ്റൂർ രാമകൃഷ്ണനും കരുനാഗപ്പള്ളി ജി കാർത്തികേയനും പ്രസംഗാനന്തരം ചില ചോദ്യങ്ങൾ ഉന്നയിച്ചു. ശാന്തമായി മറുപടി നൽകുന്നതിനു പകരം അയാൾ അവരെ തല്ലാൻ മൗനാനുവാദം നൽകി. തിരുവനന്തപുരത്തെ തമിഴ്-ബ്രാഹ്മണ കുട്ടികളായിരുന്നു വളണ്ടിയർമാരിൽ അധികവും. അവർ തല്ലാൻ തുടങ്ങി. ശ്രോതാക്കളായി എത്തിയ ഒഎൻവിയും മറ്റും അവരുടെ കൈയിലുണ്ടായ തടികൾ കൈക്കലാക്കി അങ്ങോട്ടേക്ക് പ്രയോഗിച്ചു. രണ്ടാഴ്ച കഴിഞ്ഞു ഒരു വൈകുന്നേരം കോളേജിൽനിന്ന് ഹോസ്റ്റലിൽ എത്തിയപ്പോൾ ഗാന്ധിജി വെടിയേറ്റു മരിച്ച വിവരം അറിഞ്ഞു. കനത്ത ദുഃഖത്തോടെ തൈക്കാട് മൈതാനത്തിന്

സമീപത്തുകൂടി നടന്നുപോകവേ അതിനടുത്ത ആർ എസ് എസ്സുകാരന്റെ വീട്ടിൽ മധുരപലഹാരം വിതരണം ചെയ്യുന്നു. അക്രമത്തിനു തുനിഞ്ഞ വിദ്യാർഥികളെ എസ് വരദരാജൻ നായർ സമാധാനിപ്പിച്ച് കറുത്ത ബാഡ്ജ് ധരിപ്പിച്ച മൗന ജാഥയാക്കി മാറ്റി. വർഷങ്ങൾക്ക് ശേഷവും ഗോൾവാൾക്കറുടെ പ്രസംഗവും മധുര പലഹാര വിതരണവും മനസ്സിനെ നൊമ്പരപ്പെടുത്തുന്ന ഓർമകളായി അവശേഷിക്കുന്നുവെന്നാണ് ഒ എൻ വി കുറിച്ചത്.

●

www.ingramcontent.com/pod-product-compliance
Lightning Source LLC
LaVergne TN
LVHW100835051026
849519LV00006B/2303
* 9 7 8 9 3 8 7 3 9 8 8 9 4 *